வான்மதி

தமீமுல் அன்சாரி

ஏலே பதிப்பகம்

வான்மதி
ஆசிரியர் ©**தமீமுல் அன்சாரி**

முதற்பதிப்பு 2021
பக்கங்கள் 52

ISBN - 978-93-91423-69-8
புத்தகம் வெளியிடு
ஏலே பதிப்பகம்
aelaypublish@gmail.com
phone – 9944992571

Aelay Publish
www.aelaypublish.com

"வான்மதி"

தலைப்புகள்

வான்மதி

சந்தையில் பரபரப்பு

அதிகாலை நேரம், காய்கறி சந்தையில் மக்கள் கூட்டம் கூட்டமாக வந்து கொண்டிருந்தனர்...

அந்த சமயத்தில் ஒரு பெரிய சலசலப்பு, திடீரென நான்கு, ஐந்து நபர்களை தள்ளிவிட்டு ஒரு பெண் வேகமாக ஓடிச் சென்றதை அம்மக்கள் கண்டனர்...

அந்தப்பெண் யார் என்று தெரியவில்லை, முகம் தெரியாமல் இருக்க ஒரு சிறு துணியால் முகத்தை மூடியபடி இருந்தாள்...

ஆதலால் அங்கிருப்பவர்களுக்கு அடையாளம் தெரியவில்லை...

அவளை தொடர்ந்து மூன்று பேர் துரத்திக்கொண்டு சென்றார்கள்..

அவள் சென்ற திசைக்கு எதிர் திசையை அங்கிருந்த அனைவரும் நோக்கினார்கள்... அடுத்தகணம்

அனைவரும் கத்தி, அலறிக்கொண்டு அங்கும் இங்கும் ஓடினார்கள்....

அங்கே ஒருவன் வயிற்றில் குத்துப்பட்டு, இருவர் தாங்கி பிடித்தவாறு நின்றிருந்தான்..

அதை பார்த்த மக்கள் பயத்தில் அங்கும் இங்கும் ஓடினார்கள்...

அந்நேரத்தில் அங்கு வந்த ஒரு வாலிபன், குத்துப்பட்டவனை பார்த்து விட்டு "இரத்தம் அதிகமாக போயிருக்கிறதே..." என்று சொல்லி கொண்டே குத்துப்பட்டவனை தூக்க முயன்றான்.., உடனே கூட இருந்த மற்றும் சிலர் அவனை சேர்ந்து தூக்கிக்கொண்டு மருத்துவமனைக்கு சென்றனர்.

போகும் வழியில், என்ன நடந்தது என்று கேட்டான் அந்த வாலிபன்.

"ஒரு பெண் இவரை கத்தியால் குத்திவிட்டாள்" என்றான் ஒருவன்...

"ஓ... அப்படியா.. அதனால் தான் அவள் அப்படி ஓடினாளா" என்றான் அந்த வாலிபன்..

"ஆமாம்,. உனக்கு அவளை தெரியுமா..?, நீ அவள் முகத்தை பார்த்தாயா..?" என்று கேட்டான் இன்னொருவன்..

"இல்லை ..துணியால் அவள் முகத்தை மறைத்திருந்தாள்... ஆதலால் எனக்கு தெரியவில்லை..."என்றான் அந்த வாலிபன்...

ஒருவழியாக குத்துபட்டவன் அருகில் இருந்த மருத்துவமனையில் சேர்க்கப்பட்டான்.

முதல் மரணம்

ஓடிச் சென்ற அப்பெண், காட்டுக்குள் சென்று அங்கிருந்த ஒரு மறைவான பள்ளத்தில் மறைந்துகொண்டாள்..

தேடி வந்தவர்களில் ஒருவன் மட்டும் நின்றுகொண்டு மற்ற இருவரை இரு பக்கமும் தேடிப்போக சொன்னான்..

இருவரும் இரு பக்கம் சென்றவுடன், இவன் நேரே காட்டுக்குள் சென்றான்...

சிறிது நேரம் கழித்து அப்பெண்ணை

தேடிக்கொண்டு போகும் போது ஒரு குரல்

"தீரா" என்று அவன் பெயரை சொல்லி அழைத்தது....

தேடியவன் திடுக்கிட்டு ஒரு நிமிடம் நின்றான். குரல் கேட்ட திசையை நோக்கி மெல்ல திரும்பினான்,..

அங்கு ஒரு பெண்,

கையில் பெரிய கத்தியோடு, முகத்தை ஒரு துணியால் பாதி மறைத்திருந்தபடி நின்றுகொண்டிருந்தாள்...

தீரன்லேசாக கண்களை குருக்கிக்கொண்டு "யார் நீ..? என் பெயர் உனக்கு எப்படி தெரியும்..." என்றான்.

எதிரே நின்றிருந்த அப்பெண் மெல்ல தன் கையால் தன் முகத்தில் மூடியிருந்த துணியை

விலக்கினாள்.....

தீரன் அதிர்ச்சியில் உறைந்தபடி நின்றான்.. சில நொடிகளில் அவனுக்கு உடல் வியர்த்தது... அவனின் உதடுகள் பயத்தில் "க..க..கயல்..." என்று முனு முனுக்க...

எதிரில் நின்ற அப்பெண்,

"நான் கயல் இல்லை... அவளுடைய மகள் வான்மதி..." என்று கூறிக்கொண்டு, வாளை ஓங்கியபடி அவனை எதிர் நோக்கி ஓடி வந்தாள் வான்மதி,..

திடீரென்று சுய நினைவை அடைந்த அவன் அங்கிருந்து தப்பிச்செல்ல முயன்றான். கால்கள் தடுமாறி கீழே விழுந்தான் தீரன்.

வான்மதி தன்னுடைய இரு கைகளால் கத்தியை ஓங்கி தீரனின் மார்பில் குத்தினாள்..

தீரன் மண்டியிட்டு தரையில் மாய்ந்தான்..

வலியில் துடித்து கொண்டிருந்த அவன் மார்பில் இருந்து கத்தியை உருவி எடுத்து விட்டு...

"இம்முறை ராணா தப்பிவிட்டான், ஆனால் மறுபடியும் என்னிடம் இருந்து தப்ப முடியாது"..என்று கூறியபடி அங்கிருந்து சென்றாள் வான்மதி...

என் செய்வதென்று தெரியாமல் கண்கள் பிதுங்க, உடல் வலியால் துடித்து இறந்து போனான் தீரன்...

இந்த பக்கம்,

மருத்துவமனையில் இருந்து கண் விழித்த ராணா, மெல்ல எழுந்து உடல் வலியோடு சற்று சாய்ந்து உட்கார்ந்தான்.

உட்காந்தவாரு சிந்தித்து கொண்டே இருந்தான் ராணா..

அருகில் இருந்த அவன் நண்பர்கள்,

"என்ன சிந்தித்து கொண்டிருக்கிறாய்" என்று கேட்டனர்...

"ஒன்றுமில்லை.. தீரன் எங்கே ...?" என்று கேட்டான்..

"உன்னை குத்தியவளை தேடி போயிருக்கிறான்.." என்றான் ஒருவன்

அருகில் அந்த வாலிபனும் நின்றான்..

ராணா அவன் பக்கம் திரும்பி

"நீ யார்...? இங்கே ஏன் நிற்கிறாய்..? என்று கேட்டான்.

பக்கத்தில் இருந்தவன், "நீ குத்து பட்டு கிடக்கும்போது அவனும் சேர்ந்துதான் உன்னை தூக்கி கொண்டுவந்து இங்கு சேர்த்தான்" என்றான்.

"ஓ...அப்படியா...! ரொம்ப நன்றியப்பா .....

ஆமாம், உன் பெயர் என்ன..?" என்று கேட்டான் ராணா.

"என் பெயர் தர்மன்" என்றான்.

இவ்வாறு பேசிக்கொண்டிருக்கும் போதே ஒருவன் வேகமாக ஓடிவந்து, "ராணா..! தீரன் இறந்து விட்டான்.." என்றான்..

இதை கேட்ட ராணா, அதிர்ச்சியில் உறைந்து போனான்.

"என்னடா சொல்ற...?" என்று ஒருவன் கேட்க..., அருகில் இருந்தவர்கள் "எங்கே..? எப்படி..?என்னவாயிற்று..?" என்று

கேட்டுக்கொண்டே அங்கிருந்து பரபரப்புடன் சென்றனர்...

சிறிது நேரத்தில் தீரனுடைய உயிரற்ற உடல் வந்தது,.. என்ன செய்வது என்றே தெரியாமல் தவித்து நின்றிருந்த ராணா, தன் உயிர் நண்பன் இழந்த சோகத்தில் ஆழ்ந்தான்... இருப்பினும் ராணாவின் கண்கள் அனல் பறக்கும் தீயாய் கொப்புளித்தது.

சிறிது நாட்கள் கழித்து,

ராணா வீட்டில் தூங்கிக்கொண்டிருந்தான்.

அவன் அறையின் பக்கத்தில் ஒரு சிறிய சலசலப்பு ..

அவனுடைய தூக்கம் கலைந்தது,

ராணா சற்று கோபத்துடன் எழுந்து அறையின் வெளியே வந்தான்..

"என்னடா .. அங்கு சத்தம்..?" என்று கேட்டுக்கொண்டே வந்தான் ராணா..

தர்மனும், வேலனும் வாய் வார்த்தைகளால் சண்டை போட்டுக்கொண்டு இருந்தனர்...

இவர்களை பார்த்த ராணா, இவன் ஏன் இன்னும் இங்கு இருக்கிறான்..? என்று நினைத்துக்கொண்டு அவர்களை அழைத்தான்..

"ஏனடா..இப்படி சண்டை போட்டுக்கொண்டு இருக்கிறீர்கள்..?" என்று கேட்டான் ராணா.

வேலன் முன்வந்து, "இவன் உங்களை மருத்துவமனையில் சேர்த்ததில் இருந்து இங்குதான் இருக்கிறான், மேலும் இவன் இங்கேயே இருக்கப்போவதாக

கூறினான்....அதுதான் முடியாது என்று சொல்லிக்கொண்டிருந்தேன்..." என்றான்.

உடனே ராணா, அவன் பக்கம் திரும்பி, சற்று யோசித்தவாரு, "ஆமாம் உன் பெயர் என்ன சொன்னாய்..?" என்று கேட்க..

"என் பெயர் தர்மன்..." என்றான்.

"ஆம், தர்மன் நீ ஏன் எங்களுடன் இருக்க விரும்புகிறாய்..?, உனக்கு சொந்தங்கள் இல்லையா..?" என்றான் ராணா.

"இல்லை, எனக்கு சொந்தங்கள் கிடையாது, அதனால்தான் ஊர் ஊராக சுற்றிக் கொண்டிருக்கிறேன்"என்றான் தர்மன்.

"ஏன் உன் பெற்றோர்கள் இறந்து விட்டார்களா..?" என்றான் ராணா.

"ஆமாம், ஒரு விபத்தில் இறந்து விட்டார்கள்".. என்றான் தர்மன்.

"இவ்வளவு நாட்கள் எங்கிருந்தாய்..?" என்று ராணா கேட்க,

"இதுவரை நான் இருந்தது வடமாநிலத்தில், சில நாட்களுக்கு முன்பு தான் இங்கு வந்தேன்..வேலை தேடினேன் கிடைக்கவில்லை, அப்பொழுதுதான் உங்களை பார்த்தேன்... அதான் ஏதாவது ஒரு வேலை கொடுத்தால் செய்து கொண்டு இங்கேயே இருந்து விடுவேன்.." என்றான் தர்மன்.

"நாங்கள் என்ன செய்து கொண்டிருக்கிறோம் என்று உனக்கு தெரியுமா...?" என்று கேட்டான் வேலன்.

"அது..." என்று கூறவருகையில் ராணா தன் கைகளை தர்மன் முகத்திற்கு நேராக நீட்டி,

"நிறுத்து, உனக்கு இங்கு வேலை கிடையாது, நாங்கள் செய்யும் வேலை மிக ஆபத்தானது... நீ இதில் தலையிடாதே.." என்று அதட்டலாக கூறிவிட்டு உள்ளே சென்றான் ராணா.

"நீங்கள் என்ன வேலை செய்கிறார்கள்..?" என்று அருகில் இருந்த வேலனிடம் கேட்டான் தர்மன்.

" அது உனக்கு தேவையில்லாத விஷயம், போ முதலில் இங்கிருந்து..."என்று கூறிக்கொண்டே அவன் பிடரியை பிடித்து வெளியே தள்ளி விட்டான் வேலன்...

தர்மனும் வேறுவழியில்லாமல் அங்கிருந்து சென்றான்.

வான்மதி மற்றும் பீமன்

அடர்ந்த காட்டிற்கு நடுவில் கொட்டிகொண்டிருந்த அருவியில் களைப்பை நீக்கிக் கொண்டிருந்தாள் வான்மதி.
அப்படியே..., ஓடிக்கொண்டிருக்கும் அருவியின் ஓரமாக களைப்பார அமர்ந்தாள்,.. வான்மதி.
யாரையோ தேடுவது போல், அங்கிட்டும் இங்கிட்டும் பார்த்துவிட்டு,
உரத்த குரலில், "பீமா...பீமா..." என்று கூப்பிட்டாள் வான்மதி...
காட்டுக்குள் எந்த ஒரு சலசலப்பும் இல்லை..
வான்மதி, சோர்வடைந்து கண்களில் நீர் பெறுக அருவியை பார்த்த வண்ணம் அமர்ந்து இருந்தாள்...
அப்போது அவளின் பின்புறம் யாரோ ஒரு பெரிய உருவம் வந்து நிற்பதுபோல் இருந்தது...
வான்மதி, தன் கண்களை துடைத்துக்கொண்டு "எவ்வளவு நேரம் உன்னை கூப்பிடுவது..." என்றாள் வான்மதி.
திடீரென்று தன் துதிக்கையால் வான்மதியை தூக்கி, தோலின் மேல் வைத்தது ஒரு யானை...
தன் கையால் யானையின் துதிக்கையை பிடித்தவாறு திரும்பி நின்று "பீமா..." என்று கூறி சிறு புன்னகைத்தாள்...
பிறகு பீமன் என்ற யானை மெல்ல நடைபோட ஆரம்பித்தது.

"பீமா...நம் இருப்பிடத்திற்கு செல்.." என்றாள் வான்மதி..

யானை பிலிரிக்கொண்டு அங்கிருந்து சென்றது... யானை செல்லும் வழியில் வான்மதி, அப்படியே யானையின் மீது சாய்ந்தாள்.

அப்பொழுது சில நினைவுகள் வான்மதி முன்பு தோன்றியது.

"சிறுவயதில் தந்தையிடம், கோயிலின் வாசலில் ஒரு யானையை பார்த்து வாங்கிகேட்டதும், அப்போது கோயிலில் இருந்த ஒரு குட்டி யானை கேட்டு அடம்பிதித்ததும், அவள் தந்தை அதை வாங்கிக்கொண்டு வீட்டிற்கு வந்ததும், யானையோடு விளையாடியது, அந்த யானைக்கு பீமன் என்று பெயர் சூட்டியது, ஒருநாள் இரவு நேரத்தில் திடீரென்று ஒரு அலறல் சப்தம் கேட்டு ஓடி வந்து பார்க்கையில், தன் அன்னை ரெத்த வெள்ளத்தில் கிடந்தது, தன் தந்தை குத்து பட்டு கிடந்தது, வான்மதிக்கு அது மிகப்பெரிய துக்கத்தை தந்தது,... இறந்துபோன அவள் பெற்றோர்களை கண்டு கதறி அழுது கொண்டிருந்தாள்,

அப்போது கொடூரமான குணம் ஒருவன் வந்து அவள் தலை முடியை பிடித்து இழுத்துக் கொண்டு வந்து, அவன் முன்னே இருந்த இன்னொருவனிடம் அவளை காட்டி இந்த குட்டிப்பெண்ணை என்ன செய்வது என்று கேட்டான்...

அதற்கு அவன் அவளை தூக்கி வீசுங்கள் என்றான்.. அவளை இழுத்துக்கொண்டு

போகையில் இன்னும் இருவர்கள் அவள் பெற்றோர்களை ஒன்றாக வைத்து மண்ணெண்ணெய் ஊற்றி எரித்தார்கள்...
இந்த கொடூரத்தை பார்த்த வான்மதி தன்னை பிடித்து கொண்டிருந்தவனை கையை சட்டென்று கடித்து விட்டு ஒரே ஓட்டமாக ஓடினாள். உடனே அவன்
ஓடியவளின் மேல் ஒரு கட்டயை வீசி எறிந்தான், அக்கட்டை வான்மதி தலை மேல் பட, எட்ட சென்று ஒரு மரத்தில் மோதி கீழே விழுந்து மயக்கமடைந்தாள் வான்மதி... வீசியெரிந்தவன் அருகில் வந்து பார்க்கையில் வான்மதி அவ்விடத்தில் இல்லை...
அங்கும் இங்கும் சுற்றி முற்றி பார்த்தான், கண்ணில் அகப்படவில்லை...
மயங்கி விழுந்தவளை பீமன் என்ற குட்டி யானை தூக்கிச்சென்று உயிர் பிழைக்க வைத்தது, மயக்கத்தில் இருந்து எழுந்ததும் ஒரு மறைவான இடத்தில் இருந்து தன் வீட்டை பார்த்தாள்,
வீடே அலங்கோலமாக இருந்தது, வீட்டை இருள் சூழ்ந்து இருந்தது, அவள் பெற்றோர்களை காணவில்லை, வீட்டை சுற்றி அதிக மக்கள் கூட்டம் இருந்தது, அக்கூட்டத்தில் அப்பகைவர்களும் இருந்தார்கள், அது வான்மதிக்கு அதிர்ச்சியையும், கோபத்தையும் தந்தது..
இந்நிலையில் நாம் சென்றாள் நம்மையும் கொன்றுவிடுவார்கள் என்று எண்ணி காட்டுக்குள் ஓடிவந்து ஒழிந்து கொண்டாள்

வான்மதி. அவளுக்கு ஆதரவாக அந்த ஒரு யானை மட்டும் இருந்தது..."

இவ்வாறு தான் யானையுடன் வளர்ந்ததை எண்ணிக்கொண்டே சென்றாள் வான்மதி... கண்களின் ஓரம் கண்ணீர் கசிந்தது.

காட்டுக்குள் அவர்கள் இருப்படத்திற்கு யானை வந்ததும், வான்மதியை இறக்கி படுக்க வைத்தது,. அவள் அப்பொழுது ஆழ்ந்த உறக்கத்தில் இருந்தாள்.

யானை கூத்து

சில நாட்கள் கழித்து, ஊருக்குள் மக்கள் கூட்டம் அதிகம் உள்ள இடத்திற்கு வான்மதியும், அவள் கூட அந்த பீமன் என்ற யானையும் வந்தது...

இவர்கள் இருவரையும் சுற்றி மக்கள் கூட்டமாக நின்று கொண்டிருந்தார்கள்...

வான்மதி, யானையை வைத்து சற்று வித்தை காட்ட, அங்கிருந்த மக்கள் அனைவரும் கரகோஷம் எழுப்பி வந்தார்கள், மற்றும் சிலர் கையில் இருந்து பணம், காசு முதலியவற்றை கொடுத்து பாராட்டை தெரிவித்தார்கள்...

அக்கூட்டத்தில் ஒருவன் வான்மதியை கவனித்து கொண்டிருந்தான்,...

அவன் கவனித்ததை வான்மதியும் கவனித்தாள்,...

கவனித்துகொண்டிருந்தது வேறு யாருமில்லை தர்மன் தான்.

ஆனால் அவன் கவனித்தது சந்தேகத்தோடு இல்லை என்பதை வான்மதி அறிந்தாள்...

இருப்பினும் கூட்டம் களைந்து சென்ற பிறகு வான்மதியும், யானையும் காட்டுப்பகுதியை நோக்கி சென்றார்கள்..

தர்மன் அவர்களை பின்தொடர்ந்து சென்றான்...

யானை சட்டென்று நின்றது, தர்மன் யானை அருகில் சென்றான், யானை தன் வாலை இரண்டு சுழட்டு சுழட்டியது, வால் தர்மனின் முகத்தில் ஒரு

அடி அடுத்தது, சட்டென இரு தும்மல்கள் விட்டான் தர்மன்.

சற்றே நிமிர்ந்து யானை மேல் நோக்கினான், வான்மதியை காணவில்லை... அதிர்ச்சியில் அங்கும் இங்கும் தேடினான் தர்மன்..

சட்டென ஒரு உருவம் தர்மனின் முதுகில் கத்தியை வைத்தது, தர்மன் அசையாமல் நின்றான்..

"யார் நீ..? ஏன் என்னை பின் தொடர்ந்து வருகிறாய்..?" என்றது அவ்வுருவம்.

குரலை வைத்து அவள் வான்மதி என்று உறுதி செய்தான் தர்மன்...

"நீ சற்று அமைதியாக இரு சொல்கிறேன், நான் உன்னுடன் சண்டை போட வரவில்லை, பார் என்னிடம் ஆயுதம் கூட இல்லை... முதலில் கத்தியை எடு சொல்கிறேன் .." என்றான் தர்மன் சற்று பதட்டத்துடன்...

இதை கேட்ட வான்மதி தன் கத்தியை மெல்ல எடுத்து உறையில் வைத்தாள்..

தர்மன், திரும்பி நின்று அவளை பார்த்து சிறு புன்னகையுடன், "அன்று சந்தையில் ராணாவை கத்தியால் குத்தியது நீ தானே" என்றான் தர்மன்.

வான்மதி முதலில் சற்று அதிர்ச்சியுற்றாள், பிறகு எதுவும் தெரியாதது போல்.."யார் ராணா..?" என்று கேட்டாள் வான்மதி.

" எனக்கு எல்லாம் தெரியும்.." என்றான் தர்மன்.

"என்ன தெரியும்..?" என்றாள் வான்மதி.

"நீ ஒரு யானையுடன் வந்தது, பின்பு அந்த யானையை காட்டுக்குள் அனுப்பிவிட்டு, நீ

முகத்தை மூடிக்கொண்டு ராணாவை பின்தொடர்ந்து கத்தியால் குத்தியது,... எல்லாம் தெரியும்" என்றான் தர்மன்.

இதை கேட்ட வான்மதி சட்டென திரும்பி நின்றாள்....

தர்மன் தொடர்ந்து, " எனக்கு தெரிந்து, அந்த தீரணயும் நீ தான் கொன்று இருக்க வேண்டும்.." என்றான்.

"போதும் நிறுத்து...உனக்கு அவனைப்பற்றி என்ன தெரியும்...?, என்னை பற்றி உனக்கு தெரியும்...?" என்று கேட்டாள் வான்மதி..

"உங்கள் இருவரை பற்றி ஏதும் தெரியாது...

தெரிந்து கொள்ள ஆசையாக இருக்கிறது.." என்றான் தர்மன்...

"ஏதும் தெரியாமல், இவ்வளவு விஷயம் எப்படி உனக்கு தெரிந்திருக்கிறது..?" என்றாள் வான்மதி.

"சொல்கிறேன், வா உன்னுடைய இடத்திற்கு செல்வோம்.."என்றான் தர்மன்.

"வேண்டாம், இங்கேயே கூறு.."என்றாள் வான்மதி..

"சரி, உன் விருப்பம்..." என்று கூறி விட்டு கூற ஆரம்பித்தான் தர்மன்.

"என் பெயர் தர்மன், நான் வட நாட்டில் இருந்து வருகிறேன்... எனக்கு உற்றார், உறவினர் என்று யாரும் இல்லை, அனைவரும் ஒரு விபத்தில் இறந்து விட்டார்கள்...

நான் ஊர் ஊராக சென்று கிடைக்கின்ற வேலைகளை செய்து வருகிறேன்...

அப்படித்தான் இந்த ஊருக்கும் வந்தேன்...

வேலை தேடி அலைந்து கொண்டிருந்தேன்,

அப்பொழுதுதான் உன்னை சந்தித்தேன்...
நான் இங்கு வந்த பொழுது, ஒரு இடத்தில் மக்கள் அனைவரும் ஒன்று கூடி இருந்தார்கள்..
என்ன அங்கு கூட்டம் என்று எண்ணி அருகில் வந்து பார்த்தேன்,
நீயும், இந்த யானையும் ஆடிக்கொண்டு, பாடிக்கொண்டு இருந்தீர்கள்...
நான் பார்த்த பெண்களில் உன்னை போல் யாரும் இல்லை...
என்ன அழகு... என்ன நடனம்...என்ன குரல்..." என்று கூறிக்கொண்டே போனான்...தர்மன்.
"ஏய்...! நிறுத்து, போதும்... போதும் ..
மேற்கொண்டு கூறு..." என்றாள் வான்மதி.
"சரி...சரி...
கூட்டம் களைந்ததும், நானும் செல்லலாம் என்று இருந்தேன்...
ஆனால், உன்னை பார்த்தபின், நான் என் மனதை உன்னிடம் கொடுத்துவிட்டேன்....." என்றான்.
"என்னது..?" என்றாள் வான்மதி..
"அதான் அதை திருப்பி கேட்டு வாங்கி விடலாம் என்று உன்னை பின் தொடர்ந்தேன்...
அப்போது நீ யானையை காட்டுக்குள் அனுப்பிவிட்டு சந்தைக்கு சென்றாய்...
சந்தையில் ஒருவனை நீ பின் தொடர்ந்து சென்றாய்... அதான் ராணாவை..
ஒரு நிமிடம் நான் நினைத்தேன் உன் மனதை அவனிடம் கொடுத்து விட்டாயோ என்று...
நல்ல வேளை அது நடக்கவில்லை...
அப்புறம் தான் தெரிந்தது நீ அவனை கொல்ல

வந்திருக்கிறாய் என்று...
ஆமாம் ஏன் அவனை கொல்ல நினைக்கிறாய், அவன் உனக்கு ஏதும் தீங்கு செய்து விட்டானா..? என்றான் தர்மன்.
"அது தேவையில்லாத விஷயம்" என்று கூறி விட்டு, யானையை கூட்டிக்கொண்டு காட்டுக்குள் செல்ல முற்பட்டாள்.
அப்போது தர்மன் குறுக்கிட்டு, "அவர்கள் எங்கு இருக்கிறார்கள் என்று எனக்கு தெரியும்.." என்றான் தர்மன்.
சென்றவள் சட்டென நின்று, "எங்கு இருக்கிறார்கள்..?" என்றாள் வான்மதி.
" இங்கு தான் பக்கத்தில் ஒரு நகரத்தில் இருக்கிறார்கள்..."
ஆனால், உன்னால் அங்கு செல்ல இயலாது, ..என்றான் தர்மன்.
"ஏன்..?"
அந்த ஊரில் ராணா ஒரு முக்கிய புள்ளி, ஆதலால், இப்போது அவன் கத்தி குத்து பட்டதால், பாதுகாப்பு அதிகம், சோதனை பலமாக இருக்கும் .." என்றான்.
" அதை நான் பார்த்துக்கொள்கிறேன்" என்று கூறி வான்மதி அங்கிருந்து புறப்படும் போது
மறுபடியும் தர்மன் குறுக்கிட்டு,
"உன்னை ஒன்று கேட்க வேண்டும்.." என்றான்.
"என்ன..?"
" இல்லை, நீ ஒரு பெண், இருப்பினும் நீ ஒரு ஆண் மகனை பழிவாங்க துடிக்கிறாய்..ஏன்..?"
என்றான் தர்மன்.

" அதை பற்றி உன்னிடம் கூற வேண்டும் என்கிற அவசியம் இல்லை.." என்றாள் வான்மதி.

"இருக்கிறது, நான் உனக்கு உதவி செய்திருக்கிறேன்..." என்றான்...

"அதற்காக உன்னிடம் ஏதும் சொல்ல முடியாது..." என்றாள் வான்மதி.

"இப்போது நீ சொல்லவில்லை, உனக்கு முன்பாக அங்கு சென்று, அவர்களிடம் நீதான் இத்தகைய செயல் செய்தாய், அதுமட்டுமல்லாமல், நீ அங்கு வருவதை சொல்லி அவர்களை தப்பிக்க செய்து விடுவேன்..." என்றான் தர்மன்.

" அவ்வளவு அவகாசம் உனக்கு தர மாட்டேன், இப்பொழுதே உன்னை கொன்று விடுகிறேன் என்று கூறி கத்தியை உறையில் இருந்து எடுத்தாள் வான்மதி.

" பெண்ணே, சற்று பொரு எதுச்சொன்னாலும் கத்தியை எடுத்து விடுவது...." நீ அவர்களை அழிக்க,

நான் உனக்கு உதவி செய்கிறேன்..." என்றான் தர்மன்.

"உன் உதவி எனக்கு தேவையில்லை.." என்றாள் வான்மதி.

யானை பிலிறியது

இவ்வாறு பேசிக்கொண்டிருக்கும் போதே, திடீரென்று ஒரு சத்தம், அருகில் இருந்த யானை பயங்கரமாக பிலிரிட்டது...
பக்கத்தில் இருந்த வான்மதியும், தர்மனும் சற்று பயந்து போனார்கள்...
வான்மதி, அச்சத்தில் யானை அருகே சென்றாள்...தர்மன் சட்டென அவள் கையை பிடித்து இழுத்தான்..."அருகே போகாதே "யானைக்கு மதம் பிடித்துவிட்டது..." என்றான்.
வான்மதி அவன் கையை உதறி விட்டு அருகே சென்றாள்...
யானையின் வயிற்று பகுதியில் ஒரு துப்பாக்கி குண்டு பாய்ந்து, இரத்தம் வடிந்து கொண்டிருந்தது...இதை கண்ட உடன் வான்மதியின் கண்களில் கண்ணீர் வடிந்தது...
மறுபடியும் அதே சத்தம் கேட்க, வான்மதி திரும்பி பார்க்க,
"வான்மதி...!!!" என்று கத்திக்கொண்டே தர்மன் பாய்ந்து ஓடி வந்தான், இதை கண்ட அவள் சட்டென வியக்க, சட்டென தாவி அவளை பிடித்து கீழே விழுந்தான்... இவர்கள் விலகிய அடுத்த கணம் மீண்டும் யானை மீது குண்டு பாய்ந்தது, யானை வலியை தாக்கு பிடிக்க முடியாமல் கீழே விழுந்தது...
இவை அனைத்தும் கண் இமைப்பதர்க்குள் நடந்து விட்டது...

மேலும் கீழே விழுந்த வான்மதி யானையை நோக்கிச்சென்றாள்...

துப்பாக்கியால் சுட்டவன் மீண்டும் சுட எண்ணினான்..அதை கவனித்த தர்மன், வான்மதியின் கையை இருக்க பிடித்துக்கொண்டு வேகமாக ஓடி காட்டுக்குள் மறைந்தான்...

காட்டுக்குள் சென்று மறைவான இடத்தில் இருந்துகொண்டு வெளியில் என்ன நடக்கிறது என்பதை கவனித்தார்கள் வான்மதியும், தர்மனும்.

வான்மதியின் கண்களில் இருந்து கண்ணீர் வந்த வண்ணம் இருந்தது....இருப்பினும் வெளியில் என்ன நடக்கிறது என்பதை கவனித்தார்கள் இருவரும்....

வெளியில் ராணா, வேலன் மற்றும் மூன்று பேர் வந்து யானையை சுற்றி நின்றார்கள்...

ராணா ஒருவனிடம் பேசிக்கொண்டிருந்தான்...

அவன் கையில் தான் துப்பாக்கி இருந்தது...

அவன், இவர்கள் சென்ற திசையை காட்டினான்...

ஐவரும் அந்த திசையை நோக்கி விட்டு, காட்டுக்குள் நுழைந்தார்கள்...

தர்மன், "வான்மதி... சீக்கிரம் வா...இங்கிருந்து சென்று விடுவோம்..." என்றான்.

வான்மதி, கோபத்துடன் கண்களை துடைத்துக்கொண்டு எழுந்து நின்று "நீ செல்... நான் இவர்களை கொன்று புதைத்து விட்டு வருகிறேன்.." என்றாள்.

"ஐயோ.. உனக்கு நிலைமை புரியவில்லை,

அவர்கள் ஐந்து பேர் இருக்கிறார்கள்.." என்றான் தர்மன்...

"இருந்தால் என்ன..? என் கத்திக்கு பதில் சொல்லட்டும்.." என்றாள் வான்மதி...

"வான்மதி..சற்று யோசி, எப்பொழுதும் இக்கட்டான நிலையில் அவசரத்திலோ அல்லது கோபத்திலோ முடிவு எடுக்க கூடாது.. சொன்னால் புரிந்து கொள்...வா என்னுடன்.." என்று கூறி வேகமாக கூட்டிச்சென்றான்..

மறைந்து மறைந்து சென்று கொண்டிருக்கையில் அவ்வப்போது துப்பாக்கி சுடும் சப்தமும் கேட்டுக்கொண்டிருந்தது..

பின்பு ஒரு மறைவான இடத்தில் மறைந்து கொண்டார்கள் வான்மதியும் தர்மணும்.

ராணாவும், அவனது ஆட்களும் சற்று நேரம் தேடி அலைந்து விட்டு திரும்பி விட்டனர்...

தர்மன், " அவர்கள் சென்று விட்டார்கள், வா செல்லலாம்..." என்று கூறி கொண்டே அவ்விடத்தில் இருந்து எழுந்தான்...

வான்மதி எழுந்திருக்கவில்லை...

அவள் முகம் மிகவும் வாடிப்போயிருந்ததை தர்மன் கவனித்தான்...

"அந்த யானையின் மீது ரொம்ப அன்பு வைத்துவிட்டாயோ..." என்றான் தர்மன்.

பதில் கூறாமல் அழுது விம்மியபடியே இருந்தால் வான்மதி..

" அதிகம் அன்பு வைத்தாலே இப்படித்தான், கடைசிவரை நம்முடன் நீடிக்காது...எல்லாம் விதி..." என்றான் தர்மன்.

"நீ சொல்வதும் சரிதான்.... ஆனால் என் வாழ்க்கையில் மட்டும் விதி ஏன் கோர தாண்டவம் ஆடுகிறது...? என்று விம்மியபடி கேட்டாள் வான்மதி..

மேலும் தொடர்ச்சியாக, "சிறு வயதில் என் பெற்றோர்களை இழந்தேன், பிறகு என்னை காப்பாற்றி, எனக்கு துணையாக இருந்து வந்த பீமனயும் கொன்றுவிட்டார்கள் அந்தப்பாவிகள்.." என்றாள் வான்மதி..

"இவர்கள் யார்..? உன் பெற்றோர்களை ஏன் கொன்றார்கள்..? உன்னையும் ஏன் கொள்ள நினைக்கிறார்கள்...?

வான்மதி, சற்று கோபமாக பார்க்க, தர்மன், "உனக்கு கூற விருப்பம் இல்லை என்றால் ..வேண்டாம்.." என்றான் தர்மன்.

வான்மதி, என் தாய், தந்தை இருவரும் தொல்பொருள் ஆய்வாளர்கள்,

நான், என் தந்தை, என் தாய் மூவர் மட்டும் தான்...

எனக்கு அவர்கள் தான் உலகம், அவர்களுக்கு நான் தான் உலகம்,. ..

நான் சிறு வயதில் எதை கேட்டாலும் வாங்கி கொடுத்துவிடுவார்கள்...

அப்படித்தான் இந்த பீமன் எனும் குட்டி யானையை வாங்கி கொடுத்தார்கள்...

சந்தோஷமாய் சென்று கொண்டிருந்த வாழ்க்கையில் நுழைந்தார்கள் அந்த அயோக்கியர்கள்....

அவர்களின் ஆராய்ச்சிக்காக என் தந்தையின்

உதவியை நாடி வந்தார்கள் அவர்கள்...
எங்கள் வீட்டுக்கு அருகாமையில் அவர்கள் தங்கி வந்தார்கள்...
நான் ஒருநாள் பீமனுடன் விளையாண்டு கொண்டிருந்தேன், அப்போது திடீரென ஒரு பெரிய சப்தம் கேட்டது....
ஓடிச்சென்று பார்க்கையில் என் தாயையும் தந்தையையும் கொன்று போட்டிருந்தார்கள் அந்தப்பாவிகள்....
என்னையும் கொள்ள நினைத்தார்கள், பீமன் தான் என்னை காப்பாற்றி சென்றது....
இப்பொழுது இந்த பீமனும் இல்லை...
10 வருடம் காட்டுக்குள் வசித்து வந்தோம்...
அவ்வப்போது ஊருக்குள் வந்து தேடுவேன் அந்த அயோக்கியர்கள் எங்கு இருக்கிறார்கள் என்று...
என் கண்ணில் அகப்படவில்லை... சிறிது நாட்கள் முன்பு தான் அவர்களை பார்த்தது, கொள்ள முயன்றது....எல்லாம்...." என்று கூறி முடித்தாள்...
"உனக்கு நடந்தது கொடூரம், உன் பெற்றோர்களை சித்திரவதை செய்து கொன்றுஇருக்கிராகள்...
ஆனால்..."என்று பேச்சை இழுத்தான் தர்மன்.
வான்மதி, "என்ன ஆனால்...?"
"இல்லை, ஏதோ ஆராய்ச்சி என்று கூறினாயே..அது என்ன ஆராய்ச்சி என்று உனக்கு தெரியுமா...?" ஏன் என்றால், உன் பெற்றோர்களை கொலை செய்யும் அளவுக்கு போயிருக்கிறார்கள்.... இது ஏதோ பெரிய திட்டம் போல் இருக்கிறது..." என்றான் தர்மன்.

"அப்படித்தான் எனக்கும் தோன்றுகிறது, ஆனால் அதை கண்டறிய முயற்சி செய்தேன், எதும் கிட்டவில்லை.."என்றாள் வான்மதி...

தர்மனின் சந்தேகம்

இவ்வாறு பேசிக்கொண்டே யானை மடிந்து கிடந்த இடத்திற்கு வந்தார்கள் இருவரும்...
அங்கு வந்தவுடன் இருவரும் அதிர்ச்சி அடைந்தார்கள்....
இறந்து போன யானையை காணவில்லை...
"இறந்து போன பீமனை காணவில்லை, ஒரு வேலை உயிர் பிழைத்து தப்பி இருக்குமோ..? என்று கேட்டுக்கொண்டே, "பீமா...பீமா...." என்று கூச்சலிட்டு அழைத்தாள் வான்மதி...
தர்மன், "வான்மதி, சற்று பொறு... யானைகள் ரொம்ப நேரம் இறந்து போனது போல் கீழே விழுந்து கிடைக்காது.. யானைகளுக்கு காயம் ஏற்பட்டாலும் கீழே விழாது..., யானைகள் மாய்ந்து விழுந்து விட்டால் அவ்வளவுதான் மீண்டும் எழாது... ஆகையால் தான் யானைகளை போரில் பயன்படுத்துகிறார்கள்...
ஆனால் எனக்கு ஒன்றும் புரியவில்லை.. அவர்கள் நம்மளை கண்டு வந்தார்களா...? இல்லை... யானைக்காக வந்தார்களா...? " என்று கூறியவாறு யோசித்துக் கொண்டிருந்தான்.
"இதில் என்ன சந்தேகம், நீ ஏற்கனவே அவர்களுடன் அறிமுகம் ஆகி விட்டாய், பின்பு உன்னை விரட்டிவிட்டு உன்னை பின்தொடர்ந்து வந்திருக்க வேண்டும், என்னையும் கண்டு விட்டதால், கொல்ல துணிந்துவிட்டார்கள்...." என்றாள் வான்மதி.

"அப்படி இருக்க வாய்ப்பில்லை...
அவர்களிடம் இருந்து பிரிந்த பிறகு, இவர்கள் என்னை பின்தொடர்கிறார்கள் என்று தெரிந்து அவர்களை திசை திருப்பி விட்டுதான் வந்தேன்..." என்றான் தர்மன்.

"நீ அவர்களை ஏமாற்றவில்லை, அவர்கள் தான் உன்னை ஏமாற்றிவிட்டு தொடர்ந்து வந்திருக்கிறார்கள்..." என்றாள் வான்மதி.

சட்டென தர்மன் கீழே பார்த்துவிட்டு, "சற்று முன் இங்கு ஒரு வாகனம் வந்திருக்கிறது...பார் தடயங்கள் உள்ளன..." என்று கீழே காண்பித்தான் தர்மன்...

அங்கிருந்த மண் சாலையில் வாகனத்தின் சக்கர அச்சு பதிந்து இருந்ததை இருவரும் பார்த்தார்கள்.....

அதை பார்த்துவிட்டு,

"அவர்கள் யானையை குறி வைத்து தான் வந்திருக்கவேண்டும்.." என்றான் தர்மன்.

"அப்படியென்றால் என் பீமன்...?" என்று ஏக்கத்துடன் வான்மதி கேட்க, சற்று தயக்கத்துடன் ஆம் என தலையசைத்தான் தர்மன்....

சற்று அருகில் சென்று கையை பிடித்து ஆறுதல் சொல்ல முனைந்தான், அவள் கையை மெதுவாக எடுத்துவிட்டு ஏதோ ஒரு திசை நோக்கி சென்றாள், தர்மனும் தொடர்ந்து சென்றான்...

வான்மதி எங்கே..?

இவ்வாறு சில நாட்கள் கடந்து செல்ல, திடீரென ஒரு நாள் தர்மன், வான்மதி உறங்கிக்கொண்டிருந்த அறைக்குள் சென்று பார்க்க, அவளை காணவில்லை... எங்கு சென்றாள் என்று தெரியவில்லை....

பதட்டத்தில் காட்டுக்குள் அங்கும் இங்கும் தேடி திரிந்தான்... கண்ணில் அகப்படவில்லை...

அது அவனுக்கு ஆச்சரியத்தையும், பயத்தையும் தந்தது...

ஒரு வேளை அவள் ராணாவை தேடித்தான் போயிருக்ககூடும்..

அவளால் சமாளிக்க முடியாது என் உதவி அவளுக்கு தேவை என்று எண்ணி, அவள் வீட்டுக்குள் வைத்து இருந்த ஆயுதங்களில் எதை எடுத்துச் செல்லலாம் என்று பார்த்துக்கொண்டிருக்கையில் சட்டென அதிர்ச்சி அடைந்தான்,

அவன் பின்னால் ஒரு சப்தம் கேட்டது... அந்த அதிர்ச்சி நீங்குவதற்குள் மீண்டும் அதிர்ச்சி அடைந்தான், காரணம் அங்கு வந்தது வான்மதி...

"உன்னை காணாமல் எங்கெல்லாம் தேடினேன் தெரியுமா..? எங்குசென்றிருந்தாய்..?" என்றான் தர்மன்.

அதற்கு பதில் கூறாமல் "நீ என் அறையில் என்ன செய்கிறாய்...?" என்று கேட்டாள் வான்மதி.

"அது.... நீ ராணா இருக்கும் இடத்திற்கு

சென்றிருப்பாய் என்று எண்ணி, உனக்கு உதவலாம் என்று ஆயுதங்கள் ஏதாவது கிடைக்குமா என்று தேடிக்கொண்டிருந்தேன்..." என்றான் தர்மன்.

"அது சரி... நீ எனக்கு உதவ போகிறாயா...?" என்று சொல்லிக்கொண்டே "தள்ளி போ அந்தபக்கம்.." என்றாள் வான்மதி

தர்மன் விலகி நிற்க, வேகமாக சென்ற வான்மதி சட்டென கால் தடுமாறி பின்னே விழ,

சட்டென தாங்கி பிடித்தான் தர்மன்..

இரு நொடிகள் இருவரும் ஒருவருக்கொருவர் பார்த்துக்கொண்டனர்..

வான்மதி, சட்டென தர்மனின் கையை எடுத்துவிட்டு எழுந்து நின்றாள்...

"உன்னை தள்ளி போக தானே சொன்னேன்.." என்று கொஞ்சம் சப்தத்தை ஏற்றி பேசினாள் வான்மதி.

"நான் போயிருந்தால் நீ தரையில் விழுந்து உனக்கு காயம் ஏற்பட்டிருக்கும்..." என்றான் தர்மன்

"ரொம்ப தான் அக்கறை, சரி..சரி.. சற்று தள்ளியே நில்.." என்று வான்மதி கூறிவிட்டு அவள் வைத்திருந்த ஒரு இரும்பு பெட்டிக்குள் இருந்து இருமுனை வாள் ஒன்றை எடுத்தாள்.

அதை தர்மனின் கையில் கொடுத்து, "இது உனக்கு உபயோகப்படும்..." என்று கூறினாள்.

அதை வாங்கிக்கொண்ட தர்மன், "அப்படியென்றால் உன்னுடன் என்னை அழைத்துச்செல்ல போகிறாயா..?" என்று

கேட்டான்.

"ஆமாம்.. ஏன் உனக்கு வர விருப்பமில்லையா..?" என்று கேட்டாள் வான்மதி.

"இல்லை.. இல்லை... நான் அப்படி கூறவில்லை.." என்றான்...

"பிறகு எதற்கு தயக்கம் வா... செல்வோம்" என்று கூறிவிட்டு

இருவரும் அவ்விடத்திலிருந்து கிளம்பினார்கள்....

ராணாவின் திட்டம்

ராணாவும் அவன் ஆட்களும்
அவர்களின் இடத்திற்கு வந்த பிறகு,
ராணா மட்டும் வாகனத்தில் இருந்து இறங்கி,
சற்று நேரம் யோசித்து விட்டு..
"வேலா... நீ மட்டும் இங்கு இரு, மற்ற அனைவரும் அந்த இறந்த யானையை என்ன செய்ய வேண்டுமோ.. அதை செய்யுங்கள்.
குணா... நீ அவர்களை இறக்கிவிட்டு தாமதப்படுத்தாமல் வாகனத்தை எடுத்துக்கொண்டு இங்கு வா..." என்றான் ராணா.
வேலன் இறங்கிய பிறகு வாகனம் சென்று விட்டது...
வாகனத்தின் பின்புறம் மூடப்பட்டிருந்த யானையை வாகனம் செல்லும் வரை பார்த்துக்கொண்டிருந்தான் ராணா.
"என்ன ராணா...? இறந்து போன யானையை பார்த்துக்கொண்டே இருக்கிறாய்..?" என்றான் வேலன்...
"சொல்கிறேன்..., இப்பொழுது நம்முடன் தீரன் இல்லை.. ஆதலால் அவன் பொறுப்பு உன்னிடம் வந்துவிட்டது.." என்றான் ராணா.
"தீரன் இல்லாதது எனக்கும் வருத்தம் தான், ஆனால் அதை இப்பொழுது கூறுகிறாய்..?" என்றான் வேலன்.

"வேலா.. நாம் சற்று கவனக்குறைவாக இருந்தது

விட்டோம்...

நீங்கள் எனக்கு நல்ல நண்பர்கள், ஆதலால் தான் என்னை கொல்ல முயற்சி செய்தவர்களை நீயும்,தீரனும் கொன்று குவித்தீர்கள்.." என்றான் ராணா.

"எனக்கு புரியவில்லை,.. ? ஏன் இதை இப்பொழுது கூறுகிறாய்...?" என்றான் வேலன்.

"காரணம் இருக்கிறது... நாம் என்ன வேலை செய்கிறோம் என்பதை அறிந்தவர்கள் யாரும் இதுவரை உயிருடன் இருந்தது இல்லை... இருப்பினும் நாம் விட்ட குறை ஒன்று இருக்கிறது.. அதைத்தான் யோசித்து கொண்டிருக்கிறேன்.." என்றான் ராணா.

"நீ சொல்வது போல் எனக்கும் சற்று சந்தேகம் உண்டாகிறது ராணா.." என்றான் வேலன்.

"ஆம் வேலா...நீ சந்தேகித்தது உண்மை தான்...

யார் என்று யோசி...

என்னை கொல்ல வந்த அந்த பெண்... அவளின் கண்களை நான் எங்கோ கண்டிருக்கிறேன்...." என்று ராணா கூற

அவனை கொலை செய்ய முயன்ற நிகழ்வு ஒரு நொடி அவன் கண் முன் வந்து சென்றது.

சட்டென வேலன் குறுக்கிட்டு, "அந்த வேலையை என்னிடம் விடு நான் பார்த்துக்கொள்கிறேன்..." என்றான்.

"அதற்காகத்தான் உன்னை இங்கு இறக்கினேன்.. நம்முடன் உள்ளவர்களை நம்பி இவ்வளவு பெரிய விஷயத்தை ஒப்படைக்க முடியாது... ஆதலால் இந்த விஷயத்தை கச்சிதமாக முடித்து வா..."

என்றான் ராணா..

"எனக்கு ஒரு சந்தேகம், அவள் அந்த காட்டுப்பகுதியில் தான் இருக்க வேண்டும்... ஏனென்றால் அங்கு தான் தீரன் உடல் கிடைத்தது... ஆதலால் நான் முதலில் அங்கு செல்கிறேன்..." என்றான் வேலன்.

"அப்படியே செய்,.. ஒரு விஷயத்தை நினைவில் வைத்துக்கொள், கால தாமதம் வேண்டாம்..

உனக்கு துணையாக ஆட்கள் வேண்டுமென்றால் கூறு, ஏற்பாடு செய்கிறேன்.." என்றான் ராணா.

"அதெல்லாம் ஒன்றும் வேண்டாம்.. நான் பார்த்துக்கொள்கிறேன்..." என்று கூறிவிட்டு அங்கிருந்து சென்றான்..

பிறகு குணாவும் அங்கு வந்து ராணாவை ஏற்றி அவன் இருப்பிடத்திற்கு சென்றான்.

இரண்டாம் மரணம்

காட்டுக்குள் தர்மன், வான்மதி இருவரும் அவர்களுக்கு தேவையான ஆயுதங்களை எடுத்துக்கொண்டு பகைவர்கள் இருக்கும் திசை நோக்கி சென்று கொண்டிருந்தார்கள்...

அப்போது தர்மன், "வான்மதி... நீ இந்த காட்டுக்குள் எப்படி இத்தனை ஆண்டு காலம் தனிமையில் வாழ்ந்து வந்தாய்...?" என்று கேட்டான்.

வான்மதி, அவனை பார்த்து " ஏன் அதை இப்பொழுது கேட்கிறாய்..." என்றாள்.

" இல்லை... சும்மா தெரிந்து கொள்ளலாம் என்று நினைத்தேன்.." என்றான் தர்மன்.

"அதை பிறகு கூறுகிறேன்... நான் ஒன்று கேட்கிறேன் அதற்கு பதில் சொல்.." என்றாள் வான்மதி.

"என்ன வான்மதி...?" என்று தர்மன் கேட்க,

வான்மதி, "நீ ஏன் என்னுடன் வர வேண்டும்..? உனக்கும் எனக்கும் என்ன சம்பந்தம்..? இந்த காட்டை தாண்டியவுடன் நீ சென்று விடு ... என் வேலையை நான் பார்த்துக்கொள்கிறேன்..." என்றாள்.

சட்டென தர்மன் நின்று விட்டான்.. இதை பார்த்த வான்மதியும் நின்றுவிட்டு,

வான்மதி, "ஏன் ..? என்ன ஆயிற்று..?" என்றாள்.

தர்மன், "ஒன்றுமில்லை, எனக்கு உன்னிடம் இருக்க பிடித்திருக்கிறது... அது மட்டுமல்லாமல்

சிறு வயதில் நீ உன் பெற்றோர்களை இழந்திருக்கிராய், இந்த காட்டுக்குள் யார் உதவியும் இல்லாமல் வளர்வது ரொம்ப கடினம், அப்படி இருந்தும் எவ்வளவு சிரமங்கள் நீ கண்டிருப்பாய்.... இவற்றையெல்லாம் என்னால் புரிந்துகொள்ள முடிகிறது...
எல்லாவற்றிற்கும் மேலாக உன்னை பார்த்த அடுத்த கணம் என் மனம் உன்னிடம் சென்று விட்டது... " என்று அவன் கூறி முடிக்க,
வான்மதி எதுவும் சொல்லவும் முடியாமல், செய்யவும் முடியாமல் தன் தலையை குனிந்து திரும்பி சற்று சென்று நின்று கொண்டிருந்தாள்...
மேலும் தர்மன் பேச முன்வர சட்டென அவன் பேச்சு தடைபட்டது...
என்ன...? இது பேச ஆரம்பித்துவிட்டு நிறுத்திவிட்டான்..
என்று நினைத்தபடி வான்மதி, தர்மன் பக்கம் திரும்ப...
தர்மன் பேச்சு முச்சின்றி கீழே விழுந்தான்...
அதை பார்த்த வான்மதி, அதிர்ச்சியில் இருந்து மீள்வதற்குள் அவள் தலையிலும் பலத்த அடி விழுந்தது...
அவளும் பேச்சு முச்சின்று கீழே விழுந்து மயக்கமுற்றாள்....

மயக்கம் களைந்து பார்க்கையில் இருவரும் ஒரு தூணில் கட்டப்பட்டு இருந்தார்கள்...
"என்ன வான்மதி இப்பொழுதுதான் விழித்தாயா..?" என்றான் தர்மன்.

"நமக்கு என்ன ஆயிற்று..?" என்றாள் வான்மதி...

"அதோ அங்கே உன் வலது பாகம் பார் ... அங்கே ஒருவன் நம்மை முறைத்து கொண்டிருக்கிறான் பார்.. அவன் நம் இருவரையும் கட்டையால் அடித்துவிட்டு இங்கு கொண்டுவந்து கட்டி போட்டிருக்கிறான்.." என்றான் தர்மன்.

இருவரும் கண்விழித்ததை பார்த்த வேலன், அவர்கள் அருகே வந்தான்,

வான்மதி, அவனை முறைத்து பார்த்துக்கொண்டிருந்தாள்...

வேலன் அவளை சற்று உற்று நோக்கி விட்டு,

"நீ கயல்விழியின் மகளா...?" என்றான் .

மீண்டும் அவனே, " நீ கூறவேண்டாம் உன் முகம் கூறுகிறது.. நீ அவளின் வாரிசு என்று... ஆமாம் உன் அப்பன் பெயர் என்ன...?

மறந்து போய்விட்டது.... ஞாபகம் வந்து விட்டது..

செங்கண்ணன்... சரியா..? என்று கேட்டான் வேலன்.

அதற்கு பதில் எதுவும் கூறாமல் கண்களில் அனல் பொங்க முறைத்து பார்த்துக்கொண்டிருந்தாள் வான்மதி..

"என்ன நான் கேட்டுக்கொண்டிருக்கிறேன், பதில் கூறாமல் நிற்கிறாய்.." என்று சொல்லி வான்மதி கண்ணத்தில் ஓங்கி ஒரு அறை கொடுத்தான்... வேலன்.

சட்டென வேகமாக குரல் கொடுத்த தர்மன், 'டேய்... நீ உண்மையான ஆண்மகனாக இருந்தால் என் கட்டை அவிழ்த்துவிட்டு அவள் மேல் கை வை பார்ப்போம்" என்றான்.

"நீ யாரடா...? இவளை சீண்டினாள் உனக்கு கோபம் வருகிறது..." என்று கூறிக்கொண்டு தர்மனிடம் சென்று, அவன் முகத்திலும், வயிற்றிலும் ஒரு குத்து வைத்தான் வேலன்.

வலியில் தர்மன் சற்று சினிங்கிக்கொண்டே, "ஏண்டா... பெண்ணின் மீது கை வைக்கிறாய்..நீயெல்லாம் ஒரு ஆணா...? என்று கேட்க.. மீண்டும் மார்பில் எட்டி உதைத்தான் வேலன்.

வலியிலும் தர்மன் சற்று மெதுவாக தலையை நிமிர்த்தி "கட்டை அவிழ்த்து விட்டு மோது என்றான்.

கோபத்தில் வேலன் அருகில் இருந்த ஒரு கத்தியை எடுத்து அவன் கையிலும், காலிலும் கட்டியிருந்த கயிற்றை அவிழ்த்துவிட்டான்.

கயிற்றை அவிழ்த்து விட்ட பிறகு,

சற்று தட்டுத்தடுமாறி எழுந்த தர்மன் வேலனுடன் சண்டையிட எதிர்த்து நின்றான்.

இவற்றை எல்லாம் பார்த்துக்கொண்டிருந்த வான்மதி, தவிப்பில் சற்று மனம் தளர்ந்து போயிருந்தாள்.

வேலனுக்கும், தர்மனுக்கும் நடந்த சண்டையில் தர்மனுக்கு சற்று காயம் அதிகமாகவே ஏற்பட்டிருந்தது...

இருப்பினும் தொடர்ந்து சண்டையிட்டான் தர்மன். ஒரு கட்டத்தில் தர்மன் வேலனை அருகில் இருந்த கட்டையை எடுத்து சற்று பலமாகவே தாக்க... வேலனால் சமாளிக்க முடியாமல் கீழே விழுந்து மாண்டான்.

பிறகு வான்மதி கட்டப்பட்டிருந்த கயிற்றையும் அவிழ்த்து விட்டு அவளை அங்கிருந்து கூட்டிசென்றான்... தர்மன்.

தர்மனின் ஏமாற்றம்

"இனி நாம் தாமதிக்கும் நேரம் நமக்கு ஆபத்து,.. சீக்கிரம் இங்கிருந்து செல்ல வேண்டும்" என்றான் தர்மன்.

"நீ சொல்வது சரிதான், ஆனால் உனக்கு உடல்நிலை சரியில்லை... ஆதலால் அவனை கொல்ல நாம் செல்லவில்லை... நான் மட்டும் செல்கிறேன்.." என்றாள் வான்மதி.

"இது என்ன மூட்டாள்தனம், நான் இல்லாமல் உன்னால் எப்படி அவனை கொல்ல முடியும்...?" என்றான் தர்மன்.

"நீ ஒன்றை மறந்துவிட்டாய்... உன்னை பார்பதற்கு முன்னால் நான் மட்டும்தான்... அதை நினைவில்கொள்..." என்றாள் வான்மதி.

"இல்லை.. உன்னால் அவனை எதிர்கொள்வது சிரமம்..." என்றான் தர்மன்.

"இது வரையில் நான் படாத சிரமத்தயா பட போகிறேன்... நான் பார்த்துக்கொள்கிறேன்..." என்றாள்.

"நான் கூறியதை மறந்துவிட்டாயா..? என் உயிர் உள்ள வரை நான் உன்னுடனே இருப்பேன் என்று சத்தியம் செய்திருக்கிறேன்.." என்றான் தர்மன்.

"உனக்கு இப்போ ஓய்வு தேவை... சொன்னால் புரிந்துகொள்.. இங்கேயே இரு நான் பார்த்துக்கொள்கிறேன்..." என்றாள் வான்மதி.

"நீ சென்றாள் மட்டும், நான் இங்கேயே இருப்பேன் என்று நினைக்கிறாயா..?" என்றான் தர்மன்.

வான்மதி, அதற்கு சற்று மௌனமாக இருந்துவிட்டு தர்மனின் அருகில் வந்து அவன் கையை பிடித்து..

"நான் இவ்வுலகத்தில் இதற்கு மேல் இழப்பதற்கு ஒன்றுமில்லை.. நீ எனக்காக வந்து உனக்கு ஏதாவது நேரிட்டால் என்னால் அதை தாங்கிக்கொள்ள முடியாது..." என்று கூறிக்கொண்டிருக்கும் பொழுது தர்மன் குறுக்கிட்டு, "நீ இல்லாமல் என்னாலும் இருக்க முடியாது.." என்றான்.

"இல்லை அப்படியில்லை, நீ வாழவேண்டும்..

என்னால் உன் உயிர்க்கு எதுவும் ஆகிவிடக்கூடாது..." என்றாள் வான்மதி.

"இல்லை.." என்று தர்மன் வாயெடுக்கும் பொழுது வான்மதி குறுக்கிட்டு "போதும் இதற்குமேல் எதுவும் பேசாமல் இரு.. என் மீது உனக்கு அன்பும் அக்கறையும் இருந்தால் என் பேச்சுக்கு மதிப்பு கொடுத்து இங்கேயே இரு என்று கூறி ஒரு சங்கிலியால் அவன் கையையும் கால்களையும் கட்டிவிட்டு சென்றாள் வான்மதி.

கதவை நெருங்கிய பிறகு சற்று திரும்பி தர்மனை பார்த்து, "அந்த விதிக்கு சக்தி இருந்தால் நம்மை சேர்த்து வைக்கும்" என்று கலக்கத்துடன் கூறிவிட்டு சென்றாள்.

வான்மதியின் அதிர்ச்சி

அதே சமயம் ராணா, வேலன் சென்று ரொம்ப நேரம் ஆகிவிட்டது ஆனால் இன்னும் வரவில்லை என்று எண்ணி, சில ஆட்களை அனுப்பி தேடிவர சொன்னான்.

வான்மதி அவ்விடத்திற்கு பின்புறம் இருக்கும் ராணாவின் தொழிற்சாலைக்கு வந்து சேர்ந்தாள்..

அவள் வந்த நேரம் அங்கு யாரும் இல்லை..

அங்கு அவள் கண்ட காட்சி அவளுக்கு அதிர்ச்சியை தந்தது..

அவளுடன் இருந்த அவளுக்கு உயிராக இருந்த பீமன் அங்கு இறந்து கிடப்பதை அவள் கவனித்தாள்..

கண்களில் நீர் பொங்க பீமன் முன் வந்து அணைத்தவாறு கட்டி தழுவிக்கொண்டாள் .

சற்று நேரத்தில் அவள் அங்கு கண்ட காட்சி அவளுக்கு மேலும் அதிர்ச்சியை தந்தது...

அவள் பீமன் போல் பல யானைகளின் தந்தம், தோல் போன்றவை இருந்ததை அவள் கண்டாள்.

இப்பொழுது அவளுக்கு ஞாபகம் வந்தது, அவள் தந்தையிடம் அவர்கள் ஆராய்ச்சி என்று வந்தது இதை பற்றி கேட்கத்தான்...

இதனால் தான் அவர்கள் என் தந்தையை கொன்றிருக்க வேண்டும் என்று சற்று யூகித்தாள் வான்மதி.

ஆனால் என் பெற்றோர்களை கொலை செய்யும் அளவிற்கு என்ன நடந்திருக்கும்..?

தெரியவில்லையே... என்று எண்ணிக்கொண்டிருக்கையில் சில மனிதர்கள் அங்கு வரும் சப்தம் கேட்டது..

சட்டென அதை கவனித்த வான்மதி, ஓடிச்சென்று ஒரு மறைவான இடத்தில் மறைந்துகொண்டாள்.

அங்கு சிலர் ஓடிவந்து அங்கும் இங்கும் பார்த்துவிட்டு " டேய்.. இங்கு யாரும் இல்லை அந்த பக்கம் தேடுங்கள்... அவன் எங்கும் தப்ப முடியாது.." என்று கூறி விட்டு சென்றனர்.

மறைந்திருந்த வான்மதி, சற்று யோசித்தவாறு அவர்கள் இடத்தில் யாரை தேடுகிறார்கள் என்று சிந்தித்தவாரு அங்கிருந்து சற்று எழுந்திருக்க... ஒரு கை அவள் வாயை மூடியவாறு பின் பக்கம் இழுத்தது.

சட்டென தன் இடுப்பில் இருந்து குருகத்தியை எடுத்து திரும்பி குத்த முன்வந்தால் வான்மதி, முன்வந்த கத்தியை சட்டென நிறுத்தினால் வான்மதி.. கத்தி அவனின் கழுத்துக்கு மிக அருகில் இருந்தது..

பழி தீர்ந்தது

அங்கு கத்தியின் முனையில் கண்களை மூடிக்கொண்டு நின்றது தர்மன்...
இதை கண்ட வான்மதி என்ன செய்வதறியாமல் திகைத்து நின்றாள்.
நீட்டிய கத்தியை எடுத்து உறையில் வைத்துவிட்டு, "நீ எதற்காக இங்கு வந்தாய் ..?" என்று வான்மதி கேட்க,
"நான் எங்கு வந்தேன் அவர்கள் தான் என்னை இங்கு கூட்டிவந்தார்கள்.." என்றான் தர்மன்.
"என்ன சொல்கிறாய்..? எனக்கு ஒன்றும் புரியவில்லை..." என்றாள் வான்மதி
"கூறுகிறேன்.. ஆனால் இப்பொழுது முழுவதும் முடியாது, ஏனென்றால் அவர்கள் நம்மை தேடிக்கொண்டிருக்கிறார்கள் .." என்றான் தர்மன்.
"நீ சென்ற பிறகு அங்கு சில ஆட்கள் வந்து என்னை இங்கு இழுத்து வந்துவிட்டார்கள்...
இங்கு வந்த பிறகு அவர்களை ஏமாற்றி தப்பிவிட்டேன்..
தப்பி செல்லும் வழியில் உன்னை கண்டேன், அதான் உன்னை காப்பாற்றவேண்டும் என்றும், சில உண்மைகள் உனக்கு தெரிய வேண்டும் என்றும் இங்கு வந்தேன்..." என்றான் தர்மன்.
"அப்படியா... ஆமாம் நான் தெரிந்துகொள்ள வேண்டிய மற்றொரு விஷயம் என்ன..." என்றாள் வான்மதி.
மேலும் தர்மன், "இங்கு யானைகளின் உடல்

உறுப்புகளை வெளிநாட்டிற்கு விற்று கொண்டிருக்கிறார்கள்.. அதனால் தான் உன் பீமனயும் கொன்றிருக்கிரார்கள்.." என்றான்.

"ஆமாம், எனக்கும் இந்த இடத்தை பார்த்ததும் தோன்றியது.. ஆனால் என் பெற்றோர்களை கொல்ல என்ன நோக்கம் என்று தெரியவில்லை..." என்றாள் வான்மதி.

"அதுவும் எனக்கு தெரியும், உன் தாயார் கயல்விழி ஒரு பெரிய ஆராய்ச்சி செய்திருக்கிறார்.. அது என்னவென்றால், இந்த யானைகளின் உடல் உறுப்புகளின் மூலம் மருத்துவ ரீதியாக சில நோய்களை தீர்க்க முடியும் என்பதையும், குறிப்பாக ஆசிய மக்களுக்கு வரும் தோல் நோய்கள் போன்றவற்றிற்கு சிறந்த மருந்தாகவும் பயன்படுகிறது.

யானைகள் இயற்கையாக இறந்த பின்பே தேவையான மருந்துகளை தயாரிக்கலாம் என்பதே கயல்விழியின் நோக்கம்...

இதை தெரிந்துகொண்ட ராணா மற்றும் அவன் நண்பர்கள் சிலர் யானைகளை கொன்று அதன் மூலம் மருந்துகளை தயாரிக்கலாம் என்று உன் பெற்றோரிடம் கூற அவர்கள் இதை மறுத்திருக்கிறார்கள்... ஆதலால் அவர்களை கொன்று, இந்த மருந்துகளை சட்டத்திற்கு எதிராக வெளிநாட்டிற்கு ஏற்றுமதி செய்துகொண்டிருக்கிறார்கள் இவர்கள்..." என்று கூறி முடித்தான் தர்மன்.

இதை கேட்ட வான்மதி கண்கள் கலங்க,

தர்மன் அவளுக்கு ஆறுதல் சொல்ல முன் வந்தான், வான்மதி "நில் இவ்வளவு விவரம் உனக்கு எப்படி தெரிந்தது...?"

"அதை தான் முதலில் கூற நினைத்தேன், நிலைமை சரியில்லாமல் இருந்தது...என்று கூறிக் கொண்டிருக்கும் பொழுது

"சபாஷ்.. சபாஷ்..." என்று குரல் கேட்டது, வான்மதி, தர்மன் இருவரும் பின்னே திரும்பி பார்க்க ராணா நின்று கொண்டிருந்தான்...

தர்மன் வான்மதியின் கையை இருக்க பிடித்துக்கொண்டு இருந்தான்.

அவர்களை சுற்றி ராணாவின் ஆட்கள் சூழ்ந்து கொண்டார்கள்...

தர்மன், வான்மதியிடம் "நீ தயாரா..?" என்று கேட்க,

"இப்படி ஒரு சந்தர்ப்பத்திற்காகத்தான் இவ்வளவு காலம் காத்திருந்தேன்.. நான் தயார்.." என்றாள் வான்மதி.

கூறி முடித்தவுடன் இருவரும் அவர்களை பந்தாடினார்கள்...

தர்மன் ஒரு பக்கம், வான்மதி ஒரு பக்கம் அவர்களுடன் சண்டை போட்டுகொண்டிருக்க, ராணா அவற்றை வேடிக்கை பார்த்து கொண்டிருந்தான்...

ஒரு கட்டத்தில் தர்மன் ராணாவை எதிர் கொண்டான்...

இருவருக்கும் பயங்கரமாக சண்டை நடந்து கொண்டிருந்தது...

இறுதியில் ராணா மண்டியிட்டு கிடந்தான்...
அவன் தோலின் மீது காலை வைத்தவாறு நின்று கொண்டிருந்தான் தர்மன்..
"வான்மதி..." என்று கூப்பிட வான்மதியும் அருகில் வந்து நின்றாள்...
ராணா அவளை பார்த்து, "நீ கயல்விழியின் மகளா..?" என்று கேட்க...
"ஆம்.." என்றாள் வான்மதி..
அப்படியே உன் அம்மாவின் முகம் உனக்கு....
"நீ என் தாய்,தந்தையருக்கு செய்த துரோகத்திற்கு பதில் கொடுக்க வந்துள்ளேன் இந்த வான்மதி.." என்று உரத்த குரலில் கூறிவிட்டு அவன் தலையை வெட்டினாள்.

முடிவுரை

இச்சம்பவத்திற்கு பிறகு மிகப்பெரிய அமைதி நிலவியது அவ்விடத்தில்...

தர்மன் வான்மதியின் முன் வந்து, "வான்மதி, நாம் செய்ய வேண்டிய காரியம் மற்றொன்று இருக்கிறது.... உன் அம்மாவின் நோக்கத்தை நீ நிறைவேற்றியே ஆக வேண்டும்..." என்றான் தர்மன்.

"என் அம்மாவின் நோக்கமா...? அது என்ன..? ஆமாம், இவையெல்லாம் உனக்கு எப்படி தெரியும்...? நீ யார்..? என்று அடுக்கடுக்காக கேள்விகள் கேட்டாள் வான்மதி.

"நான் ஒரு தொல்பொருள் ஆய்வாளன், நான் வடமாநிலத்தில் பணிபுரியும் போது உன் தாய், தந்தையை பற்றி அறிந்தேன்...

நான் கண்டுபிடித்த இந்த ஆராய்ச்சியை உன் பெற்றோர்கள் 10 ஆண்டுகள் முன்பே கண்டறிந்தது தெரிய வந்தது...

அவர்கள் இந்த ஆராச்சியை ஏன் நடைமுறை படுத்தவில்லை என்று கண்டுபிடிக்க தொடங்கினேன்.. அவ்வாராகத்தான் இந்த நிகழ்வுகள் எல்லாம் தெரியும்..." என்று தர்மன் கூறி முடிக்க,

வான்மதி என்ன கூறுவது என்று தெரியாமல் நின்று கொண்டிருந்தாள்...

தர்மனை பார்த்து "ஏன் இதை முன்னமே

என்னிடம் கூறவில்லை...? என்று கேட்டாள்.

"அதற்கு சந்தர்ப்பமும், சூழ்நிலையும் கூடிவரவில்லை.... அதுமட்டுமல்லாமல் ஒரு சில விஷயங்களை நேரில் கண்டுந்தெரிந்து கொண்ட பிறகு கூறலாம் என்றிருந்தேன்..." என்றான் தர்மன்.. மேலும்,

"நீ கவலை கொள்ளாதே, இவற்றை நான் அரசாங்கத்திடம் கூறி, நாமே இதை சட்டப்படி நடத்தலாம்..." என்றான் தர்மன்.

"ஒருவழியாக என் சபதமும், என் பெற்றோர்களின் ஆசையும் நிறைவேரப்பொகிறது..." என்று ஆனந்தத்தில் பூரித்தாள் வான்மதி....

"ஆனால், இதில் ஒரு சிறிய சிக்கல் இருக்கிறது, நீ இவர்களை கொலை செய்திருக்கிறாய்.. ஆதலால் இவனின் உடலை ஒரு அறைக்குள் போட்டு அறையை எரித்துவிடு,

அரசாங்கத்திடம் விபத்தினால் ஏற்பட்டது என்று கூறிவிடலாம்..." என்றான் தர்மன்.

வான்மதி சற்று யோசித்த வண்ணம் இருந்தாள்..

"தர்மன் முன்வந்து நீ செய்தது நல்ல காரியம்தான், என்ன.. அரசாங்கம் செய்ய வேண்டியதை நீ செய்துவிட்டாய்... அவ்வளவுதான்.. ஆனால் இதை அரசாங்கத்திடம் கூறி புரிய வைக்க முடியாது.." என்று கூற வான்மதியும் சம்மதிக்க

இருவரும் அவ்வாறே இறந்த ராணாவின் உடல் மற்றும் கூட இருந்த ஆட்களின் உடல்களையும்

ஒரு அறைக்குள் போட்டு ஏறித்துவிட்டனர்.

மறுநாள் அரசாங்கத்திடம் நடந்தவற்றை கூறி இந்த ஆராய்ச்சிக்கான காப்புரிமையை பெற்று வான்மதி, தர்மன் இருவரும் சேர்ந்தே நடத்த ஆரம்பித்தனர்....

******சுபம்******

www.ingramcontent.com/pod-product-compliance
Lightning Source LLC
LaVergne TN
LVHW040336171026
850499LV00046B/2113

Le concept
de sous-développement

PUBLICATIONS DE LA FACULTÉ DE DROIT ET DES SCIENCES ÉCONOMIQUES
DE GRENOBLE

Collection du Centre de recherche
économique et sociale

SÉRIE
ÉCONOMIE DU DÉVELOPPEMENT

VOLUME N° 1

Les volumes de la série « Économie du Développement » sont publiés par le Centre de Recherche Économique et Sociale créé en 1964 au sein de la Faculté de Droit et des Sciences Économiques de Grenoble. Ces volumes présentent des ouvrages de membres du corps professoral, des travaux de colloques et des thèses de doctorat préparés dans le cadre de la Section « Économie du Développement » de ce Centre.

Université de Grenoble.

MOUTON ÉDITEUR · LA HAYE · PARIS · NEW YORK

PUBLICATIONS DE LA FACULTÉ DE DROIT ET DES SCIENCES ÉCONOMIQUES
DE GRENOBLE

Le concept
de sous-développement

par

JACQUES FREYSSINET

CHARGÉ DE COURS
A LA FACULTÉ DE DROIT
ET DES SCIENCES ÉCONOMIQUES
DE GRENOBLE

PRÉFACE DE
MAURICE BYÉ
PROFESSEUR A LA FACULTÉ DE DROIT
ET DES SCIENCES ÉCONOMIQUES
DE PARIS

MOUTON ÉDITEUR · LA HAYE · PARIS · NEW YORK

Première édition 1966
Deuxième édition 1970
Troisième édition 1972
Quatrième édition 1977
Cinquième édition 1980

ISBN: 90-279-7973-1

Printed in the Netherlands

Ouvrage honoré d'une subvention du
Ministère de l'Éducation Nationale

AVANT-PROPOS

Présentation de la Série
« Économie du Développement »

La Faculté de Droit et des Sciences Économiques de Grenoble ouvre, avec le présent volume, une nouvelle série de publications consacrée à « l'économie du développement ». Ce faisant, et fidèle à une de ses traditions de recherche déjà ancienne, elle n'est pas poussée par le souci d'un thème à la mode, ou par le fait que presque tous ses membres ont eu l'occasion d'enseigner plus ou moins longtemps dans des Universités de pays sous-développés et d'y revenir ensuite dans le cadre de missions plus ou moins longues, ou encore par l'intérêt que les étudiants trouvent à l'étude de ces questions, tout autant les étudiants originaires de ces pays que nos jeunes compatriotes.

Le chapitre du développement exerce depuis la seconde guerre mondiale un rôle décisif dans la théorie économique contemporaine. Il est le chapitre à propos duquel les analyses classiques ou néo-classiques, celles qui sont encore trop souvent enseignées et hélas! utilisées comme référence fréquente dans la pratique, se montrent d'une totale inadéquation à la réalité qu'elles prétendent cerner. Par le fait même, ce chapitre — mais peut-on isoler le chapitre du tout ? — met en cause des hypothèses que nous pourrions peut-être être tentés d'accepter trop facilement dans d'autres domaines. Ce chapitre nous met donc tous en cause. Lorsque le professeur François Perroux nous donne dans ses ouvrages successifs une vue claire de l'ampleur de l'effort de reconstruction à entreprendre, nous savons qu'il nous incite à un travail en profondeur qui, de proche en proche, ne devra rien omettre.

La Faculté se devait d'apporter sa contribution à ce travail collectif. Ayant été habilitée à créer un Doctorat de spécialité (3e cycle) « Économie du Développement », il était normal qu'elle poursuive son effort par une série spéciale de publications. C'est pour nous tous une très grande satisfaction que d'ouvrir cette série par l'excellent ouvrage de notre collègue Jacques Freyssinet : ce travail confronte précisément aux réalités les différentes approches qui en sont faites dans la pensée contemporaine, ses conclusions sont claires. C'est pourquoi aussi notre reconnaissance est grande à l'égard du professeur Maurice Byé dont plusieurs d'entre nous voudraient se voir reconnaître comme ses élèves et dont nous savons l'apport essentiel qu'il nous a légué sur les sujets qui nous préoccupent dans les travaux qu'il a effectués, en particulier dans le cadre de l'I.S.E.A. Sa préface constitue, en effet, sinon le programme de travail que nous voudrions réaliser — car ce serait risquer de nous donner un objectif par trop ambitieux — du moins l'énoncé particulièrement vigoureux de la ligne de recherche dans laquelle nous voulons nous insérer.

PRÉFACE

La science est, d'abord, vocabulaire, ensemble de concepts clairement définis. Toute définition doit servir l'analyse qui en usera. Il faut donc savoir, pour donner un sens au terme *sous-développement*, à quel service ce mot se trouve destiné.

Réciproquement, malgré son titre, l'ouvrage de Jacques FREYSSINET est tout autre chose qu'un simple dictionnaire. A chaque page, le fond est présent derrière la forme. Mais la forme compte : l'absence d'ambiguïté pourrait permettre ici d'éviter de dangereuses illusions.

Certes, il est tentant de prendre le préfixe en un sens limitatif et de voir dans le *sous-développement* un degré inférieur du *développement*. Le pays sous-développé sera une économie *en retard*, une Angleterre du XVIIe, une France du XVIIIe, des États-Unis du XIXe siècle... Et, l'amour-propre des nations aidant, cette conception sera renforcée par un langage euphémique : pourquoi ne pas préférer à un adjectif disgracieux l'expression « *en voie de développement* »... Et pourquoi ne pas passer de l'image à l'action qu'elle suggère ? Pourquoi ne pas appliquer aux retardataires les méthodes qui ont fait les champions ? Pourquoi ne pas espérer, grâce à une saine orthodoxie, leur voir rejoindre le peloton de tête ? Un certain « *paternalisme* », que d'aucuns nomment « *néo-colonialiste* », se satisfait de la formule : « *où le père a passé, passera bien l'enfant* »...

Les écoles de pensée, numériquement et politiquement dominantes parmi les économistes contemporains, se situent volontiers dans cette optique. Quand elle traite d'économie internationale, la renaissance classique, dont le prestige est lié à la rigueur de ses conclusions, est naturellement portée à les donner pour *universelles :* bienfaits de l'économie de marché qui, pour tous et pour chacun, se mesurent au volume des échanges, à l'adaptation spontanée des spécialisations, à celle des termes de l'échange... La libéralisation des échanges, la liberté des mouvements des capitaux et des revenus, le respect des « *règles du jeu monétaire* », sont, habituellement, proposés à la fois par la théorie et par la politique, par les accords de Bretton Woods et par ceux du G.A.T.T., comme des objectifs œcuméniques. On a quelque peine à imaginer que l'œcuménisme puisse suggérer non des harmonisations mais des équivalences : que signifiera, par exemple, la clause de la nation la plus favorisée, pour une économie socialiste comme celle de la Pologne, si l'admission de ce pays au G.A.T.T. est acceptée ? Quel sens aurait pour lui l'application d'une « libération » des échanges identique et symétrique à celle qu'il peut obtenir de ses partenaires occidentaux ?

La tradition ricardienne, son ancienneté, sa valeur, les ouvertures qu'elle offre à des perfectionnements méthodologiques qui ne mettent pas en cause l'essentiel suffisent à expliquer le rôle encore prédominant joué par l'hypothèse statique et concurrentielle dans l'analyse de l'échange international. Les formes prises depuis vingt ans par la plupart des modèles de croissance sont moins explicables. L'intérêt qu'ils ont suscité et l'attention qui leur a été accordée ont été, à l'origine, dus beaucoup à la constatation des faits de sous-développement. Le « *scandale du sous-développement* » n'a pris l'ampleur qu'on lui connaît qu'avec la dernière guerre et la « *décolonisation* ». Or la doctrine en a dégagé deux lignes de recherche fort mal raccordées l'une à l'autre.

D'une part, des *recettes de développement*, trop souvent définies pour un bloc disparate que l'on a nommé Tiers-Monde. On a débattu des économies externes dans tous les sens du qualificatif, des économies d'échelle et, plus généralement, des relations intersectorielles plus ou moins propices au développement. On a posé la question de l'opportunité d'un « *big push* »... On a pris en compte les données démographiques, sociales, culturelles...

D'autre part, on a construit des *modèles abstraits* et d'abord mono-sectoriels dans un esprit post-keynésien ou néo-classique. L'objet était de définir les conditions d'un équilibre en croissance. Il fallait, pour cela, lier la formation des flux ou des stocks aux incitations qui la déterminent de période en période, montrer aussi par quels mécanismes la stabilité de l'équilibre est ou non assurée. Il était, dès lors, normal de reprendre les hypothèses et les quantités globales traditionnelles : une nation homogène, une épargne homogène, de quelque source qu'elle provienne, son orientation spontanée vers le financement de la formation du capital, le rôle attribué au taux d'intérêt sur le marché financier... On établissait, en somme, des modèles de croissance propres au capitalisme occidental.

Les modèles de croissance véritablement adaptés aux hypothèses de sous-développement sont l'objet d'une recherche encore imparfaite. Il s'agit soit de modèles d'inspiration keynésienne ou néo-classique comportant quelques caractères particuliers relatifs à l'offre de main-d'œuvre [1], soit de modèles pluri-sectoriels dans lesquels l'un des secteurs, le secteur agricole par exemple, présente des réactions propres. En fait, sauf un très petit nombre d'exceptions dont les travaux de François PERROUX, de Gérard DESTANNE DE BERNIS et de l'équipe de l'I.S.E.A. représentent la plus notable, peu de chose a été

1. Voir notamment : *An essay on trade and transformation*, de S. B. LINDER, Almquist et Wiksell, Stockholm, 1961.

tenté pour, partant de l'étude de structures de blocage de croissance propres aux pays sous-développés, parvenir à l'examen des mécanismes d'entraînement propres aussi à ces pays et à un jugement sur l'efficacité de ces mécanismes.

La définition « *primaire* » du sous-développement comme « *blocage de croissance* » conduirait à des définitions secondaires caractérisées par divers types de blocage c'est-à-dire par diverses structures. Les diverses structures de blocage peuvent, en diverses sociétés, soit faire obstacle à la transmission de la croissance en provenance de l'extérieur, soit à la naissance autochtone d'une impulsion de croissance, soit à l'auto-entretien d'une croissance.

Dire que le phénomène de « *blocage de croissance* » et ses divers types exigent une analyse directe et la mise en jeu de concepts propres à cette analyse (secteurs géographiques, économiques ou culturels, interpénétration des espaces contrôlés par des centres de décisions diversement placés, remise en cause du postulat de l'intégration économique nationale, efficacité des incitations non-monétaires ou monétaires sur divers types d'épargne ou de consommation, capacité d'entraînement de diverses industries) ne signifie pas que l'on ne puisse parvenir à cette généralisation sans laquelle il n'est pas de science. Les données structurelles, loin de pouvoir être supposées constantes, sont l'objet même de la transformation exigée par la croissance. Les mécanismes d'une économie évoluée, qu'elle soit capitaliste ou socialiste, n'existent pas au départ. Il faut créer leurs conditions de jeu. Il faut ainsi construire les conditions qui porteront au maximum le bénéfice de l'échange extérieur ainsi que les « *stabilisateurs* » de l'équilibre international.

Regretter que plus d'efforts n'aient pas été dépensés dans l'analyse directe des blocages, ce n'est certes pas dire que la recherche d'une interprétation à partir de l'analyse du non-blocage soit nécessairement stérile. Mais il faut apprécier ses dangers : trop d'exemples pratiques, aux conséquences lourdes en sont donnés.

Lorsque, par exemple, sous le prétexte d'une stabilisation des cours des matières premières, on propose, en fait une revalorisation, il faut dire si l'on espère transformer ainsi les structures dans le sens désiré.

Si la construction de « *magasins généraux* » à l'échelle de la planète n'est qu'un procédé onéreux pour stabiliser les capacités d'importation, il s'agit de savoir si d'autres ne seraient pas préférables... La stabilisation de l'équilibre extérieur est affaire de système monétaire international... Mais n'importe quel système monétaire international (changes fixes ou flexibles) n'est stable que par la vertu d'un stock de liquidités et/ou de mécanismes... Si, pour des raisons justement mises en évidence par les théoriciens latino-américains de l'inflation *structurelle*, les mécanismes ne jouent pas, à quoi bon les stocks ? Par contre, en créant un système d'avances conditionnelles, telles que celles prévues par R. Triffin, un organisme monétaire international pourrait orienter les autorités locales vers certaines décisions cohérentes, conduire les économies sous-développées à l'abandon des restrictions quantitatives, les inciter à mettre en place un véritable marché monétaire.

L'aide financière, les dépenses gouvernementales, les placements de portefeuille, les dépenses militaires venues du dehors, comment n'exerceraient-ils, dans une économie sous-développée, un effet inflationniste ? Le problème fondamental de l'économie internationale reste le vieux problème des *transferts*. Faute de structures d'accueil convenables, ce problème ne sera pas résolu. Aussi longtemps qu'il ne le sera pas, avec ou sans régime officiel de Gold Exchange Standard, des masses de liquidité anormalement abondantes, anormalement distribuées ou subissant des variations anormales demeureront dans le monde.

L'investissement direct, enfin, dont on affirme aujourd'hui qu'il est une forme d'aide, l'est, et plus ou moins, selon les propagations et les entraînements qu'il détermine, selon ses coûts et ses prix s'il produit pour le marché intérieur, selon l'orientation prise par ses revenus rapatriés, selon enfin la confusion qui peut, ou non, s'instaurer entre les plans à long terme et les objectifs de la firme et ceux du pays d'implantation.

Une bonne approche à la définition d'un type de sous-développement pourrait consister à soumettre une économie réputée sous-développée à divers tests. Un groupe d'observations pourrait dégager notamment les modes de répartition et d'affectation d'un revenu provenant d'exportations additionnelles, les réactions de l'équilibre extérieur aux mécanismes classiques (prix et taux d'intérêt), celles de l'équilibre intérieur aux mêmes stimulants, les modalités de transfert d'un avoir financier quelconque, la diffusion d'un investissement direct, la mobilité de la main-d'œuvre... Les réponses chiffrées pourraient être traduites en explications sociologiques, en inerties, en institutions. Les caractères quantifiés ou qualifiés d'une structure de blocage prendraient ainsi forme.

Mais aucun de ces caractères ne doit être pris isolément : un ensemble non-développé, c'est un système économique.

Le péril de la référence à un « *modèle de croissance-étalon* » empruntant son architecture et son mode de fonctionnement aux économies industrialisées réside surtout en cela : la leçon de la théorie dite du « *second best* » ne peut être oubliée; dès qu'un ensemble (les pays industrialisés) atteint à l'optimum, si un second ensemble (les pays sous-développés) diffère du premier par une série de caractères, il n'est pas assuré qu'une correction partielle des infériorités affectant le second le rapproche de l'optimum atteint par le premier; elle peut, au contraire, l'en éloigner. Ainsi l'union douanière n'est pas, bien que plus proche du libre échange que ne l'est le nationalisme tarifaire, nécessairement supérieure à ce dernier dans l'utilisation optimale des ressources. De même, la valorisation d'une récolte, l'installation d'une industrie, la formation professionnelle... si les autres structures ne sont pas changées, peuvent produire dans un pays « sous-développé » des « *effets de recul* » et non des « *effets de progrès* ».

Ainsi, le sous-développement, situation structurelle bloquant la croissance, doit être analysé et combattu *sur toutes ses dimensions*.

Une « *nation en voie de se faire* », selon l'expression de François PERROUX, c'est d'abord un lieu de centres de décision. Ces centres sont peu nombreux et chacun compte : firmes nationales et étrangères, tournées vers le dedans ou le dehors, unités à capitaux publics et privés, chacun dispose de son propre espace, de ses moyens, de ses virtualités progressives, de son horizon de plan. On ne traitera pas une telle nation comme un marché concurrentiel, comme un lieu d'induction automatique de l'épargne, comme un milieu naturel d'équilibre entre décision d'investir autochtone et décision autochtone de financer l'investissement.

Par contre, certaines réalités apparaissent. Si le monde ressent une solidarité, elle ne peut utilement s'exprimer au seul niveau du commerce ou des finances (Trade or Aid). C'est au niveau des *Centres de décision* que s'affirmera la compatibilité des plans et des politiques. C'est donc *à leur niveau* que les croissances seront rendues harmonieuses. Chercher [2] en quelques secteurs clés, comme ceux qui concernent la production d'énergie, à obtenir la coopération d'un État national et de capitaux publics ou privés étrangers, ce n'est pas agir purement sur les prix ou sur la production, c'est régler à long terme la production, les débouchés, les prix, les investissements, la formation professionnelle, la construction d'industries utilisatrices selon un intérêt reconnu en commun. C'est agir sur la structure par la structure. Ainsi a été conçue la récente « *association coopérative* » franco-algérienne pour l'exploitation des hydrocarbures. Il n'est pas étonnant que, dans les relations avec le Tiers-Monde comme avec les économies socialistes de l'Europe de l'Est, une formule de ce type apparaisse de plus en plus : market-sharing, production-sharing, know-how-sharing... Si des croissances compatibles sont des croissances à taux de progrès technique semblable, quelles voies pourraient nous rapprocher davantage d'une communauté mondiale de recherche et de progrès ?

La multiplication des expériences de co-production n'est pas seulement importante en elle-même ou comme recette applicable à un pays sous-développé. Elle est plus significative encore : elle marque bien qu'aider c'est aussi se transformer soi-même. Un monde qui se reconnaît solidaire ne développe pas seulement, il se développe. Il change ses structures pour changer celles des pays qu'il entend aider : il adapte ses plans, ses recherches, ses productions et ses institutions.

2. Sur ce sujet mes articles : « Aide, commerce ou coproduction : l'association coopérative et les accords pétroliers franco-algériens » in *Développement et civilisation*, n° 24, déc. 1965, p. 39-48 et « Les nouvelles formes de la coopération internationale », deux articles dans les numéros du *Monde diplomatique* de novembre et décembre 1965.

La claire conscience de la tâche à entreprendre, la détermination du niveau auquel les efforts doivent s'appliquer sont donc nécessaires, aussi bien à l'efficacité des moyens qu'à l'intelligence des fins.

C'est pour cela même qu'en nous apportant la claire intelligence d'un concept, Jacques FREYSSINET contribue à résoudre le problème essentiel qu'il pose.

Maurice BYÉ
Professeur à la Faculté de Droit
et des Sciences Économiques de Paris.

Paris 27 janvier 1966.

AVERTISSEMENT

Le texte de cet ouvrage reprend celui d'une thèse pour le doctorat ès sciences économiques soutenue auprès de la Faculté de Droit et des Sciences Économiques de Paris au mois d'octobre 1963. Un certain nombre de corrections lui ont été apportées compte tenu des critiques présentées lors de la soutenance; ces corrections portent principalement sur le plan qui a été refondu. D'autre part, une mise à jour a été faite concernant les contributions parues entre octobre 1963 et octobre 1965.

Nous avons à cœur, en présentant ce texte, de remercier ceux qui nous ont efficacement aidé dans sa préparation. Monsieur le professeur Maurice Byé a dirigé notre travail depuis le début de 1960; monsieur le professeur Gérard Destanne de Bernis nous a apporté à plusieurs reprises une aide essentielle; monsieur le professeur Leduc, par la vigueur et la profondeur de ses critiques, nous a contraint à une formulation plus rigoureuse.

Enfin nous exprimons notre reconnaissance à monsieur le doyen Maillet et à la Faculté de Droit et des Sciences Économiques de Grenoble qui ont bien voulu accueillir cet ouvrage dans une de leurs collections.

SOMMAIRE

INTRODUCTION

La science économique a connu dans certains de ses domaines une longue maturation; considérons, par exemple, la théorie de la monnaie : dès 1366, Nicolas ORESME étudie « l'origine, la nature, le droit et la mutation des monnaies »; deux siècles plus tard, le Sire de MALESTROIT et Jean BODIN disputent des causes de l'inflation; à l'aube du XVIIIe siècle John LAW expérimente les vertus du papier-monnaie; dès lors chacune des grandes écoles de la pensée économique apporte sa pierre à l'édifice : Physiocrates, Classiques, Marxistes, Marginalistes, avant que John-Maynard KEYNES donne une nouvelle vigueur aux débats théoriques. La théorie du sous-développement fournit l'illustration inverse : envisagée comme problème particulier exigeant une approche originale, des instruments d'analyse nouveaux, une politique spécifique, elle s'est élaborée depuis une vingtaine d'années au plus; dans une discipline lourdement chargée de son passé, le sous-développement est apparu comme un champ vierge, une « frontier » vers laquelle les pionniers ont afflué.

La première caractéristique extérieure de notre sujet est donc sa nouveauté; l'intérêt est d'évaluer dans quelle mesure l'analyse du sous-développement n'est qu'une excroissance de la théorie économique et en quoi elle constitue un apport spécifique exigeant un élargissement de celle-là.

Domaine neuf, le sous-développement est aussi un domaine qui a attiré une multitude de chercheurs; l'extrême abondance des travaux publiés conduit à poser une deuxième question : la multitude des études de toute nature consacrées à cette matière forme-t-elle un ensemble cohérent, peut-on dégager les grandes lignes d'une théorie générale, ou, au contraire, sommes-nous en présence de conceptions opposées dont il conviendrait de mettre en évidence les contradictions?

Superficiellement, l'harmonie semble grande : il est peu d'ouvrages consacrés au sous-développement qui n'affirment dans leurs premières lignes : « le problème essentiel de notre époque, le plus dramatique aussi est celui du sous-déve-

Nota bene. – Pour éviter de fastidieuses répétitions, seules des références sommaires sont indiquées en note de bas de page; les indications complètes d'origine figurent dans la bibliographie située à la fin de l'ouvrage.

loppement [1] » ou « le problème majeur et tragique du xxe siècle est celui du sous-développement [2] »; tous les auteurs sont à peu près d'accord sur les principaux caractères du sous-développement, sur sa délimitation géographique, tous insistent sur la nécessité impérieuse d'un développement rapide des espaces désignés, enfin presque tous admettent que les pays riches doivent contribuer à l'organisation de ce développement.

Devant un tel consensus, une telle unanimité dans la générosité, de nouvelles interrogations surgissent : pourquoi le problème a-t-il été perçu si tardivement, et pourquoi depuis quinze ans les résultats des efforts de développement sont-ils si minces?

Deux ensembles de faits nous paraissent essentiels pour fonder une appréciation réaliste des analyses économiques :

– Le problème du sous-développement n'a été posé concrètement qu'à partir du moment où le mouvement d'émancipation des peuples colonisés ou quasi-colonisés a fait du développement une revendication des pays pauvres.

« Lorsque ceux qui ont sujet de se plaindre ont rassemblé leur puissance, le temps commence alors où les idéaux et la conscience sociale peuvent devenir efficaces [3]. »

– L'attitude des pays riches est largement conditionnée par la lutte entre le monde occidental et le monde communiste qui tentent de s'assurer le contrôle, la bienveillance ou au moins la neutralité du « tiers-monde ».

Ces deux phénomènes majeurs ont influé sur les recherches économiques, soit que les auteurs adoptent explicitement certaines attitudes idéologiques, soit qu'ils en subissent inconsciemment la pression.

Telle est la matière brute sur laquelle portera notre effort : un ensemble de faits qui n'est reconnu comme « problème » que depuis deux décennies à peine, mais qui dans cette période a été l'objet d'un travail intense, la prise de conscience et la recherche étant largement conditionnées par le choc des idéologies et des stratégies.

Au départ, il est nécessaire de sélectionner et de mettre en ordre les faits soumis à l'analyse, de fixer les dimensions historiques et spatiales du *phénomène* du sous-développement.

L'axe, le contenu et les limites de notre étude demandent également à être précisés; est-il acceptable, et sous quelles conditions, d'entreprendre une analyse *économique* du sous-développement ?

Enfin, que doit-on entendre par *concept* de sous-développement, en quoi consiste la démarche de conceptualisation, quels en sont le but et la méthode ?

1. Yves Lacoste, *Le sous-développement : quelques ouvrages significatifs parus depuis dix ans*, p. 247.
2. Élias Gannage, *Économie du développement*, p. 3.
3. G. Myrdal, *Théorie économique et pays sous-développés*, p. 87.

Nous nous efforcerons sur ces trois points d'établir clairement une problématique de départ.

SECTION I. LE PHÉNOMÈNE

La première tâche est de justifier le choix et de préciser le sens des termes employés; ceci nous permettra de délimiter grossièrement le phénomène étudié tant dans sa situation historique que dans sa délimitation spatiale; encore importera-t-il de souligner les limites de ce mode d'approche : la critériologie est utile pour un premier repérage des problèmes; elle ne saurait devenir, quelque soit son degré de perfectionnement, un instrument d'analyse des mécanismes du sous-développement.

§ 1. SEMANTIQUE

Le terme de sous-développement étant en concurrence avec plusieurs autres pour désigner le même phénomène, nous devons justifier notre choix; le problème se pose alors d'une première définition du vocable.

A. *Problèmes de vocabulaire.*

Au départ d'une étude, le choix du vocabulaire répond au souci de ne pas conditionner l'analyse, de ne pas introduire *a priori* un début de réponse aux questions que l'on se propose d'étudier; certes les termes choisis sont nécessairement, comme l'a montré Gunnar MYRDAL [4], chargés de valeur, mais il faut réduire au minimum le préjugé scientifique qu'ils tendent à exprimer.

Cette préoccupation nous conduira à éliminer toute une série de qualificatifs proposés pour centrer le débat sur trois termes : pays sous-développés, pays arriérés, pays pauvres.

a) Yves LACOSTE a dressé [5] une liste non exhaustive des pseudo-synonymes ou termes concurrents; examinons-en quelques-uns :

– «*Pays en voie de développement*» ou « en cours de développement ». *Stricto sensu* ce qualificatif laisse croire que les autres pays ne se développent pas, ce qui est faux; de plus, pour les pays ainsi désignés, il suppose le problème résolu, c'est-à-dire le développement en train de se réaliser; ce qui est également faux dans la plupart des cas.

4. Par exemple dans : *Théorie économique et pays sous-développés*, p. 17-18.
Voir aussi : *Une économie internationale*, Appendice : Note méthodologique sur les concepts et les postulats de valeur, p. 475-481.
5. *Le sous-développement : quelques ouvrages significatifs parus depuis 10 ans*, p. 255-264.

– « *Tiers-Monde* » : L'expression a été introduite dans la littérature scientifique par l'Institut National d'Études Démographiques[6]; elle nous semble recouvrir moins une distinction entre pays dits développés et pays dits sous-développés qu'un découpage du monde en trois camps : les économies capitalistes, les économies socialistes et enfin le Tiers-Monde rassemblant les pays qui n'ont pas opté pour l'un des deux systèmes économiques et qui cherchent une voie originale pour leur développement[7]; le critère de distinction est plus le système économique ou l'attitude politique que le niveau de développement.

– « *Nations Prolétaires* » : Pierre MOUSSA[8] a popularisé ce terme; le risque d'*a priori* et de confusion apparait ici évident : associé à l'idée de paupérisation[9], la notion suggère une analogie directe, tirée de l'analyse marxiste, entre les rapports de classe entre capitalistes et prolétariat et les rapports établis entre pays dit développés et pays dits sous-développés.

Le rapprochement n'a aucune base théorique solide, il n'a d'ailleurs pas été adopté par les économistes marxistes[10].

Sans allonger la liste des termes proposés, nous étudierons maintenant les deux principales difficultés rencontrées à ce propos.

b) *Pays Sous-développés ou Pays Pauvres.* B. M. NICULESCU[11] critique l'emploi des termes : « sous-développé » (underdeveloped) ou encore « arriéré » (backward) car, estime-t-il, on leur demande de remplir deux fonctions incompatibles : d'une part, décrire une situation commune à un ensemble de pays, et, d'autre part, expliquer les causes de cette situation, causes complexes et variables. Pour éviter cette contradiction, l'auteur propose de choisir un terme purement descriptif, valable pour l'ensemble des faits observés, par exemple « pays à faibles revenus par tête » (low incomes per head) et de réserver les termes plus précis pour désigner les causes de la situation et éventuellement les voies d'une augmentation des revenus.

L'idée est à première vue séduisante mais elle a l'inconvénient de nous orienter vers une conception simpliste et statique[12], vers l'idée de pays pauvres par nature, d'une pauvreté millénaire; il est essentiel de souligner, comme nous le montrerons plus loin, que le sous-développement est un phénomène récent et qu'il constitue une situation originale qu'on ne peut réduire purement et simplement à l'état de pauvreté.

6. I.N.E.D., Cahier n° 27, *Le « Tiers-Monde ». Sous-développement et développement*, 1956.

7. Voir sur ce point : Jean CUISENIER, *Sous-développement, Industrie, Décolonisation*, p. 374-365, « La Notion de Tiers-Monde ». Voir aussi, sur les ambiguïtés de la formule, l'analyse de Paul MUS, *Situation du Tiers-Monde*.

8. Pierre MOUSSA, *Les nations prolétaires*.

9. *Ibidem*, Chap. I : Paupérisation du « Tiers-Monde », p. 15.

10. Nous reprendrons cette question dans la Deuxième Partie, Titre I.

11. *Under-Developed, Backward or Low-Income?* p. 546-548.

12. Ce point est analysé par Y. LACOSTE, article cité, p. 255-264; nous le reprendrons dans la Première Partie, Titre I.

c) *Pays Sous-développés ou Pays Arriérés :* L'expression « pays arriérés » ou « pays attardés » a été la première couramment employée, notamment dans les textes anglo-saxons (backward areas), dès avant la seconde guerre mondiale; elle a été progressivement abandonnée à cause de sa résonnance péjorative. Cependant plusieurs auteurs modernes, par exemple Alfred SAUVY [13], la jugent préférable; d'autres, à la suite de Hla MYINT et de Francesco VITO, établissent une distinction entre sous-développé et arriéré, les deux termes ayant leur signification et leur utilisation propres.

Pour Hla MYINT [14], le qualificatif de sous-développé s'applique aux ressources dont dispose une économie; par ressources sous-développées (underdeveloped resources), il désigne « une déviation par rapport à l'optimum dans l'allocation des ressources existantes entre des usages alternatifs [15] ». Le qualificatif d'arriéré s'applique aux hommes; un peuple arriéré (backward people), est celui dont les membres sont d'une qualité médiocre en tant qu'agents de production. Les deux phénomènes ne coïncident pas nécessairement.

Une autre distinction est proposée par Francesco VITO [16] : une économie est arriérée lorsqu'elle est maintenue au bas de l'échelle des niveaux de vie par le cercle vicieux de la misère; elle est incapable de promouvoir un processus de développement autonome. Une économie sous-développée est également très éloignée des pays avancés quant au niveau de vie et de développement mais elle a su créer un processus de développement, modéré et instable, mais constant. Francesco VITO ajoute une troisième catégorie, celle des économies déprimées : autrefois parvenues à un certain degré de bien être, elles sont entrées, sous l'action de facteurs internes ou externes, dans la voie du déclin.

Quel que soit l'intérêt de ces distinctions, le vocabulaire employé ne paraît pas satisfaisant : les termes « arriéré » ou « attardé » donnent l'idée d'un retard historique, d'un décalage dans le temps par rapport à un processus d'évolution commun à tous les pays; nous critiquerons plus loin cette conception du sous-développement [17], il est inopportun au départ de l'adopter à travers le qualificatif d' « arriéré » .

Aucun des termes de remplacement proposés ne se révèle satisfaisant, il nous parait donc préférable de conserver le vocable de sous-développement malgré les critiques justifiées qui lui sont adressées; plusieurs raisons militent en ce sens :

13. *Introduction à l'étude des pays sous-développés*, p. 601.

14. *An Interpretation of Economic Backwardness*, 1954; la distinction a été reprise par G. M. MEIER and R. E. BALDWIN, *Economic Development. Theory, History, Policy*, 1957, cf. Chap. 14, p. 291s.

15. Article cité, p. 94.

16. *La théorie économique spatiale et les principes de la politique régionale*, p. 855-858, « Remarques préliminaires : Économies arriérées, sous-développées, déprimées. »

17. Dans la Première Partie, Titre II.

– le terme de sous-développement est, de loin, le plus fréquemment utilisé dans les travaux récents; lorsqu'on se donne pour tâche d'étudier ces travaux, il paraît commode d'en accepter le langage;

– le terme de sous-développement, par son imprécision même, est celui qui présente le plus de neutralité quant aux causes et aux caractères du phénomène;

– le terme de sous-développement donne l'idée d'une insuffisance, d'une situation non satisfaisante; il traduit par là l'option essentielle pour une approche efficace du problème : l'option en faveur du développement nécessaire.

Ayant ainsi justifié notre vocabulaire, nous devons en préciser la signification.

B. *Problèmes de définition.*

La définition du sous-développement a fait l'objet d'innombrables débats [18]. René GENDARME [19] a recensé vingt et une définitions parmi les auteurs contemporains et Hans W. SINGER [20] a finalement estimé qu'un pays sous-développé ressemblait à une girafe : difficile à définir mais facile à reconnaître lorsqu'on en rencontre.

Il faut distinguer toutefois deux types de définitions : certaines sont le résultat d'analyses approfondies dont elles rassemblent les conclusions essentielles; les controverses sur les définitions recouvrent alors des controverses sur le fond; nous aurons à en débattre tout au long de notre étude. Pour l'instant, notre souci est d'établir une définition de départ, une définition d'attente qui sans préjuger du fond permette de circonscrire la matière. Dans ce sens, Simon KUZNETS [21] a montré que trois types de définitions étaient possibles, la distinction a été reprise par Pierre MOUSSA [22] : le sous-développement, notion comparative peut se définir par rapport au possible, par rapport au nécessaire ou par rapport aux autres.

a) Le sous-développement a été défini comme « le faible degré d'utilisation des ressources naturelles (au sens le plus large du terme) » [23]; on peut généraliser

18. Outre les auteurs cités dans les notes (19) à (30), il faut encore mentionner : Pierre ABELIN : *Relations avec les pays en voie de développement*, « I. La notion de sous-développement »; Alfred BONNE, *Studies in Economic Development*, p. 12-15, « Definition of « Underdeveloped » Areas »; S. Herbert FRANKEL, *The Economic Impact of Underdeveloped Societies*, « Essay IV, Introduction », p. 56-58; Benjamin HIGGINS, *Economic Development*, p. 6-10, « The Meaning of Underdeveloped »; Yves LACOSTE, *Le sous-développement, quelques ouvrages significatifs parus depuis dix ans*, « I. La notion de sous-développement », p. 255-264; Lyle W. SHANNON ed., *Underdeveloped Areas*, p. 2-3, « Defining Underdeveloped Areas ».

19. *L'Économie de l'Algérie*, « Introduction ».

20. Dans une controverse avec MAC LEOD; H. W. SINGER, *The Distribution of Gains between Investing and Borrowing Countries;* A. M. MAC LEOD, *Trade and Investment in Underdeveloped Areas : A Comment;* H. W. SINGER, *A. Reply*.

21. *Underdeveloped Countries and the Pre-Industrial Phase in the Advanced Countries*, Section I, p. 947-949.

22. *Les nations prolétaires*, « Introduction », p. 1-7.

23. Jean de LARGENTAYE, *Réponse à un questionnaire*, p. 1.

la définition à l'ensemble des ressources économiques en prenant aussi en considération l'existence d'une main d'œuvre inemployée ou employée improductivement [24].

A cette attitude s'opposent deux arguments. En premier lieu, la notion de pleine utilisation des ressources naturelles (et humaines) est imprécise et mouvante. En second lieu, parmi les pays les plus avancés certains comme le Canada et même les États-Unis disposent de vastes ressources inemployées, ce qui chez eux est la marque de l'abondance.

Plus dynamique, mais passible des mêmes critiques est la définition des pays sous développés comme pays ayant vocation au développement ou comme pays enregistrant un écart entre le niveau de développement actuellement atteint et un niveau raisonnablement prévisible pour l'avenir [25]. De telles définitions sont, peu ou prou, applicables à tous les pays du monde, et si certains risquent d'en être exclus ce sont justement les pays sous-développés les plus défavorisés.

b) Le plus simple n'est-il pas alors de considérer le sous-développement comme une notion purement relative désignant les pays présentant les niveaux de développement les plus faibles. C'est la solution que choisit Pierre MOUSSA : « Une nation sous-développée ne peut se définir que par rapport à une nation développée [26]. »

L'inconvénient de cette formulation est qu'elle fait de tous les pays, à l'exception du pays le plus avancé, des pays sous-développés à des degrés divers : il ne subsiste qu'un instrument de mesure pour classer l'ensemble des économies nationales par rapport à la plus prospère d'entre elles [27].

c) La troisième référence possible est celle touchant la satisfaction des besoins vitaux de l'homme : un pays est sous-développé lorsqu'il ne parvient pas à

24. Cf. Maurice BYE, *Les principes de la spécialisation internationale*, p. 149 et suiv. « 1° Définition »; Gaston LEDUC, *Les pays sous-développés et leurs problèmes*, p. 16-20, « A. Nature et aménagement des activités productrices. »

25. Dans ce sens, cf. B. M. NICULESCU, *Underdeveloped, Backward or Low-Income ?* et aussi, J. VINER, *International Trade and Economic Development*, « Chap. VI. The Economics of Development », p. 94-120. Pour ce dernier auteur, le critère de base est l'existence de possibilités potentielles d'augmentation du revenu par tête ou d'augmentation de la population sans diminution d'un niveau de vie déjà élevé, grâce à la mise en œuvre de plus de capital, plus de travail et plus de ressources naturelles.

La même attitude est adoptée, par Léonard RIST, *Réflexions sur le développement économique*, p. 127-161 : « Un pays sous-développé est un pays susceptible de développement dans le cadre de l'économie mondiale telle que nous la connaissons aujourd'hui. »

26. Ouvrage cité, p. 4.

27. « Lorsqu'on classe les pays et les régions, les espaces sous-développés du monde sont séparés des espaces développés par une dénivellation et non par une falaise. Aux extrémités les contrastes sont dramatiquement forts, mais dans les catégories médianes, l'incertitude est inévitable. » N. S. BUCHANAN and H. S. ELLIS, *Approaches to economic development*, p. 3.

couvrir pour la majorité de sa popluation « les frais fondamentaux du statut humain de la vie [28]. »

Le reproche fait à cette formulation tient à son imprécision : la notion de besoins essentiels apparaît liée à des attitudes psychologiques et à un environnement social variables dans le temps et selon les lieux. Sans contester ce point, on peut toutefois s'appuyer aujourd'hui sur certaines normes minima établies par les organisations internationales [29] en matière d'alimentation, de santé publique et d'éducation et en dessous desquelles la situation de sous-développement est incontestable.

Une autre objection tient au fait que dans tous les pays avancés une partie de la population reste aussi en dessous des normes minima; la distinction nous paraît cependant claire entre les pays où les coûts de l'homme ne sont pas assurés pour quelques catégories sociales faibles et minoritaires et les pays sous-développés où l'ensemble de la population, à l'exception d'une mince couche de privilégiés connaît des conditions de vie infra-humaines.

L'avantage de l'optique que nous proposons est qu'elle s'appuie sur le phénomène concret qui a provoqué la prise de conscience du problème du sous-développement : la faim et la misère; elle conduit à envisager le développement non à partir d'une vague vocation naturelle de l'économie ou dans la perspective d'une course-poursuite avec les pays les plus avancés, mais à partir des besoins humains. Enfin la référence aux besoins ne préjuge en rien des conclusions finales concernant les causes du sous-développement, ses caractères et les remèdes qu'il exige.

Notons pourtant que la deuxième perspective examinée plus haut doit rester présente à notre esprit : la misère des pays sous-développés a été ressentie par reférence aux niveaux de vie des pays « nantis », elle n'a semblé insupportable qu'à partir du moment où la démonstration était faite qu'on pouvait l'éviter. C'est une des raisons pour lesquelles le sous-développement ne peut être considéré comme un phénomène millénaire : il constitue un phénomène original et récent.

Ayant précisé la signification du vocabulaire, nous allons maintenant délimiter son champ d'application dans le temps et dans l'espace.

§ 2. HISTOIRE

La tendance naturelle est de considérer que le développement est un phénomène aussi vieux que l'histoire des sociétés, qu'il y a toujours eu des pays avancés et des pays arriérés, des pays prospères et des pays marqués par la misère. Cette thèse nous paraît radicalement fausse.

28. François PERROUX, cité par Gilbert BLARDONE, *La politique de la croissance équilibrée et harmonisée dans le cadre national : Pays sous-développés*, p. 9.38.3.
29. O.N.U. – F.A.O. – O.M.S. – U.N.E.S.C.O.

a) Jusqu'à l'apparition du capitalisme, l'histoire du monde est marquée par l'essor puis l'assoupissement et l'écroulement d'une suite de grandes civilisations [30]; celles-ci sont fondées sur une supériorité militaire, une meilleure organisation sociale, souvent une avance intellectuelle, mais les différences dans les niveaux de développement économique restent mineures : la masse de la population connaît des conditions de vie voisines du minimum du subsistance, la richesse des couches privilégiées est fondée sur l'exploitation des classes inférieures et des pays conquis bien plus que sur la croissance économique. Si l'on peut dire aujourd'hui très grossièrement que le revenu réel par tête aux États-Unis est plus de trente fois supérieur à celui mesuré aux Indes, il semble certain que les différences dans les niveaux de vie moyens dans les périodes antérieures au capitalisme n'ont pu être supérieures à des rapports du simple au double ou au triple.

Enfin l'histoire montre que ces décalages n'étaient pas en croissance rapide et qu'ils n'étaient pas irréversibles.

b) Au contraire l'essor du capitalisme dans l'Europe occidentale donne naissance à un phénomène nouveau et jusqu'ici irréversible. A partir de la révolution industrielle, un petit groupe de pays parvient à maintenir en longue période des taux de croissance très supérieurs à ceux antérieurement atteints; Nicolas KALDOR [31] estime que les taux de croissance du produit national réalisé par l'Occident depuis 1750 sont trente à quarante fois plus élevés que ceux des siècles précédents.

Face à ce phénomène limité à quelques pays, le reste du monde présente des situations de croissance très lente, de stagnation et même de régression; les écarts se sont amplifiés pendant deux siècles, divisant le monde en deux blocs [32]. Le point de savoir si ces inégalités continuent à croître aujourd'hui est discuté : Claude ZARKA [33], sur la base de statistiques couvrant la période 1950-1960, conclut, contrairement à l'opinion courante, qu'il n'existe aucune loi d'inégalité croissante des économies nationales; il reconnaît toutefois que même lorsque les pays sous-développés atteignent des taux de croissance élevés, les écarts absolus de revenus moyens continuent à croître.

c) Le développement économique des pays avancés n'est pas la seule cause de cette situation; l'évolution démographique a été le second facteur fondamental. L'explosion démographique, due principalement aux progrès réalisés

30. Cf. *L'Histoire générale des civilisations*, sous la direction de Maurice CROUZET, Volumes 1, 2 et 3; J. B. PALANQUE, *Les impérialismes antiques*.

31. *Characteristics of Economic Development*, p. 716-725.

32. Cf. sur ce point : G. MYRDAL, *Théorie économique et pays sous-développés*, p. 13-17, « Les inégalités économiques internationales »; H. LEIBENSTEIN, *Economic Backwardness and Economic Growth*, « Chap. I. The World's Inequalities », p. 1-7.

33. *Les inégalités économiques entre nations tendent-elles à croître?*

en matière d'hygiène et de santé publique, a depuis un siècle et demi touché progressivement l'ensemble du monde.

Dans les pays développés, la croissance démographique, venant après la croissance économique et conservant toujours un taux inférieur à celle-ci, a été un stimulant efficace; dans les pays sous-développés, elle a « détruit l'équilibre millénaire d'ajustement entre croissance démographique et croissance économique [34] ». Pour Yves LACOSTE, c'est ce déséquilibre qui permet de caractériser le sous-développement [35].

« Le sous-développement apparaît comme un processus évolutif, caractérisé essentiellement par ce désajustement fondamental et totalement nouveau entre la croissance démographique et la stagnation relative des ressources, et caractérisé secondairement par des épiphénomènes non-permanents. »

On peut donc donner comme point de départ historique du sous-développement la révolution industrielle, origine de l'essor économique des pays développés et de l'écart croissant avec le reste du monde [36]; cet écart a été accentué par l'explosion démographique dans les pays sous-développés, à partir de laquelle ceux-ci ont été dans l'incapacité de couvrir les coûts de l'homme pour la plus grande partie de leur population [37]. La combinaison de ces deux phénomènes est à l'origine de la situation actuelle ressentie à la fois comme une insuffisance objective et comme une infériorité relative.

§ 3. GÉOGRAPHIE

Il reste à délimiter le champ de notre recherche quant à ses dimensions spatiales; ici encore le tracé d'une frontière précise suppose une conception affirmée du sous-développement; au début de l'analyse seule est possible une détermination grossière laissant en suspens les espaces dont la qualification est contestée. Il est nécessaire de distinguer pays sous-développés et régions sous-développées de pays développés.

A. *Les pays sous-développés.*

a) La carte du sous-développement est généralement établie en adoptant pour critère la pauvreté et pour instrument de mesure le produit ou le revenu annuel

34. Y. LACOSTE, *Le sous-développement : quelques ouvrages significatifs parus depuis dix ans*, p. 255-264.

35. *Ibidem*, p. 260.

36. Cf. dans ce sens la définition de Benjamin HIGGINS, *Economic Development*, « Un pays sous-développé est celui où le processus du développement n'a pas pris place durant les deux derniers siècles et où en conséquence les revenus par tête sont encore très bas. »

37. Pour Yves LACOSTE (article cité), le sous-développement n'est apparu que dans les début du XXe siècle et dans certaines contrées, il y a à peine 10 ou 15 ans.

moyen par habitant. Les pays sont classés selon cet indicateur et l'on considère qu'en dessous d'un certain seuil, ils sont sous-développés [38].

La méthode a été violemment critiquée [39]; rappelons ses faiblesses essentielles :

– les comparaisons entre les revenus nationaux n'ont de sens que s'il existe un système de valeurs commun; si les objectifs, les idéaux, la conception du bien-être sont différents, la comparaison des aggrégats n'est qu'un jeu abstrait, sans signification [40].

– la sommation des éléments composant les agrégats n'est possible que s'il existe une unité de mesure commune; dans les pays sous-développés, l'auto-consommation est massive, les marchés ne sont pas reliés entre eux, les flux monétaires sont ténus et irréguliers; les prix sont un mauvais instrument pour l'évaluation des revenus et de la production;

– l'extrême disparité des revenus rend artificiel le calcul d'une moyenne, il est nécessaire de distinguer le niveau de vie de l'immense majorité de la population et les revenus considérables détenus par les possédants nationaux ou étrangers; le cas des États pétroliers, notamment au Moyen-Orient, fournit une bonne illustration de l'absurdité des revenus moyens par tête;

– enfin, il faut accorder une foi très relative aux statistiques disponibles; elles ne fournissent qu'un ordre de grandeur grossier.

L'inadaptation des aggrégats exprimés en termes monétaires a amené de nombreux auteurs à choisir des techniques de répérage fondées sur la mesure de phénomènes réels; on établit ainsi des cartes du sous-développement à partir de divers indices de couverture de coûts de l'homme : nombre de protéines par habitant, taux d'alphabétisation, morbidité, nombre de médecins ou de lits d'hopital pour mille habitants, etc. [41]. Conforme à la définition que nous avons adoptée, cette méthode nous semble la moins arbitraire [42] pour un répérage géographique initial du phénomène du sous-développement [43].

38. Cf., par exemple, United Nations, *National Income and its Distribution in Underdeveloped Countries.*

39. Pour une discussion d'ensemble, voir : P. T. BAUER and B. S. YAMEY, *The Economics of Under-Developed Countries,* « Chap. II, Some Problems of Economic Measurement : National Income and Capital » p. 16-31; H. LEIBENSTEIN, *Economic Backwardness and Economic Growth,* « Chap. 2, L'output par tête comme indice de développement », p. 7-14; S. H. FRANKEL, *The Economic Impact of Under-Developed Societies,* « Essay III, Concepts of Income and Welfare and the Intercomparability of National Income Aggregates », p. 28-56; C. ZARKA, *Les inégalités économiques entre Nations tendent-elles à croître?* « II. Observations critiques », p. 748-750; F. PERROUX, *Trois outils d'analyse pour l'étude du sous-développement,* p. 38-42, « Inconvénients de l'esquive statistique »; J. AUSTRUY, *Le scandale du développement,* « Les illusions de la mesure », p. 107-127.

40. Cf. sur ce point, S. H. FRANKEL, ouvrage cité, notamment, p. 28-34 et 53-56.

41. Voir exemple la carte utilisée par Gilbert BLARDONE, *La politique de la croissance équilibrée et harmonisée dans le cadre national : les pays sous-développés,* p. 9.36.1; l'auteur choisit comme critère la ration quotidienne de protéines animales.

42. Elle prête cependant le flanc aux critiques relatives à l'emploi des valeurs moyennes.

43. Cf. aussi § 4.

b) Les cartes dressées selon ces différents critères aboutissent à des résultats très voisins[44]; quel que soit le critère adopté, un ensemble de pays répondent incontestablement au qualificatif de sous-développé; d'autres au contraire semblent faire partie d'une catégorie intermédiaire entre pays sous-développés et pays développés; aussi longtemps que nous n'aurons pas une conception précise du sous-développement nous limiterons notre étude aux pays du premier groupe, pour essayer plus tard d'apprécier la situation des seconds.

Cette attitude nous amène à ranger dans le champ de notre étude :

- En Amérique, toute l'Amérique latine au sud du Rio Bravo, avec un point d'interrogation pour l'Argentine et l'Uruguay;
- en Afrique, tous les pays sauf peut-être l'Union Sud-Africaine;
- en Asie, l'ensemble du continent sauf peut-être le Japon, Israël et la Chine;
- en Océanie, seules l'Australie et la Nouvelle-Zélande ne sont pas sous-développées;
- en Europe figurent dans la catégorie incertaine plusieurs pays méridionaux : Portugal, Espagne, Grèce et Yougoslavie.

c) Le domaine ainsi délimité recouvre la plus grande partie du monde et s'étend dans les cinq continents; peut-on construire un concept de sous-développement pour un ensemble aussi vaste et aussi diversifié ?

De nombreux auteurs ont insisté sur l'hétérogénéité des espaces sous-développés[45] : diversité des conditions géographiques, des structures sociales et politiques, des situations démographiques, des comportements psychologiques, etc. Certains, tel Gaston Leduc, sont conduits à nier l'existence d'un problème d'ensemble[46].

« Il n'y a pas une question générale du sous-développement. Mais il y a des pays dont la croissance s'est trouvée retardée pour les raisons les plus diverses, et pour chacun desquels il convient de se demander s'ils possèdent vocation au progrès, soit à l'aide de leurs seules forces, soit avec des appuis extérieurs. »

Nous ne pouvons trancher maintenant une question qui préjuge du fond; retenons que l'analyse des différents types de sous-développement est un élément nécessaire à la compréhension du concept[47].

44. Cf., par exemple, L. W. Shannon ed., *Underdeveloped Areas*, p. 3-12, « Classifying Areas as Developed or Underdeveloped. »

45. Ainsi Yves Lacoste, *Les pays sous-développés*, p. 77-80, « 1° Facteurs de diversité dans les pays sous-développés »; P. T. Bauer and B. S. Yamey, *The Economics of Under-Developed Countries*, p. 3-7, « Les diversités dans les pays sous-développés »; G. Leduc, *Les pays sous-développés et leurs problèmes*, p. 79-81, « § 2, La diversité des cas de sous-développement. »

46. Gaston Leduc, *Le sous-développement et ses problèmes*, p. 157.

47. Nous reviendrons sur ce point, cf. § 4.

Nous avons établi la carte des pays sous-développés; elle fait apparaître l'existence de vastes espaces pluri-nationaux entièrement sous-développés; à l'inverse se pose le problème d'espaces sous-développés de plus petites dimensions, compris dans une économie nationale développée.

B. *Les régions sous-développées.*

Les caractères extérieurs que nous avons utilisés pour repérer les pays sous-développés et les distinguer des pays développés se rencontrent aussi dans les comparaisons interrégionales au sein des pays développés. Notons que les régions sous-développées sont le plus souvent caractérisées seulement par l'infériorité des niveaux de vie et des niveaux de développement relativement aux régions développées; il est rare qu'on puisse y observer une non-couverture des coûts de l'homme pour la majorité de la population.

Le sous-développement régional et le sous-développement national sont-ils des phénomènes de même nature ? Certains économistes l'ont nié; Pierre BAUCHET [48] qui définit le sous-développement comme la non-exploitation des ressources d'un territoire donné, souligne la situation particulière des régions sous-développées : elles disposent souvent d'une épargne propre, d'un capital-bâtiment, d'une infrastructure pour les transports et l'éducation; elles disposent donc d'instruments de développement et l'absence de frontières leur permet d'importer, théoriquement sans obstacles, les ressources complémentaires : hommes et capitaux. La région n'est pas un « système clos de facteurs » [49]; ce fait détermine aussi une attitude différente en ce qui concerne les politiques de développement. Dans un pays sous-développé, l'émigration ne peut jouer massivement; quelle que soit la pauvreté des ressources naturelles, les exigences politiques et humaines rendront nécessaire une politique de développement. Une région sous-développée, au contraire, ne doit pas être développée à tout prix : c'est dans le cadre national qu'il faut envisager, en fonction des ressources disponibles, la localisation des personnes et des activités.

Dans le même sens, Gunnar MYRDAL [50] a montré comment l'existence de l'État enlevait aux inégalités régionales le caractère irréversible et cumulatif qu'ont les inégalités internationales : les politiques d'intégration nationale ont tendu à compenser l'effet des inégalités naturelles alors que les relations économiques internationales contribuaient à les amplifier.

D'autres auteurs [51] n'ont vu que des différences de degré entre sous-développement régional et sous-développement national; ils leur reconnaissent les

48. *Sous-développement, notion équivoque? Pays et régions sous-développés.*
49. Gaston LEDUC, *Les pays sous développés et leurs problèmes*, p. 76.
50. *Théorie économique et pays sous-développés*, Chap. III, IV, V, p. 35-83.
51. Ainsi Joseph LAJUGIE, *Les conditions d'une politique de développement régional pour les pays du marché commun*, cf. surtout p. 264-267; Francesco VITO, *La théorie économique spatiale et les principes de la politique régionale*, p. 855-858.

mêmes caractéristiques et seulement un niveau d'évolution différent dans le même processus [52] : les pays sous-développés exigent une politique de démarrage de la croissance alors que le rééquilibre inter-régional de la croissance entre dans « une politique de la seconde phase du développement économique [53]. »

L'incertitude qui règne sur ce point nous oblige à prendre en considération le problème du sous-développement régional dans l'élaboration du concept de sous-développement : notre étude étant centrée sur les pays sous-développés, nous essayerons d'évaluer dans quelle mesure elle s'applique également aux régions sous-développées.

Une délimitation grossière du domaine d'analyse étant ainsi réalisée, la question se pose de la possibilité d'une première mise en ordre des faits pour faciliter les recherches théoriques. Dans cette perspective se sont développées les études de critériologie et de typologie dont nous tenterons maintenant d'apprécier les apports.

§ 4. CRITÉRIOLOGIE ET TYPOLOGIE

La critériologie est née d'une volonté d'objectivité et d'empirisme; elle veut se débarasser de tout préjugé scientifique, de tout postulat de valeur implicite pour se consacrer à l'observation des faits. Réunissant la masse des documents qui contiennent une description concrète des phénomènes de sous-développement, la critériologie dégage des caractères communs à tous les espaces sous-développés puis sélectionne certains de ces caractères considérés comme spécifiques. Ainsi sont construits les systèmes de critères; on parle aussi de tests, de traits caractéristiques, de caractères constitutifs, d'indicateurs [54].

La typologie est fondée sur la même masse de connaissances empiriques mais au lieu de dégager un fonds commun à l'ensemble du monde sous-développé, elle s'efforce de dégager des catégories et des types d'espaces sous-développés.

A. *La critériologie.*

De très nombreux auteurs ont présenté une énumération des caractéristiques essentielles d'un pays sous-développé [55]; bien que le contenu des différents

52. Joseph LAJUGIE, article cité, p. 265.

53. André PIATIER, cité par Joseph LAJUGIE, article cité, p. 266.

54. L. J. LEBRET distingue toutefois le « critère » proprement dit et l'indicateur qui est l'instrument de mesure relatif à un critère; Cf. *Les critères et les indicateurs du sous-développement*, p. 52. De même, E. GANNAGE distingue les « caractéristiques majeures » et les « indicateurs », les premières relatives à la nature du sous-développement, les seconds à sa mesure; Cf. *Économie du développement*, p. 15-40.

55. Citons, parmi les plus récents, G. BALANDIER, *Les pays sous-développés*, « III. Caractéristiques internes », p. 20-28; N. S. BUCHANAN and H. S. ELLIS, *Approaches to economic*

systèmes proposés soit assez largement constant, aucun accord n'a jamais été réalisé sur une liste unique. Ainsi, celle d'Alfred SAUVY résulte d'un effort de synthétisation maxima, de réduction à l'essentiel; celle de Harvey LEIBENSTEIN répond à une préoccupation inverse : minutie et exhaustivité; Yves LACOSTE, à mi-chemin, propose, à notre avis, le système le mieux équilibré.

La méthode critériologique présente, au départ, un double intérêt. En premier lieu, face à l'enchevêtrement souvent souligné des facteurs économiques, sociologiques, politiques et autres, face à l'extrême complexité des liens de causalité ou des interactions, face à l'immense variété des situations concrètes de sous-développement, la critériologie réalise une sélection et une mise en ordre : sélection des facteurs communs à tous les pays sous-développés et, parmi ces facteurs, sélection de ceux jugés essentiels, puis mise en ordre autour de quelques têtes de chapitre permettant d'isoler dans l'analyse ce qui est indissociable dans la réalité.

En second lieu, la critériologie répond à un souci d'objectivité; s'opposant à la partialité des analyses doctrinales, elle se borne à rassembler les faits, à faire un bilan des certitudes; elle pourrait ainsi fournir une base commune à tous les économistes, quelle que soit leur orientation idéologique.

Dans quelle mesure l'empirisme systématique qui fonde cette méthode répond-il à ces deux objectifs ? Quelle est la qualité et quelle est la cohérence des résultats obtenus et en quoi peuvent-ils contribuer à la construction du concept ?

a) *Les difficultés de la méthode.* La démarche analytique aboutit à représenter par un nombre limité de caractères isolés un phénomène réel complexe dont les éléments sont profondément imbriqués; une telle simplification est nécessaire, encore faut-il pour qu'elle soit acceptable que les caractères sélectionnés forment un ensemble cohérent. Les systèmes de critères proposés souffrent d'une double hétérogénéité, quant à leur objet et quant à leur nature.

Il apparait, en premier lieu, que les critères s'appliquent à des objets très différents :

- certains mesurent le niveau et le genre de vie de la société sous-développée : type de consommation, logement, etc.
- d'autres mesurent des quantités globales ou leur valeur moyenne par habitant : revenu, capital, épargne;

development, « I. What is an underdeveloped area? », p. 3-22; E. GANNAGE, *Économie du développement*, « section II. Caractéristiques majeures du sous-développement », p. 15-32; B. HIGGINS, *Economic development*, « I. The general nature of the development problem », p. 3-24; Y. LACOSTE, *Les pays-sous-développés*, « Chap. 1, Les caractères constitutifs du sous-développement », p. 7-27; L. J. LEBRET, *Les critères et les indicateurs du sous-développement;* G. LEDUC, *Les pays sous-développés et leurs problèmes*, « Chap. II, Les caractéristiques du sous-développement; p. 24-71; H. LEIBENSTEIN, *Economic backwardness and economic growth*, Chap. 4 et 5; C. LEVY, *Les critères du sous-développement*, p. 137-148; A. SAUVY, *Introduction à l'étude des pays sous-développés*, et, *Théorie générale de la population*, « vol. 1, chap. XVIII, Les pays sous-développés; Marx ou Malthus? », p. 241-254.

- d'autres mesurent des phénomènes structurels : pourcentage de la population dans l'agriculture, existence d'un chômage déguisé, exportation de produits bruts;
- certains enfin, n'ont d'intérêt que dans la mesure où ils sont considérés comme une représentation approximative d'un autre phénomène : ainsi la « consommation d'énergie mécanique » permet d'évaluer le degré de mécanisation et le « volume du commerce par habitant » est un indice de l'organisation du marché.

La simple juxtaposition de ces données n'est pas satisfaisante : énumérer sans distinguer les différents niveaux d'analyse, sans établir de hiérarchie d'importance n'est pas une méthode acceptable; on se limite à une attitude impressionniste. Poussons plus loin notre recherche; les termes utilisés : tests, critères, caractéristiques, traits constitutifs recouvrent-ils le même instrument scientifique ? Sont-ils de même nature ?

Benjamin HIGGINS, étudiant les « caractéristiques » rassemblées par Harvey LEIBENSTEIN, montre que celles-ci sont de trois espèces différentes : données statistiques, observations générales et conclusions d'analyse [56].

– Les « *données statistiques* » sont, chez tous les auteurs, à la base de la critériologie : capital, revenu, épargne, commerce, énergie, consommation, taux démographiques, taux d'analphabétisme, rendements agricoles, etc... Sans insister sur la validité grossière de ces chiffres, rappelons surtout que de telles moyennes nationales n'ont à peu près aucune signification en économie sous-développée. Bien loin d'aider à comprendre, elles contribuent à masquer certains traits fondamentaux : la division en deux secteurs radicalement opposés, la profondeur des ruptures entre classes sociales.

– Les « *observations générales* » sont des jugements de valeur portés à partir de critères passés sous silence. Leur signification se réfugie dans toute une gamme de qualificatifs dont l'imprécision est extrême : pauvre, faible, arriéré, inférieur, etc... On voit mal à l'aide de quels instruments de mesure donner à ces formules un contenu utile.

– Les « *conclusions après l'analyse* » constituent, suivant Benjamin HIGGINS, un troisième type de critères. Il en donne pour exemple « l'existence de chômage déguisé dans l'agriculture »; ce critère suppose une définition nouvelle du chômage déguisé, celle proposée pour les pays développés n'étant pas satisfaisante [57]; la définition originale et la mise en évidence d'un chômage déguisé dans les pays sous-développés ne peuvent être que le résultat d'une analyse approfondie du fonctionnement de l'agriculture et du secteur tertiaire dans ces pays. De la même façon, pour faire de l'« utilisation irrationnelle du capital » un critère valable, il faut disposer d'une théorie de l'orientation optima des investissements en économie sous-développée.

56. B. HIGGINS, *Economic development*, p. 13 s.
57. Cf. Chap. 3, section III.

Les éléments réunis par la critériologie s'avèrent disparates : hétérogènes par l'objet auquel ils se rapportent, ils le sont aussi par leur nature; devant la complexité du réel, la critériologie renonce à ordonner et à hiérarchiser, elle se contente d'énumérer.

On ne peut attribuer ces lacunes à la seule imperfection des systèmes proposés; c'est la méthode qui doit être mise en cause.

b) *Les insuffisances de la méthode* [58]. Le premier groupe des critiques que nous venons de présenter s'adressait à tous les systèmes de tests pour montrer leur hétérogénéité et pour les contester dans leur forme. Désormais nous essayerons d'apprécier la valeur de la méthode en tant qu'instrument d'explication du sous-développement. La critique ne visera qu'un nombre plus réduit de systèmes car bien des auteurs, ainsi Yves Lacoste, n'ont entendu utiliser les tests que comme moyen d'approche du phénomène sans leur donner valeur explicative générale.

Dans la construction du concept, la critériologie en tant que méthode empirique accuse une triple insuffisance.

– *Subjectif ou Objectif.* L'empirisme est présenté comme une garantie d'objectivité : il se limite volontairement à la description des faits. En pratique, les listes de critères ont été établies par des économistes originaires des pays occidentaux développés, qui leur ont donné, tout naturellement, la forme d'un catalogue des principales différences observées par rapport à leur pays d'origine.

Ce caractère relatif des critères est marqué par le vocabulaire employé : fort, faible, insuffisant, rudimentaire, inférieur, réduit, défectueux, inadapté, frustre. Tous ces adjectifs soulignent non pas les caractères essentiels des espaces sous-développés, mais ce qui les différencie le plus visiblement des espaces développés; les deux approches ne sont pas nécessairement identiques.

Soulignons en premier lieu que la méthode contient déjà un jugement de valeur : infériorité de l'état de sous-développement, et une option en faveur d'un développement à réaliser. Cette option est traduite par la valorisation accordée à certaines notions : capital, revenu, épargne, industrie, et par les qualificatifs énumérés plus haut. Nous pensons qu'une telle option est nécessaire au départ de toute analyse du sous-développement; la critériologie malgré son souci de neutralité et d'objectivité n'y échappe pas.

Mais la critériologie va beaucoup plus loin dans la voie des options non-formulées : caractériser les pays sous-développés par leurs seules différences avec les pays développés n'est acceptable que sous deux conditions :

– que l'on donne comme objectif, comme modèle aux pays sous-développés

58. R. Dorsinfang-Smets, *L'aspect ethnologique du sous-développement;* R. Gendarme, *La pauvreté des nations*, p. 13-15.

le type de développement réalisé par les pays aujourd'hui développés (jugement de valeur);

– que l'on suppose ce type de développement réalisable, reproductible par les pays sous-développés (jugement de technique économique).

Si nous refusons de faire, au départ, la première option et si nous estimons que la seconde exige une démonstration qui n'est pas faite, nous réduisons l'intérêt de la critériologie à celui d'une comparaison entre les principaux caractères économiques des pays développés et sous-développés. Encore cette comparaison reste-t-elle à un niveau superficiel.

– *Descriptif ou Explicatif.* Le reproche adressé le plus fréquemment à la critériologie est celui de rester à un stade purement descriptif : la critériologie n'est qu'une morphologie alors que la connaissance des pays sous-développés exige une physiologie.

Ce thème de critique est assez connu et manifeste pour que nous ne le développions pas longuement ici. La méthode même employée contient cette limitation : la juxtaposition de caractères ne permet pas d'analyser les liens de causalité, d'interdépendance qui les unissent. L'hétérogénéité des critères, comme nous l'avons montré, renforce la nature inorganique, incohérente de leur assemblage.

Il serait inexact pourtant de penser que toute explication est exclue; déjà le choix des critères suppose chez l'auteur une certaine conception du sous-développement : l'analyse ne peut être détachée d'un ensemble d'hypothèses préalables. Harvey LEIBENSTEIN reconnaît l'existence d'un tel préjugé : « Bien entendu, le fait qu'un auteur considère ou non quelque chose comme une caractéristique, dépendra en partie de sa conception du problème des zones arriérées » [59].

Nous ne pouvons donc considérer la critériologie comme une sorte de base de départ descriptive qui pourrait être commune à toutes les analyses; elle contient déjà une explication, mais cette explication n'est pas formulée; les mécanismes de fonctionnement et d'évolution, les liaisons entre éléments composants ne sont pas étudiés.

– *Statique ou Dynamique.* Dans les différents systèmes proposés, la formulation des critères reste presqu'exclusivement statique. La simple méthode comparative aurait pourtant dû mettre l'accent sur certains aspects dynamiques : variation en longue période du Produit ou du Revenu National, du taux d'Investissement, du coefficient de Capital, des termes de l'échange, des taux démographiques (natalité et mortalité), etc.; dans tous ces domaines, en effet,

59. « Of course, wether or not an author includes something as a characteristic will depend, in part, on how he conceives the backward areas problem. »
H. LEIBENSTEIN, *Economic Backwardness and Economic Growth*, p. 39.

l'évolution est très différente de celle observée dans les pays développés. Ces éléments n'apparaissent pas dans les critères, tout au plus ceux-ci permettent-ils de deviner une dynamique : taux de natalité et de mortalité, faiblesse de l'épargne et du revenu, situation de subordination économique ; ils ne renseignent pas sur la longue période.

L'intérêt épistémologique de la critériologie se révèle minime; l'effort de description objective est sans cesse contrecarré par le contenu subjectif et normatif implicite que révèlent le choix et la formulation des critères. Nous pressentons par là les difficultés auxquelles se heurtera la typologie.

B. *La typologie.*

Tous les économistes ont souligné l'extrême diversité des cas concrets de sous-développement. Si l'on admet cependant l'existence d'une unité profonde entre des réalités apparemment hétérogènes, il est nécessaire de dégager un petit nombre de situations-types autour desquelles pourrait s'opérer une classification des espaces sous-développés.

L'examen des systèmes de classification proposés nous amène à constater, comme nous l'avions fait pour la critériologie, l'impossibilité d'une recherche systématiquement empirique. Trois types de distinctions nous paraissent spécialement instructifs [60].

La norme de classement peut, en premier lieu, être cherchée dans le passé : quels sont les caractères originaux qui ont donné naissance à la situation de sous-développement ? Sur cette base, Yves LACOSTE a établi une classification génétique intégrant deux facteurs :

- l'organisation politique, sociale, économique du pays à la veille de son entrée en contact avec un pays développé,
- les particularités du contact avec le système capitaliste [61].

Ce n'est plus à l'origine historique mais à la situation actuelle que se rattachent d'autres systèmes. La classification est liée au degré de développement atteint par les économies considérées; le critère pourra être le degré d'industrialisation, le montant du produit ou du revenu par tête, le taux d'investissement global. Ainsi Walt W. ROSTOW établit une classification des pays sous-développés en fonction de leur situation relativement au « take off » [62].

On peut enfin combiner la prise en considération du niveau de développe-

60. Un exposé détaillé est présenté par Gaston LEDUC, *Les pays sous-développés et leurs problèmes*, p. 87-90, « sur quelques essais d'une typologie », p. 162-166, « nouvelles considérations typologiques ».

61. *Les pays sous-développés*, p. 82-84, « Essai d'une classification génétique ». Dans le même sens Henri JANNE propose une typologie fondée sur la nature du contact entre sociétés hautement industrialisées et sociétés qui n'ont pas connu de révolution industrielle; Cf. *La typologie du sous-développement*, p. 26-28.

62. W. W. ROSTOW, *Industrialization and economic growth*, p. 30-34.

ment déjà atteint et une appréciation des potentialités de développement. Ainsi Benjamin HIGGINS [63] distingue quatre catégories de pays sous-développés selon le niveau de revenu existant et les disponibilités en ressources naturelles encore inutilisées.

Ces exemples nous permettent de réfléchir sur l'apport que peut fournir la méthode typologique à l'élaboration du concept.

Deux questions doivent être posées : la typologie, ou la taxologie [64], peuvent-elles êtres intégrées dans le processus de conceptualisation ? Si oui, quelle place y occupent-elles ?

La conceptualisation ayant pour but l'énoncé des caractères particuliers qu'ont en commun un ensemble de phénomènes, la typologie semble, à première vue, en être exclue; elle a en effet pour but de rechercher ce qui différencie, ce qui divise. L'opposition est factice : la taxologie en regroupant les pays sous-développés selon certains critères transforme la masse des observations concrètes accumulées dans tous les espaces sous-développés en un ensemble de connaissances organisées; la typologie permet de dépasser le pointillisme des cas particuliers pour l'analyse de situations représentatives.

C'est seulement à partir d'une étude des grandes catégories et des principaux types de pays sous-développés que l'on pourra isoler les éléments essentiels qu'ils ont en commun. Pour la compréhension d'un ensemble de phénomènes de même nature, la connaissance des diversités a autant d'importance que la connaissance des uniformités.

Si nous étions parvenu à des conclusions sceptiques quant à l'intérêt de la méthode critériologique, l'utilité de la typologie nous paraît au contraire incontestable.

Il reste à préciser à quel niveau de la démarche scientifique se situe son apport. Nous devons à nouveau reconnaître l'impossibilité de réunir, comme fondement du concept, un ensemble de connaissances objectives découlant d'une recherche purement empirique; comme la critériologie, la typologie est construite sur des jugements implicites.

Prenons en exemple la distinction entre pays sous-développés surpeuplés et sous-peuplés à laquelle certains auteurs attachent une importance primordiale. Cette distinction suppose l'adoption implicite de deux postulats :

– L'existence d'une notion de peuplement optimum par rapport à laquelle se définissent le sous-peuplement et le surpeuplement; il faut donc supposer

63. *Economic development*, p. 21-23, « Categories of underdeveloped countries »; pour une appréciation critique, v. Gaston LEDUC, ouvrage cité, p. 164-175, « Observations sur une classification de HIGGINS »; Cf. aussi, dans la même perspective, Francesco VITO, *La théorie économique spatiale et les principes de la politique régionale*, p. 855-858, « Remarques préliminaires : économies arriérées, sous-développées, déprimées. »

64. S'il faut en théorie, distinguer la typologie, science de la définition des types, de la taxologie, science des classifications, les deux recherches sont en fait toujours menées de front dans la littérature consacrée au sous-développement.

l'existence d'un rapport idéal entre la densité de population et le niveau de ressources économiques, cette dernière notion restant à préciser.

– Il faut admettre en second lieu que le fait qu'un pays soit surpeuplé ou sous-peuplé entraîne des conséquences directes sur ses possibilités de développement, sinon la distinction serait purement gratuite et n'aurait aucun intérêt explicatif.

Les deux jugements implicites que nous venons d'énoncer ne peuvent résulter que d'une analyse complexe du phénomène de sous-développement; ils supposent au moins un début d'explication sur la nature de ce phénomène.

La démonstration peut être reprise à propos de la classification d'Yves LACOSTE : choisir comme critère l'organisation du pays à la veille de son entrée en contact avec le système capitaliste et les particularités de ce contact, c'est admettre que le sous-développement est né du contact entre économies « traditionnelles » et économies capitalistes. Ici, et plus nettement encore, le choix de la classification implique une explication de la genèse du sous-développement.

La distinction de Benjamin HIGGINS apparaît plus prudente; cependant faire de l'existence de ressources naturelles, le critère des possibilités de développement implique une théorie, et une théorie contestable, du développement.

L'utilité de la taxologie et de la typologie pour la construction du concept est certaine; encore importe-t-il de considérer les classifications et les cas-types qui nous sont proposés comme des hypothèses de travail ou comme des conclusions d'analyse et en aucun cas comme le pur résultat de l'observation des faits.

A la lumière de l'examen que nous venons de faire, il est possible de situer la direction et les limites de la démarche de conceptualisation. Le problème du sous-développement naît de la non-couverture dans certains espaces des coûts de l'homme pour la majorité de la population et de la prise de conscience d'un décalage grandissant avec les niveaux de vie et de développement atteints par le petit groupe des pays développés. L'ampleur et l'apparente irréversibilité de ce décalage font du sous-développement un problème nouveau dans l'histoire économique; il trouve son origine dans la révolution industrielle des XVIIIe et XIXe siècles et dans l'explosion démographique récente. Le phénomène de sous-développement s'étend aujourd'hui sur les deux tiers ou les trois quarts de notre planète, il touche, avec des modalités différentes, soit des pays entiers, soit des régions situées au sein des pays développés.

Tel est le champ de notre étude; encore faut-il avant d'entreprendre celle-ci en prouver la légitimité : le sous-développement est-il et dans quelle mesure, du domaine de l'économie ?

SECTION II. LE PROBLÈME

En réaction contre l'attitude simpliste des économistes « purs », l'analyse moderne a insisté sur la nécessaire collaboration de toutes les sciences sociales pour une saisie réaliste du sous-développement; tout en reconnaissant le bien fondé d'une telle position, il nous paraît utile d'éviter le passage d'un extrême à l'autre; en ce sens, deux points doivent être établis : le rejet des déterminismes extra-économiques d'une part, et, d'autre part, l'affirmation du caractère essentiellement économique du problème du sous-développement.

§ 1. LE SOUS-DÉVELOPPEMENT PHÉNOMÈNE SOCIAL COMPLEXE

Yves LACOSTE [65] étudiant l'évolution des recherches sur le sous-développement depuis la fin de la deuxième guerre mondiale, discerne une première étape au cours de laquelle on se limite à l'étude d'un phénomène de retard économique exigeant des remèdes simples : la mise en mouvement des mécanismes qui avaient engendré il y a deux siècles la révolution industrielle; l'instrument préféré est le mouvement des capitaux, renforcé par quelques techniques complémentaires de même nature.

A partir de 1950-1951, en réaction contre ce simplisme, la spécificité et la complexité du sous-développement sont progressivement reconnues; les données sociologiques, au sens le plus large du terme, sont dégagées et l'on tente de coordonner les apports des différentes sciences intéressées. Ce point nous apparaît aujourd'hui assez solidement acquis [66] pour qu'il ne soit pas nécessaire de le développer longuement; limitons-nous à en énoncer les thèmes principaux.

Il est impossible de « traiter les problèmes de développement sans tenir compte des groupes sociaux, de leurs relations et du cadre socio-économique, institutionnel ou non qui détermine leurs rapports » [67]; il est essentiel en effet

65. *Le sous-développement : quelques ouvrages significatifs parus depuis dix ans*, p. 249-252, « Les étapes d'évolution de la littérature du sous-développement. »

66. Il a notamment été développé par Georges BALANDIER, *Sociologie des régions sous-développées, Les conditions sociologiques du développement, Motivation et stimulation économique dans les pays sous-développés;* Raymond BARRE, *Structures sociales et croissance économique. Sur les limites d'une théorie économique de la croissance;* Raymond LEDRUT, *Développement et sociologie;* Bert F. HOSELITZ ed., *The Progress of Underdeveloped Areas,* « Part. II. The Cultural Aspects of Economic Growth », p. 71-172; Bert F. HOSELITZ, *Sociological Aspects of Economic Growth.*

67. R. LEDRUT, article cité, p. 267.

de saisir l'unité structurelle fondamentale qui unit les différents facteurs d'inertie, sources de l'immobilisme socio-économique [68].

Les structures d'encadrement sont des freins efficaces au développement économique; Raymond BARRE en a dégagé les aspects principaux [69] :

- structures sociales déséquilibrées par l'absence de groupes sociaux intermédiaires, désarticulées par l'absence de communications et de mobilité verticale entre les groupes sociaux;
- structures politiques caractérisées d'une part par des institutions politiques chancelantes lorsqu'il s'agit de régimes féodaux, inadaptées si l'on tente d'implanter une démocratie à l'occidentale, d'autre part par une organisation administrative déficiente;
- structures mentales défavorables au développement, notamment dans les trois domaines essentiels : attitude à l'égard du progrès matériel, attitude à l'égard du temps, attitude à l'égard de l'accumulation.

Le poids croissant accordé aux facteurs extra-économiques a conduit certains auteurs à faire du sous-développement la simple traduction dans le domaine économique d'un phénomène général qu'ils analysent comme un phénomène de civilisation. On distingue, avec TOYNBEE [70] les sociétés en mouvement et les sociétés arrêtées et l'on s'oriente vers une « étude théorique des totalités sociales » [71]. A la limite, Norman S. BUCHANN et Howard S. ELLIS écrivent : « Les véritables problèmes fondamentaux du développement économique sont extra-économiques » [72].

Autant il paraît souhaitable de dépasser le stade d'une économique abstraite et isolée, autant les tendances à un syncrétisme des sciences sociales nous semblent receler des risques d'éparpillement et de confusion.

§ 2. LE REJET DES DÉTERMINISMES EXTRA-ÉCONOMIQUES

Le premier effort pour donner à l'économique la place centrale dans l'analyse du sous-développement consiste en la réfutation des thèses qui trouvent dans les facteurs extra-économiques l'explication principale et suffisante du phénomène.

A. *L'attitude déterministe.*

a) Confronté à l'enchevêtrement des phénomènes sociaux, l'analyste est naturellement orienté vers la recherche d'un système de relations causales

68. *Ibidem*, p. 269-273.
69. *Le développement économique : Analyse et Politique*, p. 22-24, « 2°. Les structures d'encadrement et les freins au développement. »
70. Raymond LEDRUT, article cité, p. 269.
71. *Ibidem*, p. 269.
72. *Approaches to Economic Development*, p. 406.

claires qui révèle dans l'existence de certains phénomènes simples et incontestables la clef d'une situation globale.

Dans le domaine du sous-développement, des considérations politiques renforcent cette tendance. La prise de conscience des peuples sous-développés a donné naissance à une revendication de développement; les pays avancés ont jusqu'ici témoigné soit d'un refus d'agir soit d'une large inefficacité, inefficacité elle-même due au refus d'envisager les transformations profondes de leur comportement économique qu'exigerait une politique mondiale de développement. Une des justifications du refus et de l'inefficacité tient dans la démonstration qu'il n'y a rien à faire : le « fatalisme des indigènes » est un argument commode qui révèle surtout le fatalisme confortable des nantis.

Ceci explique la multiplication des thèses présentant le sous-développement comme une manifestation inévitable des inégalités naturelles; dans cette voie toutes les disciplines extra-économiques ont été sollicitées et ont apporté leur contribution.

b) Quelques exemples nous convaincront de l'importance des attitudes déterministes :

– *le déterminisme racial* repose sur la coïncidence géographique entre les espaces de peuplement blanc et les espaces développés d'une part [73], les espaces occupés par les populations de couleur et les espaces sous-développés d'autre part [74]. Une abondante littérature a fleuri sur cette base; les conclusions des anthropologues sont cependant très prudentes [75] : les classifications raciales ne peuvent être fondées que sur des caractères physiques, rien ne permet d'affirmer que les groupes humains diffèrent par des aptitudes innées d'ordre intellectuel; les différences génétiques n'interviennent guère dans la détermination des différences sociales et culturelles entre groupes humains. Aucune considération scientifique ne permet de justifier l'idée de races supérieures, ne serait-ce que dans le domaine de l'efficacité économique.

– *le déterminisme démographique* a pour tenants les disciples, plus ou moins fidèles, de MALTHUS : contredites, par les faits dans les pays développés, leurs thèses trouvent un regain de vigueur à propos des pays sous-développés. Nous étudierons plus loin ce problème [76], disons dès maintenant qu'il est insoutenable d'accorder un rôle moteur, à fortiori un rôle déterminant, aux phénomènes

73. A l'exception du Japon, si on le considère comme pays développé; point sur lequel les économistes sont partagés.

74. Encore faut-il poser le problème de pays de l'Europe méridionale et de l'Amérique latine, cette dernière étant composée de pays à domination blanche; il reste d'autre part le cas des régions sous-développées au sein des pays développés de peuplement blanc.

75. Elles sont résumées par Jean SUTTER, *La valeur de la différenciation raciale*, avec une bibliographie, voir notamment, p. 116, 9°.

76. Cf. Chapitre 4, Section II.

démographiques; les interactions entre le niveau de développement et la densité de la population, entre le taux de croissance économique et le taux de croissance démographique sont irréductibles à une formulation aussi simpliste.

– *le déterminisme politique* puise ses origines très loin dans le temps : depuis le Mercantilisme on impute aux États sclérosés et inefficaces l'absence de développement économique; les Classiques ont repris ce thème[77] et il a été très abondamment utilisé à propos des pays sous-développés. Une de ses applications les plus récentes a été faite au colonialisme : longtemps les peuples colonisés ont vu dans la domination politique la cause unique de leur situation économique défavorable et ils ont fait de l'indépendance la clef du développement. L'expérience récente a montré combien l'indépendance politique, si elle est la condition nécessaire du développement, résout à elle seule peu de problèmes économiques et notamment combien elle modifie peu la situation de dépendance économique.

Des exemples de cet ordre pourraient être multipliés; deux d'entre eux méritent une étude plus approfondie car ils sont encore souvent acceptés : il s'agit du déterminisme géographique et du déterminisme religieux.

B. *Le déterminisme géographique*[78].

Adam Smith voyait dans l'absence de voies de communications fluviales et maritimes, l'origine du non-développement de toute une partie de la terre[79]; d'autres facteurs géographiques se sont vus depuis attribuer une importance décisive, notamment le climat et les ressources naturelles.

a) Benjamin Higgins[80] observant que la majorité des pays sous-développés sont situés entre les deux tropiques, s'interroge, après bien d'autres, sur les liaisons entre le climat et l'activité économique.

Il constate que les désavantages nés du climat s'atténuent avec le progrès scientifique et technique : la plupart des maladies qui réduisent le potentiel productif des hommes peuvent aujourd'hui être efficacement combattues; l'industrie, moyennant certaines adaptations techniques, n'est pas handicapée par le climat; seule l'agriculture paraît encore sensiblement défavorisée, mais la cause réside principalement dans l'insuffisance d'une recherche technique et agronomique centrée sur les conditions propres à ces régions, insuffisance qui ne laisse le choix qu'entre les méthodes d'exploitation locales archaïques

77. Cf. Chapitre, 1, Section II, notamment le concept de « société orientale ».
78. Nous entendons « géographie » au sens large, incluant aussi bien la géographie humaine que la géographie économique.
79. Voir sur ce point Chap. I, Section II.
80. *Economic Development*, « Chap. II. General Theories : Geographic Determinism », p. 265-273.

et les méthodes, modernes mais inadaptées, importées des pays tempérés.

Les conditions climatiques particulières exigent de l'économie un effort d'invention; elles ne paraissent pas être un obstacle insurmontable au développement.

b) L'absence de ressources naturelles pose un problème plus complexe [81] car l'expérience historique prouve que la localisation des grands foyers de développement coïncide avec celle des ressources naturelles, principalement minières. Certes on a souvent cité l'exemple de la Suisse et des Pays-Bas pour affirmer la possibilité d'un développement dans des espaces dépourvus de telles ressources; quelques cas particuliers de petite dimension ne suffisent cependant pas pour réfuter une règle générale.

L'argument principal contre cette thèse nous paraît être analogue à celui avancé à propos de l'influence des climats : les conditions géographiques, déterminantes dans une économie rudimentaire, jouent un rôle décroissant lorsque l'économie progresse et se perfectionne. Trois remarques préciseront cette idée :

– Les pays sous-développés, parce qu'ils manquent des moyens nécessaires, n'ont pas jusqu'ici établi d'inventaire précis de leurs ressources; la thèse de la pauvreté est bien souvent fondée sur l'ignorance, celle-ci apparaît comme une conséquence du sous-développement.

– Le progrès technique transforme à tout moment la gamme des ressources naturelles utiles; l'insuffisance de la recherche scientifique et technique orientée sur les besoins et sur les ressources des pays sous-développés a ici les mêmes conséquences qu'en matière de climat : l'absence de techniques originales empêche souvent l'utilisation des ressources locales. D'autre part, le progrès technique en général tend à réduire l'importance des ressources naturelles dans la combinaison productive : de plus en plus c'est l'équipement technique et une main-d'œuvre hautement qualifiée qui sont l'élément principal; la localisation de ces facteurs est beaucoup moins soumise aux conditions géographiques.

– Les ressources naturelles ne constituent pas une donnée fixe, leur utilité économique dépend de l'organisation de l'ensemble de l'économie : existence d'une infrastructure économique, de facteurs de production complémentaires, de moyens de financement, dimension du marché, etc.

Les ressources naturelles ne sont donc pas le facteur déterminant du niveau de développement; leur existence comme biens économiques est au contraire largement soumise à celui-ci. C'est le progrès technique et économique qui crée les ressources naturelles et non l'inverse.

81. Voir par exemple sur ce point : P. T. BAUER and B. S. YAMEY, *The Economics of Underdeveloped Countries*, « Chap. IV, Natural Resources », p. 43-57; Jacob VINER, *Stabilité et Progrès : les problèmes de la pauvreté;* « Les handicaps internes ».

C. *Le déterminisme religieux.*

Il a été et il reste encore souvent soutenu que les religions ont déterminé le comportement économique des peuples; en ce domaine deux exemples complémentaires sont avancés : celui du protestantisme, moteur de l'expansion capitaliste, celui de l'Islam, type de religion incompatible avec le développement économique.

a) Analysant l'essor du capitalisme aux XVIe et XVIIe siècles et trouvant dans les pays protestants les foyers les plus vigoureux de cette transformation, Max WEBER [82] aboutit à la conclusion que la Réforme a engendré l'esprit capitaliste moderne.

L'économie médiévale soumet l'activité économique aux lois de la morale religieuse, un des exemples les plus marquants de cette attitude étant la prohibition du prêt à intérêt. D'autre part, elle voit dans les tâches de production un domaine inférieur, une contrainte terrestre; elle ignore l'accumulation et consacre ses excédents à de grandes réalisations improductives. La Réforme rompt cet équilibre statique. Au plan de l'organisation sociale, elle libère l'économie de la domination d'une société cléricale. Au plan des comportements individuels, elle fait du travail et de l'activité productive un devoir pour l'homme, non pas en considération de sa réussite terrestre, mais en vue de la glorification de Dieu; combinant à cet idéal laborieux une obligation de frugalité, elle établit les conditions de l'accumulation de biens productifs.

Les thèses de Max WEBER se sont vues reprocher leur simplisme et contester leur véracité historique [83] en plusieurs domaines.

– Les premières formes du capitalisme en Italie et dans les Flandres sont antérieures à la Réforme; les grandes découvertes du XVIe siècle ne lui doivent rien; la Réforme arrive alors que le capitalisme a connu plusieurs siècles de progrès et de lente extension.

La Réforme a été, à l'origine, chez LUTHER et même chez CALVIN aussi conservatrice que le christianisme médiéval; elle a notamment été violemment hostile à l'individualisme, élément essentiel de l'esprit capitaliste; c'est dans la deuxième moitié du XVIIe siècle seulement, soit après la première révolution industrielle, que la grande bourgeoisie donnera du protestantisme une formulation économiquement progressiste.

Faut-il alors suivre ROBERTSON et ne faire de l'évolution idéologique qu'une réplique fidèle des transformations économiques ? Les états successifs du pro-

82. Max WEBER, *The Protestant Ethic and the Spirit of Capitalism*, 1re ed., 1904.

83. Les principaux ouvrages sont ceux de R. H. TAWNEY, *La Religion et l'Essor du capitalisme*, 1re éd., 1933; H. M. ROBERTSON, *Aspects of the rise of economic individualism.* Plusieurs mises au point récentes clarifient le débat : G. BATAILLE, *Morale puritaine et capitalisme;* G. LEFORT, *Capitalisme et Religion au XVIe siècle;* J. U. NEF, *La naissance de la civilisation industrielle et le monde contemporain*, « Chap. 6, La Réforme », p. 128-152; H. LUTHY, *Calvinisme et Capitalisme.*

testantisme correspondraient aux tâtonnements de la bourgeoisie cherchant une doctrine qui réponde aux exigences objectives des conditions de la production. Ce serait nier l'effet révolutionnaire de la Réforme : elle brise le monde clérical; par elle, la bourgeoisie « prend conscience d'elle-même en s'assurant qu'elle représente une vérité universelle[84] ». Observant la coïncidence de la révolution économique et de la révolution religieuse, nous refusons avec Claude LEFORT[85], « les deux thèses qui feraient de l'une le simple résultat de l'autre »; il y a eu communication entre les deux phénomènes, l'un économique, le capitalisme, l'autre idéologique, le protestantisme, grâce auxquels la bourgeoisie a su construire sa domination.

b) Tentons la contre-épreuve à propos de l'Islam; cette religion est choisie avec prédilection lorsqu'on entend illustrer des comportements « fatalistes », « résignés », obstacles insurmontables au développement économique.

Ce qui était outrance, il y a quelques décennies, fait l'objet, chez certains auteurs modernes, d'une analyse plus scrupuleuse et, par là, plus nuancée Ainsi, René GENDARME[86] analysant la « résistance des facteurs socio-culturels au développement », reconnaît d'une part l'absence de liens de causalité directe entre religion et développement économique, d'autre part l'absence d'obstacles réels à l'activité économique dans les obligations religieuses, mais il souligne que dans les sociétés attardées la religion est le support de la civilisation et qu'en l'occurence la civilisation islamique a produit plusieurs siècles d'immobilisme économique et social. Quelles en sont les raisons ? Elles tiennent, en premier lieu, à certains caractères spécifiques de la civilisation, notamment le nomadisme et l'idéologie guerrière[87], en second lieu, à des traits retardataires : condition inférieure de la femme, habitudes et techniques ancestrales, complexité du statut foncier.

Même sous cette forme souple, admettant que c'est moins la religion qui est en cause qu'une certaine interprétation de la religion, les thèses de René GENDARME ont été critiquées par d'autres auteurs. Pour Gérard DESTANNE DE BERNIS[88], s'appuyant sur les travaux de Jacques AUSTRUY[89], deux propositions sont essentielles :

84. Claude LEFORT, article cité, p. 1905, Dans le même sens, les textes cités plus haut de John U. NEF et de Georges BATAILLE.

85. *Ibidem*, p. 1 903.

86. *L'Économie de l'Algérie*, « 1re Partie, Chap. II, La résistance des facteurs socio-culturels au développement, Section I, L'Islam et l'activité économique ».

87. Sur ce point René GENDARME s'appuie sur les analyses de Joseph SCHUMPETER, *The Sociology of Imperialism*, p. 34 et suivantes; l'argument nous semble à double tranchant car SCHUMPETER souligne précisément dans ce texte que la religion n'est pas un facteur indépendant, qu'elle est liée à un conditionnement social et qu'un peuple pacifique n'aurait pas donné naissance et en tout cas n'aurait pas répondu à un tel appel religieux.

88. *Islam et Développement Économique*.

89. *Vocation Économique de l'Islam*, p. 151-122; *Structure Économique et Civilisation. L'Égypte et le destin économique de l'Islam*, surtout; 2e Partie, Chap. I, « Section V. Les Dominantes Économiques », p. 245-254.

– Ce n'est pas l'Islam qui s'oppose à la propagation du progrès économique c'est la situation caractéristique de toute civilisation rurale analphabète, largement soumise dans son activité productive à des facteurs aléatoires tel le climat; le fatalisme est l'attitude des groupes sociaux qui n'ont pas été libérés des contraintes naturelles par le progrès technique.

– Si l'Islam semble incompatible avec le développement d'un système capitaliste, il ne l'est pas avec « d'autres systèmes économiques susceptibles d'assurer le développement économique [90]. » Cette hostilité de l'Islam au capitalisme a été également mise en lumière par Jacques AUSTRUY [91]; elle conduit les deux auteurs non pas à en déduire une contradiction entre Islam et Progrès, mais à rechercher les caractères d'un système économique fondé sur les exigences et sur le contenu positif de la religion musulmane, tirant parti de la plasticité de celle-ci.

Nous parvenons donc à des conclusions parallèles à celles tirées de l'étude du protestantisme : le fait religieux comme tous les faits de civilisation exerce une influence directe sur le développement économique; il serait erroné de présenter l'un des deux phénomènes comme la conséquence nécessaire de l'autre [92]. L'économiste peut trouver de chaque religion une formulation compatible avec le développement à condition que le projet de développement respecte les exigences profondes de cette religion [93]. Il n'existe pas de déterminisme religieux en matière de sous-développement.

Le rejet des déterminismes extra-économiques est une première étape dans notre effort pour justifier une analyse économique du sous-développement; la seconde démarche plus ambitieuse aura pour but d'accorder à l'économie la priorité sur les autres sciences sociales.

90. G. DESTANNE DE BERNIS, article cité, p. 108.

91. Ouvrages cités, notamment le second, p. 245-254.

92. Traitant des déterminismes extra-économiques, nous nous sommes limités ici à une critique des analyses tendant à accorder aux faits religieux une action déterminante sur les faits économiques. Soulignons cependant que l'attitude inverse apparaît également inacceptable. Henri DESROCHES a montré que, même dans l'analyse marxiste, il n'est pas possible de réduire les rapports entre économie et religion à une simple correspondance de l'infrastructure et de la superstructure. A travers l'histoire, le fait religieux se voit reconnaître chez ENGELS et chez MARX des caractères autonomes, il entretient avec l'économique des relations dialectiques; cf. H. DESROCHES, *Religion et développement. Le thème de leurs rapports réciproques et leurs variations*, spécialement « II. Aliénation religieuse et développement social », p. 14-20.

93. Nous n'entendons pas par là soumettre l'économie à une « théologie du développement » mais montrer que l'économiste qui désire ou qui estime nécessaire à l'efficacité, le respect de la religion d'un peuple, peut en trouver une formulation compatible avec le projet de développement.

§ 3. PRIMAUTÉ DE L'ÉCONOMIE

Le phénomène de sous-développement ne peut être analysé valablement que grâce à la coopération de toutes les sciences sociales : économie, sociologie, démographie, anthropologie, géographie économique et humaine, psychologie, etc. Aucune de ces sciences ne peut prétendre apporter une explication totale.

L'exactitude de telles conclusions provoque un sentiment de confusion et d'impuissance; comment construire un modèle et un plan qui intègrent de façon claire et opérationnelle des données de nature aussi diverse, comment définir des objectifs et des priorités alors que chacune des disciplines œuvre selon sa logique propre ? Il nous semble trop facile de mettre à égalité les différents spécialistes et de rechercher l' « homme de synthèse »; on risque de s'orienter alors plus vers un syncrétisme savant que vers une théorie des « totalités sociales [94]. » A l'opposé, nous tenterons de soutenir en ce domaine la primauté de l'économie.

Si l'on considère le sous-développement en tant que phénomène, en tant qu'objet d'étude scientifique, ce qui a été dit sur la complémentarité des différentes sciences sociales reste incontestable, mais si l'on s'attache au sous-développement en tant que problème, en tant que situation non-satisfaisante [95] exigeant une thérapeutique, en tant qu'expression de besoins non-satisfaits exigeant une politique pour y répondre, alors le sous-développement apparaît fondamentalement comme un problème technico-économique.

Précisons le contenu de cette distinction entre phénomène et problème. Envisageons par exemple la croissance démographique rapide considérée comme une caractéristique du sous-développement; ceci ne signifie pas que les pays ainsi caractérisés soient sous-développés sur le plan démographique, la thèse inverse serait plus vraisemblable; on range la croissance démographique parmi les caractères du sous-développement parce qu'un taux de croissance démographique élevé combiné à un taux d'épargne faible, le coefficient de capital étant supposé constant, rend très difficile la mise en œuvre de la croissance économique; c'est donc celle-ci qui est la base de référence. De même, si l'on prouvait, ce que nous avons contesté, que certaines religions s'opposent à la croissance économique, on pourrait parler d'aspects religieux du phénomène du sous-développement, mais non de sous-développement religieux.

Pour généraliser, nous affirmerons que le sous-développement pose un problème à cause de la non-couverture des coûts de l'homme et de la disparité croissante observée à l'échelle mondiale entre les niveaux de développement. Il est essentiellement un fait d'inefficacité économique, les autres sciences

94. Cf. note (71).
95. On pourrait dire « insupportable ».

sociales sont introduites dans l'analyse parce qu'elles contribuent à expliquer l'inefficacité économique mais il serait absurde de parler de sous-développement démographique, religieux ou psychologique, rien ne permet non plus d'établir une hiérarchie entre les civilisations [96]; le sous-développement, s'il exprime une infériorité relative, ne se situe que dans un domaine technico-économique [97]. Le problème qu'il pose est celui de la mise en œuvre d'un processus de développement économique; sa réalisation exigera des transformations complémentaires dans les comportements psychologiques, les structures sociales, les institutions politiques mais ce sont les objectifs de nature économique qui détermineront de telles mesures.

C'est en ce sens que nous paraît justifiée une analyse économique du concept de sous-développement : l'essence du problème est de nature économique.

SECTION III. LE CONCEPT

Nous avons successivement envisagé le sous-développement comme un phénomène puis comme un problème, il reste à préciser ce que nous entendons par concept de sous-développement. Le concept est d'abord un instrument d'analyse dont il importe de préciser les caractères et la fonction; il est aussi un rassemblement de connaissances concrètes et nous devrons faire l'inventaire des matériaux disponibles en matière de sous-développement; un concept est finalement le fruit d'une enquête scientifique dont nous aurons à justifier la démarche.

§ 1. L'INSTRUMENT D'ANALYSE

a) Le terme de concept est couramment employé dans la littérature économique, mais il y est très rarement défini; on distingue mal le concept, la notion, l'idée.

On sait que le concept (Begriff) a acquis un contenu précis dans l'œuvre de KANT; il y est défini comme « une représentation générale de ce qui est commun à plusieurs objets, par conséquent aussi une idée susceptible d'entrer dans celle de plusieurs choses différentes [98]. » Le concept rassemble les propriétés caractéristiques qui s'appliquent à tous les êtres ou tous les objets de la même espèce et qui les distinguent des membres des autres espèces. Plus généralement

96. Cf., sur ce point, Paul MUS, *Situation du Tiers-Monde*, Cheikh HAMIDOU KANE, *Comme si nous nous étions donné rendez-vous;* Paul RICŒUR, *Civilisation universelle et cultures nationales.*

97. Benjamin HIGGINS insiste très justement sur ce point, *Economic Development*, p. 7-8; il montre avec humour que dans bien des domaines de la culture, de la civilisation et des valeurs spirituelles, il serait souvent utile d'organiser un « reverse technical assistance program ».

98. Cf. P. SOUQUET, article « Concept », in « La Grande Encyclopédie », Tome XII, p. 294.

Gaston VIAUD a présenté le concept comme « le symbole abstrait et général qui est la somme de toutes les connaissances que nous possédons sur une classe de choses ou d'êtres [99] ».

L'épistémologie moderne [100] a ajouté à cette perspective abstraite une dimension historique; le concept est sans cesse en construction, en transformation, en déformation, en élargissement :

« Le concept scientifique correspondant à un phénomène particulier est le groupement des approximations successives bien ordonnées. La conceptualisation scientifique a besoin d'une série de concepts en voie de perfectionnement (...). Cette conceptualisation totalise et actualise l'histoire du concept. Au delà de l'histoire, poussée par l'histoire, elle suscite des expériences pour déformer un stade historique du concept [101]. »

Il nous apparaît essentiel de garder présente ces deux optiques : le concept, savoir unifié, synthèse ordonnée des connaissances rassemblées à un instant donné et le concept, effort d'idonéisme, approche constamment modifiée d'un phénomène concret [102]. Disons avec Gilles-Gaston GRANGER qu'il faut donner au concept économique « sa double signification, construction idéale abstraite, système de visée cohérente, d'une part; et d'autre part, instrument révisable et périssable d'une activité concrète qui dépasse la science elle-même [103]. »

Nous sommes amenés à envisager le concept non comme un savoir figé mais comme un instrument actif d'analyse et même d'intervention; il n'est pas un élément neutre, objectif, il traduit au contraire un rapport de l'homme au monde [104]. Approfondissons les conséquences de cette attitude.

b) *Concept et jugement.* Tous les logiciens et psychologues modernes, affirme Abel REY, à l'exception de quelques aristotéliciens tenaces, reconnaissent que concept et jugement ne font qu'un :

« Il ne saurait exister de concept pur séparé de l'opération prédicatoire, discursive par excellence et élément de toutes les autres [105]. »

Admettre l'existence d'un concept de sous-développement, suppose au

99. Gaston VIAUD, *L'intelligence, son évolution et ses formes*, p. 70.

100. Gaston BACHELARD a poursuivi dans plusieurs ouvrages une réflexion extrêmement riche et suggestive sur le concept dans les sciences mathématiques et physiques; Cf. *Le nouvel esprit scientifique, La formation de l'esprit scientifique, Le rationalisme appliqué.* Gilles-Gaston GRANGER a entamé le même effort à propos de la science économique; cf. principalement: *Méthodologie économique.*

101. Gaston BACHELARD, *La formation de l'esprit scientifique*, p. 61.

102. Gaston BACHELARD écrit : « C'est au moment où un concept change de sens qu'il a le plus de sens, c'est alors qu'il est en toute vérité un événement de la conceptualisation » *Le nouvel esprit scientifique*, p. 52.

103. G. G. GRANGER, *Méthologie économique*, p. 25.

104. Citons encore G.-G. GRANGER, ouvrage cité, p. 23 : « Un concept est un outil et une histoire, c'est-à-dire un faisceau de possibilités et d'obstacles, engagé dans un monde vécu. »

105. *Encyclopédie française, Tome I. L'outillage mental*, – 1er partie. De la pensée primitive à la pensée actuelle » par Abel REY, p. 1-18-3, « Unité du concept et du jugement ».

moins, comme nous l'avons vu plus haut [106], l'énoncé de deux types de jugements : un jugement sur l'insuffisance du niveau de développement et il faudra préciser par rapport à quoi est mesuré l'insuffisance, puis un jugement sur la nature de l'insuffisance : le sous-développement concerne un certain type d'activités humaines, les activités technico-économiques.

Ainsi, selon la formule de Gaston VIAUD, le concept est « un système de jugements virtuels [107] » ; de ce premier point de vue déjà, il n'est pas un élément neutre, il ne traduit pas un langage commun à tous les économistes [108].

c) *Concept et Options.* Le concept ne contient pas seulement des jugements scientifiques sur le contenu de la notion étudiée, il traduit des options éthiques qu'on chercherait en vain à éliminer. Gunnar MYRDAL [109] a mis l'accent sur l'impossibilité d'étudier la réalité sociale autrement que du point de vue des idéaux humains :

« L'implication de valeur inhérente à nos principaux concepts représente l'intérêt que nous portons à une matière, assure une orientation de nos démarches intellectuelles et une signification à nos déductions. Elle pose les questions sans lesquelles il n'y a pas de réponse [110]. »

Le danger n'est pas dans la présence de ces nécessaires options; il réside dans le fait que, sous prétexte d'objectivité, on évite de les formuler; sous jacentes, elles conditionnent des analyses qui se veulent pragmatiques et techniques. L'honnêteté et la liberté de la recherche posent en ce domaine deux exigences :

- la claire formulation des postulats de valeur, levant toute ambiguité sur la signification du travail entrepris;
- la réduction à l'essentiel des ces options initiales, pour éviter qu'une éthique exogène n'étende son magistère sur l'ensemble des démarches de la pensée économique.

106. Cf. Sections I et II; voir aussi Georges BALANDIER, *Les Pays sous-développés : aspect et perspectives*, p. 29-30, « Le concept de sous-développement ».

107. Gaston VIAUD, *L'Intelligence. Son évolution et ses formes*, p. 72.

108. Cf. dans ce sens Gaston BACHELARD, *La formation de l'esprit scientifique*, p. 17-19

109. *Une économie internationale*, « Chap. II. Le point de vue », p. 11-20, « Appendice. Note méthodologique sur les concepts et les postulats de valeur », p. 475-481.

110. Ouvrage cité, p. 475, et dans le même sens :

« ... dans les sciences sociales, nos concepts essentiels sont chargés de valeur de par une nécessité logique, et doivent être définis par rapport à des postulats de valeur », *ibidem*, p. 18.

Ou encore, G.-G. GRANGER, *Méthodologie économique*, p. 17 : « Aussi bien est-il difficile de philosopher sur les procédés de la science économique, sans philosopher sur les buts de l'activité économique. »

Un économiste aussi peu engagé, aussi méfiant à l'égard des doctrines que Jacob VINER ne reconnaît pas moins l'existence des jugements de valeur et des options sous-jaccents :

« Pourquoi certains pays sont-ils beaucoup plus pauvres que d'autres? Cette question constitue un défi que l'économiste peut relever de bien des façons en fonction de son orientation méthodologique, de ses goûts, de sa formation, de ses vues personnelles et de l'usage qu'il pense qu'on fera peut-être de sa réponse », *Stabilité et Progrès : les problèmes de la pauvreté*, p. 44-45.

Quel sera notre point de départ ? Une « idéologie économique » nous est proposée : « le plein emploi, à l'échelle du monde, de toutes les ressources matérielles et humaines, favorisé dans le dessein de procurer à chacun les conditions matérielles, jugées nécessaires par les sciences, de son plein épanouissement [111].

Cette idéologie, « postulat et modèle normatif du savoir économique [112] », présente un double avantage. En premier lieu, elle prolonge logiquement la définition d'attente que nous avions choisie pour le concept de sous-développement : elle donne pour objectif la couverture des coûts de l'homme; prenant en considération à l'échelle du monde les besoins de chacun, elle considère comme non-satisfaisantes les inégalités considérables de niveau de vie entre groupes sociaux.

En second lieu, la formulation est assez générale pour laisser toute liberté à la recherche : elle n'implique aucune explication a priori du sous-développement, elle n'est liée au départ à aucun système économique, à aucun modèle de développement; elle conduit seulement à rejeter tout système qui en longue période maintiendrait des gaspillages massifs ou amplifierait les inégalités entre groupes sociaux et entre espaces économiques.

d) *Concept et Action.* Raymond ARON étudiant les quatre niveaux de la conceptualisation, montre qu'elle part de la théorie pour aboutir à travers la sociologie et l'histoire à la praxéologie [113]. En effet toutes les sciences, à l'exception des mathématiques, ont pour objet final la détermination de règles de décision [114] :

« ... Les concepts scientifiques ne sont pas seulement des objets de contemplation rationnelle, mais aussi des instruments d'effraction du monde où nous sommes [115]. »

Si les postulats de valeur sont antérieurs à l'élaboration progressive du concept, les règles de décision, indissociables du concept, n'en sont que le produit final. C'est du concept construit que sont déduits les projets et les politiques. Le postulat de valeur donne l'orientation initiale; la norme d'action traduit la conclusion théorique. Le contenu des politiques n'est pas du domaine de notre recherche mais nous retiendrons que le concept n'est pas une construction rationnelle satisfaisante en elle-même, qu'il n'a de signification qu'en ce qu'il fonde une praxéologie.

111. François PERROUX, *Qu'est-ce que le développement?*, p. 24.
112. *Ibidem*, p. 24.
113. Raymond ARON, *Paix et guerre entre les nations*, « Introduction. Les niveaux conceptuels de la compréhension », p. 13-30 et spécialement p. 20-27.
114. Cf. dans ce sens G.-G. GRANGER, ouvrage cité, p. 11-13 et 23-25, ou encore Gaston BACHELARD, *Le nouvel esprit scientifique*, – Introduction : « – Les enseignements de la réalité ne valent qu'autant qu'ils suggèrent des réalisations rationnelles », p. 9.
115. G.-G. GRANGER, ouvrage cité, p. 24.

Nous avons défini un objectif en analysant le caractère et les attributs du concept tel que nous visons à le construire; il faut maintenant présenter l'inventaire des ressources disponibles pour cette tâche.

§ 2. LES MATÉRIAUX

a) La prise en considération du sous-développement comme problème original n'est pas antérieure, nous l'avons dit, à la deuxième guerre mondiale; ce fait crée une nette coupure dans le contenu et l'utilisation possible de la littérature économique qui nous intéresse.

Rappelons tout d'abord que le phénomène de sous-développement, tel qu'il a été défini plus haut [116], apparaît au plus tôt avec la révolution industrielle; les écrits antérieurs à la fin du XVIIIe siècle ne peuvent donc être ici d'une utilité directe. Dans la période 1775-1940, deux types d'analyses présentent un intérêt pour notre étude, sans qu'aucune d'elles ne s'attaque directement au problème du sous-développement.

En premier lieu, s'élabore depuis Adam Smith jusqu'à Schumpeter, une théorie du développement. Cette théorie est en fait consacrée au seul développement du petit groupe des pays occidentaux en cours d'industrialisation, mais elle est formulée en termes généraux; nous devons donc vérifier sa validité dans le cas des économies sous-développées [117].

En second lieu, à partir de la fin du XIXe siècle, apparaissent des études visant spécialement les pays colonisés : de nombreux auteurs à la suite de Paul Leroy-Beaulieu [118] s'interrogent sur la rentabilité des possessions coloniales pour la métropole, d'autres, après Hobson [119], analysent la colonisation et plus généralement l'impérialisme, comme une tare du développement capitaliste. Dans les deux cas, une description des économies soumises à domination est présentée mais l'objet central de l'analyse reste la situation des pays avancés : démonstration de la rationalité de la colonisation pour les premiers auteurs, explication de la survie du capitalisme et mise en évidence de ses effets néfastes chez les seconds.

Jusqu'au terme de cette première période l'analyse économique se développe en fonction et à l'usage des pays avancés; l'apparition du phénomène de sous-développement n'est pas perçue, l'existence des pays sous-développés n'est

116. Cf. Section I, parag. 2.

117. Plusieurs auteurs ont entrepris ce travail; cf. par exemple, B. Higgins, *Economic Development*, « Part. 2 – Principles : General Theories of Development »; Irma Adelman *Theories of Economic Growth and Development;* G. M. Meier and R. E. Balwin, *Economic Development*, « Part. I, Theories of Economic Development »; G. Leduc, *Les pays sous-développés et leurs problèmes*, « Chap. VIII, Le sous-développement et la pensée économique ».

118. Paul Leroy-Baulieu, *De la colonisation chez les peuples modernes*, 1874.

119. John A. Hobson, *Imperialism, a study*, 1902.

constatée que par le biais des relations qu'entretiennent avec eux les pays développés.

Au contraire, à l'issue de la seconde guerre mondiale, le sous-développement pose problème et les études qui lui sont spécialement consacrées vont se multiplier. Yves LACOSTE [120] a distingué trois phases dans l'évolution des quinze dernières années :

– La première phase est issue d'une dénonciation de la misère et de la faim; on croit pouvoir y rémédier en créant dans les économies sous-développées le processus de développement qui a fait ses preuves dans les pays avancés : c'est le manque de capitaux, l'absence d'« entrepreneurship », la non-réalisation du plein-emploi qui sont les points de départ de l'analyse.

– La seconde phase, à partir des années 1950-1951, part du constat d'échec de la précédente méthode; elle est caractérisée par un effort de réalisme, de description des phénomènes concrets, par un souci de rassemblement des résultats apportés par les différentes sciences sociales; le caractère spécifique du sous-développement est reconnu.

– La troisième phase, depuis 1959-1960, est caractérisée par l'élaboration, à partir du bilan de quelques expériences locales, de politiques du développement spécifiques aux économies sous-développées.

Il est certain que ce découpage n'indique que des tendances générales; l'examen des textes fait souvent apparaître la juxtaposition des différentes attitudes.

b) Les conditions historiques de prise de conscience du problème du sous-développement, et notamment le clivage que nous venons de décrire, ont donné un contenu indiscutable à une distinction apparemment formelle en science économique, la distinction entre induction et déduction.

Le débat majeur au XIXe siècle entre les partisans de l'une ou l'autre méthode est généralement rangé aujourd'hui au rayon des faux problèmes [121]; on admet, sans plus long procès, qu'induction et déduction sont nécessaires et complémentaires [122]. Pourtant notre domaine constitue un cas particulier à cause du décalage historique considérable entre théories générales et connaissances concrètes. Jusqu'à une date toute récente, deux catégories de travaux se distinguent nettement.

Pour certains économistes, le sous-développement est un phénomène dont la théorie économique existante peut rendre compte de façon satisfaisante. P. T. BAUER et B. S. YAMEY ont soutenu cette position sans équivoque :

120. Y. LACOSTE, *Le sous-développement, quelques ouvrages significatifs parus depuis dix ans*, p. 249-252, « Les étapes d'évolution de la littérature du sous-développement ».

121. Cf. A. MARCHAL, *Méthode scientifique et science économique*, « Tome I, Le conflit traditionnel des méthodes et son renouvellement ».

122. A. MARCHAL. (Ouvrage cité, p. 9) cite la formule classique de SCHMOLLER : « Induction et déduction nous sont aussi nécessaires pour raisonner que les deux jambes pour marcher. »

« Il n'y a pas de théories économiques ou de méthodes d'analyse particulières construites uniquement pour l'étude du monde sous-développé [123]. »

Le concept de sous-développement est donc intégré dans la théorie économique, ou plus exactement dans les théories économiques, et les économistes des pays développés, capitalistes ou socialistes, proposent le transfert de leurs expériences et de leurs techniques de développement dans les pays sous-développés [124]. Ils s'efforcent de démontrer que l'appareil théorique qu'ils utilisent reste valable, moyennant parfois certaines modifications ou adaptations.

D'autres auteurs, à l'opposé, prônent le rejet de « la théorie économique traditionnelle », qui « n'est pour une grande part qu'une rationalisation des intérêts des pays industriels, qui en sont les promoteurs et l'ont développée par la suite [125] »; seule une théorie nouvelle fondée sur une « recherche de science sociale empirique, étendue et approfondie [126] » peut rendre compte du phénomène essentiellement original qu'est le sous-développement et construire un concept réaliste.

La méthode est, au départ, purement descriptive. La progression s'effectue dans deux directions : en premier lieu, les auteurs passent progressivement de la description à l'explication; en second lieu, les observations touchant initialement une région, un pays ou un petit groupe de pays tendent, au fur et à mesure que les travaux de cette nature se multiplient, à s'appliquer à l'ensemble du monde sous-développé. Les caractères centraux, les types principaux, les mécanismes-clefs du sous-développement sont peu à peu dégagés. La démarche est essentiellement inductive.

Comment utiliser l'immense documentation aujourd'hui disponible ? Il est frappant de constater combien les considérations purement théoriques y sont rares [127]; les auteurs se sont principalement attachés à la description du phénomène et à la définition des politiques. Il est évident que ces analyses supposent une conception plus ou moins élaborée du sous-développement, mais le concept n'est pas formulé, les débats ont rarement lieu à ce niveau. La recherche et la formulation des concepts sous-jacents sera donc une partie importante de notre travail; nous avons montré qu'un concept se prolonge nécessairement en normes d'action; ce sont fréquemment les politiques de

123. P. T. Bauer and B. S. Yamey, *The economics of underdeveloped countries*, p. 8.

124. Cette attitude est mise en évidence par Gilbert Blardone, *Note sur le sous-développement et l' « idée d'économie progressive »*, p. 91-95.

125. G. Myrdal, *Théorie économique et pays sous-développés*, p. 118. Le thème est largement développé par Gunnar Myrdal dans les chapitres VIII, p. 117-123, et XII, p. 185-190.

126. *Ibidem*, p. 188.

127. Nous n'avons, par exemple, trouvé qu'une seule fois une analyse placée sous le titre : « le Concept de sous-développement »; il s'agit du cours de Georges Balandier, *Les pays « sous-développés » : Aspects et perspectives*, p. 28; encore ce paragraphe n'occupe-t-il que trois quarts de page.

développement proposées qui sont les plus révélatrices du concept implicite. Nous sommes ainsi amenés, en dernier lieu, à exposer et justifier la méthode que nous adopterons pour isoler les concepts et pour faire un choix.

§ 3. LA DÉMARCHE DE CONCEPTUALISATION [128]

Nous avons analysé plus haut les attributs et les fonctions du concept; les conclusions de cette recherche, et non la commodité de la présentation, commandent les options méthodologiques.

A. *Choix d'une méthode.*

a) Si nous acceptions la définition du concept proposée par Gaston VIAUD [129], nous serions orientés vers une présentation analytique et logique. C'est l'option faite par de nombreux ouvrages généraux traitant du problème d'ensemble du sous-développement [130]; les différents aspects en sont successivement abordés : ressources naturelles, ressources humaines et problèmes démographiques, ressources en capitaux et problèmes de financement, nature des activités économiques, organisation du marché, infrastructure, institutions politiques et économiques, relations avec l'extérieur, etc.

Une telle démarche nous paraît relever plutôt de la formulation d'une théorie que de la formulation d'un concept; nous entendons par là que la théorie a vocation à l'exhaustif, elle tend vers une explication complète des différentes manifestations d'un phénomène, alors que le concept a vocation à l'essentiel; il doit mettre en évidence les caractères fondamentaux, les mécanismes déterminants [131].

Cette méthode présente, dans notre perspective, un second inconvénient : elle fournit une synthèse cohérente en choisissant parmi les thèses contradictoires les éléments d'une construction homogène. Notre souci est, à l'opposé, de mettre en évidence les incompatibilités, de saisir la profondeur des oppositions pour dégager le caractère dialectique de l'élaboration du concept.

b) Cette dernière remarque nous orienterait vers une *méthode historique;* un concept est une histoire [132]; il révèle sa pleine signification non dans son

128. Outre les ouvrages cités dans le texte, nous avons utilisé l'ouvrage d'andré MARCHAL, *Méthode scientifique et science économique.*

129. Cf. section III, note 99 : « Symbole abstrait et général qui est la somme de toutes les connaissances que nous possédons sur une classe de choses ou d'êtres. »

130. Voir par exemple : P. T. BAUER et B. S. YAMEY, *The economics of underdeveloped countries*; L. W. SHANNON ed., *Underdeveloped areas;* G. LEDUC, *Les pays sous-développés et leurs problèmes.*

131. Cette distinction portant sur un point précis n'épuise évidemment pas le problème des rapports entre concept et théorie.

132. Cf. Citation de G.-G. GRANGER, section III, note 104.

expression à un moment donné mais dans ses transformations successives, dans ses progrès vers la réalité et vers la généralité.

Si riche que soit une telle approche, elle nous semble malheureusement inadaptée au sujet qui nous occupe. Le concept de sous-développement, en effet, n'a pas d'histoire; il est possible de suivre l'histoire du concept de développement ou du concept d'impérialisme; le concept de sous-développement est trop récent pour qu'une analyse de cette nature puisse donner des résultats [133].

Les phases indiquées par Yves LACOSTE [134] marquent la date de naissance d'attitudes nouvelles mais nullement les limites de périodes qui seraient marquées par l'apparition, l'approfondissement puis le dépassement de concepts originaux. Nous pouvons, en 1963, étudier l'émergence du concept de sous-développement; il faudra attendre quelques décennies avant d'en écrire l'histoire.

c) Ce caractère particulier de notre concept détermine finalement le choix de la méthode : il y a quinze ou vingt ans un problème nouveau a été posé à la science économique; elle a disposé pour l'étudier, d'une part, d'une quantité rapidement croissante de renseignements concrets, d'autre part, d'une gamme d'instruments d'analyse, fruit de plusieurs siècles de recherches et d'expériences. Dans cette situation, quelles ont été les attitudes, les méthodes d'approche, les options préalables des économistes ?

Le premier effort à réaliser est la présentation d'une phénoménologie du concept, essai de description et de hiérarchisation des différentes modalités de visée du phénomène [135].

Si nous dressons le « spectre épistémologique [136] » du concept de sous-développement, ce n'est pas dans un but purement descriptif; notre objectif est de discerner les lignes de progression de la recherche économique, de dégager finalement quelques éléments solides constituant l'acquis de la période actuelle et la base de nouvelles recherches et d'un nouveau dépassement du concept.

Nous avons pour objectif de décrire et de hiérarchiser les modalités de visée du concept; selon quels critères ordonner les différentes méthodes d'analyse ?

133. Ainsi, lorsque des ouvrages consacrés au sous-développement contiennent une partie d'histoire de la pensée, il s'agit alors d'une histoire des théories du développement ou de la croissance et non d'une histoire des théories ou du concept de sous-développement.

134. Cf. plus haut, Section III, parag. 2.

135. G.-G. GRANGER, *Méthodologie économique*, p. 23. Cf. dans le même sens, G. BACHELARD, *La formation de l'esprit scientifique*, p. 17-18. : « A une même époque, sous un même mot, il y a des concepts si différents! (...) L'épistémologie doit donc s'efforcer de saisir les concepts scientifiques dans des synthèses psychologiques effectives, c'est-à-dire dans des synthèses psychologiques progressives, en établissant, à propos de chaque notion, une échelle, de concepts, en montrant comment un concept en a produit un autre, s'est lié avec un autre. »

136. Nous empruntons le mot et la méthode à G.-G. GRANGER, ouvrage cité, « 1re partie, Le concept économique d'équilibre », « Chap. I, Spectre épistémologique du concept d'équilibre. »

B. *Choix d'un plan.*

Il paraît essentiel au départ de reconnaître qu'un concept de sous-développement ne paut prendre une signification qu'au sein d'une théorie du développement. Raymond Aron a justement insisté sur ce préalable :

« Il est déraisonnable de chercher une définition positive et directe du sous-développement puisque ce concept est, par essence, comparatif [137]. »

C'est donc le type de relation établie entre les deux concepts de développement et de sous-développement qui est primordial dans un effort de mise en ordre. L'examen de la littérature économique fait apparaître une division majeure.

a) Pour un ensemble d'auteurs, et Raymond Aron explicite rigoureusement cette attitude, le terme de sous-développement caractérise ce que les sociétés ne sont pas, à savoir développées; il ne caractérise pas positivement ce qu'elles sont. Le terme de sous-développement sert à désigner les formes contemporaines d'une catégorie historique hétéroclite rassemblant toutes les sociétés qui n'ont pas organisé leur développement, qui n'ont pas réussi à construire une économie industrielle moderne.

S'il existe un « scandale du développement » [138], si le développement apparaît comme un phénomène historique exceptionnel, le sous-développement, ce sera tout le reste; il sera dès lors analysé comme un échec devant le développement.

A la limite, la notion perdra tout intérêt puisqu'elle n'a qu'un contenu résiduel : « Au lieu de chercher une définition cohérente et intégrale du sous-développement – ce qui est évidemment impossible pour un concept négatif – demandons-nous en quoi consiste le développement » [139].

Les auteurs qui ne partagent pas un tel scepticisme seront conduits à rechercher successivement quelles ont été les causes, les moteurs, les mécanismes du développement dans les économies où il s'est manifesté, puis à expliquer pourquoi ces facteurs n'ont pas joué dans d'autres économies; ils trouveront là le noyau du concept de sous-développement.

b) Cette vision s'est heurtée à une interprétation du sous-développement historiquement plus restreinte, mais qui se veut plus significative. Si le développement est un phénomène historique exceptionnel, ses effets ne sont pas limités aux seules économies qui en ont bénéficié. Celles-ci, étant devenues mondialement dominantes, ont exercé, volontairement ou involontairement, une action de transformation structurelle profonde sur les économies non déve-

137. R. Aron, *Développement, rationalité et raison*, p. 4.
138. J. Austruy, *Le scandale du développement*, notamment p. 26-41.
139. R. Aron, article cité, p. 5.

loppées. Le sous-développement apparaît alors comme la contre-partie du développement; il constitue une structure économique nouvelle engendrée par le développement; il en est le produit.

Une telle approche ne préjuge pas du caractère positif ou négatif des transformations imposées aux économies aujourd'hui sous-développées, mais il rend possible une conceptualisation positive du sous-développement, forme économique spécifique.

Plusieurs autres clivages existent parmi les analyses du sous-développement et nous en tiendrons compte, mais celui que nous venons de tracer schématiquement nous paraît radical. Toute explication et toute action sont conditionnées par ce choix initial et les deux attitudes apparaissent incompatibles.

Certes, on peut tenter de les juxtaposer, de combiner leurs éléments respectifs pour étayer une explication complexe de la genèse et des mécanismes du sous-développement. En dehors du fait que cette méthode aboutit bien plus à un camouflage qu'à une élimination des incompatibilités, elle nous paraît surtout impropre si l'on garde en mémoire l'objectif que nous nous sommes fixés : analyser les voies et méthodes de la recherche économique dans un domaine précis, en cherchant à dégager la signification des conflits plutôt qu'à mettre en harmonie les thèses en présence; ne pas prétendre à une pseudo-unification dans le foisonnement actuel des travaux.

Ainsi s'explique le choix des deux axes d'analyse qui détermine notre plan.

PREMIÈRE PARTIE

LE SOUS-DÉVELOPPEMENT
ÉCHEC DU DÉVELOPPEMENT

Le premier mode de mise en liaison du concept de développement et du concept de sous-développement fait du second une catégorie résiduelle rassemblant, dans le temps et dans l'espace, toutes les manifestations d'échecs, relatifs ou absolus, par rapport au développement. Il trouve ses fondements théoriques dans l'analyse classique. Celle-ci en effet propose pour la première fois une théorie rationnelle et optimiste du développement : sauf cas très particuliers, toute économie a vocation au développement et toute économie se développant tend à favoriser le développement des autres.

Après une longue période de sommeil, puisque les continuateurs des classiques négligent les phénomènes de production pour se consacrer aux problèmes de répartition et d'équilibre, le xxe siècle verra renaître et se développer cette perspective essentiellement endogène. Avant d'en présenter les principales formulations, il est utile de rappeler l'apport classique : nous y trouvons à l'état naissant les attitudes qui resteront celles de nombreux auteurs modernes.

CHAPITRE I

LA PENSÉE CLASSIQUE ET LE SOUS-DÉVELOPPEMENT

Les grands auteurs classiques SMITH, RICARDO, MALTHUS, Stuart MILL, élaborent une analyse générale et cohérente de l'activité économique. Est-il légitime d'y rechercher une conception du sous-développement ? Au départ, deux réserves s'imposent.

En premier lieu, les classiques ne font qu'assister aux prodromes du phénomène de sous-développement tel que nous l'avons situé historiquement [1]. Le taux de croissance des pays occidentaux augmente sensiblement au cours de la période 1750-1850, c'est dans cet intervalle que commence à s'amplifier l'écart avec le reste du monde. La « Richesse des Nations » paraît en 1776, les « Principes » de Stuart MILL en 1848; aucun des grands classiques n'a pu acquérir la certitude qu'il assistait à la naissance d'un phénomène durable.

Ce phénomène émergent était, en second lieu, étranger à la conscience collective et aux catégories intellectuelles de l'époque. Gunnar MYRDAL [2] souligne le caractère fortement égalitaire des théories sociales alors dominantes; « lorsque, par la suite, on en vint de plus en plus à reconnaître des différences individuelles dans les dons naturels, la théorie n'en fut pas moins maintenue pour les comparaisons entre groupes de population » [3].

Les classiques étaient mal placés pour observer le phénomène de sous-développement et mal préparés à en présenter une analyse spécifique. Leur vision d'ensemble de l'économie exclut, nous essayerons de le montrer, le sous-développement autrement que comme déséquilibre temporaire. Mais ces auteurs sont aussi d'excellents observateurs de la réalité économique, l'existence de pays arriérés ne leur échappe pas, il nous faudra, dans un deuxième temps, montrer comment ils rendent compte de ce fait sans parvenir à l'insérer dans leur schéma général.

1. Voir, Introduction, Section I, parag. 2.
2. Notamment dans : *Théorie économique et pays sous-développés*, « Chap. IX, La doctrine de l'égalité et son échappatoire. »
3. Ouvrage cité, p. 129.

SECTION I. LA THÉORIE CLASSIQUE ET LE CONCEPT DE SOUS-DÉVELOPPEMENT

Deux des éléments fondamentaux de la théorie classique : la conception du développement et l'analyse des relations économiques internationales, excluent la possibilité d'une situation durable de sous-développement.

§ 1. LA CONCEPTION CLASSIQUE DU DÉVELOPPEMENT [4]

Le développement économique est caractérisé par l'accumulation du capital; il est rendu possible par l'élargissement du marché national puis international et par la division du travail qui en résulte; le progrès technique est le second élément moteur; il exige toujours une augmentation nette de capital [5].

On distingue traditionnellement « pessimistes » et « optimistes » dans l'école classique, notamment selon leur pronostic sur la course livrée par le progrès technique à la croissance démographique; pour la plupart des classiques cette course longtemps menée par le progrès technique se terminera par un match nul : la stagnation [6].

Quelle que soit l'issue lointaine, un élément est important pour notre propos : le développement économique est envisagé comme un phénomène naturel, spontané, dont on constate l'existence et dont on analyse le mécanisme. Jamais les classiques ne se posent le problème de donner naissance à un processus de développement : il apparaît nécessairement dans une économie libérale; les obstacles sont dus à l'environnement, à des facteurs non économiques.

Ainsi RICARDO est-il optimiste sur les possibilités de développement économiques de tous les pays, pourvu que ceux-ci disposent de terres fertiles :

« Pour devenir plus heureux, il suffit qu'ils soient mieux gouvernés et mieux instruits, il en résultera nécessairement un accroissement du capital, au-delà de l'accroissement de la population » [7].

Ce développement économique, spontané lorsque le « laissez-faire » est

4. Voir notamment : J. SCHUMPETER, *History of Economic Analysis*, « The classic Conception of Economic Development », p. 570-574; B. HIGGINS, *Economic Development* « Chap. III. The Classical Theory of Capitalist Development : Growth and Stagnation », p. 85-106; G. MEIER and R. BALWIN, *Economic Development*, 1re partie, « Chap. I. L'analyse classique », p. 19-45; A. GAMBINO, *Lo Sviluppo Economico nella Concezione dei Classici;* Ch. GIDE et Ch. RIST, *Histoire des Doctrines Économiques*, Tome I, p. 57-187, 360-421; E. Mc. KINLEY, *The Problem of Underdevelopment » in the English Classical School.*

5. Le progrès technique « capital-saving » ne semble pas avoir été pris en considération par les classiques; cf. B. HIGGINS, ouvrage cité, p. 90.

6. Nous reprenons l'image de B. HIGGINS, ouvrage cité, p. 87.

7. Cité par A. GAMBINO, ouvrage cité, p. 58.

respecté, n'est pas réservé aux nations occidentales; chaque pays peut à son tour entrer dans le processus, écrit Stuart MILL :

« Toutes les nations que nous avons l'habitude d'appeler civilisées accroissent progressivement leur production et leur population; il n'y a aucune raison de douter non seulement que ces nations-là poursuivent un certain temps leur croissance, mais que la plupart des autres nations du monde, y compris certaines qui n'existent pas encore, n'entament tour à tour le même processus »[8].

Certes « la plupart » et « tour à tour » marquent les réserves de Stuart MILL, mais la vision optimiste générale n'en est pas modifiée; d'ailleurs si un pays n'est pas capable de réaliser lui-même son développement, les relations économiques internationales y suppléront avec efficacité.

§ 2. LA THÉORIE DES RELATIONS ÉCONOMIQUES INTERNATIONALES [9]

Les thèses classiques dans leur formulation traditionnelle sont assez claires et connues pour qu'il soit suffisant de les évoquer brièvement ici, mais il ne faut pas négliger, bien qu'elles soient tombées dans l'oubli, les analyses originale d'Adam SMITH.

a) RICARDO et Stuart MILL, adoptant l'hypothèse de l'immobilité des facteurs de production, soulignent l'avantage que retirent nécessairement les pays qui échangent des marchandises. A la seule condition qu'existe une différence entre les coûts comparatifs des produits, l'échange doit avoir lieu; RICARDO calcule l'avantage total qu'en tireront les partenaires, Stuart MILL indique quel sera le rapport d'échange stable, c'est-à-dire la règle de partage de l'avantage total. Aucune spécification n'est faite selon le degré de développement des partenaires de l'échange; surtout aucun phénomène de développement n'est pris en considération : l'analyse classique est statique, elle raisonne sur une dotation donnée de facteurs de production. Le problème d'une modification des spécialisations lorsque des stades successifs de développement sont atteints n'est pas envisagé.

Dans le domaine de la rémunération des facteurs, les Classiques n'ont pas pris position nettement, mais leurs continuateurs feront triompher le même

8. *Ibidem*, p. 59.

9. Voir notamment J. VINER, *Studies in the theory of international trade;* M. BYE, *Relations économiques internationales*, 2e partie, « Chap. I. La théorie statique de la spécialisation internationale », p. 109-132; M. BYE, *Les principes de la spécialisation internationale;* G. MYRDAL, *Théorie économique et pays sous-développés* « Chap. XI. Note sur la théorie du commerce international et le problème de l'inégalité », p. 171-184; A. GAMBINO, *Lo Sviluppo economico nella concezione dei Classici;* F. CLAIRMONTE *Le libéralisme économique et les pays sous-développés : études sur l'évolution d'une idée.*

optimisme. A l'attitude de TAUSSIG, soutenant que la spécialisation internationale suppose des différences dans la rémunération des facteurs, s'opposent les thèses de HECKSHER et OHLIN affirmant l'existence d'une tendance permanente à l'égalisation des rémunérations, puis les analyses de SAMUELSON, qui dans des hypothèses précises, démontre l'égalisation absolue des rémunérations [10].

b) L'analyse classique en matière d'échanges internationaux ne se réduit pas à la théorie des coûts comparatifs; Hla MYINT [11] a montré comment en la matière Adam SMITH avait une position originale, plus réaliste en ce qui concerne la situation des pays sous-développés.

En premier lieu, Adam SMITH admet l'existence de mouvements de capitaux et met en lumière leur caractère bénéfique dans les pays les moins bien pourvus :

« Lorsque le stock de capital d'un pays atteint une dimension telle qu'il ne peut être totalement affecté à satisfaire la consommation et à employer la population active de ce pays particulier, la fraction excédentaire de ce capital est évacuée par l'intermédiaire du commerce des marchandises et est utilisée pour remplir la même tâche dans d'autres pays » [12].

En second lieu, Adam SMITH donne un aspect dynamique à l'échange international; celui-ci est doublement avantageux pour les partenaires :

- il permet le renforcement de la division du travail, donc une augmentation de la productivité;
- il fournit un débouché à des facteurs de production (« vent for surplus ») qui seraient inutilisables pour le marché intérieur mais sont aptes à fournir des produits d'exportation.

Ainsi l'échange entraînera une transformation de la structure productive des pays intéressés, une augmentation du capital disponible dans les pays les moins favorisés.

Avec ou sans mobilité des capitaux, les relations économiques internationales sont dans les théories classiques bénéfiques aux deux parties. Nous aurons à revenir sur la légitimité de cet optimisme [13], prenons acte ici de sa constance chez les Classiques et constatons que cet aspect de leur doctrine lié à la conception qu'ils ont du développement ne laisse pas place à un concept de sous-développement.

Pourtant les Classiques n'ignoraient pas les différences de développement

10. Sur ce point, G. MYRDAL, ouvrage cité, p. 171-173, Folke HILGERDT, *Uses and limitations of International Trade in overcoming Inequalities in World Distribution of Population and Resources;* et M. BYE, *Les principes de la spécialisation internationale*, p. 88-102, « Les prix des facteurs ».

11. *The « Classical Theory » of International Trade and the Underdeveloped Countries.*

12. Adam SMITH, cité par A. GAMBINO, *Lo Sviluppo economico nella concezione dei Classici*, p. 59.

13. Cf. 2e partie, Titre I.

entre Nations, déjà très clairement repérables à leur époque; ils ne pouvaient ignorer que le processus de développement qu'ils analysaient ne touchait que quelques États occidentaux, « les nations que nous avons l'habitude d'appeler civilisées » pour reprendre les termes de Stuart MILL; quelle place donnaient-ils au reste du monde ?

SECTION II. LES AUTEURS CLASSIQUES ET LE PHÉNOMÈNE DE SOUS-DÉVELOPPEMENT

Il serait fastidieux de collecter tout ce qui dans la littérature classique a trait aux pays sous-développés [14]; il serait peu honnête d'attribuer à leurs auteurs des idées trop précises à partir de textes qui ne sont souvent que des incidentes dans leurs développements généraux. Nous préférons nous limiter aux deux ouvrages qui, à notre connaissance, posent le plus clairement le problème et qui, de plus, constituent l'ouverture et la dernière grande œuvre de la période classique.

§ 1. LA « RICHESSE DES NATIONS » [15]

Nous trouverons dans l'œuvre d'Adam SMITH deux idées, rationnellement distinctes, mais étroitement imbriquées dans ses écrits.

a) Un premier thème, principal et clairement énoncé, est celui d'une *progression historique* de toutes les économies; cette progression est liée à l'extension des marchés qui rend possible la division du travail [16]. Le progrès de l'économie suit un « ordre naturel » : successivement doivent se développer, l'agriculture qui répond au besoin fondamental de subsistance, puis, grâce aux surplus de l'agriculture, les manufactures et enfin le commerce extérieur [17]. Cependant des distorsions dans ce processus normal ont introduit des différences dans le rythme de croissance des économies.

« A la vérité, il se peut bien que la ville ne tire pas toujours la totalité de ses subsistances de la campagne qui l'avoisine, ni même du territoire auquel elle appartient, mais qu'elle les tire de campagnes fort éloignées; et cette circonstance, sans faire exception à la règle générale, a néanmoins *fait varier considé-*

14. Les classiques n'ont pas adopté de termes précis pour les désigner, nous emploierons le terme actuel pour éviter d'avoir sans cesse recours aux périphrases utilisées alors.

15. Adam SMITH, *Rercherches sur la nature et les causes de la richesse des nations*, spécialement, Livre I, « Chap. III, Que la division du travail est limitée par l'étendue du marché », et « Livre III. De la marche différente des progrès de l'opulence chez différentes nations ».

16. Ouvrage cité, Livre I, Chap. III.

17. Ouvrage cité, Livre III.

rablement chez différents peuples et sans différents siècles, la marche des progrès de l'opulence » [18].

Cette idée aboutit à des conclusions discutables puisqu'Adam SMITH compare ensuite la lenteur des progrès des pays de l'Europe dont la richesse est fondée sur le commerce et les manufactures à la marche rapide des colonies américaines dont la richesse provient de l'agriculture. Aussi contestable que soit la thèse, elle apparaît clairement : des distorsions s'introduisent dans un processus général de développement historique et expliquent les différences dans les rythmes de croissance.

b) Un second thème apparaît, original, mais peu développé : SMITH indique que certaines vastes régions sont placées en dehors du mouvement historique. « Toute l'Afrique intérieure, et toute cette partie de l'Asie qui est située à une assez grande distance au nord du Pont-Euxin et de la mer Caspienne, l'Ancienne Scythie, la Tartarie et la Sibérie moderne, semblent, *dans tous les temps*, avoir été dans cet état de barbarie et de pauvreté dans lequel nous les voyons à présent [19]. »

Pourquoi cette situation ? Adam SMITH l'attribue au fait que ces régions sont éloignées de toute mer facilement navigable et ne disposent pas d'un réseau fluvial suffisamment serré : le commerce intérieur et extérieur ne peut se développer, l'étroitesse du marché empêche la division du travail. Ainsi, à côté d'un phénomène de développement historique auquel les nations participent à des rythmes variés, découvrons-nous une situation de stagnation pluriséculaire. Un obstacle précis, l'insuffisance du réseau de navigation, bloque toute possibilité de croissance. Notons pour terminer que l'obstacle n'est pas de nature économique mais géographique, l'auteur classique ne conçoit pas que des phénomènes économiques puissent s'opposer au développement.

Soixante-dix ans plus tard, la pensée classique à son apogée s'est-elle sensiblement enrichie dans notre domaine ? Stuart MILL nous en donne la formulation la plus accomplie.

§ 2. LES « PRINCIPES » DE STUART MILL [20]

Nous ne pensons pas solliciter abusivement les textes en dégageant chez Stuart MILL deux orientations très proches de celles de SMITH.

a) Stuart MILL est frappé par les extraordinaires différences de richesse

18. Ouvrage cité, p. 470, c'est nous qui soulignons.
19. Ouvrage cité, p. 27, c'est nous qui soulignons.
20. John Stuart MILL, *Principles of Political Economy with some of their applications to social philosophy*, spécialement les « Remarques préliminaires » qui constituent l'introduction de son ouvrage.

entre les nations et entre les différents âges du monde [21]; ces différences ne se réduisent pas à la quantité de richesses disponibles, elles tiennent aussi à la qualité de ces richesses et aux normes de leur partage entre les membres de la communauté. MILL rend compte tout d'abord des différences selon les âges du monde; pour ce faire il propose un schéma historique détaillé. L'évolution historique des sociétés est brossée à grands traits, depuis les tribus vivant presqu'exclusivement de chasse, de pêche et de cueillette, jusqu'aux sociétés civilisées modernes; au long de ces transformations la richesse croît, change de nature, sa répartition est modifiée.

Mais comment expliquer les différences existant aujourd'hui entre nations ? La méthode est simple, MILL projette dans l'espace les étapes historiques, tous les peuples ne sont pas parvenus au même stade d'évolution, ils se distribuent entre les *phases successives du développement :*

« A côté des différences dans les situations économiques observables dans les différentes parties de ce qui est couramment appelé le monde civilisé, tous les stades antérieurs que nous avons précédemment passé en revue ont subsisté en telle ou telle partie du monde *jusqu'à nous jours* [22]. »

Le degré d'exploitation des ressources naturelles détermine la situation plus ou moins avancée d'un pays dans cette échelle; nous disposons ainsi d'une analyse très voisine de celle d'Adam SMITH, mais comme ce dernier, MILL énonce une seconde idée, qu'il n'estime d'ailleurs pas contradictoire avec sa thèse générale.

b) L'idée de stagnation *pluri-séculaire* est présente chez Stuart MILL et il la développe plus largement qu'Adam SMITH; il s'agit essentiellement de la notion de « société orientale » ou « société asiatique [23] ».

Stuart MILL remonte à la phase agricole; longtemps le surplus agricole reste trop faible pour permettre de nourrir une large couche de travailleurs dans d'autres activités que l'agriculture; ce surplus inutilisé est alors prélevé soit par l'État, soit par une aristocratie de propriétaires terriens. Stuart MILL explique que dans les grandes plaines d'Asie se sont constituées des monarchies centralisatrices appuyées sur un appareil administratif très lourd. Toute richesse, toute activité économique dépend de l'État; l'arbitraire du pouvoir, l'insécurité de la propriété annihilent toute initiative privée. La « société orientale » se trouve donc bloquée dans son évolution et ne dépasse pas la phase agricole.

« Ainsi, dans ses caractères généraux, la situation économique de la plupart des pays d'Asie reste ce qu'elle a été depuis les origines de l'histoire connue,

21. Ouvrage cité, p. 18.
22. Ouvrage cité, p. 26, c'est nous qui soulignons.
23. C'est la même notion qu'on trouve chez Richard JONES, *Peasant Rents, being the first half of an Essay in the Distribution of Wealth and on the Sources of Taxation*, puis chez MARX et qui fera l'objet de longues discussions entre les auteurs marxixtes; voir sur ce point, K. WITTFOGEL, *Oriental Despotism*.

et reste telle toutes les fois qu'elle n'est pas perturbée par des influences étrangères [24]. »

Et pour que les choses soient claires, l'auteur ajoute : « La société orientale est, pour l'essentiel, ce qu'elle a toujours été [25]. »

A nouveau la responsabilité de ce blocage durable de la croissance est attribuée à un facteur extra-économique : la structure politico-administrative.

Par sa conception du développement comme phénomène naturel, spontané dans une économie libre, par sa vision des relations économiques internationales bénéfiques à tous les partenaires de l'échange, l'analyse classique n'offre pas de place à un concept original de sous-développement. Elle reconnaît certes l'existence d'écarts sensibles dans les niveaux de développement atteints par les différents pays, mais elle parvient à les expliquer sans modifier ses cadres généraux.

L'écart dans le développement peut être considéré comme un déséquilibre temporaire que feront disparaître les mouvements internationaux de marchandises (égalisation des prix des facteurs) ou de capitaux (chez Adam SMITH). S'il apparaît trop important et trop durable pour être ainsi analysé, le déséquilibre sera alors attribué à des facteurs extra-économiques : RICARDO lie son optimisme à l'existence de terres fertiles, SMITH souligne la nécessité de bonnes communications fluviales ou maritimes; aux facteurs géographiques il faut ajouter les facteurs politiques présentés par RICARDO et Stuart MILL : l'État est chargé de réaliser les conditions de l'expansion économique.

La théorie classique unitaire du développement exclut une analyse originale du sous-développement. Cependant les éléments d'explication avancés par Adam SMITH et Stuart MILL fournissent un point de départ pour les théories du développement qui resteront fidèles au monisme des classiques.

Benjamin HIGGINS estime que ce domaine fut à peu près totalement négligé pendant la période 1870-1935 [26], affirmation acceptable si l'on range à part les économistes socialistes, ce que nous ferons, et si l'on compte comme une exception Joseph SCHUMPETER dont la « Théorie de l'évolution économique » paraît en 1912. A partir de SCHUMPETER le renouvellement de l'analyse fournira de nombreux instruments nouveaux que l'économique du sous-développement essayera d'exploiter.

Nous organiserons cette recherche autour de deux voies d'approche qui nous ont été suggérées par les Classiques.

– la première voie nous conduit à analyser le développement ou la crois-

24. Stuart MILL, ouvrage cité, p. 22.
25. *Ibidem*, p. 26.
26. *Economic Development*, p. 86. Dans le même sens, Raymond BARRÉ propose une période encore plus étendue allant des *Principles* de Stuart MILL à l'*Essay on Dynamic Theory* de R. F. HARROD (1939), soit presqu'un siècle; cf. son rapport : *Sur les limites d'une théorie économique de la croissance*, p. 380.

sance en termes purement *fonctionnels :* il existe des moteurs et des mécanismes de développement dont la présence dans une économie est condition nécessaire et suffisante de la croissance. Dans un pays sous-développé, l'absence de ces moteurs et de ces mécanismes a créé une situation durable de non-développement : cette présentation purement mécanique exclut toute référence à des situations historiques déterminées.

– la seconde voie nous oriente vers une conception du développement comme processus *historique* d'évolution : sur le long chemin du développement certaines économies ont pris de l'avance, d'autres sont distancées. Le sous-développement est conçu comme un retard de développement, comme une phase que certaines économies ont dépassé et que d'autres traversent encore.

Ces deux attitudes ont en commun un postulat optimiste fondamental. On peut le schématiser ainsi : les pays développés montrent aux pays sous-développés la voie du développement; les pays sous-développés sont ceux qui jusqu'ici ont échoué dans la mise en œuvre de leur processus de développement ou qui n'y sont parvenus qu'avec beaucoup de retard. Le problème posé par le sous-développement est celui de la généralisation à l'ensemble du monde de ce qui a été déjà réalisé par un certain nombre de pays.

Nous étudierons successivement les différentes voies par lesquelles la pensée économique moderne a approfondi les deux grandes intuitions des Classiques :

– Titre I. Le sous-développement, état séculaire de non-développement.

– Titre II. Le sous-développement, retard déterminant de développement.

Titre I : Le sous-développement, état séculaire de non-développement.

Nous avons montré [27] la difficulté qu'il y avait à regrouper les économistes selon leur conception du sous-développement; leur œuvre a souvent été utilisée en ce domaine sans qu'eux-mêmes aient approuvé les transpositions et les interprétations. L'obstacle est particulièrement sensible dans les trois chapitres qui vont suivre : SCHUMPETER, KEYNES et les théoriciens post-keynésiens de la croissance ont, en fait, élaboré leur œuvre par référence aux économies occidentales avancées qu'ils avaient sous les yeux mais, formulant leurs théories en termes généraux et fonctionnels, ils ont permis qu'on les applique à des structures économiques très différentes, celles qui caractérisent le sous-développement.

Nous devons justifier les critères de notre choix; nous ne présentons pas ici les théories les plus valables ou les plus originales du développement, ni celles qui par leur formulation nous paraissent les mieux adaptées à l'analyse du sous-développement. Notre démarche est différente; l'analyse de la littérature consacrée aux problèmes concrets du sous-développement permet de dégager les thèmes fréquemment rencontrés : l'absence d'entrepreneurs, le rôle des innovations et du progrès technique, l'existence d'un chômage massif, le déséquilibre entre l'épargne et l'investissement; dans le domaine des politiques préconisées, la réalisation du plein emploi, l'élaboration de modèles de croissance reviennent souvent.

Ces descriptions ou ces propositions ne résultent pas d'une recherche inductive mais de la transposition d'instruments d'analyse empruntés à des théories originellement étrangères aux problèmes du sous-développement. Nous devrons nous prononcer sur la validité de ces méthodes et, par là, sur leur intérêt épistémologique : la construction en termes fonctionnels d'une théorie générale du développement.

Trois domaines de recherche nous paraissent s'imposer parce qu'ils ont été effectivement abordés par les économistes du sous-développement :

– L'interprétation du sous-développement à partir du circuit stationnaire élaboré par Joseph SCHUMPETER [28] et la construction d'une théorie du développement centrée sur l'innovation.

27. Introduction, Section III.
28. Chap. 2, L'économie sous-développée comme économie stationnaire.

– L'interprétation du sous-développement comme situation de sous-emploi durable, telle que John Meynard KEYNES l'a définie [29], et l'élaboration de politiques de plein emploi comme instruments du développement.

– L'interprétation du sous-développement comme situation de stagnation opposée à celle de croissance, dans la ligne des auteurs post-keynésiens [30], ce qui conduit à proposer des modèles globaux de croissance pour le développement des économies sous-développées.

29. Chap 3, L'économie sous-développée comme économie en équilibre stable de sous-emploi.

30. Chap. 4, L'économie sous-développée comme économie en stagnation.

CHAPITRE II

L'ÉCONOMIE SOUS-DÉVELOPPÉE COMME ÉCONOMIE STATIONNAIRE

Étudiant l'histoire du concept d'état stationnaire, Michel LUTFALLA [1] constate sa permanence dans l'analyse économique en dépit d'une faveur intermittente. Il montre sa nécessité méthodologique pour constituer le binôme stationnarité-développement ou stationnarité-évolution. Il rappelle enfin la distinction essentielle entre deux problématiques : l'état stationnaire conçu comme un état limite vers lequel tend un système présentant certaines conditions définies, donc conçu comme une réalité historique passée ou à venir, et l'état stationnaire conçu domme une construction abstraite, un instrument d'analyse sans objectif de réalisme.

On perçoit dès lors l'intérêt qu'offre la notion de stationnarité pour une interprétation du sous-développement comme un état durable de non-développement. Ainsi Joseph SCHUMPETER, qui a poursuivi durant un demi-siècle une réflexion sur la théorie du développement, distingue-t-il dès ses premiers ouvrages [2] la stituation d'une économie en « circuit stationnaire » de celle d'une économie en situation de développement; il cherche longuement le ressort du progrès économique, l'élément moteur qui fait passer une économie de la première à la seconde situation.

L'œuvre de SCHUMPETER nous offre un outil d'analyse précis : une économie sous-développée serait une économie stationnaire en longue période et, à l'opposé, une économie développée serait une économie ayant réussi en longue période à maintenir un processus de développement. Cette théorie cohérente rendrait compte des différences entre les deux types d'économies, fournirait une problématique commune et indiquerait aux économies sous-développées les conditions et les perspectives de leur développement.

Précisons que SCHUMPETER n'a jamais proposé lui-même la transposition dans notre domaine d'une distinction qu'il avait initialement élaborée pour l'étude des économies capitalistes [3]. Toutefois, la formulation très générale

1. M. LUFTALLA, *L'État stationnaire. Histoire et analyse*, spécialement « Introduction », p. 3-15.

2. J. SCHUMPETER, *Theorie der wirtschaftlichen Entwicklung*, 1912.

3. Dans la préface de l'édition anglaise, *The Theory of Economic Development*, SCHUMPETER désigne ainsi son œuvre : « Cette analyse des traits purement économiques de la société capitaliste. »

de ces écrits invite à cette transposition; de nombreux auteurs l'ont tenté partiellement ou globalement. Leurs tentatives fournissent un éclairage intéressant du concept de sous-développement, mais trop partiel pour être satisfaisant.

Nous rangerons dans la même perspective les auteurs qui analysent les sociétés sous-développées comme des sociétés incapables de se dégager d'une situation immuable, parce qu'un réseau de cercles vicieux paralyse toute transformation. Ici encore, bien qu'avec un appareil d'analyse plus rudimentaire, apparaît l'opposition stationnarité-développement; ici encore, l'économie sous-développée se définit par l'immobilisme.

SECTION I. L'EFFORT DE TRANSPOSITION DU SCHÉMA SCHUMPÉTÉRIEN

Nous avons fixé au concept de sous-développement une double tâche : explication du fonctionnement actuel des économies sous-développées et énoncé des conditions d'existence d'un processus de développement [4]; l'œuvre de SCHUMPETER nous propose une réponse dans les deux domaines.

§ 1. LE CIRCUIT STATIONNAIRE, MODÈLE D'UNE ÉCONOMIE SOUS-DÉVELOPPÉE

Dans sa « Théorie de l'évolution économique [5] », SCHUMPETER choisit comme point de départ une économie en circuit stationnaire, dont il nous décrit le fonctionnement dans des conditions d'équilibre général [6].

Il ne s'agit pas d'une économie statique, sans mouvement, mais d'une économie où le mouvement se répète indéfiniment, identique à lui-même, sous la forme d'un circuit sans évolution.

Les hypothèses de départ sont réduites : nous sommes en présence d'une économie où les échanges commerciaux sont organisés, où prévalent la propriété privée, la division du travail et la libre concurrence [7]. Cette économie

4. Cf. Introduction, Section III.

5. Traduction française de l'ouvrage cité, les deux termes « évolution » et « développement », sont utilisés par les auteurs français pour rendre le mot « Entwicklung »; les auteurs anglo-saxons ont adopté le terme « development ».

6. *Théorie de l'Évolution Économique*, Chap. I, p. 225 s., voir aussi F. PERROUX, Introduction à l'édition française : « La Pensée économique de Joseph SCHUMPETER », p. 1-224 et F. PERROUX, *Les trois analyses de l'évolution et la recherche d'une dynamique totale chez* Joseph SCHUMPETER, R. V. CLEMENCE and F. S. DOODY, *The Schumpeterian System.*

7. « Nous allons considérer une économie nationale organisée en économie d'échange, c'est-à-dire une économie où règnent la propriété privée, la division du travail et la libre concurrence. » in *Théorie de l'évolution économique*, p. 228.

ne possède aucune cause endogène de changement; les facteurs de production, terre et travail, sont les seules sources de revenus : rentes et salaires; les méthodes de production routinières sont immuables. Les prix sont partout égaux aux coûts moyens; l'entrepreneur, l'innovation et le profit n'existent pas; la monnaie joue un rôle purement passif, il n'y a ni crédit, ni banquier, ni intérêt.

Une telle image de l'économie est compatible avec des types institutionnels variés; elle vise à fournir un modèle schématique de toutes les sociétés, étrangères ou non au capitalisme, aussi longtemps que le développement n'y a pas pénétré [8]; elle définit une situation de non-développement durable.

Le circuit stationnaire de SCHUMPETER est donc un cadre possible pour une analyse fonctionnelle du sous-développement; son intérêt opérationnel serait grand puisque c'est dans ce circuit stationnaire qu'apparaît le développement grâce aux coups de boutoir portés par les entrepreneurs.

§ 2. L'ENTREPRENEUR, MOTEUR DU DÉVELOPPEMENT

Le développement des grandes sociétés capitalistes est l'œuvre de l'entrepreneur, dont SCHUMPETER conte l'épopée; son apparition dans les économies sous-développées est la condition nécessaire de leur croissance.

A. *L'entrepreneur schumpétérien.*

L'entrepreneur ne se définit pas par son appartenance à une catégorie socio-professionnelle nettement délimitée mais par sa fonction. SCHUMPETER distingue quatre types d'entrepreneurs [9] :

- le fabricant commerçant, qui s'est illustré avant la révolution industrielle,
- le capitaine d'industrie, contrôlant une entreprise sans en être nécessairement le propriétaire,
- le directeur, salarié le plus souvent, mais ayant la responsabilité effective de la gestion,
- le fondateur, créateur de l'entreprise à n'importe quel titre.

Propriétaire, actionnaire, salarié, l'entrepreneur détient une fonction-clef : la réalisation de combinaisons nouvelles des facteurs de production, c'est-à-dire l'innovation. Il nous paraît nécessaire de reproduire, après tant d'autres, les cinq catégories d'innovations; les critiques de SCHUMPETER semblent souvent en avoir oublié la variété. L'innovation peut résulter [10] :

- de la fabrication d'un bien nouveau,
- de l'utilisation d'une technique nouvelle de production,

8. Cf. F. PERROUX, *Les trois analyses*... p. 276 et suiv.
9. *Théorie de l'évolution économique*, Chap. II, Section III, p. 330-361.
10. *Ibidem*, p. 319.

- de l'ouverture d'un nouveau marché,
- de la conquête d'une nouvelle source de matières premières ou de semi-produits,
- de la réalisation d'une nouvelle forme d'organisation de la production.

L'innovation est l'essence du développement; elle introduit une perturbation discontinue dans le flux circulaire [11] de l'état stationnaire, elle se traduit par un investissement nouveau qui, s'il réussit, entraînera une grappe d'investissements induits réalisés par des imitateurs.

L'innovation n'apparaît pas spontanément, il faut que l'entrepreneur veuille et puisse la réaliser. Sa volonté naît de la recherche du profit; la possibilité pour l'entrepreneur de réaliser des profits suffisamment importants pour le décider à innover dépend du « climat social ». SCHUMPETER introduit ici un concept très large qui lui permet de prendre en considération les éléments psychologiques, sociologiques, politiques, constituant l'environnement de l'entrepreneur, les règles du jeu de la société, les comportements individuels et collectifs. L'entrepreneur est un original, un anormal dans la société (« a social deviant »); encore faut-il que celle-ci accepte son activité et, mieux, la valorise. Si, au contraire, la société est hostile, l'innovation deviendra plus difficile, voire impossible, l'économie ne sortira pas de son état stationnaire comme le montre l'exemple des économies sous-développées.

B. *L'absence d'entrepreneurs dans les économies sous-développées.*

Nous touchons un domaine où l'œuvre de SCHUMPETER a le plus imprégné les économistes du sous-développement; rares sont les ouvrages, spécialement dans la littérature anglo-saxonne [12], qui ne soulignent longuement le poids du « manque d'entrepreneurs » [13]. L'insuffisance provient d'une part d'obstacles spécifiquement économiques, d'autre part de l'hostilité de milieu social.

a) L'économie impose à l'entrepreneur des conditions plus sévères que celles qu'il connaît dans les pays avancés.

En premier lieu, l'entrepreneur doit assurer lui-même, en tout ou en partie, quatre fonctions de natures différentes, qui sont généralement remplies par des

11. « Kreislauf » dans l'édition allemande, « circular flow » dans l'édition anglaise.

12. Une bibliographie sur ce point pourrait reprendre tous les ouvrages généraux sur le sous-développement. Voir par exemple : NATIONS-UNIES, *Méthodes et problèmes de l'industrialisation des pays sous-développés*, p. 22-24 et 37-40; P. T. BAUER and B. S. YAMEY, *The Economics of Underdeveloped Countries*, Chap. VII, p. 102-112; N. S. BUCHANAN and H. S. ELLIS, *Approaches to Economic Development*, p. 413-418; B. HIGGINS, *Economic Development*, « Chap. 13. Partial Theories : Culture Patterns, Achievment Motivation, and Entrepreneurship », p. 294-313.

13. « The lack of entrepreneurship », qu'il est difficile de rendre en français; par exemple, l'absence de capacité à diriger une entreprise (traduction des Nations-Unies).

personnes distinctes dans les économies développées [14] : l'innovation ou l'adaptation dans le domaine de la technique, l'expansion des activités commerciales, la fourniture de capitaux avec les risques qu'elle comporte, la direction de l'entreprise. Ce découpage est discutable, mais il exprime une situation certaine : la gamme des compétences que doit posséder l'entrepreneur, des responsabilités qu'il doit assumer est beaucoup plus large que celle de l'entrepreneur schumpeterien.

En second lieu, l'entrepreneur se heurte pour assurer ses fonctions à un handicap considérable en matière d'information. La prise de risque est inhérente à l'activité de l'entreprise, mais la décision n'acquiert de rationalité que si elle s'appuie sur une information sérieuse, tant dans le domaine des facteurs de production que dans celui des débouchés; l'entrepreneur en est presque totalement privé dans une économie sous-développée.

Enfin, le risque est amplifié par un élément qui ne provient pas d'une mauvaise connaissance de l'économie mais de la nature même ce celle-ci, il s'agit des fluctuations brutales, fréquentes et imprévisibles auxquelles est soumise l'activité économique.

La difficulté et l'incertitude sont telles que les individus possédant le fameux « esprit d'entreprise » ont tout intérêt à se tourner vers les activités spéculatives à court terme plutôt que de s'engager, à moyen ou à long terme, dans de nouvelles combinaisons productives tout aussi risquées.

b) Le *climat social* est généralement hostile à l'apparition d'une classe d'entrepreneurs. Albert HIRSCHMAN [15] a montré comment le volonté et le besoin de progrès, en pénétrant dans les pays sous-développés, ont constitué un facteur dynamique, mais aussi comment faute d'un minimum d'éducation et d'expérience en est résultée une variété de fausses conceptions qui paralysent le développement.

Dans un type de société communautaire à haute cohésion, l'image du changement est centrée sur le groupe. Si l'économie est stationnaire, le progrès d'un individu ne peut se faire qu'aux dépens des autres; il sera donc pénalisé par la société. L'image du progrès ne sera acceptée que si elle affecte également tous les citoyens, elle suppose la transformation d'une société statique en société dynamique sans modification de l'organisation interne. Cette attitude n'est pas incompatible avec un progrès à petite allure, mais elle exclut radicalement l'entrepreneur qui fait éclater les structures existantes et bondir en avant tel secteur particulier avec des répercussions sur toute l'économie.

La situation n'est pas meilleure lorsque nous observons une société stationnaire, mal intégrée, où l'image du changement est centrée sur l'individu.

14. NATIONS-UNIES, ouvrage cité, p. 77.

15. *The Strategy of Economic Development*, « The idea of change as an obstacle to change », p. 11 et suiv.

La société est certes favorable à l'initiative individuelle, mais celle-ci se situe dans un cadre statique : tout gain se fait nécessairement aux dépens d'un autre. L'entrepreneur n'est plus celui qui conteste et transforme la société par son activité créatrice, c'est celui qui s'adapte le plus facilement à la société actuelle et y réalise des combinaisons fructueuses.

Souvent enfin une situation intermédiaire se réalise : la désintégration sociale est assez avancée pour laisser libre cours aux spéculations individuelles, mais les solidarités restent fortes au niveau des petits groupes (famille élargie, clientèle) et obligent celui qui a réussi à partager son profit entre les membres du groupe, détruisant par là le mobile du profit.

Ce tableau pessimiste de la condition de l'entrepreneur dans une économie sous-développée est, avec quelques variantes, commun à de nombreux auteurs; il les amène parfois à faire de la présence d'*entrepreneurs étrangers* un facteur positif du développement [16]. Ceux-ci assurent la suppléance des entrepreneurs nationaux défaillants, ils constituent des modèles, des stimulants pour l'initiative locale. Nous apprécierons plus loin [17] les avantages et les inconvénients qu'ont apportés aux pays sous-développés les entrepreneurs étrangers, notons dès maintenant que leur rôle pédagogique a souvent été rendu impossible par leur situation socio-politique. Appartenant à la classe dominante et considérés comme exploiteurs [18], ou à une classe inférieure et considérés comme parasites [19], ils déterminent une vive hostilité de la collectivité nationale, hostilité qui, visant le groupe, s'étend souvent à la fonction.

L'absence d'entrepreneurs apparaît clairement comme un trait carcatéristique des économies sous-développées; la naissance d'une classe d'entrepreneurs capitalistes brisant le circuit stationnaire, est-elle la clef du développement de ces économies ?

SECTION II. L'ÉCHEC DE LA TRANSPOSITION

Hans Singer estime que la théorie du développement économique de Schumpeter est une bonne base de départ pour l'étude des économies sous-développées, non qu'elle s'y applique, mais parce qu'elle y échoue pour des raisons significatives [20]. L'échec apparaît à ses yeux lorsqu'on mesure le rôle de l'entrepreneur et de l'innovation dans le développement des pays sous-développés.

16. Par exemple P. T. Bauer et B. S. Yamey, *The Economics of Underdeveloped Countries*, « The Foreign Entrepreneur », p. 106-112.
17. Cf. 2e partie, Titre I.
18. Dans les pays de statut colonial ou quasi-colonial.
19. Ainsi des Indiens et des Chinois implantés en Afrique et en Asie.
20. H. W. Singer, *Obstacles to Economic Development*, p. 19.

Cette critique justifiée nous semble partielle, il importe auparavant de vérifier si le circuit stationnaire est pour notre étude un modèle acceptable.

§ 1. LES INSUFFISANCES DU CIRCUIT STATIONNAIRE

Le circuit stationnaire est le schéma d'une économie en non-développement durable; ce caractère le désigne comme instrument d'analyse d'une économie sous-développée. Cependant confronté aux réalités, le « circuit » laisse apparaître de très larges insuffisances.

A. *Le « circuit » suppose une économie nationale intégrée.*

L'équilibre stationnaire est réalisé par le fonctionnement parfait d'une économie totalement intégrée. Les hypothèses de départ contiennent déjà cette exigence [21] : la division du travail, la libre concurrence supposent « a commercially organised state ». La description du circuit n'est acceptable que sous la condition, non clairement formulée par SCHUMPETER, d'une intégration poussée : égalisation de tous les prix aux coûts moyens, absence de profits et d'occasions de profits, absence d'intérêt, aucune ressource involontairement inemployée, égalité des recettes et des dépenses dans chaque unité de production.

Ce tableau suppose une gamme de conditions que ne satisfont pas ou que satisfont mal les économies sous-développées : une totale commercialisation de l'output, une parfaite élasticité de l'offre et de la demande, une extrême fluidité et une parfaite transmission des flux réels et monétaires, une parfaite information de tous les agents économiques sur l'état du marché.

Nous reviendrons avec plus de détails sur certaines de ces conditions [22]; dès maintenant constatons qu'elles sont inacceptables comme image, même grossière, du fonctionnement d'une économie sous-développée.

B. *Le « circuit » est un modèle purement fonctionnel.*

François PERROUX [23] a montré comment SCHUMPETER, visant à une entière généralité, veut saisir les fonctions et les liaisons économiques « au-delà » des institutions économiques qui sont sensées avoir un caractère relativement fortuit. L'obstacle est qu'un tel schéma ne peut être à la fois « purement fonctionnel » et « historiquement expressif ».

Pour sortir des généralités, il faut « une détermination institutionnelle des fonctions »; cette critique générale du circuit schumpeterien nous paraît spécialement fondée lorsqu'on entend utiliser le circuit comme appareil d'analyse

21. Voir citation de la note 7.
22. Cf. Chap. 10.
23. *Les trois analyses...*, p. 272, 276 et suiv.

du sous-développement. On sait de quel poids y pèsent les institutions régressives : la structure féodale de la propriété terrienne, l'organisation usuraire du crédit, l'inefficacité de l'appareil politico-administratif, etc. Le sous-développement ne peut être compris, en dehors de son histoire et des institutions qui jalonnent le déroulement de cette histoire [24].

C. *Le « circuit » est appauvri par son caractère fermé.*

Le circuit est un instrument d'analyse utile, opérationnel, du sous-développement dans la mesure où il contient les éléments sur lesquels sera construite une théorie du développement. L'analyse de SCHUMPETER exclut au départ une double série de phénomènes : les phénomènes extérieurs à l'économique, les phénomènes extérieurs au circuit.

a) Le premier point est clairement énoncé par SCHUMPETER : « Ainsi par évolution nous comprendrons seulement ces modifications du circuit de la vie économique, que l'économie engendre d'elle-même, modifications seulement éventuelles de l'économie nationale « abandonnée à elle-même » et ne recevant pas d'impulsion extérieure » [25].

Et SCHUMPETER précise qu'il désigne par « impulsion extérieure » les modifications de l'environnement c'est-à-dire des données non économiques : de telles modifications ne peuvent pas provoquer le développement mais seulement l'adaptation de l'économie; les causes du développement, ajoute-t-il, doivent être trouvées dans les seuls faits analysés par la théorie économique.

b) En second lieu, le circuit économique national ne subit aucune stimulation, aucun frein au développement d'origine internationale; SCHUMPETER ne l'énonce pas comme principe [26], mais à aucun moment il ne prend en considération les relations économiques internationales.

24. La définition que F. PERROUX donne des institutions fait saisir à quel point est mutilée une analyse économique qui les considérerait comme des phénomènes superficiels et fortuits : « Les institutions sont des armistices dans les luttes sociales, des règles du jeu un temps coagulées, issues de conflits passés, règlant des conflits présents, préparant des conflits futurs, elles fixent provisoirement le rapport des forces entre des adversaires qui ont dû renoncer temporairement au combat; elles marquent des pauses pendant lesquelles de nouveaux adversaires se définissent et se préparent de nouvelles luttes. Les institutions peuvent être aussi saisies comme des organisations assez durables en vue d'une finalité sociale, comme la mise au service du Projet dominant dans une société, de moyens matériels et d'activités; la structuration, la consistance, la durée de l'institution – sous ce rapport – portant l'empreinte des luttes sociales qui changent de contenu et de forme. » *La Coexistence Pacifique*, Tome I, p. 4.

25. *Théorie de l'évolution économique*, p. 313.

26. Alfred BONNE utilise la traduction anglaise de la citation donnée plus haut dans le sens d'une exclusion par SCHUMPETER des relations économiques internationales. Voici cette citation dans l'édition anglaise : « By « development », therefore, we shall understand only such changes in economic life as are not forced upon it from without but arise its own

Une analyse de sous-développement comme circuit fermé est hautement irréaliste; nous aurons, au contraire, à étudier longuement [27] le rôle des relations économiques internationales dans les économies sous-développées; partagés sur le caractère bénéfique ou nocif de ce rôle, tous les auteurs sont aujourd'hui d'accord sur son influence capitale.

Nous n'avons pas trouvé dans le circuit stationnaire un modèle valable de l'économie sous-développée; les critiques que nous venons de présenter contre le caractère « fermé » du circuit, font pressentir les difficultés que rencontrera la théorie du développement soumise au même effort de transposition.

§ 2. DYNAMISME DE L'INNOVATION ET DÉVELOPPEMENT

La dynamique du développement se réduit chez SCHUMPETER à une dynamique de l'innovation; c'est cette dernière qui donne naissance au développement dans une économie stationnaire, elle peut donc constituer l'aspect opérationnel de notre concept. La question a été spécialement étudiée par deux auteurs : Henry C. WALLICH [28] et Hans W. SINGER [29]. Leurs analyses, très voisines, montrent que les trois caractéristiques du développement selon SCHUMPETER : la force motrice (l'entrepreneur), le processus (l'innovation), le but (le profit), ne se retrouvent pas dans les perspectives de développement des économies sous-développées.

A. *La force motrice.*

Pour SCHUMPETER, le moteur du développement est l'entrepreneur; Henry WALLICH estime que l'entrepreneur joue un rôle important mais secondaire dans les pays sous-développés. Devant l'absence de capacité d'entreprise due à la difficulté particulière de cette fonction, à l'hostilité de l'environnement social, à l'orientation des détenteurs de capitaux vers la spéculation, deux attitudes sont possibles : estimer qu'il n'y aura pas de développement tant que n'existera pas une classe d'entrepreneurs, et faire de la création de cette classe l'objectif premier d'une politique de développement, ou, à l'opposé, en conclure qu'il ne faut pas espérer voir les entrepreneurs défaillants jouer ici le rôle qu'ils ont tenu dans l'essor du capitalisme.

initiative, from within », édition anglaise, p. 63. L'explication que SCHUMPETER fournit dans son texte de l'opposition « within-without » nous semble montrer clairement qu'elle vise des faits économiques d'une part, l'environnement des données extra-économiques de l'autre et non une distinction géographique entre phénomènes économiques intérieurs et extérieurs au circuit. Réserve faite sur la correction dans l'utilisation de la citation, nous reprenons entièrement la critique présentée par A. BONNE, *Studies in Economic Development*, p. 248-252.

27. Cf. 2e Partie, Titre I.
28. *Some Notes Towards a Theory of Derived Development.*
29. *Obstacles to Economic Development.*

On se tourne alors vers l'État : le développement n'est plus le fait d'une élite audacieuse qui veut s'enrichir, il répond à une aspiration populaire intense dont le gouvernement subit ou exprime la pression, devenant responsable de de l'apparition et de l'organisation du développement. L'entrepreneur ne joue un rôle que comme sous-produit du développement; il est toléré à cause de son utilité mais surveillé et lourdement taxé.

Cette thèse du remplacement de l'entrepreneur par l'État peut être renforcée par l'idée de croissance équilibrée telle que la présente Ragnar NURKSE [30] : chaque unité de production nouvelle, par les revenus qu'elle distribue, augmente la dimension du marché pour d'autres unités; elle crée des économies externes, considérables dans les pays sous-développés, qui élèvent la productivité des autres unités. Là où une entreprise isolée échouerait à cause de l'étroitesse du marché, de l'absence d'économies externes, une vague d'investissements différenciées réussira. Bien que NURSKE ne se prononce pas sur le choix entre État et entrepreneurs, la situation actuelle des économies sous-développées ne permet pas d'attendre de ces derniers l'organisation de vagues coordonnées et complémentaires d'investissements.

L'argument soutenu par Henry WALLICH et Hans SINGER nous paraît fondé; il reste à préciser son poids : la distinction entre État et entrepreneurs est-elle essentielle dans notre préoccupation actuelle qui est la recherche d'un moteur du développement ? L'État, responsable du développement, doit choisir des fonctionnaires pour assurer cette tâche; les compétences et les qualités qu'il exige d'eux, s'il veut être efficace, font que le recrutement, pour la plus grande partie, se fait au départ dans les groupes sociaux susceptibles de fournir des entrepreneurs. Les difficultés qu'un État rencontre pour mettre sur pied un corps de fonctionnaires économistes sont-elles aussi grandes que celles posées pour l'apparition d'une classe d'entrepreneurs ? Nous ne le pensons pas; dans le premier cas se pose un problème de formation technique, dans le second s'y ajoutant les problèmes nés de l'environnement économique et social, des types de comportement admis ou rejetés par la société. En fait, comme le montre Hans SINGER, il n'y a pas de choix : l'entrepreneur schumpeterien n'existe pas dans une économie sous-développée; il ne peut apparaître que comme produit du développement économique. La théorie du développement de SCHUMPETER n'est pas une théorie de l'apparition du développement mais une théorie de la continuation du développement à partir du moment où il a atteint un certain niveau.

B. *Le processus.*

L'innovation, processus nécessaire du développement dans l'œuvre de SCHUMPETER, jouera-t-elle le même rôle dans les économies sous-développées ?

30. R. NURKSE, *Problems of Capital Formation in Underdeveloped Countries*, « The Theory of Development and the Idea of Balanced Growth », p. 11-17.

Nous rencontrons deux problèmes distincts : celui de l'innovation comme processus valable de développement, celui de l'innovation comme processus unique de développement.

a) SINGER répond négativement à la première question [31] : pour lui, l'innovation, modification dans les fonctions de production, provient principalement de l'introduction d'une nouvelle technologie ou de nouveaux produits; ceux-ci à leur tour sont le résultat du progrès technique. SINGER ramenant l'innovation au progrès technique montre que « les pays développés ont le monopole de la recherche scientifique et industrielle et de l'expérience productive avec des technologies modernes ». Les pays sous-développés n'ont pas de technologie propre; le problème pour eux n'est pas d'innover mais d'adapter la technologie des économies avancées; le développement ne naîtra pas de l'innovation mais de l'imitation, de l'assimilation.

Cette thèse nous paraît doublement discutable.

En premier lieu, est-il légitime de ramener l'innovation à la mise en œuvre du progrès technique ? Nous avons reproduit à dessein les cinq catégories d'innovations chez SCHUMPETER [32]; le progrès technique ne recouvre totalement que le deuxième type [33]; il peut être à l'origine d'innovations dans les quatre autres domaines, mais il n'en constitue qu'un élément partiel. L'ouverture d'un nouveau marché, par exemple l'intégration de l'économie traditionnelle dans le circuit monétaire, ou la conquête de nouvelles sources de matières premières peuvent être des innovations essentielles dans la mise en marche du développement. La critique de SINGER mutile sensiblement les thèses de SCHUMPETER; étudions maintenant son contenu dans le domaine réduit où elle se situe.

Pouvons-nous accepter l'opposition entre innovation et assimilation pour distinguer le processus dans les économies développées et sous-développées. La mise en œuvre dans une économie sous-développée d'une technique de production « transférée » pose des problèmes analogues à ceux de la mise en œuvre dans une économie développée d'une invention [34] : recherche des opportunités, évaluation des risques, rassemblement des facteurs de production. On peut opposer invention et assimilation, mais le transfert d'une technique de production dans une économie profondément différente nous paraît relever de l'innovation; si cette innovation réussit elle donnera lieu à son tour à un phénomène d'imitation à l'intérieur de l'économie sous-développée.

L'innovation résiste à la critique de SINGER; la notion de technologie transférée qu'il propose ne peut être négligée pour l'analyse du sous-développe-

31. Article cité, « II. Technologie transférée au lieu du Progrès technique », p. 24. Voir aussi, H. W. SINGER, *Problems of Industrialisation of Underdeveloped Countries*, « B. Technologie et Industrialisation des pays sous-développés », p. 180.
32. Voir plus haut, Sect. I.
33. Utilisation d'une technique nouvelle de production.
34. Cf. Yale BROZEN, *Invention, Innovation and Imitation.*

ment, mais elle ne se substitue pas à celle d'innovation, plus large et plus ambitieuse; l'innovation existe dans les économies sous-développées, elle y est facteur de développement mais elle n'est ni le seul, ni même le principal.

b) L'innovation n'est pas le seul facteur de développement ; l'analyse moderne, grâce notamment à Alfred SAUVY [35], François PERROUX [36] et Raymond BARRE [37] élargit singulièrement la perspective. Raymond BARRE, après François PERROUX, présente une synthèse autour de quatre dynanismes humains : dynanisme démographique, dynamime de l'innovation, dynamisme de la domination et dynamisme des groupes sociaux [38].

La théorie du développement de SCHUMPETER est partielle : « Nous ne considérons pas ici comme un événement de l'évolution la simple croissance de l'économie qui se manifeste par l'augmentation de la population et de la richesse [39]. »

L'auteur s'en explique : ces phénomènes n'entraînent dans l'économie que des processus d'adaptation continue; ils ne provoquent pas la rupture du circuit circulaire, caractéristique du développement. On peut donc plaider la simplification éclairante, l'accent mis sur l'essentiel. François PERROUX [40] nie la validité d'une telle simplification pour les économies capitalistes; l'inadéquation nous paraît plus grande encore pour les économies sous-développées. Les trois dynamismes négligés par SCHUMPETER y ont une place au moins aussi large que l'innovation. Le dynamisme démographique fait du développement une exigence impérieuse pour les pays sous-développés mais il fournit aussi l'instrument du développement : le facteur productif [41]; le dynamisme des groupes sociaux a de multiples conséquences, notamment par l'effet de démonstration dont Henry WALLICH [42], après DUESENBERY [43] et NURKSE [44], souligne l'importance; le dynamisme de la domination, enfin, est présent dans toutes les politiques de développement des pays sous-développés : lutte contre la domination des pays développés ou des grandes unités interterritoriales, lutte entre pays sous-développés pour la domination d'une région plurinationale.

35. *Théorie générale de la population*, « Tome I. Économie et population ».
36. Voir notamment, *Note sur le dynamisme de la Domination* et *Les trois analyses de l'évolution et la recherche d'une dynamique totale chez* J. SCHUMPETER.
37. *Économie politique*, Tome I, « Sect. III. Les facteurs de développement », p. 98-109.
38. Dans une analyse plus récente, François PERROUX distingue, dans la même perspective, trois dynamismes de la croissance : dynamisme de la population, dynamisme de l'innovation, dynamisme des institutions; cf. *La firme motrice dans une région et la région motrice*, p. 24-27.
39. J. SCHUMPETER, *Théorie de l'évolution économique*, p. 314.
40. *Les trois analyses...*, p. 276-302.
41. Voir ci-après, Chap. IV, Section II.
42. Article cité, p. 192-193.
43. *Income, Saving and The Theory of Consumer Behaviour.*
44. Ouvrage cité, p. 58-41, « A new Theory of Consumption and Saving ».

Réduire à l'innovation la dynamique du développement est appauvrissant et déformant [45], non que l'imitation se soit substituée à l'innovation mais parce que cette dernière ne trouve qu'une place réduite dans les perspectives de développement actuelles des économies sous-développées.

C. *Les buts.*

L'entrepreneur innove pour réaliser un profit; l'innovation est une modification de la combinaison productive, elle se traduit par une modification de l'offre. Le développement, tel que le conçoit SCHUMPETER, est un phénomène d'élite, d'aristocratie : cette aristocratie met en mouvement un appareil économique guetté par la routine; elle le fait dans une perspective de richesse et de puissance personnelle.

Les pays sous-développés possédent une économie dont les « élites traditionnelles » n'entretiennent le plus souvent aucun désir de changement et perpétuent une situation de stagnation. La volonté de développement émane de la masse du peuple; elle résulte d'une aspiration à un plus haut niveau de vie, à un minimum de sécurité sociale, elle est une revendication de plus forte consommation et se traduit au niveau de la demande.

A une conception du développement, phénoméne dirigé par un petit nombre d'individus mûs par leur seul intérêt et agissant sur l'offre s'oppose une réalité du développement, aspiration des masses animées de revendications égalitaires, s'exprimant par la demande. Le tableau est simplifié et, comme toute généralisation concernant les pays sous-développés, se heurte à des exceptions. Il nous semble cependant grossièrement valable, suffisamment pour nous décourager dans notre transposition des thèses de SCHUMPETER.

Nous ne terminerons pas sans souligner que la plus grande part de nos critiques s'adressent non pas à l'œuvre de SCHUMPETER, elle-même, mais à son éventuelle utilisation pour rendre compte du phénomène de sous-développement. Cette transposition, rappelons-le, n'est pas proposée par l'auteur mais elle a tenté certains économistes; beaucoup, sans toujours s'y référer expressément, ont utilisé des fragments de la théorie.

Leur effort trouvait sa justification dans la formulation générale indépendante de tout système économique, de tout type d'organisation économique, choisie par SCHUMPETER. L'explication cohérente qu'il proposait, reliant par le dynamisme de l'innovation une situation de non-développement à une situation de développement, laissait entrevoir une problématique générale du développement englobant l'analyse du sous-développement.

A un niveau d'analyse plus modeste, et cette fois en n'envisageant que le

45. Cf. F. PERROUX : « Une dynamique purement moniste qui privilégie une fonction, l'innovation économique, fausse l'histoire » in *Les trois analyses...*, p. 292.

problème spécifique des économies sous-développées, de nombreux auteurs ont poursuivi, avec la notion de « cercle vicieux », une démarche plus empirique pour exprimer la même conception globale : l'absence de toute évolution, de toute possibilité de rompre un circuit stationnaire.

SECTION III. LE SOUS-DÉVELOPPEMENT, RÉSEAU DE CERCLES VICIEUX

L'expression de « cercle vicieux » est d'un usage fréquent dans l'étude du sous-développement; toutefois, la plupart des auteurs qui l'emploient n'en usent que comme d'une image expressive, il est plus rare que l'on en fasse un instrument d'analyse de validité générale. C'est seulement dans la seconde acception que la notion du cercle vicieux présente un intérêt pour notre recherche.

Le cercle vicieux peut se définir comme un systéme circulaire de causalités simples entre un nombre limité de facteurs. Soit une suite de « n » facteurs constitutifs d'un cercle vicieux :

A, B, C..... J, K, ... N.

Chaque facteur est lié au suivant par un rapport de causalité directe; par exemple le comportement du facteur K est déterminé par le comportement du facteur J :

$$K = f(J)$$

On néglige donc :

- l'influence que K peut exercer sur J [46];
- l'influence que J peut exercer sur d'autres facteurs que K;
- l'influence que d'autres facteurs que J peuvent exercer sur K.

La liaison est circulaire en ce sens que N et A sont unis par les mêmes relations que J et K. La formulation du cercle vicieux peut s'écrire finalement :

$$B = f(A) \ldots\ldots, K = f(J), \ldots\ldots, A = f(N).$$

Élias GANNAGE [47] estime que deux approches sont possibles pour expliquer la persistance d'une situation de pauvreté. La première approche repose sur l'hypothèse d'un équilibre stable : tout changement dans le système dû à des facteurs exogènes entraîne des réactions qui aboutiront à restaurer l'équilibre initial. La seconde approche, qu'il adopte, est celle des cercles vicieux : tout changement initial provoque une chaîne de réactions de même sens qui amplifient le phénomène. Ainsi l'analyse en termes de cercles vicieux fournirait une interprétation dynamique du sous-développement.

46. Sauf si le cercle vicieux se réduit à deux facteurs, auquel cas ces deux facteurs sont évidemment en interaction : $B = f(A)$, $A = f(B)$.

47. *Économie du développement*, p. 98-100.

Cette distinction correspond à la conception que se fait Élias GANNAGE de la notion de cercle vicieux [48] mais il apparaît que, pour la majorité des auteurs, celle-ci répond au contraire à un idée de maintien ou de retour à l'équilibre.

§ 1. LE CERCLE VICIEUX, MÉCANISME DE MAINTIEN AU NIVEAU INITIAL D'ÉQUILIBRE

Benjamin HIGGINS ayant déclaré : « La route vers le développement est pavée de cercles vicieux », Albert HIRSCHMAN acquiesça mais ajouta : « Certains cercles sont plus vicieux que d'autres [49]. » Le cercle le plus « vicieux », semble-t-il, celui qui est le plus fréquemment mis en évidence, est le cercle vicieux de la pauvreté.

a) L'enchaînement des facteurs est bien connu [50] : un pays sous-développé est un pays dont le revenu est faible; un revenu faible donne naissance à une épargne faible; l'offre de capitaux pour l'investissement est donc réduite; elle est absorbée par les besoins de l'amortissement; la création de capital nouveau est nulle ou très faible, la production et le revenu sont maintenus à leur bas niveau initial [51].

Grossièrement cette série de déductions est acceptable; la faiblesse de l'épargne privée volontaire liée aux bas revenus est bien la cause principale de la pénurie de capitaux. Cependant, une analyse plus précise doit faire intervenir d'autres facteurs. Ainsi, les titulaires de hauts revenus ne sont pas non plus offreurs de capitaux pour l'investissement productif domestique : les

48. Dans son ouvrage, Élias GANNAGE, après avoir décrit dans une première partie la nature et la structure du sous-développement et avant d'analyser dans la troisième partie la politique du développement, consacre la seconde partie à expliquer le fonctionnement des économies sous-développées par le jeu de quatre cercles vicieux : « Deuxième Partie, Cercles vicieux », p. 97-236.

49. Cité par B. HIGGINS, *Economic Development*, p. 24.

50. Élias GANNAGE, *Économie du développement*, « Chap. II, Le cercle du capital et de l'épargne », p. 130-166; Raymond BARRE, *Le développement économique, analyse et politique*, p. 18-21, « Le cercle vicieux de la pauvreté », Ragnar NURKSE, *Problems of Capital Formation in Underdeveloped Countries*, p. 4 et suiv., « The Vicious Circle of Poverty »; G. M. MEIER and R. E. BALDWIN, *Economic Development*, Chap. 15, « parag. 2, Vicious Circles », p. 315-333.

51. Sur ce point nous comprenons mal l'attitude d'Élias GANNAGE. Comme nous l'avons dit, il rejette l'approche de l'équilibre économique, dans laquelle « tout changement initial provoque un changement secondaire qui le neutralise » alors que dans le cercle vicieux « toute modification dans un facteur déclenche un processus dans lequel le changement du facteur secondaire vient renforcer le premier et celui-ci réagit à son tour sur le second » (ouvrage cité, p. 99). Le cas du cercle vicieux de la pauvreté, qu'il expose dans des termes parallèles à la formulation que nous en avons donnée, est une illustration d'équilibre et non de processus cumulatif. Dans la seconde hypothèse, il faudrait démontrer que toute variation du niveau du revenu initial déclenche un processus de paupérisation ou de développement accéléré; or la démonstration que présente Élias GANNAGE (ouvrage cité, p. 130-166) est celle du maintien indéfini à un bas niveau de revenu, d'épargne et d'investissement.

dépenses somptuaires, la thésaurisation, le placement des capitaux à l'étranger détournent les ressources disponibles. La structure dualiste de l'économie s'oppose au passage des capitaux d'un secteur à l'autre; l'épargne en nature du secteur traditionnel est dans une large mesure inutilisable pour les besoins du secteur moderne. La faiblesse des revenus n'est donc pas la seule cause, ni même nécessairement la cause principale, de la faiblesse de l'investissement.

Nous avons jusqu'ici envisagé les investissements sous l'aspect de l'offre de capitaux; une formulation symétrique du cercle de la pauvreté résulte de la prise en considération de la demande de capitaux.

b) La faiblesse des revenus entraîne la faiblesse de la consommation; la production ne trouvant que des débouchés réduits, l'incitation à investir est faible, la demande de capitaux également; la production sera donc faible ainsi que les revenus. Ici encore le simplisme de la présentation est évident : l'étroitesse du marché [52] n'est expliquée que partiellement par la faiblesse du pouvoir d'achat; il faut y ajouter la mauvaise organisation du marché, le défaut de moyens de transports, plus généralement l'absence de liaisons par les flux et par les prix. L'absence d'incitation à investir, comme le souligne justement Élias Gannage, tient d'autre part à l'absence ou à la mauvaise qualité technique des moyens de production complémentaires, en premier lieu, de la main-d'œuvre. Toutes ces considérations sont étrangères à la logique rudimentaire des cercles vicieux.

La question se pose alors de savoir si l'extrême simplification qui résulte de la méthode des cercles vicieux est une simplification utile et acceptable.

c) Le cercle vicieux de la pauvreté, dans ses deux formulations, admet implicitement plusieurs hypothèses contestables : il suppose admis, en premier lieu, que l'on puisse considérer l'investissement comme le facteur déterminant du développement et négliger les autres; en second lieu, que les agrégats nationaux (revenu, épargne, investissement) soient susceptibles dans les pays sous-développés d'une définition et d'une mesure significatives; en troisième lieu, que l'on puisse valablement se contenter des relations causales mécaniques qui unissent les agrégats.

Si ces hypothèses sont acceptées, le cercle vicieux permet seulement de conclure qu'un pays est pauvre parce qu'il est pauvre et qu'étant pauvre, il a toutes les chances de le rester [53].

Si, au contraire, nous rejetons, avec Élias Gannage, « une analyse globale

52. Sur laquelle Ragnar Nurkse a particulièrement mis l'accent. Ouvrage cité, « Chap. 1, The Size of the Market and the Inducement to Invest », p. 4-31.

53. Cf. R. Nurkse, ouvrage cité, p. 4. P. T. Bauer et B. S. Yamey notent, à juste titre, que les pays aujourd'hui développés ont eux aussi connu la pauvreté et qu'ils ont pourtant brisé le cercle vicieux; le cercle vicieux n'explique donc rien. Cf. *The Economics of Under-Developed Countries*, p. 131-134, « Capital Formation in Under-Developed Countries ».

dont les résultats sont condamnés à une impasse »[54], les faiblesses radicales du cercle vicieux de la pauvreté apparaissent clairement. L'analyse concrète, à laquelle se livre le même auteur, des « distorsions qui surgissent dans l'offre comme dans la demande de capital »[55], le conduit à accorder une influence décisive à des facteurs que le cercle vicieux n'intègre pas; l'accent est mis sans cesse sur le dualisme structurel et sur ses multiples conséquences : importance de l'épargne en nature, inorganisation du marché, institutions et comportements sociaux défavorables à l'investissement productif, etc.

Le cercle vicieux est le produit d'un effort de simplification; la simplification est nécessaire mais elle n'est acceptable que si elle préserve l'essentiel. Le cercle vicieux de la pauvreté, qui unit des grandeurs économiques globales par des relations de causalité simple, ignore le phénomène fondamental du dualisme et réduit à une liaison sommaire entre investissement et production le processus socio-économique du développement. Image expressive, il n'est pas un instrument d'analyse satisfaisant.

L'examen d'autres cercles vicieux, tels le cercle vicieux démographique ou le cercle vicieux du commerce extérieur, conduit à des conclusions parallèles; la simplification fournit une explication attrayante, mais elle ne résiste pas à une vérification concrète.

Plus profondément, la notion de cercle vicieux est critiquable en ce qu'elle décrit les économies sous-développées comme immuables, en ce qu'elle exclut toute dynamique de l'analyse du sous-développement. Sur ce point un progrès important est réalisé par le passage de la notion de cercle vicieux à celle de processus cumulatif.

§ 2. CERCLE VICIEUX ET PROCESSUS CUMULATIF

Gunnar MYRDAL, ayant mis à l'épreuve la notion de cercle vicieux tant en sociologie[56] qu'en économie[57], critique l'imprécision de son contenu dans l'utilisation courante qui en est faite. Il se propose d'en donner une formulation scientifique, grâce à l'utilisation du « principe de causation circulaire et cumulative »[58]; nous retiendrons quatre caractères essentiels de cette analyse.

a) La notion d'équilibre stable est une fausse analogie pour expliquer les

54. Élias GANNAGE, *Economie du développement*, p. 143.
55. *Ibidem*, p. 143.
56. *An American Dilemna, The Negro Problem and Modern Democracy*, spécialement, Chap. III, « § 7 – The Theory of the Vicious Circle », et « Appendice 3 – A Methodological Note on the Principe of Cumulation ».
57. Cf. *Une Économie internationale*, et *Théorie économique et pays sous-développés*.
58. *Théorie économique et pays sous-développés*, « Chap. II, Le principe de la causation circulaire et cumulative », p. 21-23.

changements dans un système économique et social. En règle générale, une variation initiale n'entraîne pas une série de réactions dirigées en sens inverse [59]; au contraire, elle provoque normalement des changements dans le même sens qui amplifient le premier phénomène. Ce processus cumulatif peut être freiné ou stoppé soit par des modifications exogènes, soit par une politique appropriée, mais la tendance inhérente au système est à l'accélération, non au retour à l'équilibre.

Ce premier caractère exclut donc les cercles vicieux de la pauvreté et de la démographie tels qu'ils sont habituellement énoncés. A l'image du cercle est substituée celle de la spirale.

b) Le processus cumulatif ne s'applique pas aux phénomènes globaux mais aux variations qui affectent ces phénomènes. Les forces en présence dans un système se font généralement contrepoids, si bien que le système reste en repos. C'est lorsqu'une impulsion nouvelle rompt l'équilibre qu'apparaissent les phénomènes cumulatifs.

Si nous voulions reprendre ces deux premiers points dans la formulation de départ, il faudrait, en premier lieu, choisir de prendre en considération non pas les relations entre les grandeurs globales : A, B, ...J, K, ...N, mais les relations entre variations de ces grandeurs :

$$\Delta A,\ \Delta B, \ldots\ldots, \Delta J,\ \Delta K, \ldots\ldots, \Delta N$$

Il faudrait en second lieu, écrire que les variations primaires, secondaires, tertiaires d'un facteur :

$$\Delta_1 J,\ \Delta_2 J,\ \Delta_3 J, \ldots\ldots, \Delta_x J$$

sont toutes de même sens.

c) Si les variations sont toutes de même sens, elles peuvent être aussi bien négatives que positives. Jacob VINER [60] a justement affirmé que la notion de cercle vicieux était indissociable de la notion de « cercle bénéfique ». Le « principe de causation circulaire et cumulative » remplit donc une double fonction : il explique la situation de sous-développement par le jeu d'un ensemble de processus négatifs; il trace la voie d'une politique de développement : transformer, par une série d'interventions complémentaires dans le cercle des facteurs, le processus cumulatif vers le bas en processus cumulatif vers le haut.

d) Dans le constellation des facteurs constitutifs du cercle vicieux, il n'y a pas de facteur dominant, de facteur de base; le système se présente comme un ensemble d'interrelations où tous les facteurs, économiques ou « extra-économiques » ont la même importance.

L'économiste doit analyser aussi bien les rapports réciproques de causalité

59. Comme le montrait par exemple le cercle vicieux de la démographie.
60. *Stabilité et progrès : Les problèmes de la pauvreté*, p. 45-46.

interne que l'influence des impulsions extérieures; il doit en présenter une formulation quantitative :

« La solution scientifique (...) devrait ainsi, dans l'idéal, être conçue sous forme d'un ensemble d'équations quantitatives liées entre elles, rendant compte du mouvement – et des modifications internes – du système, étudié sous l'angle des influences diverses auxquelles il est soumis » [61].

Un dernier élément essentiel doit être mesuré : la vitesse de propagation des impulsions, très variable selon le type de mécanismes mis en mouvement.

Le cercle vicieux, tel que le présente Gunnar MYRDAL, est donc constitué par un système d'interrelations entre un ensemble de facteurs économiques et sociaux, toute variation d'un des facteurs en présence met en mouvement un processus cumulatif qui, sauf nouvelle intervention exogène, amplifiera indéfiniment les effets de la variation initiale.

L'instrument d'analyse qui nous est proposé est à l'évidence plus satisfaisant que celui envisagé en premier lieu. Deux critiques restent toutefois aussi valables à l'égard des processus cumulatifs de Gunnar MYRDAL.

En premier lieu, l'analyse reste formulée en termes globaux bien qu'on reconnaisse le dualisme comme un caractère essentiel des économies sous-développées.

En second lieu, le fonctionnement des cercles vicieux cumulatifs repose fondamentalement sur le fait qu'une impulsion initiale, émanant d'une variable socio-économique, est transmise à l'ensemble des autres variables socio-économiques par lesquelles elle est renvoyée et amplifiée indéfiniment. Or un deuxième caractère essentiel des économies sous-développées est que ce sont des économies désarticulées, c'est-à-dire qu'une impulsion en un point ne se transmet pas, ou très peu, ou très mal au reste de l'économie.

Quelle que soit la validité de ces critiques, l'intérêt essentiel de l'analyse de Gunnar MYRDAL est de réfuter la possibilité d'une explication du sous-développement à partir d'un schéma d'équilibre stationnaire, tel que le propose l'interprétation en termes de cercles vicieux.

61. G. MYRDAL, ouvrage cité, p. 29-30.

CHAPITRE III

L'ÉCONOMIE SOUS-DÉVELOPPÉE COMME ÉCONOMIE EN ÉQUILIBRE STABLE DE SOUS-EMPLOI

En 1936, KEYNES publie la *Théologie générale de l'emploi, de l'intérêt et de la monnaie;* parmi ses apports originaux se trouve l'idée qu'une situation stable de sous-emploi peut être l'état normal d'une économie. Le plein emploi, seule hypothèse possible aux yeux des classiques, apparaît comme situation limite, dont la réalisation exige, le plus souvent, un ensemble complexe de mesures de politique économique.

L'économique du sous-développement peut trouver là un nouveau cadre d'analyse. Souvent la définition donnée du sous-développement oriente dans cette direction; de nombreux auteurs définissent, en effet, le sous-développement comme le faible degré d'utilisation des ressources économiques : main-d'œuvre, capital, ressources naturelles [1]. Dans le même sens, l'existence de masses de chômeurs dans les pays sous-développés donne un intérêt concret à la notion de plein emploi.

L'analogie peut apparaître grossière et la tentative de transposition vaine et gratuite. Les critiques de KEYNES ont souligné les limites de son œuvre : sa théorie n'a pas la généralité que promet le titre, elle ne concerne que les économies capitalistes déjà évoluées; l'analyse du sous-emploi vise le cycle et non la longue période; enfin le caractère dynamique de la *Théorie générale* a souvent été nié [2]. Ces trois objections pourraient détruire au départ l'intérêt de notre effort; nous l'estimons cependant justifié pour deux raisons.

La première est tirée de l'expérience récente des pays sous-développés; V.K.R.V. RAO [3] rappelle que KEYNES n'ayant pas proposé lui-même l'utilisations dans ces pays des mesures politiques qu'il préconisait, la conséquence a été une application générale mais inintelligente des thérapeutiques keynésiennes :

« Ainsi c'est une base commune à la plupart des économistes écrivant sur les pays sous-développés, que d'estimer que leur développement économique

1. Ainsi Jean de LARGENTAYE, *Réponse à un questionnaire*, p. 1 : « Le sous-développement peut être défini comme le faible degré d'utilisation des richesses naturelles (au sens le plus large du terme). »

2. Pour une présentation d'ensemble des critiques adressées à l'œuvre de KEYNES, voir Alain BARRÈRE, *Théorie économique et impulsion keynésienne*, Introduction et IIe partie.

3. *Investment, Income and the Multiplier in an Underdeveloped Economy*, p. 205-207.

exige une augmentation du pouvoir d'achat de la population. Le financement par le déficit et la création de monnaie ont figuré dans pratiquement tous les plans – officiels et non-officiels – qui ont été mis en avant [4]. »

Aussi « inintelligentes » [5] que soient ces politiques, le souci des réalités qui doit animer la construction d'un concept, nous interdit de négliger un tel ensemble de faits [6].

Nous trouverons une seconde justification dans la perspective générale qui guide KEYNES. Aucun ouvrage antérieur ne s'était attaqué aussi clairement « au phénomène économique fondamental : la croissance », et à « l'objectif économique fondamental : la croissance harmonisée par une politique délibérée » [7]. Nous rencontrons ici la même perspective moniste qui animait SCHUMPETER : créer un schéma d'analyse unique qui contienne une situation de non-développement : le circuit stationnaire ou l'équilibre de sous-emploi, une situation souhaitable : l' « Entwicklung » ou la réalisation du plein emploi, et qui présente un mécanisme privilégié conduisant de la première à la seconde : l'innovation ou le multiplicateur.

Le parallèle entre les deux auteurs est approximatif, il ne résisterait pas à une analyse précise mais il permet de souligner un effort commun pour définir une problématique générale. Nous examinerons les trois éléments fondamentaux de cette problématique chez KEYNES.

SECTION I. L'ÉQUILIBRE DE SOUS-EMPLOI

KEYNES construit un schéma nouveau de la réalisation de l'équilibre [8]; l'analyse des composantes de ce schéma l'amène à prévoir une situation normale de sous-emploi. Nous aurons à vérifier qu'il fournit ainsi une explication valable du blocage de croissance en longue période.

§ 1. LE BLOCAGE DE CROISSANCE

Supposons que la croissance puisse prendre place dans le schéma keynésien et examinons les effets d'une augmentation du revenu global sur le fonctionne-

4. *Ibidem*, p. 207.
5. Le terme est de V.K.R.V. RAO.
6. Ainsi Pierre MOUSSA, critiquant la formule de Jean EHRHARD : « L'économie sous-développée n'est pas keynésienne », estime-t-il au contraire valable, moyennant certaines précautions, les politiques keynésiennes dans les pays sous-développés, surtout dans les pays sous-peuplés. *Les Nations prolétaires*, p. 95-98.
7. F. PERROUX, *La généralisation de la « General Theory »*, I. Une interprétation générale de la « General Theory », p. 19.
8. J. M. KEYNES, *Théorie générale de l'emploi, de l'intérêt et de la monnaie*, A. BARRÈRE, *Théorie économique et impulsion keynésienne*, 1re partie; J. ROBINSON, *Introduction à la théorie de l'emploi.*

ment de l'économie. L'équilibre n'est réalisé que si l'investissement absorbe la totalité du revenu non-consommé; l'augmentation du revenu engendre nécessairement une baisse de la propension marginale à consommer, l'investissement devra croître plus que proportionnellement au revenu pour éponger l'épargne supplémentaire. Peut-on l'espérer ? Non, répond KEYNES : le taux de l'intérêt ne peut descendre en dessous d'un niveau critique, conséquence d'une excessive préférence pour la liquidité; l'efficacité marginale du capital se heurte à une productivité décroissante et au tassement de la demande de biens de consommation. Selon les termes de François PERROUX [9], KEYNES construit un schéma du parfait blocage de croissance.

Mais François PERROUX montre aussi que ce schéma d'un « fonctionnement indéfini en régime de sous-emploi » repose sur quatre hypothèses, sur quatre singularités du modèle que KEYNES ne démontre pas :

1. « L'élasticité parfaite de la courbe de liquidité à partir du taux critique d'intérêt » : au-dessous d'un certain taux d'intérêt, l'économie devient insatiable, la préférence pour la liquidité affecte à l'encaisse toute quantité de monnaie additionnelle.

2. « La liaison univoque de la place de la demande globale de travail avec le niveau de l'investissement global », l'investissement et l'emploi possible sont liés par des coefficients techniques constants dans toute l'économie.

3. « La courbe globale de productivité donnée et décroissante » : chaque type d'investissement dans l'économie nationale obéit aux mêmes lois, la baisse de productivité se produit dans tous les secteurs en même temps.

4. « Les goulots d'étranglements réduits » : les facteurs de production, capital et travail, sont parfaitement fluides et interchangeables [10].

L'absence de justification de ces quatre hypothèses fait peser l'incertitude sur toute l'analyse; nous verrons, en étudiant le fonctionnement du système, combien elles sont contestables et à quel point elle faussent le raisonnement. Auparavant nous devons nous interroger sur la nature même du schéma keynésien.

§ 2. L'APPAREIL D'ANALYSE

Le renouvellement apporté par KEYNES à la méthode économique a été unanimement reconnu, largement retenu et abondamment critiqué. Nous nous limiterons ici à deux problèmes qui nous paraissent centraux si l'on entend appliquer le schéma du blocage de croissance aux économies sous-développées : la période d'analyse, le raisonnement en termes globaux.

9. *La généralisation de la « General Theory »*, p. 1-9, « Le schéma du parfait blocage de croissance ».

10. Ces singularités sont reprises et commentées par A. BARRÈRE, ouvrage cité, p. 667-669.

A. *La période d'analyse.*

KEYNES, hormis quelques boutades [11], n'a pas manifesté un grand intérêt pour la période d'analyse à laquelle se référait son modèle; celui-ci exprime un équilibre « timeless » qu'il importe d'intégrer dans le temps. François PERROUX [12] l'a confronté successivement avec la très courte période, la courte période, c'est-à-dire les fluctuations cycliques, et la longue période.

Seule l'utilisation du schéma en longue période nous intéresse ici en nous offrant une interprétation du blocage séculaire de croissance, caractéristique des économies sous-développées. L'examen des conditions historiques d'évolution des économies nous oblige à constater leur incompatibilité avec deux des « singularités » non-démontrées de l'analyse keynésienne.

Il est impossible de soutenir que le niveau de l'investissement global et celui de la demande globade de travail soient liés, en longue période, par des coefficients techniques constants. Le rapport capital-travail dans la combinaison productive est variable à un moment donné selon les types d'investissement, selon les secteurs de production; dans le temps, ce rapport se modifie dans tous les secteurs, mais selon des rythmes différents et discontinus. En longue période, l'hypothèse apparaît irréaliste.

Non moins contestable est l'hypothèse d'une courbe de productivité donnée et décroissante. Un des enseignements principaux des œuvres de Colin CLARK [13] et de Jean FOURASTIE [14] est que la productivité varie considérablement en longue période, et qu'elle varie à une vitesse différente selon les secteurs de production. Les différences entre secteurs se retrouvent à l'intérieur de chacun d'entre eux selon les multiples branches d'activité.

Le blocage de croissance analysé par KEYNES n'est pas utilisable pour une analyse de longue période.

B. *Le raisonnement en termes globaux.*

La théorie keynésienne est formulée en termes globaux; ce fait est rangé parmi les innovations les plus marquantes apportées par KEYNES à l'analyse économique. La méthode a fait l'objet de longs débats critiques; aujourd'hui chacun s'accorde à reconnaître son utilité mais aussi son caractère partiel : d'une part, même au niveau macro-économique, le raisonnement doit s'accompagner d'une analyse sectorielle; d'autre part, la macro-économie est complémentaire de la micro-économie. Compte tenu de ces limites l'approche en termes globaux est couramment utilisée pour l'analyse des économies nationales;

11. Cf. le célèbre : « Dans le long terme, nous sommes tous morts. »
12. Ouvrage cité, p. 9-13 : « Les trois emplois possibles du schéma statique. »
13. *Les conditions du progrès économique.*
14. *Le grand espoir du XXe siècle.*

cette technique, valable dans les pays développés, convient-elle aux économies sous-développées ?

a) Pour être acceptable, un agrégat doit d'abord avoir une certaine qualité statistique; dans une économie sous-développée nous nous heurtons à de lourdes insuffisances techniques d'évaluation et de sommation. Le degré d'approximation des résultats globaux est tel qu'on peut se demander s'ils sont autre chose qu'un ordre de grandeur.

b) La principale difficulté n'est pas dans la mesure; l'écueil serait alors provisoire et pourrait être surmonté par le perfectionnement de l'outillage statistique. La principale difficulté est de savoir si un agrégat national a une signification quelconque dans une économie sous-développée. Une quantité globale n'offre d'intérêt que si les quantités composantes ont entre elles un minimum d'homogénéité et de cohésion. Une économie sous-développée est caractérisée d'une part, par la coexistence d'une économie monétaire moderne et d'une économie traditionnelle de subsistance, d'où une hétéorgénéité profonde, d'autre part, par l'absence de liens économiques stables et importants, soit entre l'économie moderne et l'économie traditionnelle, soit entre les différentes économies régionales qui composent le secteur traditionnel, ce qui prive l'économie de toute cohésion.

c) Toute tentative concrète de constitution d'un agrégat national met en évidence cette absence d'homogénéité et de cohésion. Prenons l'exemple de la Demande Globale [15]; elle est pour KEYNES un flux monétaire. Son évaluation ex-post ne pose pas de difficultés particulières dans le secteur moderne [16] : c'est la multiplication des quantités échangées sur le marché, par leur prix en monnaie constaté sur le marché. Lorsque nous passons au secteur traditionnel, une large part de la demande globale est satisfaite par l'autoconsommation. La quantité ne peut être mesurée car il n'y a ni échange, ni comptabilisation; elle est grossièrement évaluée. Le prix, lui, n'existe pas; on utilise pour exprimer l'autoconsommation en termes monétaires des conventions très artificielles; on adopte par exemple des prix moyens, ou des prix constatés sur le marché local. L'évaluation finale est, comme l'écrit F. PERROUX, la multiplication de quantités fictives par des prix fictifs. Additionnons le tout à la demande du secteur moderne et nous obtenons la demande globale ex-post; on voit mal quel intérêt, quelle utilité attribuer au résultat final.

Les difficultés ne s'arrêtent pas là; la demande globale n'est pas seulement une grandeur comptabilisée ex-post, elle est aussi, ex-ante, l'objet d'une prévi-

15. F. PERROUX, *L'« Ordonnance » de* J. M. KEYNES *et les pays sous-développés*, « I. Les flux monétaires globaux et les pays sous-développés ».
16. Pas de difficultés particulières au niveau conceptuel; les difficultés pratiques de mesure sont ici mises à part.

sion des entrepreneurs qui contribue à déterminer la demande effective. Elle n'a alors de signification que si elle constitue un tout cohérent, si une dépense additionnelle « se propage sans résistances avec des effets sur le flux global antérieur »[17]. On suppose que les marchés de produits communiquent, que le calcul monétaire est répandu et qu'un marché monétaire existe, que les agents économiques obéissent aux mobiles de l'économie de marché; toutes ces conditions ne sont remplies qu'à un très faible degré dans une économie sous-développée.

Une critique analogue pourrait être présentée à partir des autres flux monétaires globaux du schéma keynésien : Revenu, Consommation, Épargne, Investissement. Elle nous conduirait à la même conclusion : ces termes recouvrent un ensemble de quantités hétérogènes et inarticulées dont la sommation est une opération sans signification.

L'analyse du blocage de croissance en longue période est, nous l'avons vu, inapplicable à la réalité des économies sous-développées; sa formulation en termes globaux est inutilisable; la systématisation du schéma keynésien ne nous fournit pas une explication du sous-développement. Essayons alors de raisonner en termes plus modestes, plus proches du réel : considérons le sous-développement comme situation durable de sous-emploi, le développement comme résultat du maintien en longue période du plein emploi, sans plus de précisions dans nos hypothèses de départ. C'est l'idée sous-jacente des économistes qui préconisent, dans les économies sous-développées, des politiques de plein emploi; mesurons la validité de ces thèses sur deux points : l'instrument et l'objectif proposés, le multiplicateur et le plein emploi.

SECTION II. LE MULTIPLICATEUR

Les politiques du plein emploi, au travers de modalités techniques variées, répondent à un but unique : augmenter le flux de consommation et d'investissement pour permettre l'égalisation de l'offre et de la demande globale à un niveau plus élevé de revenu et d'emploi. Le moyen privilégié d'augmentation de l'emploi et du revenu est l'investissement additionnel grâce à son effet multiplicateur.

C'est donc à propos du fonctionnement du multiplicateur que nous apprécierons l'efficacité des politiques du plein emploi dans les pays sous-développés[18]. Après avoir rappelé les conditions théoriques de son utilisation nous

17. F. PERROUX, article cité, p. 7.

18. Voir sur ce point : J. M. KEYNES, *Théorie générale de l'emploi, de l'intérêt et de la monnaie*, « Chap. X, La propension marginale à consommer et le multiplicateur », p. 130-149; V.K.R.V. RAO, *Investment, Income and the Multiplier in an Underdeveloped Economy*, F. PERROUX, *L' « Ordonnance » de J. M. KEYNES et les pays sous-développés;* R. BARRE,

analyserons les obstacles majeurs à son jeu normal et décrirons ses effets concrets sur l'économie.

§ 1. LE MÉCANISME THÉORIQUE

Reprenant et élargissant les recherches de R. F. KAHN sur le multiplicateur d'emploi [19], KEYNES définit un multiplicateur d'investissement [20] :

« Nous appellerons « k » le multiplicateur d'investissement. Il nous indique que, lorsqu'un accroissement de l'investissement global se produit, le revenu augmente d'un montant égal à k fois l'accroissement de l'investissement. »

La valeur du multiplicateur est exprimée, en fonction de la propension marginale à consommer (PMC), par la formule :

$$k = \frac{1}{1 - PMC}$$

Le processus de multiplification résulte d'une série de distributions de revenus provoquées par l'investissement additionnel initial; les flux monétaires expriment des flux réels identiques.

V.K.R.V. RAO [21] a montré que, malgré sa formulation en termes généraux, le principe du multiplicateur ne joue que dans certaines conditions :

a) existence d'un chômage involontaire,

b) courbe d'offre de l'output dont l'inélasticité croît mais qui ne devient verticale qu'après un intervalle important,

c) capacité excédentaire dans les secteurs produisant des biens de consommation,

d) offre relativement élastique du capital d'exploitation (working capital) nécessaire pour une augmentation de l'output.

C'est seulement lorsque ces conditions sont satisfaites que l'on peut admettre sinon l'identité, tout au moins l'existence de liens étroits entre quatre multiplicateurs distincts reliant [22] :

1) l'augmentation du flux monétaire d'investissement et l'augmentation du flux monétaire de revenu,

2) l'augmentation du flux d'investissement en termes d'unités de salaire et l'augmentation du revenu en termes d'unités de salaire,

3) l'augmentation de l'output investi et l'augmentation de l'output total,

Développement économique et Biologie sociale; M. NEGREPONTI DELIVANIS, *Influence du développement économique sur la répartition du Revenu National,* Introduction, « Chap. I, La théorie keynésienne dans les pays non-évolués », p. 8-17, A. NOWICKI, *La théorie keynésienne et l'emploi dans les pays sous-développés.*

19. *The Relation of Home Investment to Unemployment.*
20. *Théorie générale,* p. 132.
21. Article cité, p. 212.
22. *Ibidem,* p. 211.

4) l'augmentation de l'emploi dans les industries de biens de production et l'augmentation de l'emploi total.

Il est nécessaire que tous les multiplicateurs soient positifs et jouent dans le même sens pour que l'investissement additionnel initial provoque l'augmentation de l'output, du revenu réel et de l'emploi, assurant par là son propre financement.

Cette situation n'est qu'imparfaitement réalisée dans les économies avancées; dans les pays sous-développés, elle ne l'est pratiquement pas : une série d'obstacles paralysent la transmission des flux monétaires et réels.

§ 2. LES OBSTACLES A LA TRANSMISSION ET A L'EFFICACITÉ DES FLUX

Le jeu du multiplicateur implique deux types d'interventions des agents économiques : l'agent économique qui reçoit un revenu additionnel décide d'affecter à la consommation une partie de ce revenu; l'augmentation de la demande de consommation provoque chez le producteur la décision d'augmenter l'output et l'emploi. A ces deux niveaux, le mécanisme théorique du multiplicateur est mis en échec.

A. *Les fuites.*

Les fuites résultent du jeu de plusieurs phénomènes, qui existent dans les économies développées mais n'y ont qu'une importance mineure alors que leur rôle devient décisif dans notre domaine.

a) *La Thésaurisation.* KEYNES l'avait prise en considération : « le montant de la thésaurisation est nécessairement égal à la quantité de monnaie (ou encore – d'après certaines définitions – à la quantité de monnaie diminuée de celle qui correspond au motif de transactions) » [23].

La thésaurisation résulte de la préférence pour la liquidité et le taux d'intérêt doit être considéré comme « la récompense des décisions de ne pas thésauriser » [24].

Ces énoncés keynésiens correspondent mal à la thésaurisation des économies sous-développées; celle-ci résulte principalement de l'inorganisation du marché monétaire et financier, de l'existence de secteurs de financement clos [25]; elle provient également d'une psychologie économique particulière que la préférence pour la liquidité ne suffit pas à expliquer. Il ne s'agit pas d'une

23. *Théorie générale*, p. 189.
24. *Ibidem*, p. 189.
25. M. BYE, *Le rôle du capital dans le développement économique*, « II. Développement et capital spécifique ».

thésaurisation aux variations conjoncturelles que l'action sur la quantité de monnaie peut combattre, mais d'une thésaurisation structurelle qui ne disparaîtra qu'avec une transformation profonde de l'économie. La mesure de cette thésaurisation est très imprécise; il ne fait cependant pas de doute qu'elle représente, en pourcentage de la quantité de monnaie disponible, un phénomène beaucoup plus important que dans une économie de type keynésien.

b) *Les Échanges Extérieurs.* Ils ne sont pas intégrés dans la *Théorie générale*, cependant les disciples de KEYNES les ont pris en considération, notamment en élaborant le multiplicateur de commerce international [26]; les échanges extérieurs sont dans les économies sous-développées à l'origine d'une double fuite.

La première se manifeste lorsque les revenus additionnels sont directement placés à l'étranger disparaissant ainsi du circuit économique national.

La seconde, plus originale, résulte de l'insuffisance de l'appareil de production national et de l'effet de démonstration international : le supplément de revenu apporté par l'investissement additionnel est, dans une large mesure, affecté à l'importation de biens de consommation manufacturés que l'économie nationale est incapable de fournir.

c) *L'Endettement.* François PERROUX [27] note que, lorsque l'endettement est généralisé et le taux d'intérêt usuraire, une augmentation des revenus sera utilisée au remboursement de dettes antérieures, n'engendrant aucun flux de consommation chez les bénéficiaires de revenus additionnels.

Cette situation est vérifiée pour les titulaires de petits revenus des pays sous-développés : petits exploitants et salariés agricoles, prolétaires des villes. Le problème se pose alors de l'emploi que feront des fonds recouvrés les créanciers locaux : grands propriétaires terriens, usuriers, spéculateurs; en toute hypothèse le mécanisme initial de multiplication est rompu.

Lorsque le remboursement est le fait d'une entreprise nationale au bénéfice de firmes étrangères, nous retrouvons une fuite du second type.

d) *L'Autoconsommation.* La théorie du multiplicateur peut être sauvée formellement [28] en la restreignant au secteur monétaire et en considérant l'autoconsommation comme une fuite au même titre que les importations. Une augmentation du revenu de la population agricole, en général sous-alimentée, se traduira normalement par une poussée de l'auto-consommation qui n'entraîne aucune nouvelle distribution de revenus.

Thésaurisation, échanges extérieurs, endettement, autoconsommation, empê-

26. Voir F. MACHLUP, *International Trade and The National Income Multiplier.*
27. Article cité, p. 8, « 2. Le « Milieu Idéal » de transmission et les pays sous-développés ».
28. Comme l'a montré V.K.R.V. RAO, article cité, p. 215-216.

chent le jeu du multiplicateur : les flux monétaires auxquels donne naissance l'investissement additionnel sont interrompus; la série des revenus et des dépenses de consommation induits n'apparaît que partiellement. Négliger ces fuites est déjà critiquable dans une économie développée; dans une économie sous-développée leur importance relative est telle qu'elles constituent le processus normal, la transmission keynésienne des flux apparaissant comme l'exception.

Suivons maintenant la fraction du flux qui, malgré les fuites, parvient à destination, c'est-à-dire provoque une augmentation de la demande monétaire domestique de biens de consommation; cette demande créera-t-elle à son tour revenu et emploi grâce à une augmentation de la production ?

B. *L'inélasticité de l'offre.*

Le schéma keynésien du multiplicateur postule une élasticité « théoriquement infinie, pratiquement très grande [29] » de l'offre des facteurs de production, capital et travail. Ils s'offrent au prix courant; une augmentation de la demande est aussitôt satisfaite, sans coûts supplémentaires. A la parfaite élasticité s'ajoute une parfaite fluidité : les goulots d'étranglement sont ignorés. Ici encore la réalité des pays sous-développés n'est pas conforme.

a) *La main-d'œuvre* disponible ne correspond pas aux chômeurs involontaires de la *Théorie générale*. C'est une main-d'œuvre non-qualifiée qui ne répondra que partiellement aux besoins de la production; il n'y a pas de main-d'œuvre qualifiée disponible à court terme : l'immigration de travailleurs étrangers ou la formation des travailleurs indigènes peuvent seules en procurer.

C'est aussi une main-d'œuvre qui ne ressent pas directement la situation de chômage comme dans une économie développée [30]; elle est employée dans des tâches parasitaires, à productivité sociale nulle ou très faible, mais lui procurant un certain revenu; il sera nécessaire de lui offrir un salaire supérieur pour qu'elle se déplace vers les emplois nouvellement créés.

b) *Le capital*, lui non plus, ne répond pas aux descriptions keynésiennes. Il n'existe pas d'équipement disponible s'offrant au prix courant; l'équipement est à créer, souvent il est impossible de le produire sur place et on devra l'importer. La mise en œuvre de ce capital se heurte à de multiples goulots d'étranglement : transports, énergie, matières premières. Tous ces obstacles, en supposant qu'ils puissent être surmontés, introduisent des retards considérables dans le déroulement du processus de multiplication; l'offre ne peut être considérée comme élastique en courte période.

29. F. Perroux, article cité, p. 9-13.
30. V.K.R.V. Rao, article cité, p. 214.

c) La faible qualification de la main d'œuvre et l'absence d'équipement font que la production, surtout dans le secteur agricole, est étroitement soumise à des *facteurs aléatoires.* Gérard DESTANNE DE BERNIS [31], établissant la fonction de production dans l'agriculture, montre que chacun des facteurs dépend essentiellement d'un coefficient aléatoire; ce coefficient est déterminé par le climat, la pluie et sa répartition dans l'année. En courte période, l'offre de l'agriculture, dont les variations sont soumises au climat et aux pluies, reste insensible aux pressions de la demande.

d) Une dernière cause de l'inélasticité de l'offre réside dans l'inefficacité des *stimulations monétaires.* Le secteur traditionnel de l'économie n'est pas familiarisé avec le calcul en monnaie, son comportement est fondé en termes réels. Une augmentation de la demande exprimée en monnaie ne stimule l'offre que si le producteur a le désir et la possibilité d'une utilisation concrète du supplément de monnaie obtenu. De plus, une augmentation des prix n'a d'effet sur l'output que si elle est considérée par les producteurs comme durable; l'expérience qu'ont ceux-ci de l'instabilité des prix les conduira à une attitude attentiste.

Ainsi les obstacles s'accumulent devant le multiplicateur : leur présentation analytique nous donne les éléments nécessaires à une étude dynamique de son fonctionnement concret.

§ 3. LE FONCTIONNEMENT RÉEL DU MULTIPLICATEUR

V.K.R.V. RAO a réalisé cette étude sur le cas de l'Inde [32]; elle semble, dans ses grandes lignes, acceptable pour toute économie sous-développée.

Soit un investissement additionnel et son effet primaire : l'attribution d'un revenu additionnel. Ce revenu peut être attribué au petit nombre des titulaires de hauts revenus; leur propension à consommer est faible et, dans la mesure où ils consomment, la part des produits importés sera très grande. Le multiplicateur est donc au départ largement amputé.

Plaçons-nous alors dans l'hypothèse la plus favorable : l'augmentation des revenus va à la masse des titulaires de faibles revenus dont la propension à consommer, voisine de l'unité, nous fait espérer un multiplicateur très élevé. La demande de consommation additionnelle est consacrée presque totale-

31. *Islam et développement économique*, p. 115-124.

32. Article cité, p. 208; voir aussi une étude analogue dans : M. CAPET, *Les Économies d'A.O.F.*, 2e partie, chap. II, « § 2. Le fonctionnement de l'Économie dans son ensemble », p. 234-247.

ment à des produits alimentaires; elle touche le secteur agricole traditionnel.

Les exploitants agricoles réagissent d'abord comme des producteurs en face d'une augmentation de la demande; leur volonté et leur possibilité d'augmenter l'output sont réduites. Leur volonté d'accroître la production sera combattue par le manque d'attrait d'une demande monétaire et par l'incertitude sur le caractère durable de l'augmentation des prix; leur possibilité sera limitée par l'insuffisance de qualifications et d'équipement technique, par les rendements fortement décroissants auxquels ils se heurteront de ce fait; l'offre de l'agriculture traditionnelle se révèle très inélastique en courte période.

L'augmentation de la demande, ne provoquant qu'un accroissement faible ou nul de l'offre, se traduira vraisemblablement par une hausse des prix des produits alimentaires donc des revenus agricoles. Les paysans réagiront alors comme des consommateurs bénéficiant d'une augmentation de leurs ressources. Touchant des classes sous-alimentées, placées hors de l'économie monétaire, l'amélioration des revenus amènera en premier lieu une augmentation de l'autoconsommation. La quantité de produits offerts sur le marché sera réduite, exerçant une pression à la hausse des prix; au mieux, c'est seulement l'augmentation de l'output qui sera absorbée, la quantité offerte sur le marché restant stable [33].

Une autre partie des revenus additionnels, souvent importante, sera consacrée au remboursement de dettes antérieures. Ce n'est pas le flux initial mais un mince filet qui portera la demande de consommation additionnelle née de l'amélioration des revenus agricoles.

Étudions maintenant la demande de consommation non-agricole, qu'elle résulte de l'augmentation initiale des revenus ou qu'elle provienne de l'amélioration induite des revenus agricoles. Elle se portera, pour une part non négligeable, vers les biens d'importation; l'effet de démonstration international est bien souvent aussi vivace chez les titulaires de petits revenus que dans les classes supérieures. La demande portant sur les produits domestiques rencontrera dans le secteur artisanal et industriel l'absence d'une capacité de production excédentaire et les goulots d'étranglement dans l'approvisionnement en facteurs de production; comme dans l'agriculture, elle provoquera plus facilement une hausse des prix qu'une augmentation de la production.

Le multiplicateur keynésien nous décrit la parfaite transmission des flux à travers un circuit économique unique et homogène; les flux monétaires s'y identifient aux flux réels. L'économie sous-développée nous fournit l'expérience de flux monétaires qui se transmettent partiellement et qui se traduisent plus au niveau des prix et des revenus monétaires qu'au niveau de l'output et des revenus réels. Le multiplicateur est acceptable sous de nombreuses réserves,

33. Ce point est également souligné par F. PERROUX, article cité, p. 9-13.

dans le cadre réduit de l'économie monétaire, pour exprimer des phénomènes monétaires; il échoue totalement dans le secteur d'économie traditionnelle. Pour l'ensemble de l'économie, il est impropre à l'expression de phénomènes réels.

La critique du multiplicateur met en cause les politiques qui s'y rattachent et qui tendent à l'augmentation de la demande globale : programmes d'investissements publics, stimulation de l'investissement privé, redistribution du revenu national, déficit budgétaire, création de monnaie. Cela ne signifie pas que ces politiques soient nécessairement inefficaces, mais leur expression en termes keynésiens est incorrecte; il serait illusoire d'attendre d'elles la réalisation mécanique du plein emploi.

Le mécanisme du développement n'est donc pas plus satisfaisant que le modèle du blocage de croissance pour l'approche du concept de sous-développement. Il nous reste à examiner le troisième volet du triptyque keynésien, le but proposé aux économies sous-développées : la réalisation du plein emploi.

SECTION III. LE PLEIN EMPLOI

Albert Hirschman [34] estime que l'on a fait une trop grande différence entre le sous-emploi cyclique des économies développées et le chômage structurel des économies sous-développées; dans les deux cas, écrit-il, le problème est de combiner des facteurs de production inemployés. L'avantage de la méthode est de considérer ces facteurs comme latents et conditionnellement utilisables plutôt que rares ou absents; elle fournit ainsi une perspective dynamique et stratégique.

Cette attitude pourrait conduire à faire du plein emploi l'objectif commun des politiques anticycliques des pays avancés et des politiques de développement des pays sous-développés. Elle oblige à poser deux questions : quelle est la signification de la notion de plein emploi dans une économie sous-développée, quelle est la valeur du plein emploi comme objectif de développement dans une telle économie ?

§ 1. LA NOTION DE PLEIN EMPLOI

Keynes n'a pas donné de véritable définition du plein-emploi, il en parle comme de « la quantité maximum d'emploi qui est compatible avec un salaire réel donné [35] »; il la délimite essentiellement de façon négative :

« C'est cet état des affaires (l'absence de chômage « involontaire »), lequel

34. A. O. Hirschman, *The Strategy of Economic Development*, p. 1-7.
35. *Théorie générale*, p. 34.

n'exclut ni le chômage de « frottement » ni le chômage « volontaire » que nous appellerons le plein emploi [36]. »

Le plein emploi est donc l'absence de chômage involontaire; c'est cette seconde notion que KEYNES et ses disciples approfondissent, c'est sur elle aussi que portera notre critique.

A. *Le chômage involontaire.*

KEYNES précise avec soin le contenu de la notion : « Il existe des chômeurs involontaires si, en cas d'une légère hausse du prix des biens de consommation ouvrière par rapport aux salaires nominaux, l'offre globale de main-d'œuvre disposée à travailler aux conditions courantes de salaire et la demande globale de main-d'œuvre aux mêmes conditions s'établissent toutes deux au-dessus du niveau antérieur de l'emploi [37]. »

Plus simplement, le chômage involontaire se manifeste par l'existence de travailleurs disposés à accepter des taux de salaires réels légèrement inférieurs à ceux actuellement pratiqués et qui cependant ne trouvent pas d'emploi; il y a donc une élasticité parfaite de l'offre de travail.

Même dans les pays avancés les conditions requises par une telle situation ne sont pas remplies, aussi la notion de chômage involontaire a-t-elle subi une série de critiques [38] qui en ont précisé le contenu et l'ont rendue plus réaliste. D'autre part, François PERROUX [39] a montré qu'en acceptant le principe d'une courbe coudée de l'offre du travail, on pourrait définir non pas une mais quatre notions de plein emploi.

– Le plein emploi peut résulter de l'élimination du chômage involontaire keynésien tel que nous venons de le définir.

– Il peut être défini comme le point à partir duquel l'élasticité globale de l'offre de travail par rapport au salaire nominal est nulle, il correspond alors à la limite maxima de l'emploi dans une économie libre.

– Dans une économie qui use de la contrainte, le plein emploi correspond à la limite absolue de l'effort productif qui peut être exigé de la population.

– Enfin, et de façon conventionnelle, le plein emploi peut désigner le niveau d'emploi tel qu'il s'établit lorsque ne subsiste que le chômage qualifié inéliminable; ce niveau se situera entre le premier et le second définis plus haut.

La notion de chômage involontaire laisse donc subsister de larges incertitudes : il est intéressant avant de la confronter au chômage des économies sous-développées de la compléter par la notion de « chômage déguisé » élaborée par Joan ROBINSON [40].

36. *Théorie générale*, p. 38.
37. *Théorie générale*, p. 37.
38. V.K.R.V. RAO, *Full Employment and Economic Development*, analyse les principaux apports en la matière : FELLNER, OHLIN, BEVERIDGE, Joan ROBINSON, LERNER, p. 43-50.
39. F. PERROUX, *Pluralité des notions de « plein emploi » en statique*, p. 53-55.
40. Joan ROBINSON, *Introduction à la théorie de l'emploi*.

Il y a chômage déguisé lorsque un nombre plus ou moins grand de travailleurs sont placés dans des occupations à productivité plus basse que celles qu'ils viennent de quitter ou qu'ils auraient pu choisir si l'occasion s'était présentée. Là notion devient plus large et plus imprécise [41]; elle offre l'intérêt d'englober, dans une économie sous-développée, la masse des travailleurs effectivement employés mais dont la productivité sociale est faible ou nulle.

B. *Le chômage structurel.*

a) Au chômage involontaire des auteurs keynésiens s'oppose le chômage structurel des économies sous-développées. Ses formes ont été souvent décrites et spécialement la plus caractéristique d'entre elles : le chômage déguisé [42].

Les experts des Nations-Unies le définissent ainsi : « Les chômeurs « déguisés » sont ces personnes qui travaillent pour leur propre compte et qui sont si nombreuses par rapport aux ressources dont elles disposent que si un certain nombre d'entre elles étaient affectées à d'autres secteurs de l'économie, l'output total du secteur qui subirait leur départ ne serait pas diminué, même en l'absence de toute réorganisation notable de la production et de toute substitution notable de capital [43]. » Une importance spéciale a été accordée par certains auteurs au rôle du chômage déguisé dans le secteur rural traditionnel; ainsi Ragnar Nurkse [44] y voit un stock d'épargne potentielle dont la mobilisation permettrait de financer le développement, au moins dans les pays surpeuplés.

En réaction d'autres économistes, parmi lesquels Jacob Viner [45], ont nié l'existence, en quelque pays que ce soit, du chômage déguisé sous une forme généralisée si on en adopte la définition stricte : productivité marginale nulle ou négative de la main-d'œuvre. Sans entrer dans ce débat qui ne nous intéresse pas directement ici [46], notons que tous se trouvent d'accord pour reconnaître que dans les économies sous-développées soumises à une forte pression démographique une fraction importante de la main-d'œuvre occupant effectivement un emploi, salarié ou non, n'a qu'une productivité nulle ou très faible. Cette forme de chômage est généralement bien plus importante que le chômage stricto sensu frappant les salariés ne trouvant pas d'emploi. Peut-on

41. Cf., par exemple, la critique qu'en fait O. Okyar, *La théorie keynésienne et l'économie sous-développée*, « II. La notion de chômage déguisé », p. 89-94.
42. Ou « chômage camouflé », ou « chômage invisible ».
43. Nations-Unies, *Measures for the Economic Development of Underdeveloped Countries*, p. 7.
44. R. Nurkse, *Problems of Capital Formation in Underdeveloped Countries*, Chap. II, p. 32-56.
45. J. Viner, *Stabilité et progrès – Les problèmes de la pauvreté*, p. 55-56; cf. dans la discussion de ce rapport, les interventions sur ce point de C. N. Vakil, p. 74-75, et R. Nurkse p. 76-78.
46. Pour une présentation d'ensemble, cf. É. Gannage, *Sur le concept de chômage déguisé. Définition – Conditions – Politique.*

lui appliquer les raisonnements keynésiens ? L'examen du contenu et des causes du chômage déguisé conduisent à répondre négativement.

b) Le chômage de KEYNES intéresse les seuls salariés; pour eux il n'est pas d'autres situations que l'occupation effective d'un emploi ou l'état de chômage. Pour les groupes à emploi autonome (exploitants agricoles, commerçants, professions libérales), il n'y a pas de chômage possible; il existe seulement des degrés d'activité variables auxquels correspondent des degrés de revenu [47].

Dans une économie sous-développée, le « chômage déguisé » est principalement localisé dans le secteur rural traditionnel, accessoirement dans le secteur tertiaire. La majorité des travailleurs y sont soit des exploitants, soit des membres de la famille n'ayant pas le statut de salariés. Le chômage déguisé recouvre donc principalement les titulaires d'emplois autonomes et non les salariés.

Ce point, qui rend impossible l'utilisation des catégories de KEYNES et de Joan ROBINSON, a des conséquences non-négligeables :

– En cas de dépression dans le secteur moderne la réduction de l'emploi ne provoquera pas nécessairement la naissance d'un chômage, au sens classique du terme; une large part des travailleurs licenciés sera transférée vers les secteurs d'emploi autonome : agriculture traditionnelle, tertiaire parasitaire.

– En cas d'expansion dans le secteur moderne, les « chômeurs déguisés » ne constituent pas un réservoir d'offre élastique de main-d'œuvre. Ils ont une activité et un revenu; leur transfert vers le secteur moderne pose des problèmes de mobilité de main-d'œuvre : offre d'un revenu plus élevé, frein constitué par des phénomènes psychologiques et sociologiques, etc.

Enfin le chômage de KEYNES est une situation qui concerne un groupe d'hommes nettement déterminé [48] : les chômeurs, par opposition à ceux qui occupent un emploi; le chômage déguisé des économies sous-développées est un phénomène constaté dans un groupe social, un secteur économique; on peut théoriquement le mesurer : c'est le nombre de travailleurs qui pourraient quitter le groupe ou le secteur sans que l'output total diminue ; mais il est impossible de le relier à une catégorie particulière de travailleurs : tous les travailleurs du groupe social ou du secteur économique sont en même temps titulaires d'un emploi et « chômeurs déguisés ».

Si l'on s'oriente maintenant vers la recherche des causes du chômage, l'analyse est identique sur ce point chez KEYNES et chez Joan ROBINSON : le chômage est provoqué par une insuffisance de la demande effective, il carac-

47. Voir sur ce point : F. SELLIER, *Essai de reconstruction des catégories de l'emploi*, notamment « V. Les communications entre les catégories », p. 61-65.

48. Réserve faite des difficultés sur les catégories marginales : chômeurs partiels, etc.

térise une situation où il existe des facteurs de production disponibles, aptes à une mise en œuvre immédiate et cependant inutilisés. La disparition du chômage requiert une politique de stimulation de la demande.

Le chômage déguisé d'une économie sous-développée résulte de phénomènes structurels : insuffisance des facteurs de production complémentaires du travail, principalement de capital, absence de qualification de la main d'œuvre incapable d'assurer toute une gamme d'emplois, absence de communications entre des marchés étroits et fractionnés. La lutte contre le chômage requiert, non une augmentation de la demande effective, mais une politique de développement qui assure et harmonise l'apparition des différents facteurs de production et qui, sur un marché unique, rende possible leur combinaison optima [49].

D'autre part et surtout, le chômage déguisé est un phénomène sectoriel et non global comme le chômage keynésien. Le chômage déguisé est caractéristique du secteur traditionnel des économies sous-développées; comme le montre Elias GANNAGE [50], il est une des principales manifestations sur le plan démographique du dualisme : « Le chômage invisible se présente comme une incapacité structurelle d'assurer la mobilité de la main-d'œuvre du secteur agricole à d'autres secteurs, en raison de la juxtaposition de deux systèmes économiques différents, dont l'interpénétration est réduite. »

Ce n'est pas le plein-emploi, absence de chômage involontaire, qu'il faut viser dans une économie sous-développée mais le plein-emploi conçu comme l'absence de chômage structurel, et de sa forme la plus massive, le chômage déguisé. Encore convient-il de savoir si la notion ainsi rectifiée constitue un objectif valable et si la réalisation du plein-emploi s'identifie avec le processus de développement.

§ 2. L'OBJECTIF DU PLEIN EMPLOI

Le plein-emploi offre une tâche concrète : l'élimination des gaspillages massifs de main-d'œuvre observables dans les économies sous-développées; envisagé dans la perspective du développement, il laisse en suspens deux ordres de problème : que signifie le plein-emploi dans l'hypothèse dynamique d'une

49. Voir cependant, en sens opposé, la thèse de Gabriel ARDANT qui estime que le sous-emploi dans les pays sous-développés résulte des effets du même processus qui tend à provoquer le sous-emploi dans les économies évoluées, mais que les pays sous-développés ressentent ces effets avec une acuité plus forte et sans que puissent jouer les mécanismes qui dans les secondes atténuent périodiquement le poids du chômage. Il n'y aurait donc qu'une différence de degré entre les deux catégories de chômage. Cf. *Le Monde en friche* « § 3. Comparaison du chômage des pays économiquement évolués avec le sous-emploi des pays sous-développés », p. 65-72.

50. Article cité, p. 55-56.

croissance de la capacité d'emploi ? Le plein-emploi correspond-il à l'utilisation optima des forces productives disponibles dans l'économie [51] ?

A. *Plein emploi et capacité d'emploi.*

L'analyse keynésienne est assortie de deux hypothèses qu'il faut rappeler ici : la constance de l'équipement productif, la fixité des coefficients techniques capital-travail. Il n'y a donc qu'un seul niveau possible de plein-emploi; une fois ce niveau atteint, aucun progrès n'est possible, l'augmentation de la demande effective amène seulement l'inflation.

V.K.R.V. Rao montre que sur ce point aussi il faut généraliser la *Théorie générale :* à un niveau donné de l'équipement productif, le passage du bas-emploi au plein-emploi constitue un progrès, mais il existe une autre catégorie de progrès : le passage du plein-emploi à un niveau donné d'équipement productif au plein-emploi à un niveau supérieur d'équipement productif.

La perspective devient ainsi plus vaste, Keynes trace une courbe de l'emploi en courte période, courbe qui se heurte au plafond rigide du plein-emploi; Rao propose une courbe de l'emploi en longue période, courbe qui réunit les niveaux de plein-emploi correspondant aux différents degrés de développement de l'économie; cette courbe ne rencontre *a priori* aucune limitation vers le haut.

Cette formulation correspond beaucoup mieux aux problèmes de développement des pays sous-développés mais, comme le remarque V.K.R.V. Rao lui-même, elle se situe encore dans le raisonnement keynésien : seule la quantité globale d'emploi est prise en considération.

B. *Plein emploi et bon emploi.*

a) Limitée au court terme, une situation de plein-emploi ne garantit pas une utilisation optima de la main-d'œuvre; celle-ci peut être mal répartie entre les différents secteurs de production, utilisée à des tâches improductives. Si nous nous situons dans le long terme, la seule recherche du plein-emploi ferait négliger un objectif au moins aussi important : l'augmentation de la productivité du travail liée au progrès technique et à la modification des coefficients capital-travail dans la fonction de production.

Cet aspect est totalement étranger au système keynésien. Pour intégrer ces différents apports V.K.R.V. Rao a élaboré une définition du développement économique en termes d'emploi :

« Le développement économique n'implique pas seulement d'une part,

51. Voir sur ce point : F. Perroux, *La généralisation de la « General Theory »*, « Croissance économique harmonisée et politique de plein-emploi », p. 68-79, F. Perroux, *L' « Ordonnance » de* J. M. Keynes *et les pays sous-développés*, p. 13-20, V.K.R.V. Rao, *Full Employment and Economic Development*, p. 52-57.

l'augmentation des emplois offerts et acceptés jusqu'à un maximum correspondant aux possibilités d'emploi existantes et, d'autre part, une augmentation continue du nombre de ces emplois par un accroissement des possibilités d'emploi; il implique aussi une augmentation continue de la productivité du travail grâce à l'augmentation du volume et de la qualité de l'output par unité de travail [52]. »

b) Parvenu à ce niveau de démolition de la théorie du plein-emploi dans son application aux économies sous-développées, la question se pose de l'intérêt d'une formulation en termes d'emploi de la théorie du développement. Le plein-emploi keynésien ne peut être considéré ni comme déterminant, ni comme facteur stratégique-clé, ni comme objectif premier du développement.

Ainsi F. PERROUX a opposé aux politiques de plein-emploi, les politiques de croissance harmonisée [53] exigeant une formulation générale des conditions, du contenu et des objectifs d'une politique de développement. Nous sommes loin du plein-emploi keynésien.

Les critiques adressées à l'œuvre de KEYNES n'ont pas paru radicales à tout un groupe d'auteurs; estimant que la faiblesse principale de la *Théorie générale* résidait dans son caractère statique, ils se sont donnés pour tâche de la dynamiser, d'y introduire le phénomène de la croissance. A l'opposition cyclique entre l'essor et la dépression, s'ajoute une dynamique de longue période opposant la croissance à la stagnation.

52. Article cité, p. 57.

53. *La généralisation de la « General Theory »*, passage cité plus haut, v. note 51, et *La recherche de la stabilité – sur la différence entre les politiques anticycliques et les politiques de croissance harmonisée.*

CHAPITRE IV

L'ÉCONOMIE SOUS-DÉVELOPPÉE COMME ÉCONOMIE EN STAGNATION

Au cours des années trente, deux phénomènes ont provoqué un ébranlement profond de la science économique, spécialement anglo-saxonne.

La crise de 1929 et les années de dépression qui l'ont suivie ont atteint les bases du capitalisme : crise cyclique accentuée par des phénomènes exogènes accidentels ou crise du système, craquement de tout l'édifice ? Désormais les économistes socialistes ne seront plus les seuls à présenter une vision pessimiste de l'avenir du capitalisme.

La publication de la *Théorie générale* donne une assise théorique aux craintes nées de l'observation du réel; KEYNES « généralisant » l'analyse classique affirme le caractère possible et même naturel d'un équilibre durable de sous-emploi; il trace le « schéma du parfait blocage de croissance ».

Les quinze années suivantes voient se multiplier les recherches issues d'un doute sur le caractère nécessaire et spontané de la croissance économique. Dépassant la théorie des fluctuations, de nombreux auteurs abordent le problème de la croissance en longue période; ils sont généralement classés en deux catégories : théoriciens de la stagnation et théoriciens de la croissance, les premiers se distinguant des seconds par leur conception pessimiste de l'évolution des économies avancées; ce sont surtout leurs points communs que nous retiendrons.

Une des idées centrales de ces recherches peut s'exprimer ainsi : il existe dans l'économie un petit nombre de facteurs-clés, d'éléments moteurs; de leur présence dépend le phénomène de croissance économique; s'ils sont absents ou trop faibles la croissance fait place à la stagnation.

Nous voici donc en face d'une nouvelle tentative possible pour rendre compte du non-développement : une théorie moniste oppose la stagnation à la croissance et analyse les mécanismes du passage de la première à la seconde situation. La formulation en termes généraux nous permet d'utiliser l'analyse dans des situations historiques différentes de celles que visaient les auteurs : le sous-développement peut-il être conçu comme une stagnation séculaire née de l'absence de certains phénomènes moteurs ? Le développement des économies sous-développées résultera-t-il automatiquement de la mise en œuvre de ces moteurs de la croissance [1] ?

1. G. DE GREEF, *Le sous-développement et les théories de la stagnation et de la croissance économique.*

Cette interrogation nous conduira, après avoir passé en revue les instruments d'analyse qui sont proposés, à les confronter avec la réalité des économies sous-développées, cherchant finalement à savoir si les modèles de croissance ainsi élaborés tracent des perspectives acceptables pour le développement de ces économies.

SECTION I. CROISSANCE OU STAGNATION

Les analyses qui nous occupent ici se rattachent directement à la pensée keynésienne; elles utilisent les notions introduites par la *Théorie générale :* plein-emploi, demande effective, propension à consommer; elles sont formulées en termes d'équilibre global, mais elles contiennent un effort nouveau : la recherche d'une analyse dynamique de la croissance. Deux séries de travaux intéressent plus spécialement notre sujet, ceux consacrés à la théorie de la maturité et ceux visant à la construction de modèles globaux de croissance.

§ 1. LA THÉORIE DE LA MATURITÉ

Présentée par Alvin H. HANSEN [2], la thèse de la maturité fut également défendue par Alan SWEEZY [3] et Benjamin HIGGINS [4]. Née aux États-Unis, elle n'a pas été reprise à l'extérieur; apparue au lendemain de la grande crise, elle semble, trente ans plus tard, être déjà rangée au rayon de l'histoire de la pensée économique [5]. Malgré son échec rapide, la théorie nous fournit un bon point de départ. HANSEN et ses disciples étudient les sociétés occidentales avancées atteintes par la maturité. Celle-ci n'est pas caractérisée par un arrêt de la croissance, ni par un taux très faible de la croissance, ni même par un taux décroissant de croissance; la maturité se traduit par une disparité croissante entre deux grandeurs : le revenu national brut réel et le revenu national brut potentiel correspondant à la réalisation du plein-emploi.

Les économies en situation de maturité ne sont donc pas stagnantes mais

2. *Full Recovery or Stagnation*, 1938, *Fiscal Policy and Business Cycles*, 1941, *Economic Policy and Full Employment*, 1947.

3. *Secular Stagnation?*, 1943, *Declining Investment Opportunities*, 1949.

4. *The doctrine of Economic Maturity*, 1946, *Concepts and Criteria of Secular Stagnation*, *The Concept of Secular Stagnation*, 1950, « Requirements for Steady Growth : HANSEN », in *Economic Development. Problems, Principles and Policies*, Chap. 7, p. 167-198.

5. Aux États-Unis, la thèse a été violemment critiquée par Georges TERBORG, *The Bogey of Economic Maturity*, 1945. Dans la littérature française, voir : Ch. RIST, *La théorie de la maturité économique;* P. COULBOIS, *Essai sur la théorie de la maturité économique;* H. GUITTON, *Stagnation et croissance économique – Éléments d'une dynamique séculaire*, Rapport au Congrès des Économistes de langue française et discussion; E. JAMES, « Le problème de la maturité économique », in *Histoire de la Pensée économique au* XXe *siècle;* p. 589-601; J. DUVAUX, *La théorie de la maturité économique ou de la stagnation séculaire aux E. U.*

« stagnating [6] », c'est-à-dire en route vers la stagnation. Cette situation résulte d'un antagonisme entre l'accumulation passée de richesses et la création de richesses nouvelles, d'autant plus difficile que l'accumulation passée est plus forte; le fait même de la croissance renforce les freins à une croissance ultérieure.

On trouve donc chez les « stagnationnistes » l'idée d'une courbe logistique de la croissance; l'épouvantail de la maturité apparaît lorsque l'économie dépasse le point d'inflexion de la courbe.

La maturité correspond à la partie supérieure de la courbe qui admet pour asynptote une horizontale; la logique du raisonnement permet de supposer que le même phénomène existe dans la partie inférieure de la courbe, sans que nos auteurs s'en soient préoccupés [7]. Nous pourrions poser la question d'une symétrie entre deux états de quasi-stagnation, à des niveaux très différents de développement, séparés par une phase séculaire de croissance rapide au voisinage du point d'inflexion; le premier état représenterait la situation de sous-développement, le dernier la situation de maturité. Les « stagnationnistes » n'ont jamais exploré, ni même mentionné cette voie; notre remarque tend seulement à souligner que la stagnation n'est pas seulement la situation historique vers laquelle tendent les économies capitalistes du XXe siècle; elle peut être interprétée plus généralement comme la situation d'une économie privée de moteurs de croissance et caractérisée par un décalage entre revenu national réel et revenu national potentiel.

Les causes de la stagnation dans le système capitaliste résident dans la défaillance, au cours de la première moitié du XXe siècle, des facteurs qui furent à l'origine de l'essor du XIXe siècle : ralentissement de la croissance démographique, arrêt de l'expansion géographique, ralentissement du progrès technique. Sur ces différents points, la thèse de la maturité a été, nous l'avons dit, vigoureusement critiquée [8]; le tableau qu'elle présente a été jugé peu ressemblant à son modèle. Les adversaires de la thèse ont nié que les économies capitalistes avancées soient parvenues à une situation de maturité, critiquant point par point les trois causes proposées; allant plus au fond ils ont rejeté la maturité comme destin nécessaire du capitalisme.

La controverse ne concerne pas notre recherche; l'intérêt de la théorie de la maturité est pour nous différent : nous sommes en présence d'une théorie de la croissance en longue période. La croissance y est présentée comme le résultat du jeu de trois phénomènes autonomes : la croissance démographique, l'expansion géographique, le progrès technique. L'absence de ces

6. La distinction est de HIGGINS.

7. La courbe logistique est symétrique par rapport au point d'inflexion, elle admet lorsque x tend vers $+\infty$ et $-\infty$ deux asymptotes, parallèles à l'axe des x. Si la pente de la courbe représente le taux de croissance, il n'y a donc pas seulement une tendance vers la stagnation lorsque x tend vers $+\infty$ mais une situation originelle de stagnation lorsque x tend vers $-\infty$.

8. Cf. les textes de G. TERBORG, Ch. RIST, P. COULBOIS, E. JAMES cités plus haut, note 5.

trois facteurs entraîne la stagnation. La maturité se réduit alors à une situation historique particulière : la marche vers la stagnation d'économies capitalistes ayant connu auparavant un siècle et demi de croissance rapide. Au-delà est posée une interprétation générale de la stagnation; nous devons nous interroger sur l'intérêt de cette notion comme moyen d'approche du concept de sous-développement.

A la stagnation s'oppose la croissance, les stagnationnistes se sont moins intéressés à cette notion, pour eux image du passé; c'est un autre groupe d'auteurs qui, à la même époque, va l'approfondir.

§ 2. LES MODÈLES GLOBAUX DE CROISSANCE

Le but reste le même que dans les théories de la maturité : expliquer la dynamique du système capitaliste, mais la perspective est différente; il ne s'agit plus d'inventorier les causes d'une tendance nécessaire à la stagnation; à l'opposé, les auteurs de modèles de croissance veulent déterminer les conditions d'une croissance stable. Leur effort est d'analyser le trend sans en éliminer les fluctuations cycliques, l'objectif est d'intégrer la théorie du cycle à une théorie de la croissance en longue période.

La variété des modèles proposés permet difficilement d'en faire une présentation d'ensemble. Nous choisirons donc un modèle particulier, celui de R. F. HARROD; il est le pionnier en la matière et son modèle semble le plus général, c'est-à-dire, dans notre perspective actuelle, le plus apte à une utilisation dans les économies sous-développées. Nous situerons ensuite brièvement les principaux modèles élaborés ultérieurement.

A. *Le modèle de croissance de R. F. Harrod* [9].

a) HARROD choisit *trois éléments fondamentaux* pour son explication de la croissance : la quantité de population productive (manpower), le produit par tête, la quantité de capital disponible. Les deux premiers éléments constituent des variables indépendantes, le produit par tête étant lié au progrès technique; le troisième élément, la quantité de capital disponible, est partiellement dépendant des variations des deux premiers. En effet, l'augmentation de la population productive et le progrès technique déterminent un taux naturel de croissance; pour être réalisé, ce taux exige la formation d'une

9. R. F. HARROD, *An Essay in Dynamic Theory*, 1939, *Towards a Dynamic Economics*, 1948; voir aussi A. BARRÈRE, *Théorie économique et impulsion keynésienne*, p. 613-630, « La théorie dynamique de la disparité des taux de croissance (R. F. HARROD) »; B. HIGGINS, *Economic Development*, Chap. 6, p. 144-166, « Cumulative Movement away from Equilibrium : Harrod ».

certaine quantité de capital (capital requirements), ce qui suppose l'épargne et l'investissement d'une certaine fraction du revenu.

La croissance naturelle régulière est donc conditionnée par la réalisation d'un équilibre entre l'offre d'épargne liée au revenu et la demande d'épargne pour la formation de capital déterminée en longue période par les deux variables indépendantes : population active et produit par tête (progrès technique).

b) Dans quelles conditions cette croissance stable sera-t-elle réalisée ? Si le taux effectif est différent de celui correspondant à la croissance naturelle, existe-t-il des mécanismes pour ramener du premier taux au second ? Harrod répond à ces questions à l'aide d'une équation fondamentale [10] qu'il présente sous deux formes :

– soit G, l'augmentation de la production totale pendant une période, exprimée en fraction de la production totale;

– soit C, l'accroissement des biens capitaux pendant la période, divisé par l'augmentation de la production pendant la période;

– soit s, la fraction du revenu épargnée; l'équation fondamentale peut se présenter sous une première forme qui n'est, Harrod le souligne, qu'un truisme :

$$G \cdot C = s$$

Sous une deuxième forme, l'équation rendra compte de l'équilibre en croissance régulière :

– Soit Gw, le taux de croissance garanti. Harrod désigne ainsi un taux global de croissance qui, s'il est réalisé pendant une période, donne aux entrepreneurs le désir de réaliser le même accroissement pendant la période suivante, compte tenu des ajustements par excès ou par défaut qui se compensent.

– Soit Cr, le volume des besoins en capitaux nouveaux, divisé par l'augmentation de la production, correspondant au taux de croissance garanti. Cr est supposé constant pendant la période de croissance régulière, mais c'est une notion marginale, il n'est pas nécessairement égal au coefficient de capital de l'économie dans son ensemble.

La deuxième équation s'écrit :

$$Gw \cdot Cr = s$$

– G est déterminé par les décisions d'un grand nombre d'entrepreneurs, décisions construites sur l'expérience et l'erreur; il faudrait beaucoup de chance pour que le résultat final soit égal à Gw. L'inégalité entre G et Gw donne naissance à un processus cumulatif : supposons par exemple G supérieur à Gw, il résulte que C est inférieur à Cr; concrètement cela signifie que les équipements ou les stocks ajoutés pendant la période sont insuffisants pour soutenir le taux de croissance; les entrepreneurs augmentent alors leur demande

10. *Towards a Dynamic Economics*, « Chap. III, Théorèmes dynamiques fondamentaux », p. 63-101.

de biens de production et l'écart entre G et Gw est amplifié. L'écart initial a donné naissance à un processus inflationniste. La démonstration donne un résultat inverse lorsque G est inférieur à Gw : un processus déflationniste apparaît, amplifié automatiquement par la réaction des entrepreneurs.

c) La situation réelle de l'économie dépend finalement du niveau relatif de la croissance garantie, Gw, et de la croissance naturelle, Gn, telle qu'elle est déterminée par les trois éléments fondamentaux de la croissance.

Il y a deux situations possibles pour HARROD :

– Gn . Cr = s, c'est-à-dire Gw = Gn; les conditions de la croissance régulière sont réalisées.

– Gn . Cr ≠ s, c'est-à-dire Gw ≠ Gn; l'équilibre ne peut s'établir. Si Gw est supérieur à Gn, G tend à être inférieur à Gw, et l'est nécessairement en longue période, créant une situation de dépression chronique. Si Gw est inférieur à Gn c'est au contraire l'inflation qui pèse constamment sur l'économie.

Cette gamme d'équations permet à HARROD d'intégrer une explication des fluctuations cycliques et une explication de la croissance en longue période. A sa suite, plusieurs auteurs ont tenté le même effort.

B. *Les autres modèles globaux de croissance.*

Il n'est pas instructif pour notre sujet d'analyser longuement le mécanisme des nombreux modèles de croissance proposés depuis une vingtaine d'années. Leurs objectifs et leurs caractères les apparentent étroitement au modèle de HARROD : ces recherches sont un prolongement de la théorie keynésienne qu'elles s'efforcent de dynamiser et de traduire dans la longue période; elles sont formulées en termes généraux et abstraits, ne se reliant à aucune situation économique historiquement isolée; elles sont formulées en termes globaux, ne prenant pas en considération la structure interne des agrégats utilisés : produit, revenu, investissement, épargne, etc. Les modèles de DOMAR, FELLNER, HICKS, sont les plus représentatifs de cette recherche.

a) Le modèle de E.D. DOMAR [11] est bâti sur deux exigences : « l'égalité keynésienne » entre l'épargne et l'investissement et une deuxième égalité, apport original de DOMAR, entre l'accroissement de la capacité productive et l'augmentation du revenu. Pour satisfaire à ces égalités, DOMAR calcule un taux requis de croissance de l'investissement :

$$\frac{\Delta I}{I} = a \cdot s$$

11. Présenté dans plusieurs articles : *Capital expansion, Rate of Growth and Employment*, 1946, *Expansion and Employment*, 1947, *The Problem of Capital Accumulation*, 1948 repris dans un ouvrage récent : *Essays in the Theory of Economic Growth*, 1957.

I : investissement net,
a : propension marginale à épargner,
s : inverse du coefficient marginal de capital.
L'équation finale est donc très voisine de celle de HARROD.

b) J. R. HICKS [12] construit plus une théorie du cycle qu'une théorie de la croissance, cependant la perspective de croissance reste importante. Son modèle est fondé sur la distinction entre d'une part l'investissement induit, lié aux mécanismes d'accélération et de multiplication, engendré par la croissance économique et l'augmentation de la demande et, d'autre part, l'investissement autonome, mû par des facteurs « exogènes » : investissements publics, innovation schumpéterienne.

C'est le jeu de ces deux catégories d'investissements qui crée la dynamique du cycle et de la croissance.

c) W. FELLNER [13] présente une analyse dans les mêmes perspectives que les auteurs précédents. Une de ses originalités principales est de distinguer, en dehors du chômage involontaire de type keynésien, un deuxième type de chômage provoqué par une insuffisance de capital pour réaliser le plein-emploi. Cette distinction sera vigoureusement critiquée par HARROD [14] : la deuxième catégorie de chômage lui apparaît impossible dans les économies avancées; il en reconnaît par contre l'existence dans les pays sous-développés.

Il faudrait encore citer plusieurs auteurs jusqu'à l'ouvrage récent de Joan ROBINSON [15] dont l'importance a été soulignée [16]; nous arrêterons là notre énumération.

Ces modèles de croissance ne se réfèrent pas à un système économique particulier ni à un type de structure économique; leur formulation parfaitement générale nous autorise à débattre de leur utilisation dans une économie sous-développée.

La question n'est pas principalement technique; de nombreux économistes ont entrepris la construction de modèles globaux de croissance pour les économies sous-développées, on peut sur cette base étudier la possibilité de transposition des modèles que nous avons analysés. Ce débat nous paraît secondaire.

12. *A Contribution to the Trade Cycle theory*, 1950; voir aussi A. BARRÈRE, *Théorie économique et impulsion keynésienne*, p. 630-638, « La théorie dynamique du multiplicateur et de l'accélérateur d'investissement (J. R. HICKS) ».

13. *The Capital-Output Ratio in Dynamic Economics*, 1951, *Long Term Tendancies in Private Capital Formation, The Rate of Growth and Capital Coefficients*, 1954, *Trends and Cycles in Economic Activity – An Introduction to problems of Economic Growth.*

14. R. F. HARROD, *Professor* FELLNER *on Growth and Unemployment.*

15. Joan ROBINSON, *The Accumulation of Capital*, 1956.

16. Voir par ex. R. BARRE, *Sur les limites d'une théorie économique de la croissance*, et la discussion sur son rapport.

La question centrale, pour nous, est de savoir s'il existe une perspective de croissance commune aux économies avancées et sous-développées.

« Dire que toute économie, à un moment donné, est en état de sous-développement, n'est-ce pas la même chose que de dire qu'elle a besoin de croître [17] ?

Le sous-développement serait alors seulement question de dègrés entre les différentes économies; il sanctionnerait un échec relatif dans la mise en œuvre des mécanismes de croissance.

Répondre à cette interrogation exige que nous vérifions si les moteurs de la croissance et les modalités de la croissance, tels que nous les présentent « stagnationnistes » et auteurs de modèles, peuvent s'insérer dans la réalité des économies sous-développées.

SECTION II. LES MOTEURS DE LA CROISSANCE

Pour les théoriciens de la maturité, trois facteurs de croissance apparaissent décisifs au point que leur disparition entraîne la stagnation; ce sont, rappelons-le, la croissance démographique, le progrès technique, l'expansion géographique.

Les auteurs de modèles de croissance ne délimitent pas aussi nettement les moteurs de la croissance mais ils se réfèrent aux trois mêmes termes, le troisième étant souvent formulé de façon plus générale : découverte de ressources nouvelles. Nous avons vu par exemple que HARROD [18] faisait dépendre le taux naturel de croissance de la quantité de population productive et du produit par tête, engendrant l'investissement autonome; ces deux facteurs sont directement liés à la croissance démographique pour le premier, au progrès technique pour le second; enfin HARROD souligne par ailleurs l'influence de la découverte de ressources nouvelles. L'attitude des autres auteurs est très voisine.

La logique de notre étude nous conduit donc à rechercher si le sous-développement est explicable par l'absence de ces trois moteurs.

§ 1. LA CROISSANCE DÉMOGRAPHIQUE

Les économistes modernes sont à peu près unanimes à reconnaître le rôle bénéfique de la croissance démographique dans les pays développés. Ses conséquences, y sont doubles :

– action sur la production : la main-d'œuvre disponible augmente, stimulant la création de capital pour réaliser de nouvelles combinaisons productives;

– action de la consommation : l'augmentation du nombre de consommateurs

17. F. SELLIER, *Essai de reconstruction des catégories de l'emploi*, p. 62.
18. Voir plus haut Sect. I, § 2, A.

a un effet plus important sur la consommation que l'accroissement des revenus d'un nombre donné de consommateurs puisque la propension marginale à consommer est décroissante. De plus, une pression directe est exercée sur l'investissement en matière de logement, de services publics, d'urbanisme.

Cette analyse a fait l'objet de vigoureuses controverses lorsqu'on a tenté de l'appliquer aux économies sous-développées [19]; certains auteurs en ont pris le contre-pied pour présenter une vision radicalement pessimiste, tandis que d'autres défendaient une attitude plus nuancée ou découvraient de nouveaux arguments pour justifier un relatif optimisme.

a) La thèse pessimiste peut se schématiser ainsi [20] : la croissance démographique, qu'elle soit un produit du développement économique, par le biais d'une première augmentation des revenus, ou qu'elle soit engendrée par un autre phénomène, principalement par les progrès rapides de l'hygiène et de la santé publique, devient, dans les deux cas, un obstacle au développement. En effet, elle exige, pour le simple maintien du niveau de vie, que la population additionnelle reçoive le même équipement en capital que la population existante; ceci afin que la productivité, et par là, le revenu par tête, ne baissent pas. On mesure la quantité de ces « investissements démographiques » à l'aide du taux de croissance démographique et du coefficient d'intensité capitalistique [21].

Les « investissements économiques », c'est-à-dire ceux destinés à augmenter la productivité de chaque travailleur et le niveau de vie général, sont réduits à la fraction de l'investissement net non absorbée par l'investissement démographique. Il y a donc concurrence entre ces deux types d'investissements; les niveaux enregistrés de l'investissement, brut et net, dans les économies sous-développées font prévoir que la part résiduelle des investissements économiques sera très faible ou nulle.

La croissance démographique est ainsi présentée comme directement opposée à l'augmentation du niveau de vie et de la productivité. Ces déductions som-

19. La bibliographie sur ce sujet est considérable; nous avons utilisé les ouvrages ou articles suivants : Alfred Sauvy, *Théorie générale de la population*, Tome I, Chap. XVIII et Tome II, Chap. XIII; Alfred Sauvy, *Progrès ou Famine? Mise au point du problème des pays sous-développés;* Léon Tabah, *Le problème population – Investissement – Niveau de vie dans les pays sous-développés;* E. Gannage, *Économie du développement, 2e partie*, Chap. I; B. Higgins, *Economic Development*, Chap. 14; Ragnar Nurkse, *Problems of Capital Formation in Underdeveloped Countries*, Chap. 2; P. T. Bauer and B. S. Yamey, *The Economics of Underdeveloped Countries*, Chap. V et VI; G. Leduc, *Les pays sous-développés et leurs problèmes*, Chap. VII; G. Balandier, *Les pays sous-développés : Aspects et perspectives*, p. 67-100; H. W. Singer, *Population and Economic Development;* S. W. Anderson, *Population Growth and Capital Requirements in Underdeveloped Countries;* J. J. Spengler, *Capital Requirements and Population Growth in Underdeveloped Countries;* H. T. Eldrige, *Population Growth and Economic Development;* P. A. Baran, *The Political Economy of Growth*, p. 227-245; C. Clark, *Population et niveaux de vie.*

20. Voir, par exemple, L. Tabah et S. W. Anderson, ouvrages cités.

21. Pour la définition des termes « investissements démographiques » et « investissements économiques », cf. L. Tabah, ouvrage cité, p. 245.

maires ont à leur tour subi la critique; elle a principalement porté sur la constance du coefficient de capital. Plusieurs facteurs peuvent entraîner sa modification [22] : le progrès technique, la variation de l'importance relative de branches économiques ayant des coefficients de capital différents; de même, la croissance démographique peut, en augmentant l'intensité d'utilisation de l'infrastructure. diminuer le coefficient de capital de celle-ci.

Mais, au-delà de ces critiques techniques, apparaît une nouvelle vision, plus optimiste, fondée sur la prise en considération de l'ensemble des relations dynamiques qui unissent croissance démographique et développement économique.

b) Trois types de liaisons fournissent les arguments principaux de cette thèse.

En premier lieu, au niveau du comportement psychologique des peuples, la croissance démographique apparaît comme un stimulant au développement [23]. Les peuples réagissent efficacement à toute réduction de leur niveau de vie. La pression démographique, si elle n'est pas trop forte, au point de décourager les efforts, entraîne un certain nombre d'activités ayant pour but la restauration du niveau de vie. A partir du moment où une communauté a découvert les moyens de lutter contre la misère, elle devient progressivement apte à organiser son développement de façon durable.

Une seconde liaison est mise en évidence lorsqu'on ne prend plus seulement en considération l'augmentation du nombre des consommateurs qui résulte de la croissance démographique mais aussi l'augmentation du nombre des producteurs.

L'accroissement du volume de la main-d'œuvre disponible est-il facteur de développement ? Certains auteurs le nient arguant de la surabondance du facteur travail dans les économies sous-développées; c'est le capital qui fait défaut et la main-d'œuvre additionnelle ne pourra qu'aller rejoindre la masse des chômeurs.

Ce point de vue admet implicitement la constance du coefficient de capital; on peut parvenir à des conclusions opposées si l'on estime possible la mise au travail des chômeurs, totaux, partiels ou déguisés, dans des activités hautement « capital saving ». Les expériences réalisées dans certains pays sous-développés montrent qu'il est possible, grâce à l'utilisation de masses de travailleurs avec un équipement réduit au minimum, d'augmenter sensiblement la production et surtout de créer un capital nouveau, notamment dans le domaine de l'infrastructure. Le problème est alors renversé : la main-d'œuvre additionnelle crée le capital au lieu de l'absorber en « investissements démographiques »;

22. Voir sur ce point les articles cités de J. J. SPENGLER, *Capital Requirements and Population Growth in Underdeveloped Countries*, p. 770 s., et H. W. SINGER, *Population and Economic Development*, p. 745-750.

23. A. O. HIRSCHMAN, *The Strategy of Economic Development*, p. 176-182.

les réserves de main-d'œuvre inemployée ou sous-employée constituent une épargne potentielle, ressource décisive pour la création de capital [24]; la difficulté se situe seulement dans l'utilisation effective de cette main-d'œuvre.

Un troisième phénomène renforce cette argumentation : l'effet d'une réduction de la mortalité sur la structure de la pyramide démographique. La diminution de la mortalité infantile très élevée entraîne la disparition du « gaspillage » économique que constituent les coûts d'entretien et d'éducation d'enfants qui meurent avant d'entrer dans la population active. Hans SINGER [25] estime que l'apport net moyen d'un individu est de ce fait inférieur de 40 % dans un pays sous-développé à ce qu'il est dans un pays développé. La croissance démographique, dans la mesure où elle résulte d'une réduction de la mortalité, engendre une répartition par groupes d'âges plus favorable au développement économique.

Dans cette perspective, nous pouvons analyser la croissance démographique comme un défi porté aux économies sous-développées : elle fait du développement économique immédiat une nécessité vitale mais, en même temps, elle fournit les moyens de ce développement.

Un enseignement se dégage : l'intégration de la croissance démographique, telle qu'elle est réalisée dans les théories de la stagnation et de la croissance, est totalement inadaptée à notre recherche; leur problématique est étrangère à la nôtre. Le facteur démographique exige une analyse originale; il ne répond pas à la présentation qui en a été faite à propos des économies sous-développées.

§ 2. LE PROGRÈS TECHNIQUE

Le progrès technique a joué un rôle essentiel dans le développement des pays avancés. Dans une économie dynamique où le capital est abondant, où l'invention devient rapidement innovation, le rythme du progrès technique est un des déterminants principaux du rythme de croissance [26]. Les économies sous-développées semblent nous fournir la contre-épreuve : l'archaïsme et l'immobilisme de la technologie va de pair avec la stagnation économique. Ici encore, nous devons résister devant l'analogie facile et à la suite de H. C. WALLICH [27] et H. W. SINGER [28] souligner la différence des perspectives.

24. R. NURKSE, *Problems of Capital Formation in Underdeveloped Countries*, « Chap. II, Population and Capital Supply », p. 32-36.

25. H. W. SINGER, *Population and Economic Development*, p. 750-759.

26. Stagnationnistes et théoriciens de la croissance sont d'accord sur ce point, mais divergent sur l'appréciation du rythme actuel et futur du progrès technique dans les économies avancées.

27. *Some notes towards a Theory of Derived Development.*

28. *Obstacles to Economic Development*, et *Problems of Industrialisation of Under-Developed Countries.*

a) La technologie des économies avancées s'est développée progressivement; le problème résidait dans la mise en œuvre des progrès au fur et à mesure de leur apparition; les capitaux étaient trouvés sans peine dès lors que la rentabilité était assurée. Une économie sous-développée n'a pas à reproduire cette histoire; elle se trouve en présence d'une vaste gamme de progrès techniques possibles par transfert des technologies des économies développées; elle n'est pas soumise au rythme des inventions. Par contre les capitaux nécessaires à la réalisation de l'innovation sont rares; le problème est donc d'un choix entre un très grand nombre de progrès possible, choix imposé par la pénurie de capitaux.

b) La technologie des économies avancées a progressé en fonction des conditions historiques; elle a été soumise aux besoins du moment, notamment à la quantité disponible des différents facteurs de production. L'avance prise par ces économies leur a donné « le monopole de la recherche industrielle et scientifique et de l'expérience de la production avec des techniques modernes » [29].

Les économies sous-développées ne disposent que d'une technologie transférée répondant à des impératifs extérieurs [30] :

- rythme élevé de progrès technique entraînant l'obsolescence rapide des biens capitaux;
- pénurie relative de main-d'œuvre, d'où une orientation « labour-saving » du progrès technique;
- techniques complexes exigeant un niveau élevé de formation de la main-d'œuvre.

Ces impératifs ne correspondent pas aux besoins des économies sous-développées; le transfert pur et simple de la technologie présente de graves inconvénients et rencontre de forts obstacles. H. W. SINGER les résume :

1. Les techniques complexes exigent une dépense initiale élevée; la pénurie de capitaux interdit de réaliser un développement équilibré des différents secteurs.
2. Cet équipement complexe doit être importé; il en résulte une augmentation de son coût et une pression durable sur le commerce extérieur.
3. L'abondance de la main-d'œuvre fait que les travailleurs dégagés par des investissements « labour-saving » ne trouvent pas d'emploi de remplacement; la productivité sociale des investissements s'en trouve réduite.
4. Le mauvais entretien, les difficultés pour les réparations et l'approvisionnement en pièces de rechange rendent la durée d'utilisation des biens capitaux plus courte que dans les pays développés.

Devant l'inadaptation de la technique moderne, on peut vouloir se tourner

29. H. W. SINGER, *Problems of Industrialisation of Under-Developed Countries*, p. 180.
30. Cf. les deux ouvrages cités de H. W. SINGER.

vers des techniques anciennes dont les rapports capital-output et capital-travail sont plus faibles, qui tolèrent une main-d'œuvre moins qualifiée, un entretien moins soigneux. Cette démarche est irréaliste : il n'existe plus d'usines capables de produire l'équipement correspondant à ces anciennes techniques; il n'existe plus de techniciens et d'ingénieurs habiles à les faire fonctionner; un tel retour au passé serait finalement très coûteux.

La solution réside dans la mise au point d'une technologie moderne utilisant les plus récentes connaissances scientifiques et techniques, établies ailleurs en fonction d'impératifs différents, mais adaptant ces connaissances aux conditions propres des économies sous-développées.

Une seconde fois nous constatons que la présentation faite du progrès technique par les auteurs que nous étudions ici est trop simpliste et globale; la situation des pays sous-développés par rapport au progrès technique est plus complexe; celui-ci n'y est pas indistinctement et inconditionnellement bénéfique. La même conclusion s'applique au troisième moteur du progrès.

§ 3. LA DÉCOUVERTE DES RESSOURCES NOUVELLES ET LA « FRONTIÈRE »

La découverte des ressources nouvelles peut résulter de l'expansion géographique vers des territoires neufs. Cette notion imprécise désigne le plus souvent l'expansion capitaliste du XIXe siècle à travers les cinq continents. En ce sens la découverte de ressources nouvelles est aujourd'hui terminée et n'offre pas plus de possibilités aux pays avancés qu'aux pays sous-développés.

Mais la notion est incertaine, purement géographique; l'ère du monde fini qu'annoncent les stagnationnistes n'exprime qu'un contrôle politico-militaire de l'ensemble de la planète, elle ne signifie nullement que la découverte de ressources naturelles est aujourd'hui exclue. En premier lieu, le recensement des ressources naturelles est loin d'être terminé et leur exploitation reste partielle; en second lieu, le progrès technique peut à tout moment élargir la gamme des ressources naturelles économiquement utiles.

Plus précise est la notion de « frontière » présentée par A. HANSEN [31]; son intérêt est certain dans une économie sous-développée où le dualisme entre secteur moderne et secteur traditionnel peut être interprété comme un phé-

31. Selon A. HANSEN, la frontière est plus un espace économique qu'une ligne de séparation de deux espaces. L'auteur analyse la coexistence de deux zones : une zone « ancienne » où, pour un état donné des connaissances techniques, de la population et des goûts, les rendements sont croissants; une zone « neuve » où les rendements ne peuvent devenir croissants que par une transformation de la technique, de la population et des goûts. L'essor de la zone neuve peut résulter d'un transfert d'activités aux dépens de la zone ancienne, mais le phénomène de frontière d'investissement n'existe que s'il y a investissement de capitaux nouveaux dans la zone neuve provoquant à leur tour des investissements nouveaux dans la zone ancienne.

nomène de « frontière » analogue à celui des États-Unis au XIXe siècle. Il reste à donner une définition claire de ce terme; Maurice BYE[32] propose celle-ci :

« La frontière est la ligne (ou la zone) au-delà de laquelle l'investissement cesse d'être économiquement rationnel. »

Cette formulation a l'avantage de la généralité; son auteur montre qu'elle s'applique aussi bien à un système collectiviste qu'à un système capitaliste; nous ajouterons qu'elle convient aussi bien à une économie développée qu'à une économie sous-développée. Ceci étant acquis, nous devons constater que, dans un espace économique donné, il n'existe pas *une* frontière mais *des* frontières, horizontales ou verticales, liées aux conditions de la rationalité économique.

Pour Maurice BYE, ces conditions sont au nombre de trois :

- la technique de production : l'homogénéité plus ou moins forte de la production, la plus ou moins grande brutalité des mutations de cette production conditionnent les déplacements de la frontière;
- la nature de l'emplacement du marché auquel sont destinés les produits : la frontière est souvent perçue comme la limite du marché;
- les structures économiques : la rationalité de l'investissement est liée à une durée d'expansion, elle-même déterminée par la grandeur et la finalité des agents économiques qui prennent la décision d'investir. La micro-unité capitaliste, la grande unité interterritoriale, l'unité de production socialiste n'engendrent pas la même frontière.

Ainsi éclairée la notion de frontière devient un instrument d'analyse utile, mais perd sa qualité de variable déterminante. Soumise aux modifications des techniques, des marchés et essentiellement des structures, elle n'est plus moteur de la croissance mais indicateur des transformations nées de la croissance.

Paradoxalement on pourrait soutenir que tous les moteurs de la croissance sont potentiellement réunis dans les économies sous-développées : la croissance démographique est rapide, des progrès techniques considérables peuvent être réalisés en utilisant l'acquis des pays avancés, des ressources nouvelles importantes restent à exploiter, le dualisme entre secteur moderne et secteur traditionnel devrait nourrir le « frontier spirit ».

Pourtant le développement ne s'y manifeste pas; la mécanique rudimentaire des moteurs de croissance échoue à rendre compte des phénomènes observés; le dynamisme de l'économie et de la démographie, les écueils d'une technologie transférée, la plasticité et la mobilité des frontières lui échappent.

L'inexistence des trois facteurs-clés ne fournit pas l'explication de l'absence de croissance et de la situation de sous-développement; nous devons pourtant examiner le second volet de ces recherches post-keynésiennes : supposons le

32. Dans la discussion sur le Rapport, cité à la note 5, de Henri GUITTON au Congrès des économistes de langue française, p. 141-142.

problème résolu et le développement amorcé dans une économie sous-développée, les modèles globaux de croissance nous permettront-ils d'analyser ce développement, de le traduire en termes économiques, d'en prévoir ou d'en infléchir les modalités ? Peut-on, après certaines adaptations, appliquer les modèles de croissance post-keynésiens aux économies sous-développées ?

SECTION III. LES MODES DE LA CROISSANCE

L'effort pour présenter une analyse simple et fonctionnelle du développement, naissant ou à venir, des économies sous-développées s'est traduit par la construction de nombreux modèles de croissance originaux ou même par l'application pure et simple des modèles élaborés à propos des économies avancées.

Nous ne débattrons pas ici du principe de l'élaboration de modèles, il s'agit d'outils scientifiques dont l'utilité est certaine, mais le modèle n'est pas neutre, il est lié d'une conception du sous-développement et du développement qui en conditionne la validité. Notre objet sera donc d'apprécier la valeur des modèles de croissance élaborés dans la ligne de ceux de R. F. HARROD et E. DOMAR pour la compréhension des perspectives de développement d'une économie sous-développée.

Nous présenterons d'abord les efforts faits en ce sens et les réserves techniques qu'ils inspirent, puis nous poserons la question qui nous paraît centrale en la matière : croissance et développement sont-ils des termes approximativement équivalents ou faut-il les distinguer fondamentalement.

§ 1. LES MODÈLES GLOBAUX DE CROISSANCE ET LES ÉCONOMIES SOUS-DÉVELOPPÉES

Présentons les tentatives qui nous paraissent les plus intéressantes pour appliquer les modèles de croissance aux économies sous-développées. En acceptant provisoirement le postulat de la constance d'un certain nombre de coefficients structurels, nous relèverons déjà certaines insuffisances de ces modèles.

A. *Présentation de quelques modèles.*

a) Un premier problème est de savoir si la généralité même des analyses de HARROD et de ses continuateurs n'autorise pas leur transposition pure et simple. Benjamin HIGGINS a tenté l'expérience pour le modèle de HARROD [33].

Partant des trois équations fondamentales exprimant :

33. B. HIGGINS, *Economic Development*, « Chap. 6, Cumulative Movement away from Equilibrium; HARROD », p. 161-166 : « Application to Underdeveloped Areas ».

- le taux de croissance réel : G . C = s,
- le taux de croissance garanti : Gw . Cr = s,
- le taux de croissance naturel : Gn . Cr = ou ≠ s,

il examine différentes situations possibles d'une économie sous-développée : la stagnation absolue, puis l'apparition d'une épargne *ex post*, l'intervention de la croissance démographique, l'augmentation du prix des exportations, enfin la mise en place d'un plan de développement comprenant des investissements publics, l'encouragement à la prospection des ressources naturelles, l'assistance technique.

Toutes ces hypothèses peuvent effectivement être traduites dans les équations de HARROD :

« Ainsi nous voyons que la structure analytique établie par HARROD peut être appliquée à peu près à n'importe quelle situation qui puisse exister [34]. »

La généralité de la théorie n'entraîne pas sa fécondité : HARROD isole certaines quantités qu'il juge significatives, il les assemble en équations simples mais, comme le souligne HIGGINS, il ne nous donne ni les relations fonctionnelles liant ces quantités, ni les relations causales déterminant leur dimension.

b) Hans W. SINGER [35] après avoir construit un modèle numérique concret du développement d'une économie sous-développée, traduisant les transformations structurelles de cette économie, essaye d'en donner une formulation plus générale et théorique. Il se réfère expressément aux équations de HARROD et DOMAR et en donne une version adaptée aux caractères propres du sous-développement.

Quatre grandeurs sont considérées comme déterminantes :

- D : le taux de développement économique mesuré par la croissance du revenu par tête supposée proportionnelle à la croissance du capital par tête;
- s : le taux d'épargne nette;
- p : la productivité du nouvel investissement par unité de capital, c'est le rapport du revenu additionnel au capital additionnel ;
- r : le taux annuel de croissance démographique.

L'équation de croissance s'écrit :

$$D = s \,.\, p - r$$

La différence avec l'équation de HARROD résulte de l'introduction expresse de la croissance démographique qui n'était chez HARROD qu'une des variables déterminantes de l'accumulation de capital.

c) Le même souci de prendre directement en considération la croissance

34. B. HIGGINS, ouvrage cité, p. 165.
35. *The Mecanics of Economic Development*, voir surtout p. 396-399.

démographique apparaît dans le modèle construit par Léon TABAH [36]. Il pose successivement deux problèmes :

– La part des investissements dans le revenu national étant constante, quelle sera l'évolution de la consommation ?

– Un objectif de croissance de la consommation par tête étant fixé, quelle doit être la part de l'investissement dans le revenu national pour réaliser cet objectif ?

La réponse à la première question est donnée par l'équation :

$$C_n = C_{-1}\left(1 + \frac{d\,.\,l}{1 - d\,.\,l}\right)^{n+1}$$

C_n = consommation au cours de la n[ième] année,

C_{-1} = consommation de l'année précédant la réalisation de la première vague d'investissements,

d = taux d'épargne (« s » chez HARROD),

l = taux d'intérêt national des investissements; c'est l'inverse du coefficient d'intensité marginale du capital $\left(\frac{1}{C}\right.$ chez HARROD$\left.\right)$.

Le taux de croissance annuel est donc :

$$\frac{d\,.\,l}{1 - d\,.\,l}$$

celui de HARROD $G = \frac{s}{C}$ s'écrirait : $G = d\,.\,l$;

la différence entre les deux est négligeable, elle tient aux hypothèses de départ [37].

Léon TABAH complique ensuite ces équations pour distinguer entre investissements démographiques, nécessaires pour assurer une consommation par tête constante à une population croissante, et investissements économiques permettant d'accroître la consommation par tête.

Ces deux modèles, parmi d'autres, méritent notre attention car les auteurs s'appuyent sur une connaissance statistique précise des économies sous-développées [38]. Leur démarche n'est pas purement abstraite; l'appareil d'analyse du type HARROD-DOMAR est adopté parce qu'il est estimé fournir un schéma d'interprétation valable de la croissance dans les pays sous-développés.

C'est cette utilisation que nous allons contester en montrant que les critiques techniques amènent à mettre en cause le principe même de l'utilisation des modèles.

36. *Le problème Population-Investissement-Niveau de Vie dans les Pays Sous-Développés.*

37. HARROD suppose qu'un investissement mis en chantier au cours d'une période commence à produire au cours de la période suivante, d'où un taux légèrement inférieur à celui de L. TABAH qui considère, ignorant le délai réel de mise en œuvre, que la production apparaît au cours de la même période que l'investissement; cf. article cité, p. 244.

38. Hans SINGER (article cité, p. 381-390) et Léon TABAH (article cité, p. 233-240) précisent soigneusement les données chiffrées qu'ils comptent utiliser.

B. *Premières critiques.*

Nous rencontrons ici les mêmes difficultés de présentation que dans les deux chapitres précédents : la critique de l'utilisation des modèles de croissance dans les économies sous-développées intègre les critiques générales adressées à ces modèles [39]. Il n'est pas de notre propos de rappeler l'ensemble de ces critiques; nous nous limiterons à celles qui, au contact des problèmes du sous-développement, prennent le plus de vigueur.

a) Fidèles à leurs origines keynésiennes, les « modèles » reposant *sur l'égalité de période en période, de l'épargne globale et de l'investissement global* [40]. Rien ne permet d'affirmer que, dans une économie sous-développée, cette égalité se réalise spontanément ou qu'elle puisse être obtenue par une politique appropriée [41]; il faudrait préalablement, note François PERROUX, s'assurer que la propension à épargner et l'incitation à investir existent dans ces pays.

Albert HIRSCHMANN [42] souligne la différence des situations. Dans un pays développé, les décisions d'investissement et d'épargne sont dans une large mesure indépendantes, le revenu par tête est un important facteur de l'offre d'épargne; dans un pays sous-développé, les décisions d'investissement et d'épargne sont étroitement interdépendantes, l'épargne dépend plus de l'apparition d'occasions d'investissement et de la disparition d'obstacles à l'investissement que d'une augmentation du revenu.

Conditions et mécanismes de l'égalisation (E = I) ne sont donc pas comparables; cette base des modèles de croissance fait défaut dans les économies sous-développées.

b) La même origine keynésienne se manifeste dans *le choix d'un petit nombre de grandeurs globales constitutives du système.*

Certains perfectionnement sont apportés aux variables de KEYNES : HARROD [43] isole de l'augmentation globale du capital au cours de la période la fraction qui n'entraîne pas d'augmentation de production immédiate (k). Il écrit alors : $G \cdot C = s - k$.

HICKS [44] distingue entre les investissements induits et les investissements

39. Voir, par exemple, le rapport de François PERROUX au Congrès de l'Association Internationale des Sciences Économiques, 1956 : *La recherche de la stabilité. Sur la différence entre les politiques anti-cycliques et les politiques de croissance harmonisée*, et la discussion qui a suivi; voir d'autre part : E. GANNAGE, *Economie du développement*, « Sect. I. Analyse globale du cercle de capital », p. 131-143.
40. François PERROUX, *Qu'est-ce que le développement?* p. 19-20.
41. Nous renvoyons sur ce point au chapitre précédent.
42. *The Strategy of Economic Development*, Chap. II, p. 29-33.
43. *Towards a Dynamic Economics*, p. 78-80.
44. *A Contribution to the Trade Cycle Theory.*

autonomes selon les stimulants auxquels ils répondent : les premiers nés d'une augmentation de la demande ou du profit, les seconds issus d'une décision publique, d'inventions ou de programmes en longue période des entreprises.

Ces améliorations, discutées d'ailleurs, surtout la seconde, restent dans le cadre d'un raisonnement sur grandeurs globales. DOMAR [45] a justifié ce choix par des considérations purement empiriques : l'agrégation réduit la complexité de l'analyse.

Dans une économie sous-développée, agrégats et valeurs moyennes perdent toute signification; nous l'avons montré à propos de KEYNES [46], le même raisonnement s'applique aux grandeurs globales utilisées dans les modèles. La critique vaut aussi pour les coefficients que comportent les équations : coefficient de capital, propension à épargner...

Quel intérêt y a-t-il à faire la moyenne du coefficient de capital d'une entreprise moderne nouvellement installée et de celui d'une exploitation agricole traditionnelle ? Et comment mesurer ce coefficient dans le secteur non monétaire où l'investissement résulte pour une large part d'une fraction non comptabilisée du travail ordinaire : construction et entretien de chemins et routes, de réseaux d'irrigation, de bâtiments rudimentaires. La connaissance des différences entre les valeurs du coefficient de capital et de la propension à épargner selon les secteurs serait beaucoup plus riche d'enseignements que celle de leur hypothétique valeur moyenne.

Les grandeurs globales, les valeurs moyennes n'ont de sens que si les éléments composants présentent un minimum d'homogénéité et de cohésion; la condition n'est manifestement pas remplie dans les économies sous-développées.

c) KEYNES raisonnait dans sa *Théorie générale* sur une économie nationale fermée; malgré quelques essais, les constructeurs de modèles ne sont pas parvenus à intégrer de façon satisfaisante les *relations économiques internationales.*

La première tentative est à mettre au compte de R. F. HARROD qui a consacré quelques pages [47] aux échanges extérieurs, les limitant aux échanges de marchandises. Désignant par « b » la balance du commerce exprimée en fraction du revenu national, il reformule son équation fondamentale :

$$G \cdot C = s - b$$

Les résultats sont minces; Harry G. JOHNSON [48] a fourni, dans la même perspective, l'analyse la plus fouillée des relations internationales [49]. Se plaçant dans le cadre d'une économie internationale constituée par deux pays, dans

45. *Essays in the Theory of Economic Growth*, p. 19-22.
46. Voir plus haut : Chap. 3, Sect. I.
47. Ouvrage cité, p. 101-115.
48. *Equilibrium Growth in an International Economy.*
49. Selon l'opinion de H. J. BRUTON, *Growth Models and Underdeveloped Economies*, p. 330, note 27.

laquelle le taux d'expansion de la demande d'exportation est donné, il construit un modèle mathématique complexe. Il le fait fonctionner dans deux hypothèses; l'équilibre de la balance des paiements est assuré dans le premier cas par des prêts ou emprunts internationaux, dans le second cas par ajustement du taux d'échange.

H. J. BRUTON [50] montre combien l'étroitesse et la spécificité des hypothèses rendent l'analyse peu vraisemblable; le raisonnement repose sur deux hypothèses implicites :

– L'investissement devient de moins en moins rentable dans les pays développés, où le capital est abondant, par rapport à sa rentabilité dans les pays pauvres en capital.

– Les propensions, moyenne et marginale, à importer sont constantes.

Plus généralement, les modèles évacuent un aspect essentiel des relations internationales : celles-ci ne sont pas réductibles aux rapports mécaniques entre deux économies nationales abstraites; les rapports entre pays développés et pays sous-développés sont marqués par des phénomènes de domination, d'impérialisme; la structure de leurs échanges de produits et de capitaux est originale, les politiques nationales ne sont pas indépendantes et guidées par le seul objectif de la croissance équilibrée mais soumises à des pressions publiques ou privées, internes ou extérieures, souvent décisives. Nous retrouvons la même grave lacune que nous avions noté chez SCHUMPETER et chez KEYNES [51].

Sur les trois terrains choisis nous avons constaté que les auteurs de modèles, malgré leurs efforts pour « généraliser » ou « dynamiser » la théorie keynésienne, n'ont pu se dégager totalement des limites imposées par celle-ci : l'égalité nécessaire épargne-investissement, le raisonnement sur quantités globales, le caractère accessoire et abstrait donné aux relations économiques internationales semblent être, par rapport aux économies sous-développées, les principales insuffisances techniques des modèles. Ces insuffisances mettent en cause les bases du raisonnement; nous devons nous interroger sur la possibilité de rendre les modèles globaux de croissance utilisables grâce à des rectifications, des perfectionnements, grâce à une plus grande spécificité dans leur présentation ou au contraire sur leur inaptitude radicale comme outils d'analyse du sous-développement.

La question peut être ainsi formulée : la croissance équilibrée que proposent les modèles de type HARROD-DOMAR est-elle identique au développement que les économies sous-développées se fixent comme objectif ?

50. Article cité, p. 330-335.
51. Voir respectivement : Chap. 2, Sect. II, parag. 1 et Chap. 3, Sect. II, § 2 et 3.

§ 2. CROISSANCE ET DÉVELOPPEMENT

Un débat s'est engagé récemment sur la signification précise de termes utilisés depuis longtemps par la science économique mais dont la définition reste incertaine : les mots « croissance », « développement », « progrès » sont parfois utilisés indifféremment [52], mais souvent ils traduisent des nuances mal formulées [53]. La distinction entre croissance et développement intéresse directement notre sujet et nous tenterons de l'approfondir pour cerner le domaine d'application des « modèles de croissance ».

A. *Les difficultés de définition.*

a) Une distinction simple entre croissance et développement a été proposée par Maurice Bye [54] et Claude Zarka [55]. Pour le second :

– la croissance est « une augmentation des quantités économiquement caractéristiques en macro-économie »;

– le développement existe lorsque « la ou les croissances repérées s'accompagnent de changements de systèmes ou (et) de changements de structures [56].

Maurice Bye propose une distinction voisine : la « mutation de structure » caractérise le développement alors que la croissance peut s'opérer « soit en permanence de structure, soit en mutation de structure [57] ».

C'est donc la transformation des structures, voire des systèmes, qui ferait le départ entre croissance et développement.

b) A l'opposé certains auteurs ont rejeté cette présentation. Vittorio Marrama [58] note qu'il y a désaccord entre les auteurs sur la définition de la croissance, du développement, du progrès, mais ne voit pas l'utilité de la distinction et refuse de rouvrir un débat sur cette question.

52. W. A. Lewis explique dans l'introduction de son ouvrage, *The theory of Economic Growth*, p. 10, qu'il utilisera indifféremment les termes « growth », « progress », « development » et même « output » pour désigner un phénomène unique : « The growth of the output per head of the population ».

53. Cette incertitude quant au vocabulaire apparaît dans le *Dictionnaire des Sciences économiques*, publié sous la direction de Jean Romeuf, cf. le mot « croissance », Tome I, p. 354-357, par Jean Fourastie : « La notion de croissance est... tout à fait inadaptée à la description de la vie économique »; le mot « développement » ne figure pas; le mot « progrès », Tome II, p. 938, n'est précisé que par quelques citations.

54. *Le rôle du capital dans le développement économique*, 1958, voir notamment p. 430.

55. *De la distinction entre la « croissance » et le « développement » dans la littérature scientifique consacrée aux pays sous-développés*, 1959, voir notamment p. 59-61 et 107-110

56. C. Zarka, article cité, p. 60.

57. M. Bye, article cité, p. 430.

58. *Développement, croissance et progrès*, notamment p. 157-159.

Raymond BARRE [59] conteste le critère du changement de structure : « il est difficile d'envisager une croissance qui ne soit pas accompagnée d'une modification de structure »; la distinction ne lui paraît donc pas décisive.

c) Elle reparaît pourtant, à un autre niveau, dans les recherches de François PERROUX [60].

La croissance est définie comme « l'augmentation prolongée de la dimension des variables caractéristiques d'une économie, accompagnée de changements de structure et éventuellement de progrès dans l'efficacité de l'effort et dans le bien-être [61] ». « Aucune croissance observée n'est homothétique; la croissance s'opère *dans* et *par* des changements de structure [62] ».

Cette définition rejoint l'appréciation de Raymond BARRE qui refuse d'envisager une croissance sans modifications de structures mais, à l'opposé de ce dernier, F. PERROUX juge nécessaire la distinction avec le développement.

« Le développement est la combinaison des changements mentaux et sociaux d'une population qui la rendent apte à faire croître cumulativement et durablement son produit réel global [63] ».

« Cette combinaison de structures mentales et d'habitudes sociales ne peut être appréhendée autrement que comme une combinaison d'institutions [64] :

- des institutions-règles du jeu,
- des institutions-organismes,
- des systèmes économiques,
- des types d'organisation d'un système économique.

Le développement ne s'oppose pas à la croissance mais s'en distingue nettement [65].

d) Nous n'avons pas l'ambition de trancher ici cette querelle sémantique; elle ne nous semble, d'ailleurs, recouvrir aucune divergence de fond. Claude ZARKA reconnaît que, dans la longue période, une croissance « pure », sans modification de structures ni de système n'est qu'une vue de l'esprit; il estime cependant la distinction épistémologiquement justifiée par le fait que les

59. *Sur les limites d'une théorie économique de la croissance – Rapport au Congrès des économistes de langue française*, 1958, p. 380, note 1.

60. François PERROUX, *Matériaux pour une analyse de la croissance économique*, 1955, *Théorie générale du progrès économique*, 1956, *Prises de vue sur la croissance de l'économie française*. 1780-1950, *Qu'est-ce que le développement?*, 1960, *L'idée du progrès devant la science économique de ce temps*, 1961; et le dialogue avec Gilles GRANGER : F. PERROUX, *Progrès économique et signification;* G. GRANGER, *Sur la définition du progrès par François* PERROUX; F. PERROUX, *Quelques réflexions et précisions en vue d'un dialogue avec* Gille GRANGER.

61. *Matériaux pour une analyse de la croissance économique*, p. 18.

62. *L'idée de progrès devant la science économique de ce temps*, p. 135.

63. *Qu'est-ce que le développement?* p. 16.

64. *Quelques réflexions et précisions en vue d'un dialogue avec* G. GRANGER, p. 42.

65. Sur les applications de cette distinction, voir le même article, p. 42-44.

« modèles mathématiques de la croissance des quantités globales » adoptent cette définition de la croissance [66].

Dans le même sens, Raymond BARRE note que « l'étude du développement économique ne saurait se confondre avec l'étude des croissances équilibrées dans une économie capitaliste évoluée [67] ».

C'est en ces termes que le problème est utilement posé pour notre étude; la croissance, phénomène réel, est indissociable en longue période d'une transformation des structures et des institutions; la croissance, telle que l'analysent les modèles, ignore ces transformations; dès lors conserve-t-elle un intérêt pour l'approche des phénomènes de sous-développement et de développement ?

B. *Croissance et structures.*

En raisonnant sur quantités globales, les auteurs de modèles semblent exclure la prise en considération des structures; cependant celles-ci interviennent de deux manières : en premier lieu, les coefficients techniques introduits dans les équations (coefficient de capital, propension à épargner, accessoirement coefficient d'importation) traduisent l'état des structures; en second lieu, certaines hypothèses relatives aux flux globaux visent la structure de ces flux; ainsi Léon TABAH donne comme condition de validité de son système d'équations « que la masse globale des investissements et la masse globale de la consommation comprennent, en proportions constantes, d'année en année, des investissements et des biens de consommations des divers types [68] ».

Qu'il s'agisse des coefficients techniques ou de la composition des flux globaux, les modèles sont construits sur l'hypothèse de la fixité des structures. Il importe, à la suite de Henry G. BRUTON [69], de confronter cette hypothèse avec les conditions concrètes de la croissance dans les économies sous-développées.

a) *Le coefficient de capital* [70] : H.-J. BRUTON montre que la constance du coefficient « k » suppose, en longue période, que les différents facteurs qui agissent sur lui se compensent exactement; ces facteurs sont principalement :

– l'évolution dans le temps du taux d'intérêt qui pèse sur le choix de la combinaison productive;

– la nature de la fonction de production, modifiée par le jeu des rendements décroissants;

– la nature des innovations techniques « capital-saving » ou « capital-using »;

66. Article cité, p. 109-110.

67. *Le développement économique, analyse et politique*, p. 2.

68. *Le problème Population-Investissement-Niveau de vie dans les pays sous-développés*, p. 244, citation soulignée dans le texte.

69. *Growth Models and Underdeveloped Economies.*

70. Article cité, II, p. 324-329, et Maurice BYE, *Le rôle du capital dans le développement économique*, p. 433-434.

– la nature des changements dans la composition de l'output, provoqués par les modifications de la demande.

Aucune loi économique, aucune vérification statistique ne permettent de soutenir que le jeu de ces quatre facteurs maintient dans les économies sous-développées la constance du coefficient de capital; pour certains auteurs, la mise en œuvre d'une politique de développement doit, au contraire, entraîner une augmentation sensible de « k », d'une part pour créer l'infrastructure économique, d'autre part pour réaliser les innovations essentielles du démarrage, fortement « capital-using ».

En toute hypothèse, la valeur du coefficient de capital dépendra du choix du ou des secteurs de production initialement développés.

b) *La propension à épargner* [71] : les modèles de croissance admettent la fixité des propensions, moyenne et marginale, à épargner. Or la mise en état de croissance d'une économie sous-développée suppose et entraîne deux séries de phénomènes :

- ouverture beaucoup plus large sur les économies développées provoquant, à l'échelle individuelle, un effet de démonstration qui se traduit par une augmentation de la propension à consommer, à l'échelle collective, une volonté de développement pour rattraper les pays avancés qui pourra entraîner des politiques d'épargne forcée;
- une redistribution des revenus modifiant l'importance quantitative et l'affectation de l'épargne.

La constance du facteur « s » signifie que l'on juge négligeable les conséquences sur l'épargne de cet ensemble de transformations.

c) *La propension à importer* [72] : selon Henry BRUTON, la propension à importer est soumise à deux séries de facteurs, les uns résultant de la technologie, les autres du comportement des agents économiques; ces deux facteurs jouent vraisemblablement dans le sens d'une augmentation du rapport des importations au revenu.

Dans une économie sous-développée, le développement exige une augmentation rapide des importations d'équipement consommant de fortes quantités de capital par rapport à l'output; par contre les innovations en matière d'organisation et de gestion ont un effet inverse, elles sont « capital-saving ». Le résultat net est difficilement prévisible quantitativement, il n'entraînera certainement pas une diminution de la propension à importer.

Si l'effet des facteurs technologiques est mal déterminé, celui des facteurs de comportement est assuré : l'augmentation de revenu, et l'augmentation de consommation qui en résultera, provoqueront une augmentation de la

71. H. J. BRUTON, article cité, III, p. 329-330, et M. BYE, article cité, p. 434.
72. H. J. BRUTON, article cité, IV, p. 330-335.

propension à importer due à l'effet de démonstration et au fait qu'une large part de la consommation supplémentaire s'orientera vers des biens qui ne sont pas produits sur place.

Poser en hypothèse la constance de la propension à importer constitue une nouvelle simplification arbitraire; si complexes que soient les effets de développement initial, la plupart des auteurs se prononcent pour une forte augmentation de la propension.

La critique des autres hypothèses de permanence des structures est facile : la combinaison capital-travail dans la fonction de production subira d'importantes modifications si le secteur moderne se développe aux dépens de l'économie agricole traditionnelle; les flux globaux de production et de consommation verront leur composition se transformer. Il est absurde d'envisager une croissance homothétique, même approximativement.

Les créateurs de modèles de croissance n'ont pas fait abstraction de l'existence de structures, mais les ayant exprimées par l'intermédiaire de coefficients fixes, ils ont introduit un élément statique dans une analyse qui se voulait dynamique. L'hypothèse est peut-être acceptable [73] pour la croissance en courte période des économies avancées, elle ne l'est pas pour une économie sous-développée où la transformation des structures est une condition nécessaire du développement.

Prenant en considération les structures pour les figer, les modèles globaux de croissance ont par contre totalement méconnu le rôle joué dans les phénomènes de développement par les changements dans les systèmes et dans les types d'organisation économique.

C. *Croissance et institutions.*

Les transformations des structures mentales et des habitudes sociales qui caractérisent le développement ne peuvent être appréhendées, estime François PERROUX [74], que par l'intermédiaire des institutions. Ce sont des combinaisons nouvelles d'institutions qui marquent les périodes successives de développement.

Cette exigence est absolue lorsqu'on étudie le développement des économies sous-développées; il n'est concevable que par et à travers un bouleversement des institutions. La juxtaposition de deux systèmes économiques, le type d'organisation morcelé, désarticulé sont incompatibles avec le développement [75].

Les constructeurs de modèles ont totalement négligé la prise en considération des institutions; nous pouvons leur adresser les mêmes reproches qu'à

73. Ce point est discutable, mais nous n'avons pas à entrer dans le débat.
74. Cf. les références données plus haut, note 60.
75. Voir 2e Partie, Titre II.

Joseph SCHUMPETER [76]; ils ont eu l'ambition de présenter un schéma purement fonctionnel de la croissance, un tel effort se coupe de l'histoire. Une théorie du développement n'est historiquement expressive que si elle se fonde sur une détermination institutionnelle des fonctions.

Nous touchons là le domaine sur lequel échouent le plus fondamentalement les théories qui tendent à présenter le développement comme un phénomène abstrait et fonctionnel; le circuit stationnaire de Joseph SCHUMPETER, l'équilibre de sous-emploi de John Meynard KEYNES, la stagnation des économistes post-keynésiens sont des mécaniques situées en dehors de l'histoire; c'est de ce caractère qu'elles prétendent tirer leur généralité ou plus exactement c'est de ce caractère qu'on a voulu déduire leur généralité [77].

La conception du sous-développement se déduit logiquement d'une telle théorie du développement : le sous-développement est un état de non-croissance ou de non-développement en longue période; il résulte de l'absence de certains moteurs ou mécanismes : innovation, multiplicateur, etc.; il s'exprime en un état d'équilibre stationnaire, il s'oppose à l'« Entwicklung », à l'équilibre du plein-emploi, à la croissance.

Les insuffisances de cette perspective nous sont apparues clairement; de nombreux auteurs, soucieux eux aussi d'une théorie moniste de la croissance ou du développement, ont choisi une autre voie que nous avions déjà discerné chez les économistes classiques. Le développement apparaît alors comme un vaste processus historique; le sous-développement n'est plus un état de non-développement mais un retard de développement.

76. Cf. Chap. 2, Sect. II, et F. PERROUX, *Les trois analyses de l'évolution et la recherche d'une dynamique totale chez* Joseph SCHUMPETER, surtout p. 276-293.

77. Soulignons, une fois encore, que les disciples et interprètes ont souvent été plus ambitieux que les maîtres. Ainsi, E. D. DOMAR, présentant les neuf essais qui constituent *Essays in the Theory of Economic Growth* », répond à l'avance à une question du lecteur sur le contenu de ces textes : « Do they give us a theory of growth ? If he has in mind a systematic explanation of how and why some large areas have hardly developed at all, my answer must of course be negative. »

Dans le même sens Raymond BARRE, *Sur les limites d'une théorie économique de la croissance*, p. 381, rappelle cette phrase de Joan ROBINSON, *The Accumulation of Capital*, p. 55 : « L'analyse économique requiert d'être complétée par une sorte d'anthropologie historique et comparative qui est encore dans l'enfance comme étude scientifique. »

Titre II : Le sous-développement, retard décisif de développement.

La méthode historique a depuis longtemps trouvé place dans l'analyse économique; elle présente un intérêt particulier dans l'approche des phénomènes de développement [78]. Il s'agit, en effet, d'évolutions en très longue période qu'ont connu à peu près toutes les économies, mais à des périodes de l'histoire, à des rythmes, selon des modalités très variées. Il serait essentiel de formuler les lois historiques de ce développement, de dégager des constantes, d'établir une typologie; les avantages en seraient nombreux : tout d'abord une explication du passé serait présentée, mais surtout, nous aurions une méthode d'analyse des différences spatiales de développement.

« Le temps et l'espace sont des facteurs largement interchangeables dans la formation des différents types d'économies. Une zone arriérée aux frontières du monde civilisé a souvent des caractéristiques économiques similaires à celles que l'archéologie et l'histoire attribuent aux communautés qui existaient il y a des milliers d'années [79]. »

A partir de là nous disposerions d'un instrument de prévision pour les économies relativement moins avancées et leur politique économique serait tracée : éliminer les obstacles pour permettre au processus historique de poursuivre son déroulement naturel, accélérer son évolution si possible.

Ainsi les experts des Nations-Unies écrivent à propos des économies les plus arriérées :

« Si elles avaient assez de temps, ces sociétés s'industrialiseraient peut-être elles-mêmes peu à peu dans une certaine mesure [80]; »

mais il faut éviter « un processus aussi lent » et proumouvoir « un processus de développement accéléré [81] ».

Cette présentation de l'économie sous-développée comme économie « arrié-

78. Cf. sur ce point : P. Vilar, *Croissance économique et analyse historique*, et Thomas C. Cochran, *An historical Approach to Economic Development*, Première Conférence Internationale d'Histoire Économique, Stockholm, 1960.

79. W. S. Woytinsky and E. S. Woytinsky, *World Population and Production. Trends and Outlook*, p. 413.

80. Nations-Unies, *Méthodes et problèmes de l'industrialisation des pays sous-développés*, p. 10.

81. *Ibidem*, p. 10.

rée [82] » reste vague et relative; toute économie est sous-développée par rapport à l'économie la plus avancée dans le monde. La notion prend un contenu plus précis lorsqu'on définit un certain nombre de phases ou étapes dans l'histoire des économies et lorsqu'on choisit une phase-clé qui fait la démarcation entre économies développées et sous-développées.

Ainsi certains auteurs, avec W. W. Rostow, distinguent une phase de « décollage » qui marque le dépassement de l'état de sous-développement [83]; pour d'autres c'est un phénomène plus étendu dans le temps, moins précis dans son contenu qui marque la frontière : l' « industrialisation [84] ». Nous présenterons et critiquerons ces thèses : dans la perspective qui nous occupe le problème principal sera de savoir si la même analyse est applicable à la situation des économies sous-développées et à celle des économies aujourd'hui développées, avant qu'elles aient réalisé leur industrialisation ou leur décollage.

82. Le même sens est rendu en anglais par le mot « backwardness ».
83. Chap. 5, Le sous-développement comme inaptitude à franchir un seuil.
84. Chap. 6, Le sous-développement comme inaptitude à l'industrialisation.

CHAPITRE V

LE SOUS-DÉVELOPPEMENT COMME INAPTITUDE A FRANCHIR UN SEUIL

La méthode des étapes du développement permet de transformer le temps historique en temps analytique; pour cela les auteurs doivent dégager du processus global, un caractère jugé déterminant, caractère dont les mutations marqueront la succession des étapes.

Dans cette voie, les systèmes proposés sont nombreux [1], mais la plupart d'entre eux n'offrent pas une explication du partage du monde entre économies développées et économies sous-développées; ils présentent seulement une série de degrés dans la marche vers le développement. Nous avons déjà mentionné l'effort fait par les Classiques pour organiser l'histoire économique [2]; il ne s'agit pour eux que de présenter une histoire raisonnée de l'évolution des sociétés. Au milieu du XIXe siècle, apparaît une perspective plus ambitieuse qui prétend énoncer des lois historiques permanentes; pour l'École historique allemande, la réalité économique à un moment donné ne peut être expliquée que comme un degré dans un processus de développement historique [3]; les étapes sont définies de façon rigide, mais les critères varient avec les auteurs; citons, principalement, Friedrich LIST [4], Bruno HILDEBRAND [5], Karl BUCHER [6].

La méthode nous a valu bien d'autres types de classification, aux critères variés, qu'il est sans intérêt d'énumérer ici. Toutes ces tentatives souffrent, en effet, de notre point de vue, d'une grave insuffisance; il y manque l'idée

1. Pour une présentation d'ensemble, cf. : H. GIERSCH, *Stages and Spurts of Economic Development*, p. 193-219; G. M. MEIER and R. E. BALWIN, *Economic Development*, « Chap. VII, Emergence of the center » (1), p. 139-159; W. S. WOYTINSKI and E. S. WOYTINSKI, *World Population and Production-Trends and Outlook*, « Chap. 13, Economic Patterns », p. 413-447.

2. Avec quelques variantes, ils distinguent généralement cinq phases selon le critère de a nature des activités : chasse, pâturage, agriculture, commerce, manufacture.

3. Cf., sur de point, H. GIERSCH, article cité.

4. F. LIST, *Système national d'économie politique*, p. 288; c'est encore la nature des activités qui détermine la classification : phase « sauvage », phase pastorale, phase agricole phase agricole et manufacturière, phase agricole, manufacturière et commerciale.

5. B. HILDEBRAND, *Jahrbücher für National Œkonomie*, vol. II, p. 1-24; la technique d'organisation des échanges est choisie comme critère : économie naturelle ou de troc, économie monétaire, économie de crédit.

6. K. BUCHER, *Die Entstehung der Volkwirtschaft*, p. 108; la distinction repose sur l'espace dans lequel se situent les opérations économiques : économie domestique, économie urbaine, économie nationale.

d'un seuil déterminant qui seule peut fonder une distinction radicale entre deux types d'économies, selon qu'elles ont ou non franchi ce seuil. Cette notion a d'abord été construite de façon strictement analytique par un certain nombre d'auteurs; puis d'autres se sont efforcés de l'intégrer dans une explication historique globale, la plus célèbre de ces tentatives étant celle de W. W. ROSTOW. Seul, il a pris expressément en considération le phénomène de sous-développement dans son contenu moderne, et a justifié son intégration dans la succession des phases.

SECTION I. LA NOTION DE SEUIL DE CROISSANCE

La notion de seuil de croissance est le produit d'un effort pour combiner deux perspectives. Les seuils de croissance traduisent l'idée fondamentale suivante : aussi longtemps que les efforts entrepris pour promouvoir le développement n'atteignent pas un certain degré, ils sont voués à l'échec; si, au contraire, un certain seuil, un niveau critique est dépassé, l'économie entre dans une phase de développement soutenu. Ainsi s'explique que des différences de degré initiales aient engendré des différences de nature entre économies sous-développées et développées; ainsi est indiquée aux premières la clef du développement.

Deux types de phénomènes ont été retenus pour expliquer l'existence de seuils de croissance : les indivisibilités dans le domaine des investissements et les conséquences de la croissance démographique. Après avoir examiné le jeu de ces deux facteurs, nous devrons apprécier l'intérêt des efforts de formulation plus générale qui y ont trouvé leur source.

§ 1. LES CAUSES DE L'EXISTENCE D'UN SEUIL

A. *Les indivisibilités.*

L'analyse des indivisibilités dans le développement est due principalement à P. N. ROSENSTEIN-RODAN[7]; elle conduit l'auteur à affirmer la nécessité d'un « grand effort » (big push) initial pour mettre l'économie en situation de croissance soutenue.

a) Les contraintes technologiques et l'imperfection des marchés donnent naissance, dans les économies sous-développées, à trois types d'indivisibilités.

7. *Problems of Industrialization of Eastern and South-Eastern Europ*, et *Note on the Theory of the « Big-Push »*.

– *Indivisibilités dans la fonction de production :* Elles apparaissent au niveau de l'input, du processus de production et de l'output; dues au fait que le capital technique ne se présente pas sous des formes infiniment divisibles, elles rendent souvent importante la dimension optima de la firme. La meilleure illustration en est fournie par l'infrastructure générale (social overhead capital) : les investissements dans ce domaine doivent nécessairement précéder un ensemble d'investissements dans les industries directement productives qui ne sont rendus possibles que par l'existence des premiers; les investissements d'infrastructure ont une longue période de gestation et une longue période d'utilisation; leur dimension minima est importante ce qui ne permet, pendant les premières périodes, qu'une utilisation partielle de leur capacité; enfin, dès le départ, une combinaison minima des différents types de services publics est indispensable.

Ces indivisibilités, liées à l'impossibilité d'importer les services rendus par l'infrastructure, imposent des investissements massifs dans ce domaine comme condition préalable à la réalisation d'investissements directement productifs, à rentabilité rapprochée.

– *Indivisibilités dans la demande :* ROSENSTEIN-RODAN illustre, sur l'exemple aujourd'hui classique de l'usine de chaussures, le caractère complémentaire des demandes de divers types de biens et services. Lorsqu'une unité de production additionnelle est crée isolément, la probabilité est faible que les revenus additionnels distribués par elle engendrent une demande additionnelle permettant d'absorber l'output spécifique de la nouvelle unité. La probabilité est encore réduite dans le cas des pays sous-développés par l'étroitesse du marché qui rend les ajustements de l'offre à la demande plus difficiles que sur un grand marché et par la faiblesse des revenus individuels : la demande pour des biens de subsistance est fortement inélastique et les différents biens ne sont entre eux que des substituts très imparfaits.

Ainsi l'investissement isolé court-il des risques élevés qui le découragent; au contraire, un ensemble diversifié d'investissements crée une demande importante qui se répartira entre les différentes productions nouvelles, les investissements nouveaux se créant réciproquement des marchés. Même en l'absence d'indivisibilités dans la fonction de production, c'est-à-dire en admettant dans chaque secteur la possibilité d'investissements de petite dimension, l'indivisibilité de la demande exige la réalisation d'une quantité minima d'investissements pour produire la gamme des biens qui seront demandés par les titulaires des revenus additionnels.

Dans ce domaine, le commerce international peut intervenir en faisant du marché mondial un substitut au marché domestique additionnel; toutefois, l'imperfection du marché fait que la difficulté sera réduite sans être éliminée.

– *Indivisibilité de l'épargne :* Le financement d'une quantité minima élevée d'investissement exige un volume correspondant d'épargne; celle-ci apparaît impossible à obtenir spontanément dans une économie sous-développée où la faiblesse des revenus entraîne une propension à consommer élevée. Il est donc indispensable de mettre au point des mécanismes assurant sur les revenus additionnels une propension marginale à épargner très supérieure à la propension moyenne.

Ces trois indivisibilités techniques créent « une indivibilité psychologique »; ROSENSTEIN-RODAN désigne par ce terme le fait que dans une société statique les efforts isolés et de faible envergure sont voués à l'échec, alors que seule une atmosphère générale et vigoureuse de développement assure la stimulation puis le succès des initiatives individuelles interdépendantes.

b) Une conclusion majeure se dégage de l'analyse des indivisibilités : il y a un minimum de ressources à consacrer à un programme de développement s'il doit avoir quelques chances de succès; des efforts successifs et morcelés ne s'additionnent pas. La réalisation d'une quantité déterminée d'investissements constitue un seuil : elle est condition nécessaire [8] du succès.

Notons dès maintenant que si la théorie du « big-push » est étroitement liée au débat entre croissance balancée et croissance non-balancée [9], elle reste cependant distincte. Si l'on met l'accent sur les indivisibilités dans la fonction de production, la théorie du « big-push » conduit à accorder la priorité aux investissements dans l'infrastructure et aux industries motrices; si, à l'opposé, l'indivisibilité de la demande paraît prépondérante, on s'oriente vers des investissements diversifiés de petites dimensions [10]. La démonstration de P.N. ROSENSTEIN-RODAN porte sur la nécessité d'une quantité minima d'investissements et non sur la répartition de ces investissements.

B. *Le piège de l'équilibre de bas niveau.*

Partant de considérations fort lointaines de celles de P.N. ROSENSTEIN-RODAN, Richard R. NELSON [11] aboutit à des conclusions parallèles : la nécessité de réaliser un effort initial minimum en deçà duquel le développement ne peut prendre place.

8. Condition nécessaire mais non suffisante, précise ROSENSTEIN-RODAN; en effet, une fois les indivisibilités techniques surmontées, il reste à vaincre l'indivisibilité psychologique sur laquelle les connaissances scientifiques restent incertaines.

9. Cf. plus loin, Chap. 11, Sect. I.

10. Ainsi l'un des principaux défenseurs de la croissance équilibrée, Ragnar NURKSE, a-t-il pu se déclarer totalement d'accord avec la théorie du « big-push »; cf. P. N. ROSENSTEIN-RODAN, *Notes on the Theory of the « Big-Push »*, « Comments » by Ragnar NURKSE p. 74-78.

11. R. R. NELSON : A Theory of the low-level equilibrium trap in underdeveloped economies.

a) Richard R. NELSON construit son modèle à l'aide de trois équations :

– *équation de revenu :* le revenu national (Y) est fonction linéaire homogène de deux variables : le capital (K) et le travail (P); la technologie, supposée constante, est représentée par un indice de productivité (A); l'équation s'écrit :

$$Y = A\,f\,(K\,.\,P)$$

Dans une économie stagnante, on admet que l'environnement social et le taux d'activité de la polupation sont constants.

– *équation de capital :* la formation nette de capital peut résulter de deux sources :

– la mise en culture de terres nouvelles (L), liée directement à la croissance démographique, et inversement au pourcentage de terres arables déjà cultivées;

– l'investissement additionnel (K′), financé par l'épargne supposée totalement investie, croît avec le revenu par tête; au-dessous d'un certain niveau de revenu, l'investissement est négatif; il y a un plancher de désinvestissement déterminé par le taux de dépréciation du stock de capital et par l'impossibilité de consommer directement ce stock.

L'équation s'écrit : $dK = dK' + dL$

– *équation démographique :* Richard R. NELSON adopte une hypothèse néo-malthusienne selon laquelle la croissance démographique est, à court terme, liée aux variations du revenu par tête par l'intermédiaire des variations du taux de mortalité; cependant, au-dessus d'un certain niveau, il estime que les variations du revenu ont un effet négligeable sur le taux de mortalité.

b) Sur la base de ces trois équations, Richard R. NELSON construit, après vigoureuse simplification, les courbes de croissance démographique et de croissance du revenu en fonction du niveau de revenu par tête. Ainsi apparaît la démonstration graphique du piège de l'équilibre de bas niveau (cf. fig. 1).

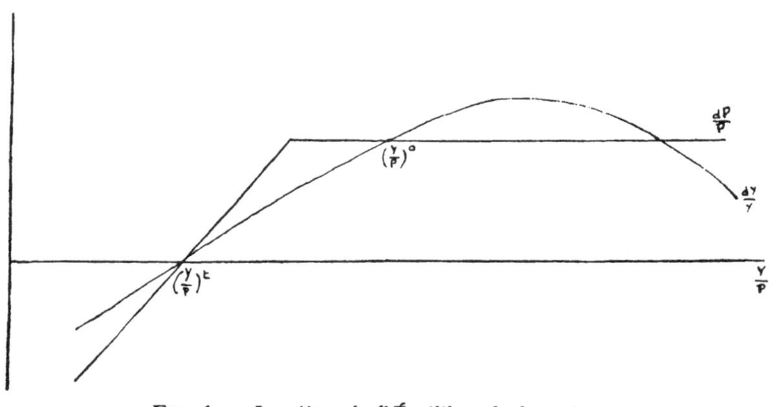

FIG. 1. – *Le piège de l'Équilibre de bas niveau.*

A partir du premier point d'intersection des courbes $\frac{dP}{P}$ et $\frac{dY}{Y}$, soit $\left(\frac{Y}{P}\right)^t$ [12], toute augmentation du revenu entraînera une augmentation plus rapide de la population donc une chute du revenu par tête et un retour au point $\left(\frac{Y}{P}\right)^t$. La force du piège peut être mesurée par l'écart entre $\left(\frac{Y}{P}\right)^t$ et $\left(\frac{Y}{P}\right)^o$ ou encore par la diffèrence entre les pentes des courbes $\frac{dP}{P}$ et $\frac{dY}{Y}$ au point $\left(\frac{Y}{P}\right)^t$.

Au contraire, au-delà de $\left(\frac{Y}{P}\right)^o$ la croissance économique est assurée, car le taux de croissance démographique reste inférieur au taux d'acrcoissement du revenu; elle se poursuivra jusqu'au troisième point d'intersection entre les deux courbes.

La réalisation d'une croissance soutenue suppose donc le franchissement d'un seuil de revenu par tête indiqué ici par le point $\left(\frac{Y}{P}\right)^o$; tout effort trop faible pour permettre d'atteindre ce point serait totalement inefficace.

c) Le mécanisme étant connu, il reste à préciser quels facteurs déterminent la place respective des deux courbes et quelles actions permettront de dépasser le point $\left(\frac{Y}{P}\right)^o$.

Pour Nelson, quatre groupes de conditions sociales et technologiques engendrent le piège :

- une haute corrélation entre le niveau de revenu par tête et le taux de croissance démographique, et la rapidité de réaction du second aux variations du premier dans les économies sous-développées;
- une faible propension à affecter les augmentations du revenu par tête à des augmentations de l'investissement par tête;
- un manque de terres arables non cultivées;
- des méthodes de production inefficaces.

Des progrès autonomes dans la science médicale accentuent le piège en déplaçant vers la gauche la courbe $\frac{dP}{P}$.

12. Le point $\left(\frac{Y}{P}\right)^t$ n'est pas obligatoirement situé sur l'axe horizontal; il est en effet possible que le niveau du revenu par tête de subsistance soit inférieur au niveau du revenu par tête d'investissement nul; en ce cas $\left(\frac{Y}{P}\right)^t$ aura une ordonnée négative et le piège sera accentué.

Le franchissement du seuil n'est possible que par une action simultanée sur les différents éléments des trois équations; ainsi une modification de la structure sociale peut permettre une augmentation du taux d'activité (facteur P) et une modification de la répartition du revenu favorable à l'accumulation (facteur K'); l'amélioration des techniques et l'élimination des gaspillages se traduisent par des variations positives des facteurs A et L; enfin les relations avec l'extérieur permettent éventuellement l'émigration de la population et l'entrée de capitaux.

L'intérêt du modèle est de démontrer qu'en dehors d'un effort diversifié et massif de développement permettant de dépasser le seuil de croissance, l'économie retournera nécessairement à un équilibre proche du niveau de subsistance.

P.N. ROSENSTEIN-RODAN et Richard NELSON mettent l'accent, pour justifier l'existence d'un seuil, sur des phénomènes particuliers : les indivisibilités dans la production, la demande et l'épargne ou les liaisons entre croissance du revenu et croissance de la population. D'autres auteurs ont voulu généraliser l'interprétation du sous-développement à partir de cette notion de seuil de croissance.

§ 2. LES ESSAIS DE FORMULATION GÉNÉRALE

Le modèle le plus perfectionné est dû à Harvey LEIBENSTEIN : nous verrons cependant qu'avec une présentation plus sommaire Benjamin HIGGINS a su introduire un élément essentiel : la prise en considération de secteurs hétérogènes.

A. *Système d'équilibre quasi-stable et effort critique minimum* [13].

a) Une économie sous-développée doit être analysée comme un système d'équilibre quasi-stable [14]. Précisons le vocabulaire : un système en équilibre est un système qui possède au moins un état d'équilibre c'est-à-dire un ensemble spécifique de valeurs des variables constitutives du système qui, une fois atteint, se reproduit identiquement de période en période. On distingue l'équilibre stable pour lequel, après une rupture de la position d'équilibre, toutes les variables reprennent leur valeur initiale et l'équilibre quasi-stable où certaines variables seulement présentent cette propriété. Un système en équilibre

13. Harvey LEIBENSTEIN, *Economic Backwardness and Economic Growth*, 1957. On peut trouver de premiers éléments dans un ouvrage antérieur du même auteur : *A theory of Economic-Demographic Development*, réédition 1954.

14. H. LEIBENSTEIN, *Economic Backwardness and Economic Growth*, « Chap. 3, Economic Backwardness as a quasi-stable Equilibrium System », p. 15-37.

peut être ou non dans un état d'équilibre; au contraire un système en déséquilibre ne connaît jamais un état d'équilibre.

On peut illustrer la situation d'un système d'équilibre quasi-stable par des exemples simples : une augmentation de l'output engendrant, par l'intermédiaire des revenus, une croissance démographique met en jeu la loi des rendements décroissants de la main-d'œuvre et peut, dans certaines conditions, ramener le revenu au niveau d'équilibre de subsistance. Mais Harvey LEIBENSTEIN préfère à ces exemples plus ou moins complexes une formulation générale : le changement économique est un processus dans lequel le résultat dépend d'une lutte entre deux groupes de forces opposées qui opèrent simultanément; il existe, en premier lieu, des forces qui sont fonction croissante du revenu par tête, et, en second lieu, des forces qui tendent à réduire le revenu lorsqu'il est supérieur à un certain niveau et à l'augmenter lorsqu'il est inférieur à ce niveau. Du jeu de ces deux groupes de forces dépend l'évolution du système.

Concrètement, l'économie sous-développée ne connaît jamais l'état d'équilibre : elle est soumise à des forces exogènes qui déséquilibrent le système dans le sens soit d'une augmentation, soit d'une diminution du revenu par tête; mais aussi longtemps que ces forces ne dépassent pas une certaine dimension, elles engendrent, dans le système des réactions qui orientent celui-ci vers un retour à l'équilibre. L'économie sous-développée est en marche vers l'état d'équilibre, bien que sans cesse déviée de cette voie.

L'appareil d'analyse étant présenté, la situation des économies sous-développées s'exprime dans quatre hypothèses principales [15] :

- une économie sous-développée est un système en équilibre dont l'état d'équilibre possède un degré de quasi-stabilité par rapport au revenu par tête;
- si l'équilibre est troublé, les forces qui tendent à augmenter le revenu par tête mettent en mouvement, directement ou indirectement, les forces qui tendent à réduire le revenu par tête;
- dans cet état de déséquilibre, les effets des forces tendant à une diminution du revenu sont supérieurs à ceux des forces tendant à l'augmenter; ceci étant vrai pour de faibles augmentations de revenus au-dessus du niveau d'équilibre;
- pendant une période, les effets des forces tendant à diminuer le revenu ont une valeur maxima absolue inférieure à la valeur maxima absolue des forces qui tendent à augmenter le revenu.

b) Si ces quatre hypothèses constituent une explication du sous-développement, les deux dernières d'entre elles contiennent, de plus, la clef d'un développement réussi : pour réaliser le passage à une situation permettant une croissance séculaire régulière, il faut en un certain point ou durant une cer-

15. *Ibidem*, « The four main hypotheses », p. 15-16.

taine période, que l'économie reçoive un stimulant de la croissance supérieure à une dimension minima critique. L'économie profitant des possibilités exprimées par la quatrième hypothèse surmontera l'obstacle au développement énoncé par la troisième.

La thèse de l'effort minimum [16] repose sur l'existence de quatre types de facteurs :

- les économies internes d'échelle dont la réalisation exige une dimension minima des unités de production;
- les économies externes et les interdépendances entre unités de production qui rendent obligatoire une croissance balancée des différents secteurs;
- la nécessité de surmonter les effets des facteurs dépressifs, qu'ils soient autonomes ou engendrés par le processus de croissance comme, par exemple, l'essor démographique;
- le poids des facteurs culturels et institutionnels dans les comportements économiques : la réorientation de ces derniers dans un sens progressiste n'est possible qu'en concomitance avec des transformations économiques assez fortes pour faire croire que les nouvelles valeurs proposées seront durables et efficaces.

La nécessité d'un effort minimum étant reconnue, est-il possible de le chiffrer. L'évaluation par une quantité globale, exprimée en termes monétaires, n'est pas satisfaisante pour une double raison. D'une part, l'effort minimum devra être réparti entre les différents stimulants de la croissance, dont certains n'ont pas de valeur monétaire : c'est l'affectation rationnelle des efforts plutôt que leur évaluation globale qui est importante. D'autre part, l'effort minimum a une dimension temporelle : un découpage optimum de sa réalisation dans le temps doit être établi. La quantification suppose donc, dans des circonstances spécifiques, un nombre ou un groupe de nombres, lié à une distribution dans le temps.

LEIBENSTEIN s'interroge sur la validité et les avantages pratiques de son analyse [17]. Elle lui paraît plus satisfaisante que l'analyse en termes de cercles vicieux; cette dernière ne contient aucune explication de la manière dont le cercle vicieux peut être rompu. L'auteur compare ensuite le modèle de l'équilibre quasi-stable à d'autres modèles présentés : modèles d'équilibre de bas revenu, modèles de déséquilibre permanent, etc... Après examen, la thèse de l'effort minimum lui apparaît comme la plus raisonnable; elle seule donne une explication d'un sensemble de faits :

- elle explique aussi bien le sous-développement durable que le développement durable;

16. *Ibidem*, « Chap. 8, *The Critical Minimum Effort Thesis* », p. 94-110, spécialement p. 106-110.

17. *Ibidem*, « The Vicious Circle Idea and its Relationship to the Critical Minimum Effort Thesis », p. 95-96, « Is The minimum effort thesis logically necessary? », p. 98-104.

- elle explique la persistance possible du sous-développement malgré l'existence de stimulants du développement;
- elle explique pourquoi certaines économies autrefois sous-développées ne le sont plus aujourd'hui.

c) Le problème final est en effet de déterminer comment l'effort minimum peut-être accompli par une éconpremie sous-développée [18]. Harvey LEIBENSTEIN définit les agents de la croissance comme l'ensemble des capacités, manifestées par la population, d'avoir des activités contribuant à la croissance; cette délimitation très large inclut les connaissances et la qualification de la main-d'œuvre, les inventions et innovations, l'esprit d'entreprise.

Le taux de croissance dépendra, en premier lieu, de l'interaction entre les plans d'expansion des différents agents de la croissance, en second lieu, de la synchronisation de leurs efforts pour réaliser ces plans, ces derniers étant fondés sur une anticipation de l'environnement futur, en troisième lieu, du taux réel de croissance résultant de ces activités qui détermine à son tour les plans pour les périodes suivantes.

Le point central est que tous les taux de croissance anticipés n'ont pas la même force pour induire une stimulation des agents de la croissance qui permette de réaliser les anticipations; seul un taux assez élevé permettra de vaincre les obstacles résultant notamment des attitudes conservatrices, de l'augmentation de la consommation, des gaspillages et de la croissance démographique.

Seul un stimulant assez fort pour élever le revenu par tête au-dessus du seuil critique engendrera non seulement un mécanisme d'accumulation du capital, mais une série de répercussions secondaires qui transformeront l'ensemble de l'économie.

Ainsi Harvey LEIBESNTEIN construit une interprétation générale du sous-développement avec pour instrument d'analyse la notion de système d'équilibre quasi-stable et pour facteur déterminant l'existence d'un seuil de croissance qui ne peut être franchi que par l'accomplissement d'un effort minimum critique.

Cette interprétation générale permet d'intégrer les analyses de P.N. ROSENSTEIN-RODAN et de Richard NELSON mais elle présente une faiblesse profonde qui tient à son caractère global. Benjamin HIGGINS s'est efforcé, dans la même perspective, d'introduire une analyse sectorielle.

18. *Ibidem*, « Chap. 9. Growth Incentives, Agents, and Activities and the Minimum Effort Thesis », p. 111-146; voir aussi p. 188-193.

B. *Analyse sectorielle et multiplicité des seuils.*

a) Benjamin HIGGINS [19], réfléchissant sur la théorie économique du sous-développement, lui fixe un certain nombre de caractères originaux dont trois, au moins, nous paraissent essentiels [20] :

- certaines fonctions stratégiques sont discontinues;
- les relations intersectorielles et interrégionales doivent être placées au centre de l'analyse;
- les mouvements cumulatifs, s'écartant de l'équilibre ou de la croissance balancée et régulière, sont caractéristiques du sous-développement.

Utilisant un système d'analyse graphique très proche de ceux de LEIBENSTEIN et NELSON, Benjamin HIGGINS, tente d'y intégrer le dualisme technologique et les indivisibilités ainsi que de prendre en considération les conséquences de relations internationales.

Les diagrammes qu'il construit portent en abcisse le niveau du revenu par tête $\left(\frac{Y}{N}\right)$, indicateur du niveau de développement; en ordonnée sont répérées, en pourcentage, les variations des trois grandeurs analysées :

- le taux de croissance démographique, $\frac{\Delta N}{N} = n$, fonction du revenu par tête;
- l'épargne nette globale, S, en pourcentage du revenu national;
- le montant du capital, R, nécessaire pour atteindre le niveau correspondant de revenu par tête; cette quantité, exprimée en pourcentage du revenu national, est fonction du coefficient du capital $\left(\frac{Q}{Y}\right)$ et du taux de croissance démographique :

$$R = \frac{Q}{Y} \cdot n$$

La courbe « n » n'a d'utilité que pour construire la courbe R; le problème central est de déterminer le point ou les points d'intersection des courbes S et R.

b) Intervient alors dans l'analyse la division de l'économie en deux secteurs : un secteur agricole, traditionnel, passif et un secteur industriel, moderne et dynamique.

Soit un développement de l'investissement dans le secteur industriel; il engendre la croissance démographique; celle-ci va se répercuter dans le secteur rural car l'emploi industriel est étroitement limité par des impératifs techniques.

19. Benjamin HIGGINS, *Economic Development*, « Chap. 17 A Synthesis of Theories of Underdevelopment », p. 409-431.
20. *Ibidem*, « Scope and Method », p. 413-416.

HIGGINS analyse les conséquences de l'essor démographique sur la courbe R du secteur rural; différentes évolutions sont prévisibles selon qu'il est ou non possible de mettre en valeur des terres nouvelles, selon que des progrès techniques sont ou non mis en œuvre. La conclusion est que le « big-push » ne peut résulter d'un simple déplacement sur la courbe R; il exige une modification de la courbe, c'est-à-dire, à plus ou moins longue échéance, le passage à une agriculture mécanisée à grande échelle accompagné d'une atténuation de la croissance démographique dans le secteur grâce au départ de la main-d'œuvre vers le secteur industriel.

Ce dernier connaît des courbes S et R de formes différentes, qu'il bénéficie ou non d'un financement extérieur de l'investissement; faute d'un « big-push » dans le secteur rural, l'output et le revenu par tête croîtront à des rythmes différents dans les deux secteurs et l'écart sera sans cesse croissant.

L'analyse est rendue plus complexe si l'on passe d'une économie fermée bisectorielle à une économie ouverte; il faut introduire un troisième secteur dans le modèle : les pays développés. Le secteur agricole n'entretiendra que des relations négligeables avec l'extérieur : celles-ci passeront presque exclusivement par le secteur industriel, introduisant par là un nouveau facteur de divergence entre les niveaux de revenu des deux secteurs internes.

c) L'introduction des indivisibilités [21] entraîne la transformation des courbes continues de capital et d'épargne en courbes discontinues.

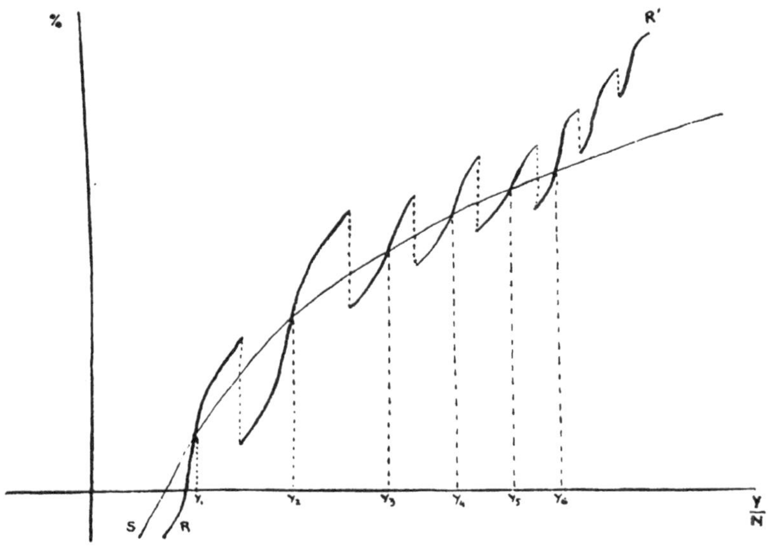

FIG. 2. – *Indivisibilités de la fonction de production*

21. *Ibidem*, « Introducing Indivisibilities », p. 426-429.

Considérons tout d'abord les indivisibilités dans la fonction de production. Elles sont traduites par des discontinuités verticales dans la courbe R; ces discontinuités sont très fortes pour les faibles valeurs de $\left(\frac{Y}{N}\right)$, c'est-à-dire au moment où doivent être réalisés les investissements d'infrastructure; ensuite l'importance des discontinuités s'atténue relativement à un stock de cpiital croissant (cf. fig. 2). Ce n'est pas un « piège »[22], mais une série de pièges qu'il faudra vaincre pour assurer le développement économique.

Les indivisibilités de la demande peuvent être interprétées comme des intervalles dans lesquels les investissements réalisés ne provoquent aucune augmentation de l'output effectivement produit et vendu : sur la courbe R, ils sont représentés par des discontinuités horizontales (cf. fig. 3) qui se combinent aux discontinuités verticales précédemment inscrites.

Enfin les indivisibilités dans l'épargne créent des discontinuités horizontales dans la courbe S (cf. fig. 3). De la même façon que les indivisibilités de la fonction de production, les indivisibilités de la demande et de l'épargne voient leur importance diminuer relativement à une demande globale et à une épargne globale croissantes.

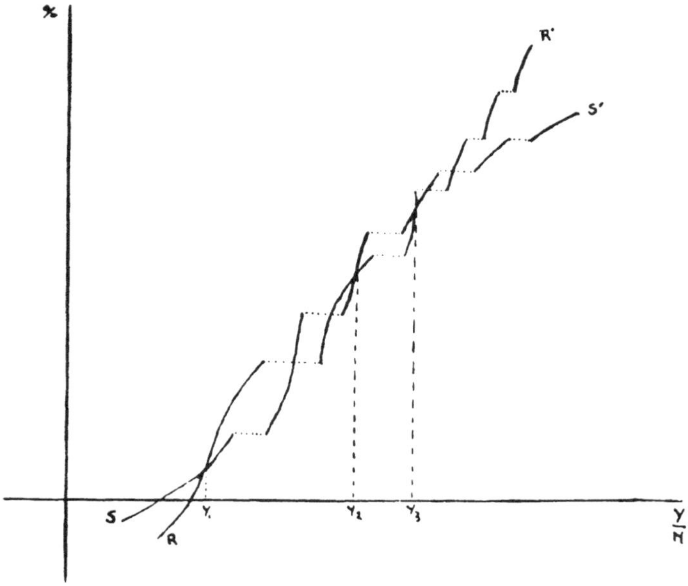

FIG. 3. – *Indivisibilités de la Demande et de l'Épargne*

Le résultat final est beaucoup plus complexe que celui auquel parvenait Harvey LEIBENSTEIN. Deux courbes présentant une série de discontinuités ont

22. Pour reprendre le vocabulaire de Richard NELSON.

des points d'intersection multiples (d'abscisse Y_1 à Y_6 sur la figure 2 et Y_1 à Y_3 sur la figure 3); entre ces points apparaissent une série de « pièges » qui ne pourront être franchis que par la réalisation d'un effort minimum. La situation des économies sous-développées et développées est, de ce point de vue, formellement identique mais l'atténuation des discontinuités avec l'augmentation du revenu par tête permet d'assimiler grossièrement la croissance des économies développées à une croissance continue.

Les analyses du seuil de croissance telles qu'elles sont présentées par Richard Nelson et Harvey Leibenstein recèlent deux faiblesses principales, faiblesses que la formulation de Benjamin Higgins met en évidence.

En premier lieu, la présentation graphique du seuil et le jeu des fonctions constitutives du système font croire à l'existence d'un seuil unique et mesurable avec précision. Higgins a montré que le jeu de trois séries de discontinuités, dans la production, la consommation et l'épargne, engendrait non pas un seuil mais une pluralité de seuils. Dès lors, il n'existe plus un point critique marquant le passage de l'équilibre quasi-stable de sous-développement au déséquilibre de croissance soutenue; seule subsiste une différence de degré entre les deux types d'économies : l'importance des discontinuités et des seuils s'atténue progressivement avec l'augmentation du revenu par tête.

En second lieu, et nous retrouvons là un thème souvent énoncé, la présentation du sous-développement comme un système de relations entre quantités globales est inacceptable; Benjamin Higgins met justement l'accent sur ce point et amorce une construction sectorielle des fonctions de production [23].

Finalement, la seule conclusion solide que l'on puisse tirer des analyses du seuil de croissance c'est la nécessité d'un « big-push », d'un effort minimum critique pour sortir du sous-développement. Il reste à vérifier si cette analyse en termes purement fonctionnels a une signification historique; peut-on effectivement repérer dans la croissance des pays développés une grande poussée qui leur a fait quitter définitivement un état assimilable au sous-développement contemporain ? La même problématique est-elle applicable aujourd'hui aux économies dites sous-développées ?

SECTION II. LA NOTION DE DÉCOLLAGE

Rostow a construit en deux temps sa théorie de la croissance : il en a d'abord étudié les causes, les stimulants, puis il a découpé le phénomène de croissance en tranches historiques particularisées.

23. Il faudrait également, mais nous ne reviendrons pas sur ce point, critiquer l'hypothèse malthusienne, extrêmement simpliste (cf. Chap. 4, Sect. II), par laquelle ces auteurs traduisent les relations entre croissance économique et croissance démographique.

L'auteur ne croit pas qu'on puisse expliquer la croissance en termes purement économiques; il est nécessaire d'intégrer le jeu des transformations sociales en longue période. Le système de valeurs d'une société détermine ses réponses aux incitations économiques. ROSTOW propose de formaliser ces réponses en six propensions :

- la propension à développer les sciences fondementales,
- la propension à appliquer les sciences à des fins économiques,
- la propension à accepter les innovations,
- la propension à rechercher le progrès matériel,
- la propension à consommer,
- la propension à avoir des enfants [24].

Les analyses traditionnelles en termes de maximisation de l'utilité sont rejetées au profit d'une analyse globale du comportement humain dans la société. Les propensions sont largement indépendantes du niveau du revenu et même, à court terme, des modifications de revenus; « leur force et leurs variations sont déterminées par des interrelations complexes entre les forces économiques, sociales et politiques d'une société, se transformant lentement et en longue période [25] ».

L'ambition de ROSTOW est de présenter une théorie globale de la croissance énoncée en termes économiques [26], mais prenant dans son champ d'analyse l'ensemble des phénomènes sociaux.

Pour une interprétation générale de l'histoire économique moderne, ROSTOW choisit la méthode des étapes de la croissance [27]. Elles sont au nombre de cinq; toute société les a traversées ou est destinée à les traverser selon un ordre obligé : société traditionnelle, société de la phase transitoire, phase de décollage, société en marche vers la maturité, stade de la grande consommation de masse [28].

Dans la société traditionnelle le niveau des connaissances scientifiques et techniques est faible; la production des denrées alimentaires absorbe dans l'agriculture plus de 75 % de la population active; l'économie est dominée par les propriétaires terriens; le pouvoir s'exerce à l'échelle régionale. Le système de valeur est passif devant la nature : le monde extérieur n'est pas considéré comme susceptible de consommations productives; il n'y a pas d'accumulation de capital. A la société traditionnelle de petites dimensions

24. Sur ces points, voir : W. W. ROSTOW, *The Process of Economic Growth*, spécialement Chap. I et II.
25. *Ibidem*, Chap. III, Section III.
26. L'auteur souligne que les propensions sont des notions économiques distinctes de celles de la sociologie.
27. W. W. ROSTOW, *Les étapes de la croissances économique*, « Introduction ».
28. La théorie des « stages of growth » a été présentée par ROSTOW en 1956 dans un article intitulé : *The Take-off into Self Sustained Growth;* elle a été développée dans son dernier ouvrage : *Les étapes de la croissance économique*, 1960; voir aussi sa contribution à la Première Conférence Internationale de l'Histoire Économique, Stockolm, 1960, *Industrialization and Economic Growth.*

peuvent se susbtituer de vastes empires dont l'essor puis le déclin engendrent des fluctuations de très longue période [29].

Ces sociétés ne sont pas stationnaires; le progrès y est possible grâce à l'extension des surfaces cultivables, à des aménagements techniques; cependant le progrès est lent; l'insuffisance scientifique et technique fixe un plafond à l'augmentation de la production. Le « take-off » ne peut donc y apparaître; sa venue exige que soient préalablement réalisées une série de transformations économiques et sociales qui constituent la phase transitoire, phase dont les économies sous-développées n'ont pas su encore achever la réalisation. La période de décollage est ensuite marquée par une activité économique intense donnant normalement naissance à un processus de croissance autogène, phase qui marque la rupture avec l'état de sous-développement [30].

§ 1. LES CONDITIONS DU DÉCOLLAGE

Un ensemble de modifications sont nécessaires dans le domaine économique, mais c'est dans l'ordre institutionnel et social que les transformations fondamentales apparaîtront.

Les préconditions du décollage peuvent être réunies dans deux situations : dans le cas général, leur apparition résulte de la réponse d'une société à un défi extérieur, lancé par une économie dominante; par exception, quelques économies neuves, celles des États de peuplement anglo-saxon, n'ont pas eu à éliminer les institutions de la société traditionnelle, elles n'ont eu à résoudre que des problèmes économiques et techniques.

A. *Les conditions économiques.*

a) L'élimination des obstacles à l'accumulation et à l'innovation suppose certaines mutations générales dans l'économie :

– le passage d'une économie agricole occupant 75 % ou plus de la main-d'œuvre dans le secteur primaire, à une économie à prédominance industrielle et tertiaire;

– le passage d'une société organisée en économies locales, largement autarciques, à une économie nationale ouverte aux échanges extérieurs;

– une modification de la répartition des revenus aux dépens des propriétaires terriens et au profit des entrepreneurs.

29. *Les étapes de la croissance économique*, p. 18-20, *Industrialization and Economic Growth*, p. 17-23.

30. Sur l'ensemble de la section voir : W. W. ROSTOW, *The process of Economic Growth*, Chap. XI, XII, XIII; W. W. ROSTOW, *Les étapes de la croissance économique*, Chap. III, IV et IX; W. W. ROSTOW, *Industrialization and Economic Growth*; R. BARRE, *Sur les limites. d'une théorie économique de la croissance.*

Le mouvement est souvent stimulé par l'évolution démographique : une baisse du taux de mortalité précédant de quelques décennies une baisse du taux de natalité, crée par l'intermédiaire de l'augmentation de la demande une pression pour une utilisation plus rationnelle des ressources disponibles. Ces phénomènes doivent permettre de faire passer le taux d'investissement productif d'une valeur inférieure ou égale à 5 % du revenu national à une valeur égale ou supérieure à 10 %, ceci afin qu'il dépasse régulièrement et substantiellement le taux de croissance démographique compte-tenu d'un coefficient d'intensité capitalistique évalué à 3.

Au-delà de ces mouvements généraux, le comportement de deux secteurs particuliers aura des répercussions décisives.

b) Il faut écarter le voile de l'agrégation, écrit ROSTOW, et s'attacher aux problèmes sectoriels; deux sont essentiels dans cette phase : ceux posés par le secteur primaire et par les investissements d'infrastructure.

Le développement rapide de la productivité du secteur primaire est généralement la clef de l'industrialisation; il a deux séries de conséquences :

– l'augmentation de l'offre de nourriture qui permet d'absorber la croissance démographique, de compenser l'urbanisation, d'augmenter les exportations;

– l'augmentation des revenus réels, donc de la demande de biens de consommation et de production et des possibilités de prélèvements fiscaux ou d'épargne pour le financement du secteur industriel.

Les investissements d'infrastructure sont la condition préalable du développement; leurs caractéristiques font qu'une très large part devra être réalisée par l'État; ils ont en effet une période de création et d'amortissement longue, une forte indivisibilité, enfin leur rentabilité n'est assurée qu'à l'échelle de la collectivité et non de l'entrepreneur individuel.

Les transformations économiques préalables au take-off sont secondaires par rapports aux bouleversements institutionnels et sociaux que celui-ci exige.

B. *Les conditions institutionnelles et sociales.*

Ces conditions sont d'abord psychologiques; les mentalités traditionnelles considérant la nature comme une donnée doivent disparaître au profit d'attitudes actives tournées vers la transformation productive de l'environnement.

Ainsi des progrès décisifs sont réalisés dans les sciences fondamentales et appliquées, progrès qui seront mis en œuvre pour transformer les techniques productives. Parallèlement, les comportements à l'égard de la prise du risque se modifient; au risque spéculatif couru dans les opérations financières, commerciales, immobilières, à court terme, se substitue le risque résultant d'investissements productifs en longue période à rentabilité élevée.

Les transformations psychologiques n'auront d'efficacité que si elles touchent un groupe d'hommes suffisamment nombreux et puissants pour contester victorieusement les règles du jeu de la société traditionnelle. Le rôle a été tenu dans les économies occidentales par une classe d'entrepreneurs capitalistes, « groupe d'hommes qui pensent en termes de réinvestissement productif du revenu [31] » et qui supplantent progressivement les propriétaires terriens et d'autres élites traditionnelles [32].

La transformation décisive est réalisée lorsque la nouvelle classe dynamique parvient à conquérir l'État; pour cela, elle devra passer des alliances provisoires avec d'autres groupes sociaux : armée, prolétariat urbain. Le nationalisme a joué souvent un rôle moteur dans la création d'un État moderne efficace; ce dernier n'intervient pas principalement comme propriétaire des moyens de production : il a pour tâche de réaliser les investissements d'infrastructure, d'unifier et d'organiser les marchés, d'établir une législation économique, notamment en matière fiscale.

Cet ensemble de conditions techniques, économiques, psychologiques, sociologiques et politiques étant remplies, le décollage peut être réalisé.

§ 2. LES CARACTÈRES DU DÉCOLLAGE

L'amorce du décollage dans une économie où les conditions préalables sont satisfaites résulte d'une stimulation vigoureuse. ROSTOW en fournit quelques exemples : il peut s'agir d'une révolution politique entraînant une transformation profonde de la société; une innovation technique majeure peut jouer le même rôle en provoquant une série d'effets induits en amont et en aval et en créant des économies externes; l'environnement international est aussi un moteur possible, soit qu'il devienne plus favorable par l'ouverture des marchés, l'amélioration des termes de l'échange, de larges importations de capital, soit, à l'inverse, qu'un environnement défavorable (chute des termes de l'échange, blocage du commerce extérieur pendant une guerre) constitue un défi qui oblige à l'industrialisation rapide.

Le take-off sera réussi si la société donne à la stimulation initiale une réponse positive, durable et cumulative. Il se caractérise par la conjonction de trois phénomènes [33] :

- une hausse du taux de l'investissement productif, passant de 5 % ou moins du revenu national à 10 % ou plus;

31. A. LEWIS, *The theory of Economic Growth*, p. 233 cité par R. BARRE, article cité, p. 380,
32. Bert HOSELITZ, dans un article intitulé : *Non Economic Factors in Economic Development* », souligne également le rôle primordial des changements sociaux et culturels pour créer des structures favorables au développement; trois phénomènes lui apparaissent particulièrement significatifs dans ce processus : « the appearence of behavioral deviance, the emergence of cultural or social marginality, the process of redefinition of social objectives by an elite ». Son analyse dans ce domaine est très proche de celle de ROSTOW.
33. *Les étapes de la croissance économique*, p. 56.

- l'apparition de secteurs moteurs importants ayant un taux de croissance élevé;
- l'existence ou l'apparition rapide d'un appareil politique social, institutionnel permettant d'exploiter au maximum les effets du décollage et de faire de la croissance un phénomène durable.

ROSTOW [34] insiste notamment sur le second élément : la croissance n'est compréhensible que par une analyse sectorielle reposant sur la distinction de trois types de secteurs :

- les « secteurs de croissance primaire » : leur taux de croissance élevé résulte de l'innovation ou de l'exploitation de nouvelles ressources;
- les « secteurs de croissance complémentaire » : leurs progrès sont soit provoqués directement par ceux des secteurs de croissance primaire, soit indispensables à la croissance de ces derniers;
- les « secteurs de croissance secondaire » : leur croissance est liée à celle de variables globales à évolution lente : revenu national, population, etc.

C'est l'apparition d'un ou plusieurs secteurs de croissance primaire qui est décisive pour le take-off.

La description générale du décollage, construite à partir d'un certain nombre d'expériences historiques, est-elle valable pour les décollages en cours ou à venir ? ROSTOW se pose la question et conclut à la valeur explicative universelle de son schéma.

§ 3. LE DÉCOLLAGE DES ÉCONOMIES SOUS-DÉVELOPPÉES

ROSTOW entreprend de comparer la situation actuelle des économies sous-développées à celle des sociétés qui ont traversé il y a un ou deux siècles la phase transitoire [35].

Soulignant les nombreuses analogies, il note quelques différences à l'avantage ou au détriment des économies sous-développées.

Parmi les handicaps, il range les progrès des techniques sanitaires, devenues efficaces et relativement peu coûteuses; leur généralisation a permis des taux de croissance démographique supérieurs à ceux connus dans les phases transitoires des siècles précédents; un problème global est posé, celui du sous-emploi et des investissements nécessaires pour maintenir le revenu par tête; un problème sectorial s'y ajoute : le développement de la production des biens alimentaires. Autre obstacle nouveau : l'effet de démonstration international, né de la comparaison des niveaux de consommation, qui crée des sentiments

34. *Ibidem*, p. 71-77, « Secteurs jouant un rôle prépondérant dans le démarrage ».
35. *Ibidem*, p. 168-174, « Les démarrages autrefois et aujourd'hui ». Voir aussi la thèse de A. RAIGA, *La théorie du « take-off » et les économies sous-développées.*

de frustration beaucoup plus violents que dans le passé. Rostow estime enfin que la guerre froide qui divise chaque pays sous-développé en deux tendances, ébranle la nécessaire unité nationale autour d'un programme de développement.

Fort heureusement, les économies sous-développées bénéficient de quelques contreparties : elles disposent, en premier lieu, d'une gamme considérable de progrès techniques dont la mise en œuvre peut être rapide; elles ne dépendent donc pas du rythme des progrès scientifiques; en second lieu, elles peuvent profiter de l'assistance technique internationale dont Rostow souhaite l'élargissement, la stabilisation et l'organisation.

Ayant inventorié ces différences de situation, l'auteur n'estime pas qu'elles mettent en cause son schéma [36]; au contraire, il présente une classification des pays insuffisamment développés en fonction de leur degré d'avancement dans le processus de décollage. Il distingue quatre types [37] :

- les économies n'ayant pas encore atteint la phase du décollage;
- les économies qui tentent leur décollage, sans que le succès soit assuré; le taux d'investissement a dépassé 5 % du revenu national, mais n'a pas atteint 10 %;
- les économies en état de croissance, le décollage est réussi;
- les économies d'enclave : le taux de 10 % est dépassé, mais les exportations de capitaux ou l'insuffisance des structures nationales ne permettent pas de réaliser le décollage.

Le schéma proposé par Rostow offre l'avantage de la clarté et de la cohérence dans sa présentation. Le sous-développement est un phénomène de retard historique; il résulte de l'incapacité de certaines économies à réaliser les conditions du décollage, c'est-à-dire de leur incapacité à franchir l'étape décisive dans le processus général d'évolution, commun à toutes les économies. La thèse rend compte de l'existence de pays développés et de pays sous-developpés; elle rend compte d'une différence profonde entre eux, qui n'est pas seulement une différence de degré; enfin elle contient les fondements d'une théorie de développement des économies sous-développées.

A propos du « take-off » des pays européens au XVIIIe siècle et au XIXe siècle, Benjamin Higgins conclut : « Ce qui se produisit dans ces pays au cours de cette période est ce que nous désirons voir se produire maintenant en Asie, en Afrique et en Amérique latine [38] ».

La séduction de cette présentation n'a pas convaincu de nombreux écono-

36. « ... Il est utile, et en même temps à peu près exact, de considérer que l'expansion actuellement constatée en Asie, en Afrique, au Moyen-Orient et en Amérique latine, rappelle les étapes des conditions préalables et de démarrage par lesquelles sont passées d'autres sociétés à la fin du XVIIIe et au XIXe siècle et au début du XXe siècle ». *Les étapes de la croissance économique*, p. 168.
37. *Ibidem*, p. 61-63, « Schéma des constatations faites à l'époque actuelle ».
38. B. Higgins : Economic Development, p. 85.

mistes et historiens qui en ont présenté une critique radicale; nous devons établir maintenant le bilan des apports et des insuffisances de l'œuvre de ROSTOW.

SECTION III. INTÉRÊT ET LIMITES DE LA MÉTHODE DES ÉTAPES DE LA CROISSANCE

L'œuvre de ROSTOW a déclenché une levée de boucliers à peu près générale : des économistes libéraux aux marxistes, les critiques se sont multipliées sans que l'on trouve beaucoup de défenseurs des « Stages of Growth ». Une telle sévérité nous paraît fondée mais excessive; avant de présenter les objections principales nous tenons à souligner certains aspects positifs.

§ 1. LES APPORTS

Comparée aux théories globales de la croissance ou du développement que nous avons examinées plus haut, l'analyse de ROSTOW présente trois caractères positifs : elle intègre méthodologiquement à l'analyse économique le jeu des phénomènes sociologiques et institutionnels, elle prend en considération, par-delà les agrégats globaux, les phénomènes sectoriels, enfin, elle accorde aux relations internationales un rôle important, souvent décisif.

a) *Les Phénomènes institutionnels et sociaux.* Nous avons critiqué chez les théoriciens de la croissance [39] la réduction de l'analyse aux seuls phénomènes « purement » économiques; ROSTOW s'oppose nettement à cette attitude.

Sur le plan théorique, il traduit dans la définition des six propensions la recherche d'une formulation économique fondée sur « une analyse générale du comportement humain dans la société [40] ». Raymond BARRE [41], tout en soulignant les insuffisances et les incertitudes, y voit l'effort le plus intéressant pour intégrer dans un cadre souple, les facteurs économiques et sociaux de la croissance.

La méthode étant définie, la présentation historique des phases de la croissance permet de la mettre à l'épreuve. Des phénomènes « non-économiques » y jouent un rôle important. C'est ainsi, nous l'avons vu, que la réalisation des conditions du « take-off » résulte principalement de bouleversements institutionnels et sociaux; l'analyse du décollage est plus souvent purement écono-

39. Voir, notamment, Chap. 4, Sect. III.
40. *The Process of Economic Growth.* Ce thème est longuement soutenu dans l'introduction et dans les chapitres 1 et 2.
41. *Sur les limites d'une théorie économique de la croissance,* p. 386.

mique, mais nous savons que le nationalisme en est souvent le stimulant majeur, que le décollage est lié à l'apparition d'un esprit scientifique moderne, enfin que l'État libéral ou planificateur joue un rôle irremplaçable dans le processus de croissance.

Par sa méthode et par son contenu, l'analyse justifie son objectif initial : la prise en considération globale des phénomènes économiques et sociaux. ROSTOW n'accepte pas de se limiter à l'économique au sens étroit du terme; dans la mesure où il s'y attache, il refuse à nouveau la simplification abusive et rejette la seule analyse en termes globaux.

b) *L'Analyse sectorielle.* ROSTOW rejette le « voile de l'agrégation [42] » et recourt à l'étude des secteurs; il en donne l'exemple le plus systématique dans la recherche des « leadings sectors » du décollage.

Le but principal n'est pas d'affiner l'analyse, d'entrer dans plus de détails; l'analyse sectorielle ne se distingue pas de l'analyse globale seulement par un degré de complexité plus grand. Pour l'auteur, l'histoire de la croissance des économies nationales n'est compréhensible qu'en termes sectoriels : la croissance globale est le résultat d'inégalités entre les taux de croissance des différents secteurs, puis des transmissions de croissance d'un secteur vers d'autres. Il fait une distinction radicale entre l'approche globale, qui ne fait que mesurer les résultats de la croissance, et l'approche sectorielle, seule explicative.

c) *Les Relations internationales.* ROSTOW ne suit pas les analyses classiques et keynésiennes qui n'accordent qu'un rôle secondaire aux relations internationales, simples reflets de la situation des économies nationales; il leur donne un rôle moteur : le nationalisme, qui pour le décollage est un stimulant aussi efficace que la volonté de profit [43], naît de la réaction contre la domination des nations avancées. De même, le choc initial générateur du décollage peut résulter de transformations internes, politiques ou techniques, mais tout aussi bien d'une modification de l'environnement international. Enfin, parmi les facteurs qui favorisent le « take-off » des économies aujourd'hui sous-développées, ROSTOW attache une grande importance à l'assistance technique internationale.

ROSTOW n'est certes pas l'inventeur des méthodes dont nous venons de montrer l'intérêt, mais notre but n'est pas de dégager des priorités historiques; nous entendions montrer de quelle manière l'analyse des phases de la croissance contribuait à enrichir l'étude des phénomènes de développement par rapport aux approches abstraites et globales présentées plus haut. Il importe maintenant de présenter le côté négatif de cette tentative et de rappeler les principales critiques qui lui ont été adressées.

42. *Les étapes de la croissance économique,* notamment p. 35-41 et p. 71-77.
43. *Ibidem,* p. 41-46.

§ 2. LES INSUFFISANCES

Les travaux de Rostow ont provoqué plus de contestations que d'adhésions; toute une conception de l'histoire se trouve en jeu dans ces débats [44]. Il est impossible de nous y engager profondément sans risquer de nous écarter du sujet; cependant nous devons situer les principaux points de discussion : la dimension historique du concept de sous-développement s'y trouve directement impliquée. Nous aborderons en premier lieu la critique générale de la méthode des étapes de l'histoire, pour nous attacher ensuite à la phase décisive, celle du décollage.

A. *La méthode des étapes de l'histoire.*

Deux séries d'objections sont présentées, touchant à la validité d'une conception unilinéaire de l'histoire et au schéma d'explication adopté par Rostow.

a) *La conception unilinéaire de l'histoire.* Les historiens sont nombreux à refuser la possibilité d'appliquer à tous les pays la même succession de phases homogènes [45].

En premier lieu, ils nient l'existence de lois simples universellement valables : l'évolution historique est le résultat complexe de l'interaction d'un ensemble de lois dont la combinaison originale caractérise chaque nation. La diversité des lois est confirmée par le nombre des systèmes d'étapes proposés; chacun de ces systèmes privilégie une loi en fonction de l'expérience historique à laquelle il se réfère, consciemment ou non.

En second lieu, la notion d'étape apparaît comme une schématisation déformante de la réalité; elle implique l'existence de périodes à peu près homogènes séparées par des mutations rapides et nettement repérables. Si de telles périodes ont effectivement existé, leur systématisation n'est pas soutenable; le plus souvent les limites sont imprécises, les « étapes » se chevauchent, certaines sont sautées par tel ou tel pays.

b) *Le processus* adopté par Rostow est visé par ces critiques générales; d'autres, plus spécifiques, lui ont été adressées.

44. La question a notamment été traitée à la Première Conférence Internationale d'Histoire Économique, Stockholm, août 1960, et à la Rencontre Internationale de Royaumont, *Quel avenir attend l'homme?*, Mai 1961. Elle a fait l'objet des débats d'une Conférence de l'Association Économique Internationale à Constance en 1960; cf. aussi la thèse de Aude Raiga, *La théorie du « take-off » et les économies sous-développées.*

45. Cf. par exemple G. M. Meier and R. E. Balwin, Economic Development, Chap. VII. H. Giersch – Stages and Spurts of Economic Development. Cf. aussi dans le même sens l'intervention d'André Philip sur le rapport de R. Barre, Sur les limites d'une théorie économique de la croissance. Discussion, p. 68-70.

Il faut au départ noter l'erreur de méthode soulignée par Raymond ARON [46] : il reproche à ROSTOW de commencer par une théorie des étapes sans établir au préalable une théorie de la société. Il en résulte une forte imprécision dans la délimitation des étapes et une extrême diversité de leur contenu selon les pays.

La même faiblesse est mise en évidence par Paul BARAN et Éric HOBSBAWN [47] : ROSTOW affirme l'universalité des problèmes techniques du développement mais il néglige ce fait fondamental que différents types sociaux d'organisation économique peuvent ou doivent résoudre de façon très différente les mêmes problèmes techniques.

Les inconvénients qui résultent de la mise à un rang secondaire des problèmes de systèmes et de types d'organisation économiques apparaissent pleinement lorsqu'il faut préciser ce qui différencie les stades successifs.

Lorsque ROSTOW essaie de dater le passage entre les première, deuxième et troisième étapes, il doit finalement se contenter comme repère du taux de l'investissement, instrument rudimentaire pour un auteur qui critique à juste titre les analyses globales et les analyses purement économiques.

Cette prise de vue générale nous permet de situer la question qui nous intéresse directement : la non-réalisation du décollage est-elle la marque constitutive du sous-développement ? Répondre à cette question exige que nous nous prononcions sur la valeur scientifique de la notion de décollage.

B. *La réalité historique du décollage.*

Elle souffre d'une double insuffisance, dans sa cohérence logique et dans sa réalité historique.

a) *La critique logique.* Peut-on admettre que tous les pays ont connu ou connaîtront une coupure radicale dans leur évolution historique, qu'ils ont réalisé ou réaliseront en une trentaine d'années une mutation décisive, les plaçant dans une ère de croissance soutenue ? Ce type de rupture doit plutôt être considéré comme un cas particulier, vérifié seulement pour certains pays; Douglas C. NORTH [48] y voit une variante possible parmi les nombreuses combinaisons observables dans le rythme et le tracé de la croissance accélérée.

Si l'on prétend faire du décollage une phase nécessaire pour toutes les économies, alors la notion doit être soumise, comme l'a montré Aude RAIGA [49] à une triple critique. Le décollage n'est pas nécessairement unique; bien souvent l'évolution se réalise par bonds successifs sans que l'on puisse accorder une

46. *Note critique sur « Les étapes de la croissance économique »* de W. W. ROSTOW.
47. P. BARAN, E. HOBSBAWN, « *Un Manifeste non-communiste* », spécialement p. 1915-1921.
48. *A note on Professor* ROSTOW's « *Take-Off* » *into Self-sustained Economic Growth*, p. 73-75.
49. A. RAIGA, *La théorie du « take-off » et les économies sous-développées*, « 2e partie, Une conception dialectique du rythme du développement économique », p. 139-245.

importance déterminante à l'un seul d'entre eux. Le décollage n'est pas nécessairement général; l'expansion d'un « leading-sector » ou de plusieurs n'entraîne pas automatiquement celle du reste de l'économie; elle peut au contraire engendrer ou aggraver la désintégration de celle-ci. Enfin, le décollage n'est pas nécessairement décisif; l'idée d'une période critique de trente années après laquelle viendraient des décennies de progrès assuré est d'un optimisme excessif; sans cesse des déséquilibres structurels peuvent compromettre la poursuite du développement.

Le schéma des rapports de l'homme avec son milieu apparaît aussi d'un simplisme inacceptable : jusqu'au décollage, ROSTOW décrit une humanité biologique, s'adaptant à l'environnement sans envisager de le modifier, puis lorsque, avec NEWTON, se déploie l'esprit scientifique moderne, l'homme devient créateur; il soumet et transforme les données naturelles, assurant le développement régulier de la société. A l'opposé, Pierre VILAR [50] montre que l'homme a eu prise sur l'environnement dès le premier geste de production, son action n'a fait que progresser et s'amplifier; d'autre part, l'esprit scientifique n'a pas mis les économies modernes à l'abri des secousses violentes dans leur progrès, qu'il s'agisse des guerres ou des grandes crises.

Allant plus au fond, Pierre VILAR [51] reproche à ROSTOW de juxtaposer sans les synthétiser deux interprétations de l'histoire : un matérialisme mécaniste et un idéalisme volontariste. D'une part, « l'économie évolue de façon spontanée et d'autant plus efficace qu'elle est plus libre », d'autre part, les transitions sont expliquées en termes essentiellement volontaristes, sans que soient analysées les causes des transformations psychologiques motrices.

Ébranlée dans sa rationalité, la notion de décollage a subi de nouveaux échecs lorsqu'on l'a confrontée aux données historiques.

b) *La Vérification Historique.* Elle a emprunté deux voies : la critique générale des caractères du décollage par rapport à l'ensemble des connaissances historiques [52] et la confrontation des énoncés de ROSTOW avec l'évolution particulière d'un pays [53].

Plutôt que de reprendre en une longue énumération le détail de ces analyses, nous présenterons les résultats de l'étude approfondie réalisée par J. MARCZEWSKI à propos de l'économie française.

Selon ROSTOW, le décollage s'effectue en France, à partir de 1830 et sous l'impulsion des chemins de fer. J. MARCZEWSKI montre que les chemins de fer

50. *Les stades du développement historique,* Rencontre Internationale de Royaumont, notamment p. 6-9.

51. *Ibidem,* p. 6-9.

52. Cf., par exemple, la note de Raymond ARON et le rapport de Pierre VILAR cités plus haut, notes 46 et 50.

53. Ainsi pour les États-Unis : D. C. NORTH, *A note on Professor* ROSTOW's « *Take-Off* » *into Self-Sustained Growth,* p. 68-73; pour la France : J. MARCZEWSKI, *Y a-t-il eu un « take-off » en France ?*

n'ont agi sérieusement sur l'ensemble de l'économie qu'à partir des années cinquante; ils ne peuvent être à l'origine du take-off.

La période 1830-1860 ne répond pas aux caractéristiques du décollage; si l'on veut seulement désigner par là l'accélération qui caractérise la période d'industrialisation, il faut le faire naître à la fin et même au milieu du XVIIIe siècle. J. MARCZEWSKI dégage une période de cent quinze années de développement rapide de l'économie française, du Consulat à la Première Guerre Mondiale (1799-1913), interrompue par deux ralentissements : 1844-1855 et 1885-1894. Cette phase est beaucoup plus longue qu'un take-off; elle n'en présente d'ailleurs pas les caractères : ROSTOW analyse une croissance engendrée par des industries motrices, or les industries qui réalisaient pendant cette période les taux de croissance les plus élevés avaient un poids spécifique faible, leurs effets d'entraînement étaient donc réduits. Cette observation fait conclure que l'accélération de l'économie était due à des causes générales plutôt qu'à l'action d'industries particulières.

Dernière critique, la phase de croissance rapide ainsi délimitée ne fait pas suite à une phase de stagnation mais à une très longue période de croissance graduelle; la fin du XVIIIe siècle a connu une accélération de la croissance, rien ne permet d'y déceler un véritable décollage.

Contestable dans sa méthode, la thèse de ROSTOW se révèle d'une véracité historique douteuse. Tout essai de définition d'un processus historique linéaire universel court au départ le risque d'être une simplification déformante et appauvrissante; ROSTOW a augmenté la difficulté en définissant la durée et le contenu des phases de façon excessivement étroite : le choix d'une durée de trente ans pour le take-off et des seuils des 5 et 10 % pour le taux d'investissement sont arbitraires; ils offrent une prise facile à la critique. L'analyse historique n'admet le décollage que comme un cas particulier, comme un des types possibles de croissance d'une économie nationale.

Notre analyse du « take-off » serait incomplète si nous ne posions une dernière question : y a-t-il analogie de situation entre les économies sous-développées et les économies aujourd'hui avancées, avant la réalisation de leur décollage ? La mise en évidence d'une problématique commune réhabiliterait partiellement la notion de décollage, à condition d'en donner une définition plus large; le débat sur le phénomène d'industrialisation devant nous amener à poser une question parallèle, nous en différerons l'examen pour la traiter globalement plus loin [54].

En effet, une tentative analogue, mais moins ambitieuse et plus souple, a été tentée autour de la notion d'industrialisation; elle répond au même but de distinguer les économies développées et sous-développées selon qu'elles ont ou non traversé un processus historique décisif.

54. Chap. 6, Sect. III.

CHAPITRE VI

LE SOUS-DÉVELOPPEMENT COMME INAPTITUDE A L'INDUSTRIALISATION

L'étude de ROSTOW fournit un enseignement : on ne peut à la fois présenter le schéma d'une évolution historique définissant avec précision le contenu des phases et leur durée, puis donner une valeur universelle à ce schéma : l'extrême précision et la généralité sont ici incompatibles. Aussi, est-ce avec des ambitions plus modestes que nous allons aborder la notion d'industrialisation, à première vue plus étroite que celle de décollage, en pratique plus souple, plus malléable.

L'idée que l'industrialisation joue un rôle moteur dans le développement n'est pas une acquisition récente de la science économique; de nombreux auteurs mercantilistes donnent déjà la priorité aux manufactures; plus tard, LIST désigne l'industrie comme la force productive la plus féconde de l'économie nationale; enfin, Colin CLARK fait du développement de l'industrie aux dépens de l'agriculture la voie nécessaire du progrès, l'industrie devant à son tour s'effacer devant l'essor du secteur tertiaire.

Cette perspective toujours présente dans la pensée économique a connu à propos de l'analyse du sous-développement un regain de vigueur :

« ... Depuis quelques années, en Occident (et surtout chez les sociologues et les économistes), un autre schéma [1] est proposé, une autre classification des types de sociétés les plus caractéristiques. Une seule « mutation » serait importante au cours de l'histoire : en gros celle de la « révolution industrielle ». D'un côté, donc, les sociétés dites, dans notre monde, « sous-développées » et qu'on pourrait appeler, au cours de l'histoire, « traditionnelles ». De l'autre, les sociétés « industrielles » d'Europe occidentale, d'Amérique du Nord, du Japon, d'U.R.S.S., quelle que soit la diversité de leur fonctionnement social [2]. »

Hans SINGER est ainsi amené à poser un problème de terminologie : les expressions pays sous-développés et pays sous-industrialisés d'une part, pays développés et pays industrialisés d'autre part sont-elles synonymes [3] ? Pour répondre à cette question, il est nécessaire de préciser le contenu de la notion

1. Par opposition au schéma marxiste.
2. Pierre VILAR, *Les stades du développement historique*, p. 1-2.
3. *Problems of Industrialization of Underdeveloped Countries*, p. 171 : « Le problème sémantique se pose : dans quelle mesure pouvons-nous considérer comme synonymes d'une part les termes pays pauvres (sous-développés) – pays sous-industrialisés – d'autre part, les termes pays riches (développés) – pays industrialisés ? »

d'industrialisation, puis de la confronter avec celle de développement afin de vérifier si l'industrialisation est au centre d'une explication du développement, enfin, il faut rechercher si la notion d'économie sous-développée coïncide avec la notion historique d'économie préindustrielle.

SECTION I. LA NOTION D'INDUSTRIALISATION

L'industrialisation des économies sous-développées est le thème d'une littérature exceptionnellement abondante [4]; ces travaux n'offrent qu'un intérêt secondaire pour notre recherche dans la mesure où ils considèrent la croissance du secteur industriel comme un des problèmes parmi d'autres aussi importants d'une politique de développement. Seule nous préoccupe ici la prise en considération de l'industrialisation comme phénomène essentiel, décisif dans le processus de développement; c'est dans cette perspective que nous tenterons de la définir puis d'aborder le concept de société industrielle.

§ 1. QU'EST-CE QUE L'INDUSTRIALISATION ?

Le terme « industrie » n'a jamais connu de définition précise et largement acceptée, le Dictionnaire des Sciences Économiques, publié sous la direction de Jean Romeuf [5], mentionne toute une gamme de définitions sans qu'aucune se révèle satisfaisante. Le mot « industrialisation » souffre de la même incertitude : nous distinguerons deux types de définition, selon leur perspective sectorielle ou technologique, et tenterons d'écarter les confusions qui pèsent sur l'utilisation courante de cette notion.

A. *La définition sectorielle.*

La formulation la plus nette a été donnée par Colin Clark qui divise l'économie en trois secteurs : primaire, secondaire et tertiaire et fait du secondaire le secteur industriel :

« On peut très exactement définir l'industrie comme la transformation continue, sur une grande échelle, de matières premières en produits transportables [6]. »

4. Le recensement établi par l'O.N.U. en 1956 : *Bibliographie de l'industrialisation dans les pays sous-développés*, selon des critères extrêmement restrictifs, regroupait 2 290 titres. Outre les ouvrages et articles qui seront cités en note au cours de ce chapitre, il faut également mentionner. : J. H. Adler, *The Underdeveloped Areas and their Industrialization*, P. K. Chang, *Agriculture and Industrialization;* B. Datta, *The Economics of Industrialization;* W. E. Moore, *Industrialization and Labor.*
5. Tome I, p. 610-613.
6. Colin Clark, *Les conditions du progrès économique*, p. 153.

L'industrialisation sera alors comprise comme l'augmentation des dimensions du secteur secondaire par rapport aux autres secteurs. C'est à peu près le choix fait par les experts de l'O.N.U. qui adoptent pour ce terme une définition restrictive : « développement de l'industrie manufacturière [7] ».

Cependant, même dans cette perspective sectorielle, des divergences apparaissent; K. MANDELBAUM désigne par industrialisation le processus de transfert de la main-d'œuvre de l'agriculture vers le reste de l'économie, industrie et services : « L'industrialisation ne consiste pas purement et simplement dans le développement des activités secondaires [8]. » On aboutit ici à une division bisectorielle de l'économie, agriculture-industrie, l'industrie regroupant toutes les activités non-agricoles. Que l'on distingue deux ou trois secteurs, l'opposition apparaît nettement avec une deuxième conception liée non plus aux secteurs de production mais à la technique de production.

B. *La définition technologique.*

L'industrialisation n'est plus analysée comme l'extension d'un secteur de production mais comme la généralisation de nouvelles techniques productives. Pour François PERROUX, elle se définit comme « la structuration de tout un ensemble économique par emploi de systèmes de machines dans le dessein et avec l'effet d'augmenter cumulativement et à un coût décroissant en effort individuel, le pouvoir qu'a un groupe humain d'obtenir les objets qui lui sont bénéfiques [9] ».

Dès lors, l'industrialisation peut toucher tous les secteurs de l'économie; ainsi, Jean CUISENIER [10] parlant de la formation d'industries comme cause décisive du progrès économique précise le sens de ces termes :

« Entendons par là, non pas des secteurs de production (...) mais une façon de produire caractérisée par l'utilisation rationnelle de machines opérant à coûts décroissants. »

Dans le même sens, Herbert GIERSCH [11], montrant que l'industrialisation est la forme moderne d'expansion et de progrès, la définit par deux caractères : la mécanisation de la production et l'augmentation de la division du travail, c'est-à-dire la spécialisation.

Tous ces auteurs soulignent que l'industrialisation de l'agriculture ou celle du secteur tertiaire, des transports par exemple, peuvent avoir autant d'importance que celle qui touche le secteur secondaire.

7. NATIONS-UNIES, *Méthodes et problèmes de l'industrialisation des pays sous-développés*, p. 2.
8. K. MANDELBAUM, *The industrialization of Backward Areas*, p. 32.
9. F. PERROUX, *L'Économie des jeunes nations*, p. 21. Dans une perspective voisine, on peut également citer ce texte de ROSTOW : « l'industrialisation est l'application systématique, généralisée, progressive, de la science et de la technologie à la production des biens et des services »; W. W. ROSTOW, *Industrialization and Economic Growth*, p. 23.
10. J. CUISENIER, *Sous-développement, industrie, décolonisation*, p. 367.
11. H. GIERSCH, *Stages and Spurts of Economic Development*.

Une divergence profonde apparaît entre les deux types de définition; il importe de se prononcer clairement sur ce point, si l'on veut ensuite donner au concept d'industrialisation un rôle central dans le passage du sous-développement au développement.

C. *La nécessité d'un choix.*

Nous avons cité quelques auteurs qui se sont efforcés de préciser le contenu de la notion d'industrialisation; ils sont l'exception. La plupart des textes consacrés à ce problème ne donnent pas de définition; l'incertitude est permanente et les confusions sont fréquentes : tantôt la perspective sectorielle est sous-jacente, tantôt la perspective technologique réapparaît. Un bon exemple en est donné par les deux critères constamment et conjointement utilisés pour apprécier le degré d'industrialisation des pays sous-développés :

- la part de la production industrielle dans le revenu national ou de la main d'œuvre industrielle dans la population active d'une part,
- la consommation d'énergie par habitant ou par travailleur d'autre part.

Il est clair que le premier critère se rattache à une définition sectorielle, le second à une définition technologique.

Confondre les deux contenus possibles de la notion d'industrialisation conduit à priver celle-ci de précision et d'originalité : sous un angle ou sous un autre, tous les phénomènes caractéristiques du développement peuvent être désignés par le terme d'industrialisation. Dès lors le mot perd tout intérêt pour l'analyse; son emploi utile n'est possible qu'à partir d'une définition restrictive.

La définition sectorielle présente apparemment l'avantage de la clarté : le secteur secondaire est délimité, sa croissance est mesurable quantitativement par exemple à partir de la répartition de la population active ou du produit national. D'autre part, elle a un contenu concret plus immédiat : c'est bien le développement de la production industrielle qui est visé dans les pays sous-développés lorsqu'on parle d'industrialisation. Ceci explique que la définition sectorielle soit, de loin, la plus couramment utilisée malgré les critiques fondées visant l'arbitraire dans la détermination du contenu du secteur secondaire.

La définition technologique souffre de la généralité de sa formulation : elle désigne pratiquement l'ensemble des transformations du processus de production caractéristiques du développement. Cependant, Eugène STALEY, qui distingue bien les deux types de définitions [12], préfère la définition techno-

12. E. STALEY, *The future of Underdeveloped Countries*, p. 300-311, « Industrialisation », notamment p. 300 : « Industrialisation est un terme souvent utilisé sans précision. Au sens étroit, il peut signifier le développement des manufactures. Au sens large, il peut signifier l'emploi de l'énergie mécanique, d'investissements de grande dimension, de technologie et de méthodes d'organisation complexes, tout ceci impliquant une division du travail étendue et l'organisation des échanges dans une économie monétaire. Dans ce sens large, nous pouvons même parler de l'industrialisation de l'agriculture. »

logique; l'autre, à son avis, est trompeuse, car il est impossible d'isoler le développement des manufactures de celui des transports et communications, du commerce, des finances, de l'administration, de l'éducation et de la santé publique.

Une fois encore, nous refuserons un choix a priori entre les deux approches possibles. Seule une analyse des relations entre industrialisation et développement pourra nous fournir les éléments nécessaires. Il importait au départ de souligner l'ambiguité de la notion.

Nous avons indiqué les difficultés rencontrées pour établir une définition de l'industrialisation; il convient de rappeler dans quel cadre cette notion offre un intérêt pour l'approche du concept de sous-développement. Le problème n'est pas d'étudier les avantages et les conditions du développement industriel d'une économie sous-développée; le problème est de savoir si l'industrialisation est le phénomène déterminant dans l'évolution historique d'une économie, une étape essentielle qui sépare deux grands types d'économies. En partant de la question formulée par Hans SINGER, nous voulons savoir si le monde se divise en deux blocs : l'un groupant les sociétés industrialisées ou développées, l'autre rassemblant les sociétés non-industrialisées ou sous-développées. Dans cette direction, la tentative la plus élaborée a été présentée par Raymond ARON autour du concept de société industrielle.

§ 2. LE CONCEPT DE SOCIÉTÉ INDUSTRIELLE [13]

Le point de départ de Raymond ARON se situe dans une définition et une description volontairement sommaires, extérieures d'un type de sociétés : « la société industrielle est celle où l'industrie, la grande industrie est la forme de production la plus caractéristique [14] ». Les sociétés qui répondent à cette définition ont un certain nombre de traits communs qu'il est possible d'isoler :

- la séparation radicale du lieu de travail et du cercle familial,
- un mode original de division du travail non seulement entre les secteurs

13. Raymond ARON a présenté dans plusieurs ouvrages son analyse de la société industrielle : *Le développement de la société industrielle et la stratification sociale* (1958-1959); *Sociologie des sociétés industrielles – Esquisse d'une théorie des régimes politiques* (1958); *La Société industrielle et la guerre* (1959), *Société industrielle, idéologies, philosophie* (1965). La question a été débattue aux colloques de Rheinfelden, 1960, voir notamment les trois rapports : R. ARON, *La Société industrielle et les dialogues politiques de l'Occident*, p. 9-38; Jeanne HERSCH, *Brèves remarques à propos du texte de* Raymond ARON, p. 39-43, et Eric VŒGELIN, *La Société industrielle à la recherche de la raison*, p. 44-64. Voir d'autre part dans le même ouvrage, les discussions sur les thèmes «La notion de société industrielle», p. 73-97, et « Le Tiers-Monde et la Société industrielle », p. 163-185.

14. *Le Développement de la Société Industrielle et la Stratification Sociale*, 1re partie, p. 54.

de l'économie, mais aussi au sein de l'entreprise, selon des impératifs technologiques,
- l'accumulation d'un capital important au renouvellement rapide,
- la généralisation du calcul économique rationnel,
- la concentration ouvrière sur les lieux de travail.

Ce schéma étant tracé, le problème est de savoir si la « société industrielle représente dans l'histoire de l'humanité un type social original [15] » ? Raymond Aron, après avoir examiné l'opposition la plus radicale qui semble exister, celle entre sociétés capitalistes et socialistes, conclut affirmativement. Certes des différences existent entre les diverses sociétés industrielles, certains traits distinguent les sociétés capitalistes des sociétés socialistes, mais, après examen concret, ils se révèlent secondaires, Raymond Aron les réduit à quatre :
- les sociétés capitalistes connaissent une plus grande diversité dans les formes de propriété;
- elles sont soumises aux exigences du commerce extérieur;
- la répartition des ressources nationales subit à la longue l'influence dominante des consommateurs;
- les syndicats ouvriers ne sont pas des syndicats étatistes [16].

Pour le reste, les traits structurels sont identiques et permettent d'affirmer que « toutes les sociétés modernes, au moins au point de vue économique, social et même politique, appartiennent à un même type, sont engagées sur une même route, et se répartissent, plus ou moins en avant, sur cette route commune [17] ».

N'est-ce pas une perspective parallèle qui est adoptée par François Perroux lorsqu'il étudie « les contradictions dans le développement des sociétés industrielles [18] » ? Il note que les systèmes capitalistes et socialistes se proclament incompatibles, mais usent en fait des mêmes techniques de production et de puissance [19]; il constate que les nécessités de l'efficacité ont raboté les oppositions théoriques dans la construction des systèmes et ceci sur différents plans : nature des unités de production, formation des liaisons, orientation des mobiles [20].

Ainsi se dégage, au-delà de l'opposition théologique ou idéologique entre

15. *Colloques de Rheinfelden*, Intervention de Raymond Aron, p. 82.
16. *Le développement de la Société industrielle et la stratification sociale*, 1re partie, p. 89.
17. *Colloques de Rheinfelden*, Intervention de Raymond Aron, p. 79.
18. *La Cœxistence pacifique*, Tome I. « Industrialisés » ou « Non Industrialisés » ? – Les crises du capitalisme et du Communisme – Les contradictoins dans le développement des Sociétés industrielles.
19. *Ibidem*, « Les Conflits de deux civilisations » p. 3-4.
20. *Ibidem*, « La déstabilisation des systèmes; les contradictions de chaque système et la contradiction des systèmes », p. 17-20. Dans le même sens, F. Perroux note d'autre part que l'industrialisation présente au XXe siècle trois traits notables assez indépendants des régimes sociaux :
- dans les secteurs typiques, les unités de production sont de grandes dimensions techniques et exigent des investissements étendus et indivisibles ainsi qu'un débit de masse;

économies capitalistes et économies socialistes [21], une opposition matérielle, concrète, entre sociétés industrielles et sociétés non-industrialisées ou pré-industrielles : la notion d'industrialisation devient centrale dans l'analyse du développement et du sous-développement.

SECTION II. INDUSTRIALISATION ET DÉVELOPPEMENT

Les tenants de l'industrialisation fondent leurs thèses sur la coïncidence à peu près parfaite qui existe entre espaces pauvres et espaces non-industrialisés, entre espaces riches et espaces industrialisés. Ils en tirent la conclusion que l'industrie est le seul moteur du développement. Avant d'accepter un tel raisonnement, il faut s'interroger sur les relations qui existent entre l'industrie et les autres secteurs de l'économie dans le processus de développement.

Dans un premier temps, nous adopterons la définition sectorielle traditionnelle de l'industrialisation; elle offre l'avantage d'une mesure facile. Elle s'avérera cependant insuffisante pour rendre compte des liens entre les différents secteurs de l'économie dans le processus de développement; nous constaterons alors que seule la définition technologique peut fonder une analyse réaliste.

§ 1. L'INDUSTRIE, INDICE DU DÉVELOPPEMENT

Reprenons les différents éléments de la thèse que nous venons d'énoncer.

A. *Les pays sous-développés sont des pays non-industrialisés.*

Il s'agit d'une donnée incontestable qui a été utilisée souvent comme critère du sous-développement : 10 % de la population active en Asie, 11 % en Afrique, 17 % en Amérique latine, sont employés dans l'industrie [22]. A l'op-

- les investissements comportent de longues périodes de maturation pendant lesquelles l'économie enregistre des changements imparfaitement prévus;
- l'industrie se développe en surmontant par l'organisation deux distances, celle séparant matières premières et débouchés, celle séparant le directeur général du travailleur d'exécution.

Cf. F. Perroux, *L'Économie des jeunes nations*, « Chap. I. Industrialisation du XXe siècle et chances d'une économie généralisée ».

21. L'opposition idéologique n'est pas pour autant négligée; ainsi Raymond Aron critique-t-il sévèrement les thèses défendant le rapprochement et la réconciliation des régimes : « A n'importe quelle phase du développement, l'alternative collectivisme-individualisme garde sa signification parce que l'industrialisation peut être orientée soit vers l'un, soit vers l'autre. » R. Aron, *Société industrielle, idéologies, philosophie*, III, p. 41.

22. Chiffres cités par Y. Lacoste, *Les pays sous-développés*, p. 14. Des statistiques détaillées sont fournies par l'*Annuaire démographique* de l'O.N.U. et par l'*Annuaire des statistiques du Travail* publié par le Bureau International du Travail. Voir aussi : Nations-Unies, *Méthodes et problèmes de l'industrialisation des pays sous-développés*.

posé, l'agriculture emploie entre les deux tiers et les trois-quarts de la population active.

Les statistiques établies en fonction, non plus de la répartition de la population active, mais de l'origine du produit national par secteur sont aussi significatives : le pourcentage du produit intérieur brut dû à l'industrie manufacturière est dans les pays sous-développés inférieur à 20 [23]. Le fait que ces chiffres soient supérieurs à ceux donnés pour la population active renforce notre conviction : il tend à démontrer que la productivité de la main-d'œuvre est supérieure dans le secteur industriel à celle du reste de l'économie.

Notons que la faible importance globale du secteur industriel n'exclut pas la présence d'unités industrielles modernes et de grandes dimensions, notamment pour l'exploitation des matières premières et des produits énergétiques.

Ce premier point semble acquis; il importe cependant de rappeler les réserves faites par P. T. Bauer et B. S. Yamey [24] sur la valeur des statistiques sectorielles. Pour ces auteurs, elles n'ont d'intérêt que dans une économie où la spécialisation du travail est généralisée; par contre, dans une économie de subsistance une forte proportion de travailleurs ont des activités diversifiées : le paysan assure lui-même la commercialisation de ses produits, l'artisan cultive son champ, le fonctionnaire occupe en même temps un emploi dans les bureaux d'une usine; enfin, les travailleurs se déplacent massivement d'un secteur à l'autre selon les rythmes saisonniers ou cycliques. Ces faits font douter du sérieux d'une répartition statistique en trois secteurs; s'y ajoute encore le problème du chômage déguisé, habituellement négligé.

Ces critiques de méthode semblent justifiées si elles s'adressent à une classification sectorielle détaillée de la main-d'œuvre, notamment dans le secteur tertiaire, cible principale des deux auteurs; par contre, le secteur de l'industrie manufacturière peut être valablement isolé car la main-d'œuvre qu'il occupe a, dans une large mesure, une activité spécifique.

La faiblesse du secteur industriel des pays sous-développés par rapport à celui des économies avancées peut donc être considérée comme un phénomène général et accentué.

B. *Les pays développés sont des pays industrialisés.*

Cette affirmation apparaît tout aussi évidente que la première, il est utile d'en souligner les deux aspects géographique et historique.

a) Les statistiques concernant la part de la main-d'œuvre industrielle dans la population active ou la part de la production industrielle dans le produit intérieur brut, font apparaître une très nette différence avec les pays sous-

23. Nations-Unies, ouvrage cité, p. 125, « Tableau 13. Pourcentage du Produit Intérieur Brut du à l'industrie manufacturière. 1938, 1939 et 1949 à 1952 par pays ».
24. *Problems of Classifying Economic Activity in Underdeveloped Areas.*

développés [25] : la main-d'œuvre représente 35 à 45% de la population active. Surtout, ces pays ont le quasi monopole de la production industrielle : 90 % de celle-ci est réalisée par des pays qui rassemblent 10% de la population mondiale.

Les liaisons agriculture-pauvreté, industrie-richesse ont été critiquées par Jacob VINER [26] qui donne l'Australie, la Nouvelle-Zélande, comme exemples de pays agricoles, riches et développés, et l'Italie et l'Espagne, comme types de pays industriels pauvres. En fait, Hans SINGER [27] a bien montré que l'Australie, la Nouvelle-Zélande, le Danemark, ne peuvent être considérés comme pays agricoles qu'en se basant sur le fait qu'ils sont grands exportateurs de produits agricoles, le critère choisi étant la structure du commerce extérieur; si par contre, on prend en considération la structure interne de l'économie, par exemple la répartition de la main-d'œuvre, on constate que tous les pays développés sont industrialisés. En ce qui concerne l'Italie et l'Espagne, pays industriels pauvres d'après VINER, il est facile de répondre que dans ces deux pays, les régions relativement riches sont les régions industrielles et que le développement de l'Italie depuis une décennie est incontestablement lié à l'essor industriel de ce pays.

La liaison statistique entre industrialisation, richesse et développement nous semble donc établie tant au niveau régional qu'au niveau national.

b) Les historiens sont aujourd'hui à peu près unanimes à admettre une liaison plus profonde entre industrialisation et développement : dans tous les pays qui ont connu la révolution industrielle, celle-ci a coïncidé avec une augmentation rapide et forte du taux de croissance, phénomène qui ne s'était jamais produit auparavant. Certes, dans tous ces pays, les progrès de l'agriculture, des transports, des techniques commerciales et financières avaient pu créer un processus de croissance mais celui-ci se poursuivait à un rythme relativement lent; au contraire, l'industrialisation s'accompagne d'une accélération brutale. Nous pouvons admettre qu'historiquement l'essor industriel a coïncidé avec des périodes de développement rapide.

L'ensemble des données que nous venons de résumer font apparaître une corrélation à peu près parfaite entre développement et industrialisation, sous-développement et non-industrialisation. Cette liaison a paru assez étroite à certains économistes pour qu'ils en déduisent une relation de causalité, dès lors le problème du sous-développement se ramenait à un problème d'extension du secteur industriel relativement aux autres secteurs de l'économie.

Or, si la nécessité de l'industrialisation pour le développement économique

25. Cf. les sources statistiques citées plus haut, note 20.
26. *International Trade and Economic Development*, chap. III, p. 40 et suiv.
27. *Problems of Industrialization of Under-Developed Countries*, « A. Les améliorations dans l'agriculture et l'industrialisation ».

est aujourd'hui presque unanimement reconnue, par contre l' « industrio-centrisme [28] », sous sa forme la plus systématique, rencontre de nombreux adversaires; ceux-ci contestent à l'industrie le rôle de moteur unique et même de moteur principal dans le développement : d'autres secteurs, estiment-ils, peuvent jouer ce rôle, selon les conditions propres à chaque pays.

§ 2. LES RELATIONS ENTRE LE SECTEUR INDUSTRIEL ET LES AUTRES SECTEURS DANS LE DÉVELOPPEMENT

Deux secteurs économiques ont pu, concurremment avec l'industrie, jouer un rôle déterminant dans le développement : le secteur agricole et une fraction du secteur tertiaire : l'infrastructure économique, politique et sociale [29]. L'importance qu'ils ont eu historiquement, leur situation actuelle dans les économies sous-développées ont amené certains auteurs à rejeter le primat de l'industrie pour donner la priorité à l'agriculture ou à l'infrastructure, ou encore pour préconiser la croissance équilibrée des trois secteurs.

Avant d'apprécier les arguments de fond avancés de part et d'autre, il est nécessaire de dissiper deux équivoques de langage :

a) La détermination du secteur moteur dans le processus de développement ne se confond pas avec le choix d'un secteur prioritaire dans une politique ou dans un plan de développement.

Une politique ou un plan de développement sont soumis à différents impératifs convergents à long terme mais qui peuvent être partiellement incompatibles dans la moyenne période, celle de la durée d'exécution du plan. Trois principaux types d'objectifs se dégagent :

- assurer une couverture minima des coûts de l'homme, ce qui pose principalement un problème de consommation;
- réaliser un taux maximum de croissance du produit national, ce qui pose principalement un problème d'investissement;
- parvenir à un degré d'indépendance économique le plus élevé possible, ce qui pose principalement le problème de la composition et de la structure des échanges extérieurs.

Le secteur moteur dans le développement, tel que nous cherchons à le définir, ne coïncide pas nécessairement avec le secteur prioritaire du plan. Il n'en est ainsi que lorsque le second objectif, celui du taux maximum de croissance, l'emporte sur les deux autres. Plus concrètement, on peut parfaitement estimer

28. Nous reprenons le vocabulaire d'Isaac GUELFAT, *Doctrines économiques et pays en voie de développement*, « Chap. 3, Agro-centrisme et Industrio-centrisme dans le développement économique ».

29. Le « social overhead capital ».

que l'industrie joue un rôle déterminant dans le développement et décider, dans une première étape, de donner la priorité à l'agriculture pour assurer un minimum vital alimentaire à la population.

Il semble que ces deux choix de nature différente soient souvent confondus en pratique.

b) Une seconde confusion peut naître entre secteur moteur et secteur prioritaire. Le secteur moteur n'est pas nécessairement celui qui chronologiquement vient le premier dans le processus du développement; c'est celui qui, à un moment donné de ce processus, exerce une action irréversible et cumulative sur le développement de l'ensemble [30]. Le secteur moteur n'est pas nécessairement le plus important quantitativement ni le plus rapide dans sa croissance; c'est celui qui, tant par sa croissance propre que par les effets d'entraînement qu'il exerce sur les autres secteurs, exerce l'effet global le plus fort sur le développement de toute l'économie.

Ainsi, il est possible de soutenir que la révolution industrielle a joué un rôle décisif dans le développement de l'économie anglaise tout en reconnaissant que cette révolution n'a été possible que grâce aux progrès réalisés antérieurement dans l'agriculture, dans le commerce, dans les moyens de communication.

Ces difficultés de vocabulaire éclaircies, reprenons le problème de fond. L'industrialisation est-elle synonyme du développement ? N'en est-elle qu'un élément, conjointement avec les progrès de l'agriculture et la création d'une infrastructure ? ou n'est-elle qu'un sous-produit de l'essor d'un de ces deux secteurs ?

A. *Industrie et agriculture.*

a) *L'agro-centrisme.* Les avantages présentés par l'agriculture dans le développement et les limites du rôle de l'industrialisation ont été analysés autour de trois thèmes principaux :

1. Les auteurs les plus fidèles à la tradition classique nient tout lien de causalité entre industrie et richesse; cette thèse est notamment défendue par Jacob Viner [31] et par P. T. Bauer et B. S. Yamey [32].

Dans un pays doté de terres fertiles, de matières premières et d'énergie bon marché, d'une main-d'œuvre efficace, l'agriculture se développe rapidement; sa prospérité permet de dégager un nombre croissant de travailleurs de la production alimentaire pour les spécialiser dans des emplois non agricoles, spécialement dans l'industrie. Celle-ci ne voit le jour que comme une conséquence directe du progrès dans le secteur primaire. Au contraire, une agriculture

30. Cf. sur ce point les analyses bien connues de François Perroux.

31. *International Trade and Economic Development*, « Chap. III, Gains from Foreing Trade », p. 34-55.

32. *The Economics of Under-Developed Countries*, « Chap. XV, Specific Policy. Measures Affecting Manufacturing Industry », p. 235-257.

à faibles rendements a besoin d'utiliser à rendements décroissants toute la main-d'œuvre disponible pour assurer la subsistance de la collectivité, l'industrialisation n'a pas lieu :

« La pauvreté de l'agriculture est la cause, non la conséquence, de la forte proportion de la population qui se trouve employée dans l'agriculture [33]. »

Norman S. BUCHANAN [34], partisan de l'industrialisation rapide, reconnaît la valeur de cet argument; le développement des pays avancés n'est pas dû fondamentalement à l'industrialisation mais à d'autres facteurs : conditions naturelles, dotation en facteurs, qui expliquent l'industrialisation.

Une telle analyse aboutit à rejeter l'industrio-centrisme, mais ne conduit pas nécessairement à l'agro-centrisme : les entrepreneurs, en fonction de la rentabilité, les travailleurs, selon les rémunérations offertes, doivent choisir librement leurs secteurs d'activité, compte tenu des avantages de la spécialisation internationale. L'industrie n'est qu'une branche économique comme les autres et ne mérite pas un traitement préférentiel.

2. La thèse soutenue par les partisans de l'agro-centrisme est plus directe [35]; elle conduit à affirmer que le développement de l'agriculture est la condition préalable, le stimulant nécessaire de l'essor industriel. Trois arguments vont dans ce sens :

- les progrès dans l'agriculture sont nécessaires pour dégager un surplus alimentaire permettant d'entretenir la population industrielle;
- le développement agricole, en augmentant le revenu des paysans permet de dégager une épargne qui contribue au financement des investissements industriels et, d'autre part, entraîne une augmentation de la demande de produits industriels, atténuant l'obstacle de l'étroitesse du marché intérieur;
- les exportations de produits agricoles permettent de financer l'importation de biens d'équipement et éventuellement de matières premières nécessaires à l'industrie.

Pour ces auteurs, le développement de l'agriculture détermine étroitement celui de l'industrie. L'industrialisation suivra à peu près automatiquement la croissance des surplus alimentaires dans le secteur agricole, estime N. KALDOR en conclusion de son étude.

3. Un argument parallèle naît de la prise en considération de la structure

33. J. VINER, ouvrage cité, p. 50.

34. N. S. BUCHANAN, *Deliberate Industrialization for Higher Incomes;* voir sur cet article les observations de T. BALOGH, *Note on the Deliberate Industrialization for Higher Incomes* et de H. BELSHAW, *Observations on Industrialization for Higher Incomes.*

35. Elle est par exemple exposée par Isaac GUELFAT, *Doctrines économiques et pays en voie de développement,* « Chap. III. Agro-Centrisme et Industrio-Centrisme dans le développement économique », p. 40-65, et par N. KALDOR, *Characteristics of Economic Development,* Rapport au « Congresso internazionale di Studio sul Problema della Aere Arretrate », Vol. II, p. 716-725.

dualiste des économies sous-développées. Isaac GUELFAT montre que la greffe d'une industrie moderne sur une agriculture techniquement et institutionnellement archaïque est condamnée à échouer; le secteur industriel ne peut dans ces conditions se développer qu'en liaison avec l'extérieur, il n'a aucun effet moteur sur l'économie nationale dont la désarticulation est renforcée. Le développement de l'industrie n'est donc souhaitable que s'il se fait en liaison avec un secteur agricole moderne : l'effort immédiat d'une économie sous-développée doit porter sur l'agriculture.

b) *L'industrio-centrisme.* La gamme des arguments présentés en faveur de l'industrialisation prioritaire des économies sous-développées est très large; nous essaierons d'en dégager les thèmes majeurs :

1. L'accent doit d'abord être mis sur le rôle révolutionnaire de l'industrialisation : elle fait éclater les structures réactionnaires, les mentalités traditionnelles de la société préindustrielle beaucoup plus vigoureusement que ne peut le faire l'agriculture aux évolutions toujours lentes. Elle a avant tout, souligne Henry C. WALLICH [36], un rôle pédagogique : c'est l'industrie qui introduit le progrès technique, le comportement économique rationnel, les formes de vie urbaine dans la société sous-développée : c'est à travers elle que sont connues et assimilées les méthodes de production des pays développés.

De nombreux exemples historiques établissent le caractère révolutionnaire global de l'industrialisation depuis l'Angleterre jusqu'à l'U.R.S.S. en passant notamment par l'Allemagne et le Japon. L'histoire contemporaine nous oblige cependant à nous interroger sur le « monopole » de l'industrie en matière de révolution sociale : le cas de la Chine, celui de Cuba, nous montrent que des bouleversements violents et radicaux peuvent tout aussi bien émaner du secteur agricole.

2. Une deuxième approche se fonde sur des aspects plus techniques : le développement de l'agriculture a des possibilités limitées du côté de la production et du côté de la consommation, au contraire, l'essor de l'industrie a des possibilités infinies.

La production agricole est réalisée sur des surfaces limitées, le rythme du progrès technique y est lent; la production industrielle bénéficie d'un progrès technique rapide et ne souffre d'aucune limitation naturelle. Parallèlement, la demande de produits agricoles marque un fléchissement sensible par rapport à la demande de produits industriels. Ce fléchissement résulte des différences d'élasticités-revenus dans la demande de biens de consommation, et de variations dans la structure de l'input du secteur industriel au détriment des matières premières d'origine agricole.

Ce double phénoméne, observé notamment par Ragnar NURKSE [37] et par

36. *Some notes towards a theory of Derived Development*, p. 197 et suiv.
37. *Le commerce des pays sous-développés et les conditions internationales de croissance.*

Jean ROYER [38], paraît incontestable en longue période; il peut cependant être fortement atténué en moyenne période dans une économie sous-développée : d'une part, la production agricole du secteur traditionnel peut bénéficier de progrès techniques rapides grâce à l'adoption de techniques modernes, d'autre part, les niveaux de vie actuels et la croissance démographique créent une demande pressante de produits agricoles.

3. L'argument le plus fréquemment utilisé en faveur de l'industrialisation est lié à l'absorption de la main-d'œuvre excédentaire. Deux traits caractérisent la quasi-totalité des économies sous-développées : un chômage, total ou déguisé, massif dans l'agriculture et dans le tertiaire parasitaire (domestiques, petit commerce, etc.), une croissance démographique rapide. La rationalisation de l'agriculture exige le départ d'une partie de la main-d'œuvre qui s'y trouve; le tertiaire compte un pourcentage élevé d'improdutifs; seule la croissance de l'industrie peut fournir un emploi productif à la masse des chômeurs et aux nouveaux arrivants sur le marché du travail.

Pour de nombreux économistes, cet impératif détermine le rythme et la direction de l'industrialisation. Ainsi, lorsque P. N. ROSENSTEIN-RODAN [39] et K. MANDELBAUM [40] étudient le développement industriel de l'Europe du Sud et du Sud-Est, partent-ils d'une évaluation de la population rurale excédentaire et d'une prévision de l'augmentation de la population active. Une émigration massive étant estimée impossible, le taux de la croissance industrielle est fixé à un niveau qui permette de créer le nombre d'emplois nécessaires à l'absorption des excédents de la main-d'œuvre agricole et de la croissance économique. Dans le même sens, le modèle de développement économique construit par Hans W. SINGER [41] repose sur l'hypothèse suivante : dans une économie en croissance rapide, la population agricole reste stable; l'ensemble de la croissance démographique doit être orienté vers le secteur non agricole.

Faut-il obligatoirement choisir entre agro-centrisme et industrio-centrisme ? Une première méthode de choix a été proposée par Ragnar NURKSE [42]. Elle repose sur le critère de la densité de la population. Dans les pays où règne un chômage déguisé massif, l'industrialisation doit venir en premier pour libérer l'agriculture du poids des improductifs. Si, au contraire, il n'y a pas de sous-emploi rural, le transfert de la main-d'œuvre vers l'industrie amènerait une réduction de la production agricole; un progrès dans la productivité agricole est donc le premier objectif; il rendra ensuite possible l'industriali-

38. *La structure économique des pays industriels est-elle compatible avec les besoins de développement économique des pays neufs ?*, p. 488 et suiv.

39. *Problems of Industrialization of Eastern and South Eastern Europe.*

40. *The Industrialization of Backward Areas.*

41. *The Mecanics of Economic Development.*

42. *Problems of Capital Formation in Underdeveloped Countries*, « Chap. II, Population and Capital Supply », p. 32-56.

sation sans diminution du produit du secteur primaire. Marc LATIL soutient le même raisonnement en faveur de la priorité à l'agriculture pour les pays à main-d'œuvre rare [43].

Finalement, il semble que l'apparente contradiction entre agro-centrisme et industrio-centrisme résulte du choix d'une définition sectorielle de l'industrialisation. Ainsi de nombreux auteurs refusent de trancher le conflit et affirment, à la lumière de l'expérience historique, la complémentarité des deux secteurs dans le développement. Avant de présenter ce nouveau type d'analyse, nous devons évoquer un autre débat parallèle qui repose sur la même base d'un faux antagonisme entre secteurs dans le développement.

B. *Industrie et infrastructure.*

Au débat, fort ancien, sur les rôles respectifs de l'agriculture et de l'industrie dans le développement, est venu s'ajouter un élément nouveau : l'accent a été mis sur l'importance de l'infrastructure économique, sociale, administrative. Chacun reconnaît que l'existence d'un équipement de base est indispensable à l'essor économique; le problème est de déterminer si l'apparition de l'infrastructure n'est qu'un sous-produit du développement ou si elle peut jouer un rôle moteur à l'égard des autres secteurs économiques.

a) La question a été posée principalement à propos des moyens de transport et de communication; bien des économistes en ont fait un élément déterminant dans la croissance économique de certains pays. Ainsi W. W. ROSTOW estime que :

« La construction de chemins de fer constitue dans l'histoire économique l'agent le plus puissant des démarrages [44]. »

Ses effets sont triples :

- l'abaissement des coûts de transport permet l'élargissement du marché;
- le chemin de fer permet la création de grands secteurs d'exportation, eux-mêmes sources de capitaux pour le développement interne;
- il a provoqué l'essor des secteurs fournisseurs : charbon, fer, construction mécanique.

Des argumentations parallèles ont été avancées pour montrer le rôle décisif joué par une administration efficace et intègre ou par un système étendu d'éducation et de formation professionnelle.

b) Ces thèses ont été combattues, notamment par les économistes marxistes; pour eux, l'infrastructure n'est pas un « moteur », elle est un « sous-produit »

43. *La pénurie de main-d'œuvre dans les pays sous-développés et sous-peuplés*, « 2° partie, Le manque de main-d'œuvre et la politique du développement ».

44. *Les étapes de la croissance économique*, « Secteurs jouant un rôle prépondérant dans le démarrage », p. 71-77, citation p. 75.

du développement capitaliste. Pierre VILAR le montre à la lumière de l'expérience historique des pays européens [45] : ce sont les groupes capitalistes qui font pression sur l'État pour qu'il crée le « social overhead capital »; l'État n'est pas initiateur mais subordonné. Après avoir repris cette analyse [46], Paul BARAN présente la contre-épreuve dans les économies sous-développées : l'infrastructure créée par des investisseurs étrangers pour les besoins de leur activité n'a aucun effet sur la croissance nationale parce qu'elle est un corps étranger à la structure socio-économique.

Deux conclusions peuvent être dégagées de ce débat : l'existence d'une infrastructure peut être condition préalable du développement industriel en ce sens qu'elle correspond souvent à une nécessaire priorité chronologique, mais elle n'est pas le secteur-clef; il n'existe pas d' « infrastucture rationnelle » engendrant la croissance; l'infrastucture n'est pas créée pour elle-même, mais parce que le développement global l'exige.

§ 3. L'INDUSTRIALISATION, MOTEUR DU DÉVELOPPEMENT

Nous avons noté, à propos du débat sur agro-centrisme et industrio-centrisme, que tout un groupe d'auteurs ont été amenés à réfuter le pseudo-antagonisme entre la priorité accordée à l'un ou l'autre secteur dans le développement [47].

Il ne s'agit pas pour autant d'adopter une perspective libérale et de conclure que tous les secteurs doivent se développer harmonieusement en fonction de la dotation en facteurs et des perspectives de profit. Il faut déterminer les liaisons organiques entre les secteurs, établir une règle de répartition des ressources disponibles, distinguer une suite de périodes au cours desquelles la nature des liaisons et le mode de répartition des ressources enregistreront une série de mutations.

a) Ceci exige, au départ, une nouvelle définition de l'industrialisation, définition que nous avons qualifiée de technologique [48], non qu'elle réduise l'industrialisation à un phénomène technique, mais parce qu'elle en désigne ainsi la racine. L'industrialisation se caractérise, non par l'extension relative du secteur secondaire, mais par l'accroissement de la maîtrise de l'homme sur les ressources naturelles grâce à des systèmes de machines.

45. *Les stades du développement historique*, p. 9-10.

46. *The Political Economy of Growth*, p. 190-194; cf. notamment cette phrase : « Car ce ne sont pas les chemins de fer, les routes, les centrales énergétiques qui donnent naissance au capitalisme industriel, c'est l'apparition du capitalisme industriel qui entraîne la construction de chemins de fer, de routes et la création de centrales énergétiques », p. 193.

47. F. PERROUX, *L'économie des jeunes nations ;* F. PERROUX, *Communication et Industrialisation;* G. DESTANNE DE BERNIS, *L'industrialisation des pays en voie de développement;* INSTITUT D'ÉTUDES SOCIALES, *L'industrialisation de l'agriculture.*

48. Cf. plus haut, p. 150-151.

Historiquement, l'industrialisation n'est apparue ni partout à la fois, ni dans n'importe quel secteur. Elle implique des investissements de grande dimension réalisés dans des branches aptes à remplir, à l'égard du reste de l'économie, une fonction de propagation du progrès. Selon les termes de François PERROUX, l'industrie est plus importante par ce qu'elle promeut que par ce qu'elle produit. L'efficacité de cette fonction suppose que soient créés des mécanismes de transmission et des structures d'accueil des impulsions émanant des industries motrices, problème spécialement difficile à résoudre en économie sous-développée.

b) Le choix des industries à créer est déterminant car toute industrie n'est pas « industrialisante »; la preuve en est l'existence, dans certaines économies sous-développées, d'un important secteur industriel sans efficacité sur l'économie traditionnelle environnante. L'industrialisation, comme l'écrit Gérard DE BERNIS, se mesure au noircissement de la matrice des échanges interindustriels; devront donc être choisies les industries qui, par la multiplicité de leurs liaisons, en amont et en aval, exerceront les plus forts effets d'entraînement sur les autres branches. A l'expérience, la priorité doit être donnée aux liaisons vers l'aval car la disponibilité d'un produit se révèle plus contraignante que la simple existence d'un débouché [49]. Ainsi est souligné le rôle privilégié de la chimie, de la sidérurgie, de l'industrie du ciment.

c) Quant aux rapports entre industrie « stricto sensu » et agriculture, ils ne posent pas un problème de conflit de priorités mais un problème d'ajustement de flux datés sur une série de périodes non-homogènes. Gérard DE BERNIS rejette le dilemne posé par MAHALANOBIS [50] entre croissance des investissements et croissance de la consommation, entre développement agricole et développement industriel; les effets de la révolution industrielle et de la réforme agraire doivent être rendus compatibles et même complémentaires en harmonisant leurs calendriers respectifs.

Dans le même sens, l'argument opposé à l'industrialisation, et spécialement à l'industrie lourde, au nom des coefficients de capital élevés est insoutenable : si le capital technique est rare, on doit en priorité utiliser le capital existant à en produire davantage [51], nouvel argument en faveur des industries citées plus haut.

Le problème sera d'aménager l'environnement, notamment l'infrastructure, et d'agir sur les mentalités pour que les effets d'ébranlement de la société traditionnelle engendrés par l'industrie soient au maximum transmis et amplifiés. Le développement industriel est bloqué par une agriculture archaïque;

49. Article cité, p. 13-14.
50. *Ibidem*, p. 14-16.
51. *Ibidem*, p. 14-16.

s'il a quand même lieu, il sera tourné vers l'extérieur sans effets positifs sur une économie nationale dont la désarticulation s'accroîtra. Une industrie nationale exige une agriculture moderne ou en voie de modernisation. Si, au delà des enchaînements chronologiques, nous nous attachons au développement en longue période, le rôle central de l'industrie ne peut être contesté. Les centres industriels apparaissent historiquement comme les points où sont nés et d'où se sont propagés les progrès techniques et, plus généralement, le progrès; l'argument fondé sur le rôle révolutionnaire de l'industrie sur les structures et sur les comportements nous paraît déterminant.

Si la notion d'industrialisation n'épuise pas celle de développement, elle en est historiquement au centre. Certes le développement doit être envisagé dans toutes ses dimensions, verticales et horizontales; il n'est pas le fait d'un seul secteur, tous y concourent en étroite complémentarité; il ne se réduit pas à un mode de production, il est un phénomène socio-économique complexe. L'expérience historique des pays aujourd'hui développés, les perspectives actuelles du développement des économies sous-développées nous indiquent cependant qu'en longue période l'industrialisation est le phénomène essentiel.

Peut-on alors penser, avec Jean Cuisenier [52], que « le concept d'industrie est architectonique », que « non seulement la multitude des questions qui naissent avec le projet de penser le développement s'ordonne par lui en une problématique, mais encore que la somme des savoirs acquis et antérieurement constitués, en réponse aux questions les plus variées de l'Economique, trouve en lui principe unificateur et source d'intelligibilité ? »

Le sous-développement peut-il dans cette perspective être défini comme une situation de non-industrialisation, comme l'état pré-industriel par opposition à la société industrielle qui naît du développement ?

Cette assimilation n'est acceptable que si nous démontrons l'unité dans l'histoire de la catégorie « société pré-industrielle ». Cela exige que les économies occidentales avant leur révolution industrielle aient été placées dans la même problématique que les économies sous-développées aujourd'hui; certes l'objectif est commun : l'industrialisation, mais cette unité n'est pas suffisante pour permettre de déduire l'existence d'un processus historique commun.

SECTION III. ÉCONOMIE SOUS-DÉVELOPPÉE ET ÉCONOMIE PRÉ-INDUSTRIELLE

La critique de la notion de décollage nous avait amenés à poser une question, jusqu'ici laissée en suspens : la phase qui précède le décollage [53] est-elle une

52. *Sous-développement, industrie, déconolisation*, p. 370.
53. « The preconditions of take-off » dans le vocabulaire de Rostow.

situation historique type par laquelle sont passées, passent ou passeront toutes les économies ? L'analyse de l'industrialisation nous conduit au même problème : y a-t-il identité dans l'histoire des situations pré-industrielles ?

Cette interrogation est conforme à la logique de la démarche historique que nous avons adoptée; le sous-développement ne peut y être conçu que comme une étape de l'histoire économique, ou plus exactement comme un cas particulier d'une phase historique universelle.

Avant d'apprécier la valeur de cette hypthèse, recherchons si les deux situations, l'étape « pré-take-off » et l'étape pré-industrielle peuvent être ici confondues.

Les notions de décollage et d'industrialisation ne se recouvrent pas; deux différences majeures, au moins, doivent être soulignées. D'une part, l'industrialisation, telle que nous l'avons définie, émane des centres industriels pour transformer toute l'économie; le décollage a lieu sous l'impulsion d'une branche économique motrice qui peut être constituée par un ou plusieurs centres industriels, ROSTOW donne l'exemple de l'industrie cotonnière en Grande-Bretagne, mais la branche motrice peut tout aussi bien appartenir à l'infrastructure : les chemins de fer aux Etats-Unis, en France, en Allemagne, au Canada, en Russie et même au secteur agricole : la viande et les produits laitiers au Danemarck [54].

D'autre part, la période de décollage est brève, une trentaine d'années, et délimitée par des critères précis; l'industrialisation est un phénomène de longue durée dont le départ peut être daté avec une certaine précision mais qui ne connaît pas de terme.

Décollage et industrialisation ne peuvent donc être confondus [55]; qu'en est-il des phases qui les précèdent ? Les dates déterminées par ROSTOW pour le début du « take-off » et celles indiquées par les historiens pour les débuts de l'industrialisation, ne coïncident pas toujours. Cependant si l'on considère que la phase « pré-take-off » et la phase pré-industrielle s'étendent sur une longue période, que les caractères qui leur sont attribués, sont en gros les mêmes, que leur terme est marqué par le même phénomène, la naissance d'un processus de croissance rapide, on peut admettre que les deux phases recouvrent des situations historiques analogues. Dans la mesure où ces situations divergeraient, la notion de phase pré-industrielle nous retiendrait en priorité puisque c'est à l'industrialisation beaucoup plus qu'au « take-off » que nous avons attribué un rôle décisif dans la mise en œuvre du développement. Il reste

54. Ces exemples sont donnés par ROSTOW, *Les étapes de la croissance économique*, p. 73-77.

55. Dans l'un de ses écrits : *Industrialization and Economic Growth*, ROSTOW semble pourtant considérer les deux notions comme très voisines; cela résulte principalement du fait qu'il adopte une définition extensive de l'industrialisation (cf. note 9 plus haut) tantôt saisie sous un angle technologique et tantôt sous un angle sectoriel.

à déterminer si ces situations constituent une étape commune à toutes les économies, étape qui prendrait au XXe siècle, la forme du sous-développement [56].

La comparaison entre les économies sous-développées du XXe siècle et les économies pré-industrielles des pays aujourd'hui développés est, dans la plupart des études, limitée aux caractères internes de ces économies [57]; il apparaît, cependant, que c'est dans l'environnement international, dans l'organisation des échanges avec l'extérieur, que surgissent les différences les plus profondes.

§ 1. LES CONDITIONS INTERNES

Les facteurs de différentiation sont multiples; la majorité d'entre eux, issus de la diversité des situations historiques, ne mettent pas en cause la validité et l'unicité de la notion de société pré-industrielle; d'autres, au contraire, manifestent une différence profonde entre les situations pré-industrielles des pays occidentaux et la situation contemporaine de sous-développement.

a) *Le Progrès Technique.* Nous avons souligné plus haut [58] quelle était la situation originale des pays sous-développés par rapport au progrès technique. Alors que les sociétés pré-industrielles du XIXe siècle devaient inventer une technologie à leur mesure, les économies sous-développées bénéficient d'un immense apport des économies avancées. Sous cet angle leur situation est très avantageuse, mais les inconvénients ne sont pas négligeables : inadaptation de la technologie moderne aux dotations en facteurs et aux ressources en capitaux des pays sous-développés, dépendance des économies sous-développées à l'égard des fournisseurs extérieurs de biens d'équipement.

Paul BAIROCH [59] a accordé une importance particulière à ces phénomènes.

56. Cf. cette phrase de L. DUPRIEZ, au Congrès des Économistes de langue française, 1959 : « Au commencement de la révolution industrielle était le sous-développement » citée par E. BETOUT-MOSSE, *Sous-développement de jadis et sous-développement d'aujourd'hui*, p. 861.

57. Cette comparaison a été souvent tentée, généralement de façon partielle; cf. S. KUZNETS, *Underdeveloped Countries and the Pre-Industriel Phase in the Advanced Countries;* H. J. BRUTON, *The Short-Run Problem of Growth in Underdeveloped Countries;* F. J. DEYRUP, *Backward Economies : the Problem of Partial Development;* J. P. BELSHAW, *Social and Economic Revolution for the development of backward countries;* P. N. ROSENSTEIN-RODAN, *Problems of Industrialization of Eastern and South-Eastern Europe ;* J. HABAKKUK, *L'expérience historique quant aux conditions fondamentales du progrès économique ;* Alexander GERSCHENKRON, *Economic Backwardness in Historical Perspective ;* E. BETOUT-MOSSE, *Sous-développement de jadis et sous-développement d'aujourd'hui*, P. BAIROCH, *Révolution industrielle et sous-développement*, « Partie III, Les obstacles économiques au démarrage des pays sous-développés », p. 138-199.

58. Chap. 4, Section II, § 2.

59. P. BAIROCH, ouvrage cité, chap. 12, 13, 14, p. 164-199.

L'évolution de la technique a, selon lui, engendré un triple obstacle à l'industrialisation des pays sous-développés.

En premier lieu, la nature des techniques a changé. Au XIXe siècle, il n'existe qu'un faible décalage entre techniques nouvelles et savoir-faire traditionnel; la seule condition de l'imitation est la diffusion de l'information, éventuellement accompagnée de l'importation d'une machine-modèle qui sera facilement reproduite. Aujourd'hui, il existe un gouffre entre la technique traditionnelle des économies sous-développées et la technique de pointe des pays avancés; l'assimilation directe de celle-ci par simple information est inopérante [60]; l'équipement ne peut être fabriqué sur place; la formation scientifique et technique que requiert son utilisation exige de longs délais.

En second lieu, un des domaines d'application privilégiés du progrès technique a été celui des transports. Il en est résulté une baisse considérable des coûts de transport [61]. Ainsi les économies sous-développées ont perdu la barrière protectrice naturelle que représentaient, au XIXe siècle, les coûts de transport pour les industries naissantes.

Enfin, le progrès technique a rendu nécessaires des unités de production de bien plus grande importance. Paul BAIROCH estime que la dépense d'entrée minima en capital pour les industries modernes a enregistré une augmentation de l'ordre de 1 à 250 par rapport aux pays qui ont amorcé leur industrialisation immédiatement après l'Angleterre.

L'évolution technique constitue donc surtout un handicap en constante aggravation pour les économies sous-développées contemporaines.

b) *Croissance démographique*. Dans les pays aujourd'hui développés l'expansion démographique n'a atteint un taux élevé qu'après le démarrage de la croissance économique; la phase pré-industrielle a connu un taux de croissance modéré et n'a pas eu à supporter de lourds « investissements démographiques » [62]. Le capital disponible a pu être consacré aux « investissements économiques ».

Au contraire, dans les économies sous-développées, l'essor démographique est nettement antérieur à l'essor économique et il se poursuit dans la plupart des pays à un taux supérieur à celui qu'ont connu les économies avancées pendant leur industrialisation. Une large part de l'épargne disponible doit être consacrée aux investissements démographiques.

Les économies sous-développées souffrent donc d'un considérable handicap au départ, handicap aggravé par l'impossibilité de migrations internationales

60. *Le développement par la science et la technique*, Rapport sur la Conférence des NATIONS-UNIES sur l'application de la science et de la technique dans l'intérêt des régions peu développées.

61. Par rapport au XIXe siècle, BAIROCH évalue la baisse relative selon un rapport de 1 à 10 pour les transports maritimes et de 1 à 20 pour les transports terrestres; ouvrage cité, p. 176-179.

62. Cf. la distinction entre « investissements économiques » et « investissements démographiques », Chap. 4, Sect. II, § 1.

importantes. Au XIXe siècle les déplacements internationaux de main-d'œuvre ont été largement utilisés par les pays en voie d'industrialisation pour combler les déséquilibres par excès ou par défaut; aujourd'hui la situation démographique mondiale et les psychologies collectives en ce domaine interdisent, sauf rares exceptions, des migrations massives en provenance des pays sous-développés.

c) *L'arrière-plan historique*. La situation pré-industrielle n'est pas une situation instantanée; elle correspond à une phase qui a couvert un ou plusieurs siècles et qui se caractérise avant tout par son caractère évolutif; elle marque la transition entre la société traditionnelle et la société en voie d'industrialisation. C'est dans cette perspective historique seulement que nous pouvons comparer les deux types de sociétés.

Les économies pré-industrielles de l'Europe Occidentale au XVIIIe siècle avaient réalisé depuis plusieurs siècles des progrès lents et discontinus mais considérables [63]. Les historiens font remonter au Moyen-Age la naissance des premières formes de capitalisme : dès le XIIe siècle pour le capitalisme commercial et financier, à partir du XIVe siècle pour le capitalisme « industriel », c'est-à-dire pour les premiers ateliers regroupant un nombre élevé de salariés.

Par la suite, trois séries d'événements vont stimuler l'essor du capitalisme : les découvertes géographiques, la formation de grands États nationaux, cadres et agents de la nouvelle organisation économique [64], la Renaissance et la Réforme, qui contiennent les attitudes intellectuelles et religieuses favorables au progrès économique [65].

Pendant cinq siècles les différents secteurs de l'économie se transforment et créent progressivement les conditions de réussite de la révolution industrielle [66] Au XVIIIe siècle ou au début du XIXe siècle, une classe puissante d'entrepreneurs s'affirme [67]; elle a établi les bases d'un marché national et international, rassemblé les capitaux; elle acquiert progressivement le contrôle de l'État; elle est prête à diriger la révolution industrielle.

63. Tous les historiens s'accordent sur ce point; cf. par exemple : J. MAILLET, *Histoire des faits économiques*, « L'Élaboration de l'économie mondiale 1500-1750 »; H. HEATON, *Histoire économique de l'Europe*, Chap. XI à XVI; M. DOBB, *Studies in the Development of Capitalism*, Chap. III; P. MANTOUX, *La révolution industrielle au XVIIIe siècle* , « 1re partie Les Antécédents »; H. SEE, *Les origines du capitalisme moderne;* J. NEF, *La naissance de la civilisation industrielle;* F. HOSELITZ ed., *The progress of underdeveloped areas*, « Part. I, The Historical Approachs to Economic Growth »; E. STALEY, *The future of Underdeveloped Countries*, « Chap. 4, A Glance at History »; N. S. BUCHANAN et H. S. ELLIS, *Approaches to Economic Development*, « Part. II, Economic Development as recorded History » ; B. HIGGINS, *Economic Development*, « 3e Partie, Les leçons de l'Histoire »; P. BAIROCH, *Révolution industrielle et sous-développement*, « Annexe historique », p. 211-348.

64. Cf. H. G. AUBREY, *The role of the State in Economic Development*.

65. Cf. Introduction, Sect. II, § 2.

66. Cf. J. AUSTRUY, *Le scandale du développement*, p. 26-41.

67. A. GERSCHENKRON, *Les attitudes sociales, l'action des entrepreneurs et le développement économique*.

L'opposition est frappante avec l'évolution des économies sous-développées. Au cours de ces derniers siècles, elles ont connu la stagnation, parfois une lente progression interrompue par des reculs brutaux, souvent même une régression générale. Ces économies n'ont pas l'expérience d'une croissance soutenue, expérience qui avait modelé les structures, les institutions, les mentalités des sociétés occidentales; il y existe une aspiration puissante au progrès mais les comportements concrets n'y sont pas favorables. Les pays sous-développés devront réaliser conjointement et rapidement les transformations technologiques et sociologiques que l'Europe avait accomplies en plusieurs siècles.

Dernière conséquence de ce décalage, sur laquelle insistent notamment Raymond ARON [68] et Albert HIRSCHMAN [69] : alors que les économies occidentales ont dû inventer leur développement tant en ce qui concerne la technique de production que dans le domaine de l'organisation de l'économie, les économies sous-développées conçoivent nécessairement leur développement en référence aux différents modèles qu'elles peuvent observer; elles sont dans une large mesure imitatrices et non innovatrices [70].

d) *Le dualisme*. On observe dans la structure économique des économies sous-développées un caractère essentiel et original, inconnu des économies pré-industrielles : le dualisme.

Ces dernières avaient organisé leur développement dans le cadre national; les différents secteurs avaient des techniques, des modes de production, des taux de croissance différents, mais ils formaient un ensemble intégré. Les économies sous-développées, au contraire, connaissent une coupure profonde entre deux secteurs [71], un secteur traditionnel principalement agricole, largement autarcique, arriéré dans son organisation et dans ses techniques, et un secteur moderne, implanté par les économies développées, tourné vers elles et se modelant à leur image. Or, ce secteur contient en général des ensembles industriels modernes, parfois des complexes de grande dimension; leur existence pose, dans des conditions nouvelles, le problème de l'industrialisation.

L'importance du rôle des économies avancées comme modèles de développement et comme parties prenantes dans les économies sous-développées nous conduit à prendre en considération, dans la comparaison entre sociétés

68. *Note critique sur « Les étapes de la croissance économique »* de W. W. ROSTOW.

69. *The Strategy of Economic Development*, Chap. I, « § 2. The Importance of being a Latecomer. »

70. Dans le même sens, E. BETOUT-MOSSE, *Sous-développement de jadis et sous-développement d'aujourd'hui*, p. 875-876, souligne que le développement contemporain des économies sous-développées est largement préorienté; l'Occident (capitaliste et socialiste) a façonné une histoire et les pays sous-développés, qu'ils le veuillent ou non, calqueront cette histoire.

71. Nous reviendrons plus longuement sur la notion de dualisme; cf. Chap. 10.

pré-industrielles et sociétés sous-développées, la nature des relations entretenues avec l'extérieur.

§ 2. LES CONDITIONS EXTERNES [72]

Les économies pré-industrielles occidentales du XVIIIe siècle étaient déjà, relativement au reste du monde, des économies avancées lorsqu'elles ont entamé leur industrialisation; elles n'ont pas rencontré à l'extérieur de concurrents mais seulement des clients. Une spécialisation mondiale s'est ainsi établie entre une Europe industrielle, à laquelle se sont joints les États-Unis puis le Japon, et le reste du monde, cantonné dans l'agriculture.

Le partage des tâches ne résultait pas seulement des aptitudes naturelles et des avantages comparatifs; la construction d'un système colonial avait sensiblement accéléré le processus [73]. Les colonies avaient d'abord été conçues comme sources de richesses, main-d'œuvre servile, métaux précieux, produits rares; avec l'industrialisation, elles devinrent fournisseurs de matières première et débouchés pour les produits manufacturés. Paul MANTOUX a bien analysé le rôle joué par le commerce extérieur dans la révolution industrielle en Angleterre [74]; à des degrés moindres, tous les pays industriels tirèrent profit de la spécialisation forcée.

L'industrialisation des économies sous-développées rencontre aujourd'hui une situation radicalement opposée : les pays avancés ont acquis depuis un siècle le quasi-monopole de la production industrielle. Il faut donc transformer la nature et la structure des échanges internationaux. Certes, l'industrialisation des pays sous-développés n'est pas incompatible avec le développement des échanges internationaux; Albert HIRSCHMAN démontre, statistiques à l'appui, que les effets d'élargissement du marché qu'elle provoque l'emportent pour les pays développés sur les effets de réduction [75]; ceci n'est pas contestable, mais il importe de souligner, avec Jean ROYER [76], qu'une nouvelle division internationale du travail ne sera possible que si les pays développés acceptent de modifier la structure interne de leur économie.

72. Voir notamment sur ce point : J. MARCZEWSKI, *Planification et croissance économique des démocraties populaires*, p. 431 et suiv.; G. DESTANNE DE BERNIS, *L'industrialisation des pays en voie de développement.*

73. J. MAILLET, *Histoire des faits économiques*, 1re partie, « Chap. III, L'exploitation du Monde colonial »; H. HEATON, *Histoire économique de l'Europe*, in « Chap. XV, L'expansion économique impériale »; H. SEE, *Les origines du capitalisme moderne*, « Chap. III, Le grand commerce maritime, les établissements coloniaux et les progrès du capitalisme au XVIe siècle ».

74. P. MANTOUX, *La révolution industrielle au XVIIIe siècle*, 1re partie, « Chap. II, L'essor commercial ».

75. A. O. HIRSCHMAN; *Industrial Nations and Industrialization of Underdeveloped Countries*, et *Effects of Industrialization on the Markets of Industrial Countries.*

76. J. ROYER, *La structure économique des pays industriels est-elle compatible avec les besoins de développement économique des pays neufs ?*

La différence est donc grande entre, d'une part, les économies pré-industrielles du XVIIIe ou XIXe siècle dominant le monde et capables de lui imposer un système d'échanges favorisant au maximum leur industrialisation et, d'autre part, les économies sous-développées du XXe siècle, soumises à la domination économique des pays avancés, voyant dans l'industrialisation le moyen d'atténuer leur dépendance, mais qui, pour réaliser celle-là, restent encore soumises au comportement des pays industriels.

CONCLUSION

Le progrès que représente, pour l'analyse du sous-développement, la démarche historique par rapport à la présentation fonctionnelle est évident. Si le développement est un scandale historique, un phénomène exceptionnel étroitement limité, le sous-développement doit, lui aussi, être analysé dans l'histoire. L'erreur serait de ne pas pousser plus loin la réflexion et de faire du sous-développement l'état commun de toutes les économies qui n'ont pas connu la mutation révolutionnaire que constituent le décollage ou l'industrialisation.

Si riches que soient les enseignements de l'histoire pour l'élaboration d'une théorie du développement, il apparaît impossible d'interpréter le sous-développement comme une étape d'un processus de développement commun à toutes les économies. Même si l'on admettait, avec Éliane BETOUT-MOSSE[77], un rapprochement entre l'état des structures des économies pré-industrielles européennes au début du XIXe siècle et des économies sous-développées actuelles, il faudrait, avec le même auteur[78], montrer que des structures identiques ou voisines peuvent être génératrices d'évolutions diamétralement opposées selon les contextes historiques où elles se trouvent placées. Même si l'on reconnaissait l'universalité des problèmes techniques posés par la mise en œuvre du développement, il faudrait souligner, avec Paul BARAN et Éric HOBSBAWM[79], que différents types sociaux d'organisation économique les résoudront de façon différente.

Un des facteurs essentiels de divergence provient, comme nous venons de le montrer, des relations entretenues avec l'extérieur par l'économie non industrialisée. Certes, l'industrialisation est pour les économies sous-développées la clef du développement comme elle l'a été auparavant pour les économies occidentales, mais il ne découle pas de ce fait que la notion d'économie pré-industrielle soit une catégorie générale suffisante pour rendre compte du sous-développement. Le sous-développement n'est pas un retard dans l'industrialisation; il est le résultat d'une évolution historique originale imposée par les pays industrialisés aux pays non industrialisés.

Deux auteurs, qui justement ont analysé minutieusement les mécanismes de la révolution industrielle, mettent l'accent sur la spécificité du sous-développement, non comme phénomène pré-industriel mais comme phénomène post-industriel. Paul BAIROCH, s'interrogeant sur le démarrage des économies sous-développées, montre que les modifications apportées par le dévelop-

77. E. BETOUT-MOSSE, *Sous-développement de jadis et sous-développement d'aujourd'hui*, « I. L'état des structures peut être rapproché », p. 861-868.
78. *Ibidem*, p. 868-871.
79. P. BARAN, E. HOBSBAWM, « *Un manifeste non-communiste* », p. 1915-1921.

pement d'une partie du monde ont totalement transformé les conditions d'action des mécanismes de croissance, muant en obstacle ce qui était élément positif[80]. Plus explicitement, Gérard DE BERNIS écrit : « C'est bien l'industrialisation des Européens qui est à l'origine du sous-développement, de la non-industrialisation des autres[81]. » Il ne suffit pas d'analyser le sous-développement comme un échec du développement d'économies inaptes à organiser leur industrialisation; il faut aussi montrer qu'il est le produit du développement de quelques pays dynamiques dictant leur loi au reste du monde.

80. Ouvrage cité, p. 206-210.
81. *L'industrialisation des pays en voie de développement*, p. 8.

DEUXIÈME PARTIE

LE SOUS-DÉVELOPPEMENT PRODUIT DU DÉVELOPPEMENT

Charles BETTELHEIM distingue, au plan méthodologique, explication structurelle et explication fonctionnelle d'un phénomène [1]. L'explication structurelle analyse les causes profondes du phénomène, les conditions de sa genèse; l'explication fonctionnelle intervient lorsqu'on décrit les mécanismes par lesquels une structure donne naissance à un phénomène.

Parmi les auteurs qui font du sous-développement un type de situation économique original, ces deux types d'analyse peuvent facilement être distingués.

Certains travaux s'efforcent de démontrer sur le plan théorique comment les lois qui régissent l'expansion des économies développées ont engendré le sous-développement des espaces restés à l'écart du développement mais dans la dépendance des développés [2].

D'autres recherches, fondées sur un ensemble d'observations concrètes, expliquent le sous-développement des économies sous-développées contemporaines par la coexistence antagoniste de deux types de structures, les unes, survivances déformées de l'état pré-industriel, les autres, excroissances délocalisées des économies industrielles [3].

1. *Le problème de l'emploi et du chômage dans les théories économiques*, p. 35-36, « Explication structurelle et explication fonctionnelle ».
2. Titre I, Le sous-développement, produit de l'antagonisme des systèmes.
3. Titre II, Le sous-développement, processus spatial de désintégration.

Titre I : Le sous-développement, produit de l'antagonisme des systèmes.

Nous avons montré [1] l'optimisme sans réserve de la théorie classique quant aux effets des échanges internationaux. Comme le souligne Jacob Viner [2], la liberté du commerce est considérée comme bénéfique, non seulement pour l'ensemble du monde, mais encore pour chaque pays qui l'adopte, même s'il est seul à le faire.

Cet optimisme se limite toutefois à une analyse statique, prenant en considération les seuls mouvements de marchandises, les facteurs de production étant supposés immobiles.

Les auteurs néo-classiques se sont efforcés de conserver la même attitude mais d'en fournir une version dynamique : le problème n'est plus de démontrer que le libre commerce international permet, pour l'ensemble de l'économie mondiale et pour chaque pays considéré isolément, l'utilisation optima des facteurs de production existants; désormais, l'objectif est d'assurer, par le libre mouvement des marchandises et des facteurs de production, le développement optimum de chaque nation. Ainsi est élaborée la théorie de la croissance transmise : un ensemble de mécanismes assure dans l'économie mondiale la transmission de la croissance des économies avancées vers les économies retardées.

L'analyse néo-classique n'exclut pas l'existence d'économies sous-développées, mais elle fait des relations économiques internationales le remède automatique du sous-développement. La vision initiale de l'harmonie entre les intérêts des économies nationales est maintenue.

Cette perspective, approfondie pendant presque deux siècles d'histoire de la pensée économique, a longtemps triomphé, mais elle a sans cesse trouvé des contradicteurs; pour ces derniers, c'est l'antagonisme des intérêts économiques nationaux qui est la donnée fondamentale et seule une politique spécifique peut permettre à un pays de tirer le maximum d'avantages de ses échanges extérieurs aux dépens des autres pays.

Une telle attitude est fort ancienne; nous la trouvons déjà systématisée

1. Cf. Chap. I, Section I, § 2.
2. *International Trade and Economic Development*, « Chap. III, Gains from foreign trade », p. 34 et suivantes.

chez les auteurs mercantilistes pour lesquels dans l'échange international « nul ne gagne qu'un autre ne perde [3] ». C'est en réaction contre l'analyse mercantiliste que les économistes classiques défendent le libre-échange; mais à leur tour ils sont combattus principalement par Frédéric LIST et ses disciples. Pour l'auteur du *Système National d'Économie Politique*, l'antagonisme se place entre les nations industrialisées d'une part et, d'autre part, les nations agricoles qui entendent réaliser leur industrialisation; celles-ci n'y parviendront qu'en organisant et protégeant leur économie pour lutter contre l'emprise des pays avancés.

Au XXe siècle, les faits fourniront maints arguments aux adversaires de l'optimisme libéral si bien qu'un des plus illustres disciples contemporains des Classiques, Jacob VINER, reconnaît la large prédominance, aujourd'hui, de la thèse du conflit entre les intérêts économiques des nations.

« Quels que puissent être les faits aujourd'hui, il est clair qu'il n'existe, ni parmi les économistes, ni parmi les profanes, aucune tendance importante ou influente de l'opinion qui croie à une harmonie, inhérente ou même accidentelle, totale ou prédominante, entre les intérêts nationaux correctement estimés et l'intérêt de l'ensemble du monde. L'antagonisme des intérêts économiques nationaux est considéré aujourd'hui comme chose établie [4]. »

Ce renversement d'attitude quant aux rapports entre nations dans les échanges internationaux nous donne une vision nouvelle du phénomène de sous-développement. Historiquement, le sous-développement est l'aboutissement d'une évolution observable depuis deux siècles : l'accroissement accéléré de l'écart entre le niveau de développement de deux groupes de pays, avancés ou retardés, industrialisés ou non-industrialisés, développés ou sous-développés. Si les intérêts des nations sont en conflit, le sous-développement ne peut-il résulter d'une certaine structure des relations internationales qu'un groupe de pays a réussi à imposer et dont il est bénéficiaire, alors qu'un autre groupe de pays en est victime ?

A la théorie de la croissance transmise, du développement entraîné s'opposerait une théorie du développement freiné, retardé, bloqué, de certains pays, au profit du développement accéléré d'autres pays.

Deux groupes d'auteurs ont travaillé dans cette direction. Certains ont accepté le cadre traditionnel de l'analyse des relations économiques internationales; ils en ont adopté les principales hypothèses et les instruments d'analyse; mais,

3. Raymond ARON, *Paix et guerre entre les nations*, p. 249-251, a bien montré que dans la doctrine mercantiliste, le commerce extérieur et la guerre sont les deux moyens de s'enrichir aux dépens des autres, pays; de nombreux textes illustrent cette attitude, par exemple COLBERT : « Le commerce cause un combat perpétuel en paix et en guerre entre les nations de l'Europe à qui en emportera la meilleure partie »; DUTOT : « Faire la paix pour nous procurer tous les avantages d'un grand commerce, c'est faire la guerre à nos ennemis »; BOTERO : « Le moyen très commun de s'enrichir aux frais d'autrui, c'est le commerce. »

4. *International Trade and Economic Development*, p. 5.

de cette base commune, ils sont arrivés à des conclusions opposées à celles des Classiques et Néo-Classiques [5]. D'autres auteurs, principalement les économistes marxistes, ont rejeté radicalement l'appareil d'analyse classique pour construire la théorie de l'impérialisme, faisant du sous-développement le produit d'un mécanisme d'exploitation internationale [6].

Nous plaçant désormais dans cette perspective, nous ne considérerons plus le sous-développement par rapport au développement, mais par opposition au développement.

5. Chap. 7, Croissance transmise ou exploitation ?
6. Chap. 8, La théorie marxiste de l'Impérialisme. Chap. 9, Impérialisme et capitalisme.

CHAPITRE VII

CROISSANCE TRANSMISE OU EXPLOITATION ?

La théorie néo-classique substitue à l'analyse classique de la spécialisation internationale le schéma de la croissance transmise; lorsqu'une ou plusieurs nations distancent le reste du monde par leur taux de développement, un ensemble de mécanismes assurent, si le libre-échange est respecté, la transmission de la croissance des économies motrices vers les économies périphériques.

Pour les auteurs néo-classiques, les économies nationales peuvent être classées en plusieurs catégories du point de vue de leur situation dans les échanges extérieurs. Ces différentes situations se succèdent dans le temps selon un ordre nécessaire. L'intérêt de la théorie est de démontrer que, grâce aux mécanismes du marché mondial, les progrès des économies avancées entraîneront nécessairement la mise en mouvement des économies attardées [1].

Les mécanismes de cette transmission de croissance sont au nombre de trois : Le premier, jouant en courte période, opère sur les flux de marchandises en fonction de la propension marginale à importer de l'économie motrice et de l'importance des effets de multiplication dans l'économie entraînée. En toute hypothèse, il s'agit « d'une transmission de l'expansion plus que d'une transmission de la croissance [2] ». Au contraire, les deux autres mécanismes inscrivent leur action dans la longue période; ce sont les variations des termes de l'échange et les mouvements de capitaux.

Ce schéma a subi de nombreuses critiques [3]; aussi longtemps que ces critiques ne font que limiter, préciser, compléter l'analyse, aussi longtemps même

1. Pour une présentation d'ensemble : M. Byé, *Croissances nationales et économie internationale*, 1re partie, Chap. IV à VIII, p. 156-257; M. Bye, *Relations économiques internationales*, « 2e partie, Spécialisation et développement », p. 117-410; C. P. Kindleberger, *International Economics*, p. 453-498; C. Lucron, *L'investissement international et la croissance économique en régime capitaliste*, 2e partie, Capitaux et croissance, Chap. IV et V, p. 103-135; S. Amin, *Les effets structurels de l'intégration internationale des économies pré-capitalistes*, Chap. III, La théorie classique et les effets structurels de l'intégration internationale, p. 66-101; R. Barre, *Les échanges internationaux comme dynamisme de la croissance;* R. F. Harrod and D. C. Hague ed. *International trade theory in a developing world ;* S. Enke, *Economics for development*, « V. Development trough trade », p. 417-521; S. Enke and V. Salera, *International Economics*, « Part. VI, Economic development and investment », p. 457-551; A. K. Cairncross, *Factors in Economic Development*, « Part. III, Trade », p. 190-271; H. B. Chenery, *Comparative advantage and development policy*.

2. M. Bye, *Croissances nationales et économie internationale*, p. 164.

3. Cf. ouvrages cités, note 1.

qu'elles ne font qu'énoncer les obstacles à sa réalisation concrète, elles ne remettent pas radicalement en cause le principe de base : la croissance d'une économie motrice se transmet automatiquement aux économies périphériques. Or ce principe exclut toute explication du sous-développement par une théorie des relations internationales qui en ferait le produit d'un système d'échanges inégaux. Il faudrait pour cela démontrer, en premier lieu, que l'économie sous-développée subit une perte sensible du fait de l'échange international, en second lieu, que cette perte est supportée de façon durable.

Il est donc sans intérêt pour notre étude d'établir un catalogue des divers obstacles et freins au développement des économies sous-développées nés des relations internationales [4]; nous n'avons pas à étudier, non plus, les coûts que peuvent subir les pays sous-développés du fait d'événements accidentels ou conjoncturels d'origine extérieure; nous avons à rechercher si, de façon structurelle et en longue période, des échanges extérieurs défavorables peuvent expliquer l'écart croissant entre le niveau de développement de deux groupes de pays.

Dans cette perspective, certains auteurs, acceptant le cadre de raisonnement néo-classique, ont abouti à des conclusions opposées; analysant, d'une part, la nature des mouvements de marchandises et l'évolution en longue période des termes de l'échange, d'autre part, les effets des mouvements de capitaux et le partage des gains résultant de l'investissement international, ils ont voulu démontrer que les échanges internationaux s'organisaient au seul avantage des économies développées, qu'ils contribuaient, par leur structure même, à accentuer l'avance de celles-ci.

SECTION I. LES MOUVEMENTS DE MARCHANDISES ET LES TERMES DE L'ÉCHANGE

Dans l'analyse néo-classique, la croissance des économies motrices s'accompagne automatiquement d'une modification des termes de l'échange au profit des économies périphériques.

Le phénomène est renforcé lorsqu'on limite l'étude aux relations entre économies développées et sous-développées; déjà dans le cadre de l'analyse classique statique, ces dernières remplissent toutes les conditions pour tirer le maximum d'avantages de la spécialisation [5] :

– les pays sous-développés ont un revenu national global et un revenu moyen par tête beaucoup plus faibles que ceux des pays avancés; or, c'est l'éncomie

4. On en trouvera, par exemple, un exposé dans : G. M. MEIER and R. E. BALWIN, *Economic Development*, Chap. 6, § 4, Chap. II, § 2, Chap. 15, § 3, Chap, 19, § 1; ou, sur un problème spécifique, dans l'étude des NATIONS-UNIES, *Méthodes et problèmes de l'industrialisation des pays sous-développés*, Chap. 2, « § 3, Limitations imposées par la situation internationale. »

5. Sur ce point : M. BYÉ, ouvrage cité, p. 169 et S. AMIN, ouvrage cité, p. 75-85.

la plus pauvre qui est la mieux placée dans l'échange international car sa demande est la plus inélastique;

– l'importance relative des produits échangés est plus grande dans les économies sous-développées que dans les économies développées; Samir AMIN a montré toutes les difficultés qu'il y avait à isoler et à quantifier cette notion d'importance relative [6]; ses conclusions sont cependant très nettes en ce sens;

– dans la mesure où ils sont intégrés au commerce international, les pays sous-développés connaissent une spécialisation très supérieure à celle des économies avancées; pour les Classiques, c'est la spécialisation la plus forte qui entraîne les termes d'échange les plus favorables.

L'analyse dynamique apporte un argument complémentaire par la prise en considération du progrès technique. Les économies motrices bénéficient normalement d'un rythme plus élevé de progrès technique. Celui-ci entraîne une réduction des coûts de production donc, sur un marché concurrentiel, un déplacement des courbes d'offre; les termes d'échange se modifient au bénéfice des pays dont les progrès techniques sont les plus lents.

L'examen concret des relations économiques entre pays industriels et pays sous-développés depuis un siècle a amené certains économistes à des conclusions inverses; la dégradation des termes de l'échange des pays sous-développés en longue période leur apparaît comme un phénomène structurel permanent. Une différence de développement initiale aurait donné naissance à un système de relations internationales amplifiant l'écart, imposant une spécialisation arbitraire et bloquant ainsi le développement des économies primaires.

Un nouveau type de conceptualisation nous est proposé : le sous-développement résulte du blocage de la croissance de certaines économies contraintes par d'autres à se spécialiser dans l'exportation de produits primaires dont la valeur d'échange décroît régulièrement en longue période.

§ 1. LA DÉGRADATION SÉCULAIRE DES TERMES DE L'ÉCHANGE [7]

A. *Les faits.*

Les défenseurs de la dégradation séculaire des termes de l'échange font reposer leur argumentation sur une série statistique couvrant la période 1876-1938 [8]. Cette série indique l'évolution des termes de l'échange des produits primaires par rapport aux produits manufacturés dans l'ensemble du commerce mondial :

6. Ouvrage cité, p. 76-83.

7. Sur la notion de termes de l'échange, les différentes définitions, les méthodes de calcul, voir : M. BYÉ, *Les principes de la spécialisation internationale*, p. 123-134, « Les rapports d'échange et les termes de l'échange »; M. MORET, *L'échange international*, p. 99-117.

8. Cf. SOCIÉTÉ DES NATIONS, *Industrialisation et Commerce extérieur*, et UNITED NATIONS, ***Relative Prices of Exports and Import of Under-Developed Countries.***

Évolution des Termes de l'Échange
1876–1938
(1938 = 100)

1876–1880	147	1926	121
1881–1885	145	1927	125
1886–1890	137	1928	121
1891–1895	133	1929	118
1896–1900	135	1930	105
1901–1905	132		
1906–1910	133	1931	93
1911–1913	137	1932	89
		1933	89
1913	137	1934	96
		1935	98
1921	94		
1922	103	1936	102
1923	114	1937	108
1924	121	1938	100
1925	123		

Au cours d'une période d'une soixantaine d'années, les produits primaires ont donc perdu relativement aux produits manufacturés plus de 30 % de leur pouvoir d'achat. Les exportations de produits manufacturés provenant pour la quasi-totalité des pays développés et les exportations de produits primaires pour une large part des pays sous-développés, il apparaît que la situation de ces derniers dans l'échange international s'est très sensiblement détériorée.

Deux types d'explications ont été proposés, dans le but de présenter ce phénomène comme un produit nécessaire des relations économiques entre pays industrialisés et non-industrialisés.

B. *L'explication structurelle.*

Elle a été élaborée en premier lieu par Raul Prebisch [9], reprise et complétée par Hans W. Singer [10]; le premier auteur prenait en considération la structure de l'offre, le second fait de plus intervenir celle de la demande.

a) *La Structure de l'Offre.* Raul Prebisch part de la constatation que le progrès technique est, en longue période, plus rapide dans l'industrie que dans l'agriculture; ce phénomène semble incontestable, surtout, comme l'a montré Samir Amin [11], si l'on compare l'industrie des pays développés à l'agriculture

9. United Nations – C.E.P.A.L., *The Economic Development of Latin America and its principal Problems.*

10. *The Distribution of Gains between Investing and Borrowing Countries.*

11. *Les effets structurels de l'Intégration Internationale des Économies Pré-Capitalistes*, p. 85-95.

des pays sous-développés. La réduction plus rapide des coûts de production des objets manufacturés devrait, dans la logique néo-classique, entraîner une modification des termes de l'échange au bénéfice des importateurs de ces produits. Or, constate PREBISCH, s'appuyant sur la série statistique que nous venons d'étudier, c'est l'inverse qui se réalise; il faut renoncer au simplisme de l'explication traditionnelle.

En pratique, la baisse des coûts de production résultant de progrès techniques peut avoir deux conséquences : une réduction des prix transférant aux consommateurs le bénéfice des progrès réalisés ou un maintien des prix assurant une rémunération plus élevée des facteurs de production. Comme le montre Hans SINGER, on ne peut avoir de préférence théorique a priori pour l'un des deux systèmes, mais leurs effets sur le commerce international sont opposés; dans le premier cas, le pays importateur reçoit le bénéfice du progrès technique qui, dans le second cas, va au pays exportateur. L'évolution en longue période des termes de l'échange résulte, selon les deux auteurs, du fait que le bénéfice du progrès technique va dans les pays développés aux producteurs par l'intermédiaire des revenus, et, dans les pays sous-développés, aux consommateurs par l'intermédiaire des prix; ainsi, les pays industrialisés sont gagnants sur les deux tableaux dans l'échange international.

Pourquoi les deux types d'économies réagissent-elles de façon opposée devant le même phénomène ? A cause des différences dans la structure de l'offre. Les pays développés présentent une structure rigide; les entrepreneurs sont puissants, la concurrence est très imparfaite, les éléments d'oligopole ou de monopole apparaissent souvent, les marchés de produits industriels sont des marchés de vendeurs [12]; ainsi, les profits sont-ils défendus avec vigueur contre les menaces de la concurrence. En second lieu, les pays industriels ont une main-d'œuvre organisée; la pression syndicale exerce une pesée permanente sur les prix; les syndicats entendant notamment faire évoluer les salaires avec les progrès de productivité. A l'inverse, la production primaire des pays sous-développés connaît une concurrence sévère entre des entreprises petites et nombreuses; la main-d'œuvre est surabondante et inorganisée; il s'agit de marchés d'acheteurs [13].

Une explication très voisine a été proposée par Henri DENIS [14]; cet auteur montre que les termes de l'échange entre deux pays (ou groupes de pays) varient proportionnellement au rapport des revenus distribués par heure de travail dans les secteurs d'exportation des deux pays et de façon inversement proportionnelle au rapport des productivités du travail dans les mêmes secteurs. Le rapport des productivités variant à l'avantage des pays développés, il agit

12. « Seller's markets ».

13. « Buyer's markets »; cf. sur cette question G. LEDUC, *Le sous-développement et ses problèmes*, 1re partie, § 2.

14. H. DENIS, *L'évolution séculaire des termes de l'échange entre l'Europe industrielle et les régions sous-développées. Un essai d'interprétation.*

dans le sens de la dégradation de leurs termes d'échange; le fait qu'une évolution inverse soit constatée n'est explicable que par l'accroissement relatif dans les pays avancés du revenu distribué par heure de travail. En l'absence de données certaines sur l'évolution de la rémunération du capital, c'est principalement dans l'augmentation relative de la rémunération du travail qu'il faut trouver le facteur essentiel « permettant de rendre compte de l'évolution des termes de l'échange [15] ».

b) *La Structure de la Demande.* Nous retrouvons là un problème déjà abordé plus haut [16], celui de l'évolution de la demande en longue période. Hans SINGER, après bien d'autres auteurs, estime que la demande de produits primaires croît et croîtra moins vite que la demande de produits manufacturés. D'une part, la demande de produits alimentaires présente une faible élasticité aux augmentations de revenus, d'autre part, l'évolution technique laisse une place de moins en moins importante aux matières premières dans la valeur finale de l'output.

Dans les pays sous-développés l'évolution des goûts et des besoins est accélérée par l'effet de démonstration né du contact avec les pays avancés; la dotation en facteurs de production étant relativement rigide dans les économies sous-développées, l'offre n'y répond pas à l'impulsion de la demande [17]. Ainsi le déplacement des courbes de demande de deux catégories de biens pousse à une dégradation durable de la valeur relative des produits primaires.

Telle est l'explication proposée de la dégradation séculaire des termes de l'échange des produits primaires; quelles en sont les conséquences sur le phénomène de sous-développement ?

C. *Termes de l'échange et sous-développement.*

Devant l'évolution irréversible des termes de l'échange au détriment des produits primaires, le développement des économies sous-développées exige qu'elles abandonnent une spécialisation ruineuse et qu'elles entreprennent leur industrialisation. L'industrialisation suppose l'importation parfois de matières premières et d'énergie, toujours de l'équipement qui ne peut être produit que par une industrie lourde differenciée. La dégradation des termes de l'échange rend impossible le financement de ces importations; la liberté des échanges rend au départ les industries nouvelles non-rentables; le développement exige la transformation de la structure verticale des économies sous-développées par l'industrialisation, celle-ci n'étant possible qu'à l'abri d'une politique protectionniste.

15. Article cité, p. 7.
16. Chap. 6, Section II, § 2.
17. Cf. sur ce point : A. BEINAYME, *La théorie des valeurs internationales et son application aux pays en cours de développement*, « II. Causes et processus de la dégradation des termes de l'échange des pays sous-développés », p. 45-55.

Un deuxième argument renforce cette thèse; il est fondé sur les effets des fluctuations des cours internationaux des produits primaires; lorsque les prix sont relativement élevés, l'économie dispose des moyens nécessaires pour financer des importations d'équipement industriel, mais elle ne connaît alors aucune incitation à le faire et a tendance à concentrer tous les investissements dans le secteur primaire; lorsqu'au contraire les prix à l'exportation baissent brutalement, un désir aigu d'industrialisation apparaît mais l'économie est privée des moyens de la réaliser. Le fait que les activités privées soient toujours commandées par les relations de prix du moment empêche ainsi toute politique d'industrialisation.

Cette double action, en longue et moyenne période, des termes de l'échange fournit une nouvelle explication du sous-développement : il ne s'agit plus d'un écart ou d'un retard de développement, mais d'un blocage de développement. Le sous-développement n'est pas né de l'avance acquise par les pays européens industrialisés au XIXe siècle, mais du système d'échanges internationaux que cette avance leur a permis d'imposer au reste du monde. La spécialisation internationale a provoqué la dégradation des termes de l'échange des économies sous-développées; cette dégradation a renforcé l'écart initial et a rendu l'industrialisation impossible bloquant ainsi définitivement le développement.

La thèse défendue par Raul PREBISCH et Hans SINGER n'est pas parvenue à s'imposer; comme celle de ROSTOW elle a été victime de la double hostilité des économistes libéraux et des économistes marxistes.

§ 2. RÉALITÉ ET SIGNIFICATION DE LA DÉGRADATION DES TERMES DE L'ÉCHANGE [18]

Une première faiblesse de la thèse de PREBISCH et SINGER vient de la fragilité des données statistiques sur lesquelles elle est construite; dans la mesure où un certain crédit peut être accordé à ces chiffres, il reste à débattre de la validité de l'explication qui est donnée de leur évolution en longue période; finalement la question se pose, même si l'on admet la thèse de la détérioration structurelle, de savoir si elle peut fonder une théorie de l'exploitation internationale.

18. De très nombreuses études ont été réalisées sur cette question; en plus des ouvrages déjà cités, voir : K. ATALLAH, *The long-term Movement of the Terms of Trade between Agricultural and Industrial Products;* C. P. KINDELBERGER, *The Terms of Trade. A European Case Study;* H. G. AUBREY, *The Long-term Future of the United States Imports and its Implications for Primary Producing Countries;* G. MARCY, *Variations du change et termes de l'échange dans la théorie économique contemporaine;* S. G. TRIANTIS, *Economic Progress, Occupational Redistribution and International Terms of Trade;* C. CLARK, *Les termes de l'échange dans l'avenir;* W. W. ROSTOW, *The Process of Economic Growth,* « Chap. VIII, The Terms of Trade in Theory », « Chap. IX, The Terms of Trade in Practice »; E. GANNAGE, *Économie du développement,* p. 201-219, « Gains ou spoliations en longue période »; T. MORGAN, *Trends in terms of trade and their repercussions on primary producers.*

A. *L'incertitude statistique.*

a) La mesure de l'évolution des termes de l'échange pose un ensemble de problèmes méthodologiques complexes; citons les principaux. Faut-il considérer comme les plus représentatifs les termes de l'échange bruts, les termes de l'échange nets ou les termes de l'échange factoriels [19] ? L'établissement de statistiques sur très longue période a-t-elle un sens alors que la composition des échanges et la nature des produits échangés est profondément transformée ? L'évolution des termes de l'échange entre produits primaires et produits manufacturés fournit-elle une approximation acceptable de l'évolution des termes de l'échange entre pays sous-développés et pays industrialisés ? Les auteurs sont partagés sur ces différents points; il importe donc de ne donner qu'une valeur relative aux chiffres utilisés.

b) Le tableau utilisé par PREBISCH a été critiqué parce qu'il isole une fraction d'une évolution historique plus complexe. Des recherches portant sur le Royaume-Uni ont été menées successivement par W. SCHLOTE [20], Colin CLARK [21] et A. H. IMLAH [22] pour une période plus longue. Les leçons qui s'en dégagent sont beaucoup plus nuancées; du début du XIXe siècle jusque vers 1855, c'est-à-dire pendant une période d'industrialisation rapide, les termes de l'échange du Royaume-Uni diminuent constamment; puis pendant une trentaine d'années on enregistre une stabilisation; c'est seulement à partir de 1890 qu'apparaît un net mouvement d'amélioration. Les termes de l'échange de l'intervalle 1933-1937 sont presque les mêmes que ceux de l'intervalle 1801-1815. A l'idée de détérioration séculaire des termes de l'échange peut donc être opposée celle de fluctuations de très longue période. Notons à ce propos que la thèse de la dégradation des termes de l'échange des produits industriels a prévalu en Angleterre jusqu'à la première guerre mondiale; un texte de KEYNES, daté de 1912, illustre encore cette attitude [23].

19. Cf. sur ce point : M. BYÉ, *Les principes de la spécialisation internationale*, p. 126 et suiv.; M. MORET, *L'échange international*, p. 101 et suiv.
20. *Entwicklung und Strukturwandlungen des englischen Aussenhandels von* 1700 *bis zur Gegenwart*.
21. *The Conditions of Economic Progress*.
22. Citées par K. ATALLAH, ouvrage cité.
23. « Du point de vue de ce pays (il s'agit de l'Angleterre) la détérioration montrée plus haut est due naturellement au jeu de la loi des rendements décroissants pour les productions brutes, loi qui, après une hausse temporaire, est entrée en action fortement dans les toutes dernières années. Il existe actuellement de nouveau une tendance stable pour qu'une unité donnée d'un produit manufacturé ne permette d'acheter, année après année, qu'une quantité décroissante de produits bruts. L'avantage comparatif dans les échanges évolue très défavorablement à l'égard des pays industriels. » – Cité par W. W. ROSTOW, *The Process of Economic Growth*, p. 185.

L'étude de Charles P. KINDLEBERGER [24] sur les termes de l'échange des pays industriels européens met également en évidence des fluctuations longues : dégradation continue de 1872 jusqu'à la fin de la première guerre mondiale des termes de l'échange de l'Europe industrielle avec les pays sous-développés, puis amélioration sensible jusqu'à la grande crise, ensuite un palier jusqu'à la deuxième guerre mondiale et une nouvelle dégradation pendant celle-ci. De 1950 à 1960, le même indice semble s'être lentement mais régulièrement amélioré au bénéfice des pays européens. Si l'on fixe l'indice 100 en 1872, l'indice de 1960 serait environ 150.

c) Quelle sera l'évolution prévisible des termes de l'échange dans l'avenir ? Colin CLARK [25] fournit une réponse optimiste pour les exportateurs de produits primaires. La croissance démographique et l'amélioration des revenus entraîneront une augmentation régulière de la demande des produits alimentaires : 1 % par an pour l'ensemble du monde. Pour y faire face, l'offre sera freinée par le départ de la main-d'œuvre du secteur primaire vers les secteurs secondaire et tertiaire, départ lié au rythme de l'industrialisation; il s'y ajoute le phénomène général de réduction de la durée de travail et d'augmentation des temps de congés. Les conditions de l'offre et de la demande engendreront, au moins jusqu'en 1970, une évolution des termes de l'échange favorable au secteur primaire.

Dans le même sens P. T. BAUER et B. S. YAMEY [26] estiment que si une forte partie de l'augmentation future du revenu mondial doit être attribuée aux groupes sociaux ou aux pays à faibles revenus, le déplacement de la demande des produits tertiaires vers les produits primaires entraînera une modification des termes de l'échange au profit des produits de première nécessité.

S. G. TRIANTIS [27] a montré le simplisme de ce raisonnement; il ne faut pas confondre les déplacements de demande en statique et les modifications dynamiques de la demande liées à une augmentation du revenu. Les termes de l'échange varieront en faveur des pays développés toutes les fois que la demande de biens relativement moins nécessaires exprimée en termes de biens relativement plus nécessaires croîtra plus vite ou décroîtra moins vite que l'offre. Pour TRIANTIS, c'est l'hypothèse la plus vraisemblable, le contraire ne se produisant que si une forte croissance démographique dans les pays sous-développés ne s'accompagne que d'une augmentation très faible ou nulle du revenu national.

L'optimisme de Colin CLARK n'a pas été confirmé par les faits : certes la

24. C. P. KINDLEBERGER, *The terms of trade – A European Case Study*, et H. DENIS, *L'évolution séculaire des termes de l'échange entre l'Europe industrielle et les régions sous-développées*, p. 1-3.

25. *Les termes de l'échange dans l'avenir.*

26. *Economic Progress and Occupational Distribution*, et *Further Notes on Economic Progress and Occupational Distribution.*

27. *Economic Progress, Occupational Redistribution and International Terms of Trade.*

deuxième guerre mondiale a vu une amélioration des termes de l'échange des produits primaires [28], mais l'effet final sur les pays sous-développés est variable selon la nature de leurs importations et de leurs exportations. Depuis quelques années, une nouvelle détérioration semble s'affirmer; continuation des fluctuations cycliques ou reprise d'un mouvement séculaire ?

Les données que nous venons de présenter se prêtent mal à des conclusions tranchées; l'incertitude qui règne en ce domaine explique qu'un auteur comme Gunnar MYRDAL [29] pourtant très sensible aux effets négatifs du commerce international sur les économies sous-développées, ait finalement renoncé à accorder une signification aux chiffres globaux mesurant les termes de l'échange.

Même si nous acceptions le tableau statistique construit par PREBISCH, l'explication qu'il fournit de l'évolution constatée serait-elle satisfaisante ?

B. *La contestation de l'explication structurelle.*

La principale critique faite à Raul PREBISCH et Hans SINGER est d'avoir confondu « trend » séculaire et fluctuations cycliques longues. Pour Colin CLARK, H. G. AUBREY, A. E. KAHN [30] nous sommes en présence de mouvements cycliques en longues périodes engendrés par des cycles d'investissements touchant successivement l'agriculture et l'industrie.

Même pour la période 1880-1938, les explications données par PRESBISCH sont contestées. Maurice BYE [31] montre que, pour la fin du XIXe siècle et le début du XXe siècle, il faut tenir compte, en face des progrès de productivité de l'industrie, de la rapide extension des terres cultivées; d'autre part, les progrès réalisés dans les transports équivalent pour le marché importateur à des progrès de productivité dans l'agriculture. A l'argument tiré de la structure non-concurrentielle de l'offre des produits industriels, s'oppose le fait que la production et la commercialisation des produits primaires pour l'exportation est souvent, elle aussi, fortement organisée dans les pays sous-développés.

Enfin, Gottfried HABERLER [32] nie l'existence d'une tendance commune à tous les produits et à tous les pays sous-développés; chacun a son évolution propre en fonction de la structure de l'offre et de la demande.

Finalement, le problème est posé de savoir si, la détérioration des termes de l'échange étant constatée, au moins pendant une période, on peut en conclure l'existence d'un processus d'exploitation internationale ou au moins d'une évolution défavorable des gains résultant de l'échange international.

28. Cf. UNITED NATIONS, *Relative Prices of Exports and Imports of Underdeveloped Countries.*
29. *Une économie internationale*, p. 325-328.
30. Voir M. K. ATALLAH, *The Long-Term Movement of the Terms of Trade between Agricultural and Industrial Products*, p. 20 et suiv.; B. HIGGINS, *Economic Development*, p. 371 et suiv.
31. *Les principes de la spécialisation internationale*, p. 156.
32. *Critical Observations on some Current Notions in the Theory of Economic Development.*

C. *Signification de l'évolution des termes de l'échange.*

a) En premier lieu, et en restant dans le cadre de l'analyse néo-classique, il faut remarquer que la détérioration des termes de l'échange d'un pays n'entraîne pas nécessairement une perte pour celui-ci lorsqu'elle résulte d'une amélioration de productivité [33]; au contraire des effets positifs peuvent en résulter à court et long terme.

La baisse du coût réel des exportations peut tout d'abord être plus rapide que la baisse des termes de l'échange; d'autre part, la baisse des prix peut provoquer, si la demande est élastique, une augmentation de la quantité et de la valeur totale des exportations, donc permettre d'importer d'avantage.

En longue période, la baisse des termes de l'échange d'un pays doit entraîner la transmission de la croissance à l'extérieur, et, par là, une augmentation future de la demande des exportations de ce pays.

b) C'est le rejet du cadre néo-classique qui conduit à porter des critiques décisives contre la thèse de PREBISCH. Les termes de l'échange n'ont aucune signification si l'on considère deux pays ou deux groupes de pays abstraitement et globalement. Seule l'analyse de la structure des économies en présence peut permettre une appréciation réaliste des effets négatifs ou positifs des mouvements des marchandises et de l'évolution des termes de l'échange [34].

Une économie sous-développée est une économie dualiste; le commerce extérieur y est le fait du secteur moderne largement contrôlé par les capitalistes étrangers; le secteur traditionnel est passif. Ainsi que le démontre Paul BARAN [35], les termes de l'échange sont fictifs si le commerce extérieur est contrôlé par de grandes entreprises étrangères, produisant et exportant des produits primaires; les firmes sont étroitement liées avec celles des pays industriels et les prix à l'exportation sont fixés en fonction de la politique de l'entreprise, des arrangements entre grandes compagnies, de la fiscalité locale et du taux des royalties.

Les variations des termes de l'échange ont fort peu d'importance pour le secteur domestique de l'économie, si les recettes d'exportation ne vont pas aux nationaux; les termes de l'échange et le revenu des indigènes varient alors de façon largement indépendante. Le problème central en longue période n'est plus l'évolution des termes de l'échange extérieur mais l'évolution des termes internes de coopération entre facteurs de production domestiques et étrangers [36].

33. Cf. M. BYÉ, *Croissances nationales et économie internationale*, p. 256; J. VINER, *International Trade and Economic Development*, « Chap. VI, The Economics of Development ».
34. Cet aspect est souligné par É. GANNAGE, *Économie du développement*, p. 217-219.
35. *The Political Economy of Growth*, p. 226-234.
36. H. MYINT, *The Gains from International Trade and the Backward Countries*, p. 130-131.

SECTION II. LES MOUVEMENTS DE CAPITAUX ET LE PARTAGE DES GAINS

La théorie néo-classique des mouvements de capitaux analyse les relations entre des pays parvenus à des niveaux différents de croissance. Le développement fait apparaître dans les économies relativement avancées une épargne de plus en plus abondante; celle-ci est absorbée par l'investissement domestique aussi longtemps que l'efficacité marginale du capital reste plus grande à l'intérieur du pays qu'à l'exétrieur. Vraisemblablement, la croissance augmentera la rentabilité relative des investissements extérieurs; d'une part, l'abondance de l'épargne amène, si elle est totalement utilisée à l'intérieur, à réaliser des investissements de moins en moins rentables, d'autre part, la croissance de l'économie motrice s'accompagne d'une augmentation des importations donc de la rentabilité des activités extérieures exportatrices.

Dans un marché mondial libre, les différences d'efficacité marginale attirent les capitaux vers les économies sous-développées, contribuant ainsi à leur développement.

Ce schéma théorique fournit-il un cadre acceptable pour l'étude des transferts de capitaux entre pays développés et pays sous-développés ? Dans l'affirmative, les conclusions auxquelles il conduit sont-elles vérifiées par l'expérience historique ?

Cette double interrogation est à l'origine de longs débats [37] : il importe, en premier lieu, de déterminer dans quelle mesure l'économie sous-développée bénéficie des gains directs issus de l'investissement international; il faut ensuite évaluer l'efficacité de cet investissement pour la réalisation d'un taux de croissance optimum dans les économies sous-développées.

§ 1. LE PARTAGE DES GAINS DIRECTS DE L'INVESTISSEMENT

Les mouvements internationaux de capitaux provoquent une augmentation du produit mondial; les capitaux se déplacent en effet vers des pays où leur rémunération est plus forte ce qui suppose une efficacité marginale plus élevée.

37. On trouvera une présentation d'ensemble dans C.-P. LUCRON, *L'investissement international et la croissance économique en régime capitaliste;* R. NURKSE, *Problems of Capital Formation in Underdeveloped Countries*, notamment Chap. IV, V, VI, p. 82-139; G. MYRDAL, *Une économie internationale*, « Chap. VIII, Mobilité des capitaux », p. 135-166; M. BYÉ, *Les principes de la spécialisation internationale*, p. 164-190, « Le rôle et l'orientation de l'investissement international dans les pays sous-développés »; M. BYÉ, Relations économiques internationales, 2e partie, « Chap. IV, Mouvements de capitaux et entraînement de croissance p. 199-221; F. CLAIRMONTE, *Le libéralisme économique et les pays sous-développés*, chap. III et IV, p. 149-313.

L'économie sous-développée recevant des capitaux étrangers voit croître non seulement son produit national mais aussi le revenu de ses nationaux : les moyens de production domestiques dont disposent ces derniers atteignent leur productivité maxima grâce à l'afflux de capital.

C'est sur ce dernier point que porte l'analyse critique de Hla MYINT [38]. Nous avons vu [39] que cet auteur rejette les termes de l'échange comme instruments de mesure des gains de l'échange international toutes les fois qu'une partie subsantielle des recettes d'exportation ne va pas aux nationaux mais à des capitaux étrangers et à une main-d'œuvre immigrée. Dans cette situation, qui est de manière caractéristique celle des économies sous-développées, les gains que tirent les nationaux de l'échange international ne sont repérables qu'en étudiant les termes internes de coopération entre facteurs de production domestiques et étrangers.

Hla MYINT étudie le mécanisme par lequel les pays sous-développés furent ouverts à l'échange international au cours du XIXe siècle : capitaux et entrepreneurs étrangers s'implantent dans des économies alors faiblement peuplées par rapport aux ressources naturelles disponibles; ils provoquent un développement rapide des exportations. L'essor des exportations n'est dû que secondairement à un processus de substitution des cultures d'exportation au secteur domestique; il résulte essentiellement d'un processus d'expansion, c'est-à-dire de la mise en œuvre de ressources naturelles jusqu'alors inexploitées. Comment, dans ces conditions va s'organiser et évoluer la coopération entre facteurs de production étrangers et nationaux ? Ces derniers apparaissent surtout sous deux formes : la main-d'œuvre employée dans les entreprises étrangères et les producteurs agricoles indépendants travaillant pour l'exportation.

a) *La Main-d'œuvre* [40] voit sa demande augmenter fortement, à peu près au même rythme que le développement des exportations; certes d'autres facteurs peuvent provoquer une augmentation de l'offre : le rétrécissement du secteur domestique, la croissance démographique, la libération de main-d'œuvre résultant du progrès dans les transports, mais globalement, la pression de la demande devrait faire naître une tendance constante à la hausse des salaires. Or les salaires ont été maintenus à leur taux initial très faible, même pendant les périodes d'expansion rapide; au départ, la politique de main-d'œuvre à bon marché trouve deux explications : l'absence de qualification des travailleurs aggravée par leur taux de rotation élevé et l'existence de revenus additionnels conservés par les salariés dans leur collectivité d'origine; mais comment justifier la perpétuation de cette politique ? Hla MYINT enregistre deux types de justification

38. *The gains from International Trade and the Backward Countries*, et *The « Classical Theory » of International Trade and the Underdeveloped Countries.*
39. Section I, § 2.
40. *The Gains from International Trade and the Backward Countries*, p. 133-137.

– l'idée d'une courbe d'offre de travail à pente négative, telle qu'une augmentation des salaires provoquerait une baisse de la quantité de travail et inversement. Cette théorie trouve des arguments dans la réaction des travailleurs devant une variation brutale du taux des salaires, mais elle est irréaliste en longue période; les travailleurs qui sont en contact avec l'économie monétaire et les biens d'importation nouveaux ont des besoins sur-développés et non sous-développés; l'augmentation des salaires ne pourra que stimuler leurs désirs de consommation. Bien qu'insoutenable en longue période, la doctrine de la « backward sloping supply curve » oriente concrètement les politiques de la main-d'œuvre dans les pays sous-développés, notamment les méthodes cœrcitives et les politiques d'immigration (Indiens, Chinois) lorsqu'on ne trouve plus sur place de main-d'œuvre pour le salaire proposé.

– Une justification plus subtile se fonde sur le coût élevé qu'exige le passage d'une politique de bas salaires avec une main-d'œuvre occasionnelle à une politique de salaires plus élevés accordés à une main-d'œuvre relativement qualifiée et utilisée de façon plus intensive. Une telle évolution suppose la réalisation d'un bloc d'investissements à la fois pour l'équipement stricto sensu et pour l'infrastructure sociale nécessitée par une main-d'œuvre stable. Pour l'entreprise étrangère, il est plus profitable de maintenir la division traditionnelle entre une main-d'œuvre d'origine métropolitaine, qualifiée et hautement rémunérée et, d'autre part, une main-d'œuvre indigène non-qualifiée et bon marché.

Cette situation, estime Hla Myint, est celle de tous les pays ouverts à l'économie mondiale par les capitaux et les entrepreneurs européens.

b) *Les Producteurs Agricoles*[41] fournissent les produits d'exportation aux grandes firmes étrangères qui contrôlent le commerce extérieur; celles-ci occupent une situation plus ou moins monopolistique et par divers moyens, notamment l'endettement, maintiennent les paysans dans leur dépendance. Les nationaux voient à nouveau leur échapper les gains de l'échange international; Hla Myint en prend pour preuve l'évolution de la balance commerciale des économies agricoles. Normalement le passage par les deux premières phases de la croissance transmise se traduit par une balance commerciale d'abord négative, puis positive; or, observe Myint, la première phase n'apparaît que dans les pays purement miniers où les investissements initiaux sont considérables, partout ailleurs, la balance commerciale est positive dès le départ. Comment expliquer cette anomalie ? En premier lieu, par le fait que les investissements extérieurs se sont principalement orientés vers des placements commerciaux à court terme, liés à l'agriculture et rapatriés dans l'année; en second lieu, par le niveau des profits rapatriés, assez élevés pour dépasser le montant des investissements à long terme.

41. *Ibidem*, p. 137-139.

Les facteurs de production domestiques coopérant avec les capitaux et les entrepreneurs étrangers laissent à ceux-ci l'entier bénéfice de l'échange international; avons-nous là l'antithèse de la théorie de la croissance transmise, la base d'une théorie de l'exploitation internationale ? Non, et pour deux raisons.

Tout d'abord Hla Myint ne se prononce pas clairement sur la cause fondamentale de cette situation. D'une part, il estime que ce sont les structures internes et non les structures internationales qui, par leur rigidité, empêchent les économies sous-développées de profiter du commerce extérieur; d'autre part, il considère que la pression des besoins extérieurs dans le sens d'une augmentation rapide des exportations a fossilisé les rigidités internes et a ainsi maintenu les rendements des facteurs domestiques à leur bas niveau initial. Il y aurait donc une interaction cumulative entre les rigidités internes, plaçant l'économie sous-développée en situation de faiblesse dans l'échange international, et le poids de ces échanges qui renforce les rigidités internes.

Mais une deuxième considération l'emporte et conduit Hla Myint à ne pas accorder un rôle déterminant à la rémunération des facteurs de production; en longue période, le fait décisif n'est pas le partage des gains directs de l'investissement international, c'est l'ensemble des effets directs et indirects des investissements sur le développement économique du pays qui les reçoit. Dans ce domaine surtout la théorie de la croissance transmise révèle son insuffisance.

§ 2. INVESTISSEMENT INTERNATIONAL ET DÉVELOPPEMENT

Les mouvements internationaux de capitaux doivent en économie de marché permettre à un pays sous-développé de réaliser le taux maximum de croissance de son produit; la croissance du produit entraîne celle de l'épargne nationale qui assure progressivement la relève des capitaux extérieurs [42]; ainsi, l'économie sous-développée rencontre des conditions optima pour son développement.

Sur ce terrain, la critique ne s'est pas bornée à rejeter les conclusions de l'analyse néo-classique; celle-ci a été contestée radicalement, apparaissant inadaptée aux mouvements spécifiques de capitaux entre pays développés et sous-développés.

a) En premier lieu, la nature même des investissements échappe totalement à la théorie néo-classique; cette dernière analyse des mouvements de capitaux privés, attirés dans un pays étranger par des différences de rémunération, la

42. M. Byé, *Relations économiques internationales*, p. 206-208, « Automatisme de la croissance optimale du produit et de l'épargne ».

rémunération étant évaluée par le calcul marginal de micro-unités [43]. Qu'en est-il dans la réalité ?

Les investissements ne sont pas seulement privés mais aussi, dans une mesure de plus en plus large, publics; les investissements privés émanent pour leur quasi-totalité de grandes unités et non de micro-unités.

Les grandes unités, publiques ou privées, n'effectuent pas des calculs de rentabilité marginaux mais globaux, prenant en considération un ensemble d'activités économiques intégrées et une série, plus ou moins longue, de périodes.

Les mouvements de capitaux ne sont pas déterminés par la recherche du taux le plus élevé de rémunération; ils obéissent aussi à d'autres mobiles économiques ou extra-économiques; ils peuvent notamment résulter d'un plan national ou d'un programme international d'aide au développement.

b) Ayant précisé les caractères réels de l'investissement international, étudions-en les répercussions sur l'économie réceptrice. Il faut, en premier lieu, estime Hans W. SINGER [44] que les économistes ne soient pas esclaves des géographes; les investissements étrangers dans le secteur d'exportation ne sont jamais devenus une partie de la structure économique interne des pays sous-développés, sauf dans un sens purement géographique; économiquement, ces investissements font partie des pays développés qui bénéficient de la plus grande part des effets multiplicateurs. Ce caractère apparaît le plus fortement lorsque l'objet de l'investissement est d'ouvrir de nouvelles sources d'approvisionnement pour les pays industrialisés; il s'agit alors, économiquement, d'un investissement domestique.

Quel est l'effet de ces investissements d'enclave sur le développement des économies sous-développées ? Pour Hans SINGER, le résultat est néfaste par l'orientation qu'il donne à l'économie; les productions d'exportation sont certes plus productives que les productions de subsistance, mais elles le sont peut être moins que les industries domestiques qui auraient pu apparaître si les pays sous-développés ne s'étaient vu imposer une spécialisation dans les acitivités primaires. D'ailleurs la contribution la plus importante d'une activité économique au développement d'un pays n'est pas son produit immédiat, ni même ses répercussions sur les autres industries et les économies externes qu'elle permet, mais ses effets sur le niveau général de l'éducation et des compétences, sur la nature du comportement économique général. L'orientation de l'investissement international a empêché l'apparition des activités qui avaient révolutionné l'économie des pays industriels; l'investissement international a permis au pays avancé de choisir les secteurs d'activité les plus

43. M. BYÉ, *Les principes de la spécialisation internationale*, p. 164-171, « Le rôle de l'investissement international dans les pays sous-développés ».

44. H. W. SINGER, *The Distribution of Gains between investing and borrowing Countries*; A. N. MC. LEOD, *Trade and Investment in Underdeveloped Areas. A Comment;* H. W. SINGER, *Reply*.

productifs et les plus dynamiques en laissant aux pays sous-développés les productions les moins favorables au développement.

En résumé le pays exportateur de capitaux est rémunéré de cinq façons différentes [45] :

- par la possibilité d'exporter des produits manufacturés, qui permet un transfert de facteurs de production des activités à faible productivité vers des activités à haute productivité;
- par les économies internes dues au développement industriel;
- par l'impulsion dynamique transmise à toute l'économie grâce au développement de ce secteur;
- en bénéficiant en tant que consommateur des progrès techniques réalisés dans le secteur primaire [46];
- en tirant bénéfice de la vente à l'extérieur des produits manufacturés.

Au terme de notre étude, que reste-t-il de l'optimisme de l'analyse néo-classique ? La combinaison des mouvements de marchandises et de capitaux devait assurer la transmission automatique et optima de la croissance; attaquant l'analyse néo-classique dans son domaine, plusieurs auteurs modernes sont parvenus à des conclusions opposées sur deux questions essentielles : l'évolution des termes de l'échange en longue période, le partage des gains directs et indirects de l'investissement. Ils ont souligné les conséquences structurelles néfastes des échanges internationaux pour les pays sous-développés; ils se sont demandés s'il fallait n'y voir qu'une conséquence de l'écart entre les niveaux de développement ou si les relations économiques internationales n'avaient pas joué le rôle d'un mécanisme amplificateur décisif, paralysant la croissance des économies sous-développées.

Au-delà d'une critique des conclusions optimistes apparaît une critique radicale de l'aptitude du cadre néo-classique pour rendre compte des relations entre économies développées et sous-développées. On ne peut analyser abstraitement les relations entre un pays X et un pays Y alors que les pays sous-développés entretiennent avec le reste du monde des relations tout à fait spécifiques; de même, on ne peut parler d'échanges de produits A contre des produits B lorsque la composition des mouvements de marchandises joue directement sur le niveau des termes de l'échange et sur la structure productive des pays échangistes; il n'est pas acceptable de réduire les mouvements de capitaux aux signes positifs ou négatifs de certaines balances alors que la localisation de ces capitaux dans le secteur domestique ou dans une économie d'enclave, leur orientation dans le secteur agricole, industriel ou commercial conditionnent les possibilités de développement.

45. H. W. Singer, *The Distribution of Gains between investing and borrowing Countries*, p. 480.

46. Par l'intermédiaire de la dégradation des termes de l'échange; cf. Section I, § 1.

Comme l'a montré Maurice BYE [47] deux types de régimes internationaux sont concevables. Le premier, celui de l'analyse néo-classique, contient dans un régime de marché pur et parfait un modèle de croissance intégralement transmise de nation à nation. Le second, réaliste, est un régime comportant des macro-décisions d'autorités nationales; la croissance nationale y est partiellement contrôlée; la maximation du bien-être national est poursuivie par chaque autorité nationale. Ainsi sont mis en évidence deux séries d'optima, incomparables et éventuellement incompatibles. Le cadre de raisonnement néo-classique se révèle inadapté à l'analyse des probèmes posés par le phénomène de sous-développement; c'est dans une perspective théorique opposée que nous allons maintenant tenter de situer le concept.

47. M. BYÉ, *Relations entre stabilité internationale et croissances nationales*, Contribution au Congrès de l'Association Internationale des Sciences Économiques, spécialement p. 224-225.

CHAPITRE VIII

LA THÉORIE MARXISTE DE L'IMPÉRIALISME

La théorie de l'impérialisme présente un cas fort intéressant pour l'épistémologie économique : en l'espace d'une trentaine d'années, une série de travaux sont publiés sur ce sujet; ils font l'objet de controverses passionnées, puis c'est le silence, au moins en ce qui concerne l'analyse économique : pour les adversaires, l'impérialisme n'est plus qu'une notion dépassée, devenue thème de propagande; chez les défenseurs, la doctrine est figée et ne fait plus l'objet que de rares mises à jour.

Pourtant l'importance qu'accordent aux phénomènes d'impérialisme les dirigeants et les économistes des pays sous-développés interdisent de classer purement et simplement le débat; plusieurs ouvrages récents, notamment ceux de Fritz STERNBERG [1], Paul BARAN [2] et John STRACHEY [3], ont montré que sur le plan théorique le problème restait posé.

Les premières formulations théoriques sur l'impérialisme datent du début du siècle; elles résultent de l'analyse du brutal mouvement d'expansion entamé par les pays industriels européens dans les trois dernières décennies du XIXe siècle : un groupe d'auteurs se sont efforcés de justifier ce phénomène qu'aucune théorie économique ne laissait clairement prévoir. Nous rencontrons à nouveau une théorie construite à l'usage des pays développés : c'est l'explication du comportement des pays industriels et non la situation des pays coloniaux ou semi-coloniaux qui intéresse au premier chef les économistes de l'époque; mais l'intérêt pour notre étude est de rencontrer plus ou moins explicitement une analyse cohérente du sous-développement.

Quelques grands ouvrages constituent la base des discussions de la période 1900-1930; ce sont ceux de John HOBSON [4], Rudolf HILFERDING [5], Rosa LUXEMBOURG [6], LENINE [7] et Fritz STERNBERG [8]; une série d'autres contributions ne

1. *Le conflit du siècle : Capitalisme et Socialisme à l'épreuve de l'histoire;* édition allemande : *Kapitalismus und Sozialismus vor dem Weltgericht*, 1951.
2. *The Political Economy of Growth*, 1957.
3. *La fin de l'Impérialisme;* édition anglaise : *The End of the Empire*, 1959.
4. *Imperialism, a study*, 1re éd. : 1902.
5. *Das Finanzkapital*, 1re éd. : 1910.
6. *Die Akkumulation des Kapitals*, 1re éd. : 1913.
7. *L'impérialisme, stade suprême du capitalisme*, 1re éd. : 1916.
8. *Der Imperialismus*, 1re éd. : 1926.

peuvent toutefois être négligées, notamment celles d'Otto BAUER, de BOUKHARINE, KAUSTKY, SCHUMPETER, PAWLOWITCH, GROSSMANN [9].

Nous n'entrerons pas dans le détail des controverses, toujours complexes, parfois byzantines, qui ont marqué cette époque; nous nous efforcerons de dégager les mécanismes-clés, générateurs de l'impérialisme; dans ce but, nous distinguerons les analyses strictement économiques des auteurs marxistes, de celles qui accordent une place importante et parfois décisive aux facteurs sociologiques et politiques [10].

Le qualificatif « marxiste » que nous venons d'utiliser mérite une justification; de nombreux auteurs, par exemple Herbert LUTHY [11] et Michel MORET [12] ont en effet affirmé qu'il n'existe dans l'œuvre de MARX aucune racine de la théorie de l'impérialisme et que celui-ci n'envisage le colonialisme que comme un phénomène pré-capitaliste. La vérité paraît plus complexe et la pensée de MARX en la matière ne se réduit pas à quelques phrases souvent citées [13].

On y trouve d'une part, comme l'admet Michel MORET [14], deux bases de départ théoriques :

– la loi de la sous-consommation, qui permet d'analyser l'impérialisme comme la conquête de débouchés pour les marchandises;

– la loi de la baisse tendancielle du taux de profit qui conduit à faire de l'impérialisme un déplacement de capitaux en quête de profits supérieurs.

Ce sont, en gros, ces deux directions qui seront effectivement explorées par les théoriciens marxistes de l'impérialisme.

L'œuvre de MARX contient d'autre part une série d'études sur la politique extérieure de la Grande Bretagne où il décrit les effets structurels de la domi-

9. Pour une présentation d'ensemble des auteurs de cette période, avec des références détaillées, voir par ex., Jean DURET, *Le marxisme et les crises*, p. 41-72, « Les théories de l'impérialisme »; Lucien LAURAT, *L'accumulation du Capital d'après* Rosa LUXEMBOURG, « Tome II. Une anticritique » et « Postface », p. 133-193; Raymond ARON, *Paix et guerre entre les nations*, « Chap. IX. Des ressources », p. 247-281; Michel MORET, *Impérialisme et domination*, Thomas P. BROCKWAY, *Economic Imperialism*.

10. Cf. Chap. 9, Impérialisme et Capitalisme.

11. Dans sa controverse avec Fritz STERNBERG; cf. H. LUTHY, *L'Histoire du Monde : une déviation ?*; F. STERNBERG, *Marx et le temps présent*; H. LUTHY, *L'Impérialisme ou les martyrs posthumes de* Karl MARX.

12. Article cité, p. 1025-1029.

13. Comme celle de la préface de la première édition allemande du *Capital* : « Le pays le plus développé industriellement ne fait que montrer à ceux qui le suivent sur l'échelle industrielle l'image de leur propre avenir » (Livre I, Tome I, p. 18), ou celle-ci, tirée du *Manifeste du Parti Communiste* : « Abolissez l'exploitation de l'homme par l'homme et vous abolirez l'exploitation d'une nation par une autre nation » (p. 46). Sont également cités souvent les textes annonçant l'involontaire mais inévitable industrialisation de l'Inde par l'Angleterre du fait de l'implantation d'un réseau ferroviaire et des effets d'entraînement en amont. La non-réalisation de cette prévision est, par exemple, un argument chez Gérard DE BERNIS pour illustrer la notion d'industrie « non-industrialisante »; cf. Chap. 6, Section II.

14. Article cité.

nation anglaise sur les économies irlandaise, indienne et chinoise [15]. La politique anglaise n'y est pas présentée comme un vestige de comportements pré-capitalistes, mais comme une conséquence directe de l'expansion capitaliste [16].

Ces précisions permettent de soutenir qu'il n'est pas incorrect d'appeler « marxiste » la théorie de l'impérialisme construite par des auteurs qui, pour l'essentiel, acceptent les thèses économiques générales de Karl MARX.

La construction du concept de sous-développement ne se réduit pas à l'étude historique des causes du sous-développement contenue implicitement dans les ouvrages des décennies 1900-1920; il faut y ajouter une analyse de la situation actuelle et, à partir des éléments précédents, une présentation des moteurs et des mécanismes du développement; c'est auprès des auteurs marxistes contemporains [17] que nous trouverons de plus amples matériaux sur ces derniers points.

SECTION I. L'IMPÉRIALISME, STADE NÉCESSAIRE DU CAPITALISME

L'apparition de la théorie marxiste de l'impérialisme répond en premier lieu au souci qu'ont alors les disciples de MARX d'expliquer la survie du capitalisme; le système capitaliste, dont la disparition prochaine est annoncée dès 1848 par le « Manifeste du Parti Communiste », a poursuivi son expansion malgré les crises profondes qui l'ont ébranlé. L'impérialisme est présenté comme le dernier sursaut du capitalisme et, en même temps, comme la manifestation finale de ses contradictions. Rosa LUXEMBOURG et Fritz STERNBERG l'analysent à partir des équations de production et de consommation; l'impérialisme résulte de la nécessité de réaliser la plus-value en dehors du milieu capitaliste; Rudolf HILFERDING et LENINE y voient la conséquence de la nature et du comportement des unités de production : l'impérialisme est le fait du capital financier à la recherche de profits supérieurs.

15. Sur l'Irlande, voir notamment un passage du *Capital*, Livre I, Tome III, p. 137-151; sur l'Inde et la Chine, plusieurs séries d'articles publiés dans le *New-York Daily Tribune*. L'ensemble des écrits de MARX et d'ENGELS concernant la colonisation (articles de journaux, extraits du *Capital*, correspondance) ont été regroupés en un seul ouvrage : K. MARX *and* F. ENGELS *on Colonialism*.

16. Ce qui n'est pas contradictoire avec le fait que d'autre part MARX insiste sur le rôle joué par le régime colonial dans la genèse du capitalisme comme mécanisme d'accumulation primitive; cf. *Le Capital*, Livre I, Tome III, p. 193-196.

17. L'épithète de « marxiste » donnée à certains auteurs ne constitue pas une garantie de fidélité ou d'orthodoxie; elle signifie seulement l'adoption par ces auteurs de l'outil d'analyse et des thèses fondamentales élaborées par MARX.

§ 1. L'IMPÉRIALISME ET LA RÉALISATION DE LA PLUS-VALUE

Fritz STERNBERG a repris et complété les analyses de Rosa LUXEMBOURG; la principale divergence entre les deux auteurs porte sur l'importance du surplus que l'économie capitaliste doit nécessairement évacuer sur les marchés extérieurs : la totalité ou une partie seulement de la plus-value capitalisée.

A. *L'analyse de Rosa Luxembourg* [18]

a) Rosa LUXEMBOURG part d'une analyse restée inachevée dans l'œuvre de MARX : *les conditions de la reproduction élargie*. L'accumulation se réalise lorsque les capitalistes renoncent à consommer une partie de la plus-value pour l'affecter à un élargissement de la production. Ils ne le feront, guidés par la recherche du profit, que s'il existe une demande pour la production supplémentaire; d'où peut provenir cette demande additionnelle ?

Des capitalistes ? Non, puisque l'accumulation résulte justement de la renonciation par ceux-ci à la consommation d'une partie de la plus-value.

Des salariés ? Non, car ils ne peuvent consommer plus que la valeur qu'ils ont reçu comme salaire, c'est-à-dire le capital variable.

Des autres couches sociales ? Non plus, car dans la société capitaliste, ils ne reçoivent leur pouvoir d'achat que d'un transfert de revenus en provenance des capitalistes ou des salariés; ils ne peuvent avoir l'initiative d'une demande additionnelle.

Mais, objectera-t-on, l'augmentation de la demande peut s'exprimer en biens de production et non seulement en biens de consommation. La mise en œuvre de ces biens de production entraînera la distribution de salaires supplémentaires et d'une plus-value supplémentaire qui se répercuteront directement sur la demande. Ce raisonnement ne fait que repousser la difficulté sans la réduire : comment sera réalisée la nouvelle plus-value non-consommée, quels débouchés trouvera la production correspondant à cette fraction de la plus-value ? Comme le souligne Lucien GOLDMANN [19] « en dernière instance, la valeur de tous les moyens de production doit se transmettre tôt ou tard *intégralement* dans les objets de consommation ». Sinon, nous aboutirions à un schéma absurde d'une accumulation limitée à la section I; l'accumulation

18. L'ouvrage fondamental de Rosa LUXEMBOURG, *Die Akkumulation des Kapitals* a été présenté en langue française par Lucien LAURAT, *L'accumulation du Capital d'après* Rosa LUXEMBOURG. Voir aussi, Lucien GOLDMANN, *Problèmes de théorie critique de l'économie*, p. 2 210-2 231; Jean DURET, *Le Marxisme et les crises*, « La théorie de Rosa LUXEMBOURG », p. 41-46; Michel MORET, *Impérialisme et domination*, p. 1 025-1 029; Raymond ARON, *Paix et guerre entre les nations*, « Capitalisme et impérialisme », p. 271-279.

19. Article cité, p. 2 226.

au cours d'une période n'aurait pas d'autre justification qu'une nouvelle accumulation pendant la période suivante.

Pour nous résumer, les capitalistes peuvent réaliser normalement sur le marché intérieur le capital constant usé, le capital variable et la partie consommée de la plus-value; par contre, il leur est impossible d'y réaliser la partie capitalisée de la plus-value. Comment alors l'accumulation peut-elle se produire ? Seulement, nous répond Rosa LUXEMBOURG, en réalisant sur le marché extérieur la fraction non-consommée de la plus-value.

b) La distinction entre *marché intérieur et marché extérieur* ne correspond pas à l'opposition entre marché national et marché étranger, mais au partage du monde entre économies capitalistes et économies non-capitalistes.

Les capitalistes, nous l'avons vu, ne peuvent réaliser sur le marché intérieur la plus-value capitalisée. Le commerce extérieur avec d'autres pays capitalistes peut transférer la difficulté d'un pays vers un autre, il ne la modifie pas; c'est pour l'ensemble du marché mondial capitaliste que se pose le problème. L'Angleterre capitaliste et l'Allemagne capitaliste sont l'une pour l'autre un marché intérieur.

Le marché extérieur est constitué par les milieux non-capitalistes qui absorbent les produits de l'économie capitaliste et lui fournissent main-d'œuvre et moyens de production. Longtemps ces milieux ont existé à l'intérieur des États capitalistes; il s'agissait notamment de l'agriculture traditionnelle; après leur destruction, le capitalisme s'est tourné vers l'étranger et a entrepris la conquête des régions non-capitalistes. L'impérialisme est le stade final de cette évolution.

c) MARX analyse une société divisée en deux classes; historiquement de telles sociétés n'ont jamais existé, affirme Rosa LUXEMBOURG; il y a toujours eu des milieux non-capitalistes et leur présence a permis l'accumulation. Mais les contradictions du capitalisme se manifestent en ce que le capitalisme détruit progressivement ce marché extérieur qui est son débouché nécessaire.

Les formes d'économie naturelle ne connaissent l'échange qu'exceptionnellement; elles n'offrent au départ qu'un maigre débouché aux surplus capitalistes; le capitalisme doit y pénétrer de force, rompre l'équilibre traditionnel et introduire un système d'économie marchande.

Ainsi la nécessité de l'expansion capitaliste entraîne la destruction progressive des formations pré-capitalistes pour élargir la base de renouvellement du capital constant et du capital variable; par là, sont détruits les débouchés pour une accumulation ultérieure. Il y a contradiction radicale entre les conditions de capitalisation de la plus-value et celles du renouvellement du capital social total. L'hypothèse adoptée par MARX d'une société composée seulement de deux classes désigne la tendance historique finale du capitalisme, stade auquel l'accumulation devient impossible; l'impérialisme est la lutte acharnée pour la conquête des derniers milieux non-capitalistes; il constitue la dernière phase historique du capitalisme.

d) Notons, dès à présent, que cette formulation théorique rend inopérant un des arguments majeurs des adversaires de l'analyse marxiste de l'impérialisme, à savoir la faible importance relative des échanges entre métropole et pays coloniaux ou semi-coloniaux.

HOBSON avait déjà souligné ce point [20] en étudiant l'évolution du commerce extérieur de la Grande-Bretagne pendant la grande période d'expansion impériale 1870-1900 [21] : les échanges avec les pays nouvellement conquis étaient faibles, fortement fluctuants, en progression lente. La thèse a été souvent reprise notamment par Raymond ARON [22].

Or, Rosa LUXEMBOURG admet parfaitement que les pays capitalistes constituent les uns pour les autres des débouchés de plus en plus vastes et que l'importance relative des échanges avec les régions non-capitalistes soit faible; dans la formule C + V + Pl [23], la fraction capitalisée de Pl peut représenter une valeur relativement faible mais sa réalisation est essentielle pour l'accumulation et n'est possible que dans les régions non-capitalistes.

Les échanges avec ces régions peuvent donc être à la fois faibles et vitaux pour l'économie capitaliste; cette remarque est encore plus justifiée à propos de l'analyse de Fritz STERNBERG qui estime qu'une partie seulement de la plus-value accumulable doit être réalisée sur le marché extérieur.

B. *L'analyse de Fritz Sternberg* [24]

a) La divergence que nous venons de mentionner entre Rosa LUXEMBOURG et Fritz STERNBERG n'offre pas un grand intérêt actuel pour notre étude. STERNBERG rejette la thèse de Rosa LUXEMBOURG selon laquelle « le produit global de chaque période de production doit être vendu dans une économie capitaliste sur un marché constitué par les revenus de la période précédente [25] »; au

20. Sans qu'on puisse le considérer comme critique d'une analyse marxiste qui en 1902 n'était pas encore formulée.

21. *Imperialism, a study*, « Chap. II, The Commercial Value of Imperialism », p. 28-41. Nous reprendrons ce point plus haut, cf. chap. 9, Section III.

22. Ouvrage cité, p. 263-271, « Impérialisme et colonisation ».

23. C = Capital constant
V = Capital variable
Pl = Plus-value

24. Fritz STERNBERG, *Der Imperialismus*, et *Le conflit du siècle, capitalisme et socialisme à l'épreuve de l'histoire*. Sur l'œuvre de STERNBERG, voir : Lucien LAURAT, ouvrage cité, p. 182-187; Jean DURET, ouvrage cité, p. 59-62. A propos du deuxième ouvrage de STERNBERG, voir sa controverse avec Herbert LUTHY citée à la note 11 et les comptes rendus critiques de Bernard CAZES, *Rivalité des systèmes économiques et problèmes de croissance*, et de Lucien GOLDMANN, *Un bilan désabusé*.

25. Lucien GOLDMANN, *Problèmes de théorie critique de l'économie*, p. 2 227.

contraire, estime-t-il, si la partie capitalisable de la plus-value sert à fabriquer des moyens de production, les biens de consommation ne viendront sur le marché qu'après un détour de production couvrant une ou plusieurs périodes. Pendant ce délai, la demande a pu croître soit par une augmentation du pouvoir d'achat de la population, soit par suite de la croissance démographique; elle pourra donc absorber au moins partiellement la production supplémentaire. Le capitalisme a donc la possibilité théorique de réaliser sur le marché intérieur une fraction de la plus-value capitalisée, seul un reliquat du secteur II doit aller vers le marché extérieur. En réalité, observe STERNBERG, le capitalisme réalise sur le marché extérieur non seulement une partie de la plus-value, mais aussi une fraction du capital constant et du capital variable.

Cette controverse écartée, l'apport de STERNBERG réside surtout dans la mise en évidence des répercussions de l'impérialisme sur les crises et sur le niveau de vie de la classe ouvrière.

b) L'impérialisme n'est pas seulement lié aux évolutions en longue période du capitalisme, il est aussi pour ce dernier un moyen d'atténuer les crises cycliques qui le menacent. STERNBERG y voit le facteur décisif pour expliquer l'adoucissement des crises de 1870 à 1914 [26].

Les poussées impérialistes successives en ouvrant de nouveaux marchés repoussent le risque d'une crise se surproduction; lorsque la crise éclate enfin, les métropoles en agissant sur leurs échanges avec les pays coloniaux ou quasi-coloniaux à la fois par les prix et par les quantités, peuvent transférer vers ceux-ci une large partie des conséquences de la crise. Enfin, mais très secondairement, ces pays servent de soupape de sûreté pour la main-d'œuvre en absorbant, si besoin est, les excédants des pays européens [27].

c) Le capitalisme étant par nature incapable de promouvoir une politique de redistribution des revenus et d'augmentation du pouvoir d'achat de la classe ouvrière, l'impérialisme est le seul moyen dont il dispose pour atténuer les antagonismes sociaux internes; les effets de l'impérialisme sur la condition des ouvriers sont doubles :

– la destruction de l'artisanat et des manufactures dans les pays dominés laisse le champ libre à l'industrie des pays capitalistes; l'expansion rapide de celle-ci allège le marché du travail et compense les effets du progrès technique; l'impérialisme réduit le chômage [28];

– les mouvements de marchandises et de capitaux nés de l'impérialisme

26. *Le conflit du siècle*, 1re partie, « Chap. III, Les crises à l'époque de l'essor du capitalisme », p. 43-83.

27. Ce rôle a été principalement joué non par les colonies, mais par les États-Unis et les Dominions « blancs ».

28. STERNBERG, ouvrage cité, p. 67-70, « La poussée impérialiste et ses répercussions sur les marchés du travail dans les métropoles ».

sont fructueux pour la classe capitaliste, mais grâce à la situation favorable du marché du travail et à la pression sur les salaires qui en résulte, la classe ouvrière participe à cet enrichissement. STERNBERG insiste sur l'embourgeoisement de l'ensemble des travailleurs et pas seulement d'une aristocratie ouvrière comme le pense LENINE [29], embourgeoisement provoqué par l'augmentation générale des salaires réels pendant plusieurs générations dans la deuxième moitié du XIXe siècle. Les tendances favorables à l'impérialisme au sein de classe ouvrière sont la conséquence de cette solidarité objective.

Telle est la première explication de l'impérialisme : il est le résultat de la nécessité d'expansion du système capitaliste; après la destruction des secteurs non-capitalistes au sein des États capitalistes, le capitalisme déborde les frontières et part à la conquête de nouveaux débouchés; la racine profonde de ce comportement réside dans la loi d'accumulation du capital, dans les conditions de la reproduction élargie. C'est à un autre phénomène qu'auront recours HILFERDING, LENINE et, après eux, tous les marxistes orthodoxes pour expliquer l'impérialisme : il trouve son origine dans la transformation de la nature des unités de productions et de leurs relations; il résulte du passage du capitalisme de concurrence au capitalisme des monopoles, de l'apparition du capital financier [30].

§ 2. L'IMPÉRIALISME ET LE CAPITALISME DES MONOPOLES [31]

L'impérialisme n'est pas directement la conséquence d'un processus d'accumulation mais d'un processus de concentration; les monopoles engendrent la stagnation dans les pays capitalistes, il sont amenés à chercher à l'extérieur des placements fructueux pour leurs capitaux; le partage du monde entre grandes puissances fait de celles-ci des parasites dont la situation est sans cesse remise en question par la loi d'inégal développement.

29. *Ibidem*, p. 109-115, « L'embourgeoisement des travailleurs », et p. 115-116, « Le lien fonctionnel entre l'embourgeoisement des ouvriers européens et l'expansion impérialiste »; pour la discussion avec LENINE : « Les conceptions de LENINE sur l'aristocratie ouvrière; exposé et critique », p. 234-239.

30. Michel MORET, dans son article, *Impérialisme et domination*, p. 1 025-1 029, distingue entre Rosa LUXEMBOURG et LENINE selon un autre critère : l'impérialisme serait la conséquence d'un surplus de marchandises pour la première, d'un surplus de capitaux pour le second. Si cette distinction recouvre à peu près les manifestations de l'impérialisme telles que les décrivent les deux auteurs, il ne nous semble pas qu'elle en dégage les causes profondes qui se situent au niveau des lois de fonctionnement du système capitaliste.

31. V. I. LENINE, *L'impérialisme, stade suprême du capitalisme;* R. HILFERDING, *Das Finanzkapital;* E. VARGA et L. MENDELSOHN, *Données complémentaires à l'impérialisme de* LENINE; Académie des Sciences de l'U.R.S.S., Institut d'Économie, *Manuel d'économie politique*, Chap. XVIII, XIX, XX; H. LEFEBVRE, *La pensée de* LENINE, p. 230-248, « La loi d'inégal développement »; D. KRUGER, *L'impérialisme selon* HOBSON, LENINE et SCHUMPETER, et les ouvrages cités de M. MORET et J. DURET.

a) Le phénomène de concentration, inhérent au capitalisme, a entraîné, au cours des décennies 1860-1870, l'apparition des monopoles; ils connaissent un essor considérable à la fin du XIXe siècle sous des modalités juridiques diverses : cartels, trusts, etc. Au début du XXe siècle, la plupart des branches de production sont contrôlées par un petit nombre d'entreprises géantes qui se partagent le marché.

Cette évolution a été rendue possible par la transformation du rôle des banques : à l'origine simples intermédiaires dans les paiements, elles ont acquis une force grandissante par rapport aux entreprises industrielles. La concentration bancaire a permis de rassembler des capitaux considérables et d'acquérir le contrôle des entreprises autrefois clientes. La dernière phase du capitalisme voit apparaître le capital financier né de l'interpénétration puis de la fusion du capital bancaire et du capital industriel; le système des participations lui permet de multiplier l'étendue de son contrôle. En 1910, estime LENINE [32], quatre pays, l'Angleterre. la France, les États-Unis et l'Allemagne, contrôlent près de 80% du capital financier mondial.

b) La généralisation des monopoles engendre la stagnation; leur politique des prix les amène à réduire les quantités produites et à freiner le progrès technique; les crises s'aggravent, la spéculation s'amplifie; les capitaux accumulés par les monopoles ne trouvent plus d'occasions de profit suffisantes dans les pays capitalistes à l'agriculture arriérée et au prolétariat misérable; il doivent s'écouler à l'extérieur.

Ainsi l'exportation des capitaux est-elle caractéristique de capitalisme des monopoles comme l'exportation des marchandises l'était du capitalisme concurrentiel. Les pays arriérés fournissent la terre et les matières premières à bon marché; les salaires y sont bas et les capitaux rares; la haute rentabilité des placements dans ces territoires y entraîne un développement rapide du capitalisme.

Les cartels et les trusts qui s'étaient partagés les marchés capitalistes vont de la même façon entrer en lutte pour le partage du marché mondial et spécialement pour s'assurer le contrôle des nouveaux territoires. A leur tour, les États interviennent : l'accentuation des politiques de conquête coloniale coïncide avec l'époque du capital financier [33] car seul le contrôle politico-

32. Ouvrage cité, p. 55-56. Sur les monopoles et le capital financier, voir Chap. I, II et III, p. 17-56.

33. Fritz STERNBERG conteste cette aflffirmation; pour lui les grands empires coloniaux (France et Angleterre) furent édifiés avant toute concentration monopoliste dans les métropoles et à l'inverse les monopoles ont dominé les États-Unis bien avant que l'expansion impérialiste y joue un rôle important. Rosa LUXEMBOURG, elle, admettait les cartels et trusts comme phénomènes spécifiques de l'impérialisme, parmi beaucoup d'autres; elle refusait par contre d'en faire les moteurs de l'impérialisme. Cf. L. LAURAT, *L'accumulation du capital d'après* Rosa LUXEMBOURG, Préface, p. IX et X.

militaire donne toute sécurité aux monopoles; selon les rapports de force entre puissances capitalistes, ce contrôle prendra des formes plus ou moins visibles et complètes correspondant à la gamme des statuts coloniaux ou semi-coloniaux.

Ainsi LENINE est amené à dégager cinq caractères fondamentaux de l'impérialisme, défini comme le stade monopoleur du capitalisme [34] :

1 – concentration de la production et du capital, apparition des monopoles;

2 – fusion du capital bancaire et du capital industriel en capital financier, création d'une oligarchie financière;

3 – importante particulière de l'exportation des capitaux, à la différence des exportations de marchandises;

4 – formation d'unions internationales capitalistes monopoleuses se partageant le monde;

5 – achèvement du partage territorial du globe par les plus grandes puissances capitalistes.

c) Quelle est l'évolution du système une fois le partage du monde terminé ? Les puissances capitalistes deviennent les parasites du reste du monde : la masse des placements extérieurs entretient une couche de rentiers, totalement isolée de la production; le revenu des capitaux voit son importance croître sans cesse par rapport au revenu du commerce extérieur; l'Angleterre, la France, puis d'autres pays européens sont devenus des États-rentiers ou États-usuriers.

Ce mécanisme mondial d'exploitation peut-il atteindre un niveau d'équilibre ? LENINE répond par la négative et prend à partie sur ce point les thèses de KAUTSKY [35]; ce dernier croyait possible un partage pacifique du monde entre les puissances impérialistes; la phase de l' « ultra-impérialisme » verrait « l'exploitation de l'univers en commun par le capital financier uni à l'échelle internationale [36] ».

Pour LENINE, il est absurde d'envisager un impérialisme pacifique; il oppose à cette thèse la loi d'inégal développement [37] : entre pays capitalistes comme à l'intérieur de chaque pays capitaliste et de chaque branche de production, le développement se réalise à des rythmes inégaux modifiant sans cesse les rapport de force entre les entreprises, les cartels, les États. Ainsi, le partage des marchés entre firmes et le partage du monde entre États sont toujours remis en question par l'évolution de la puissance des partenaires; les conflits sont inévitables quelle que soit la forme qu'ils prennent : purement économique,

34. LENINE, ouvrage cité, p. 79-80; sur l'ensemble du b), voir chap. IV, V, VI et VII, p. 56-88.

35. Cf. LENINE, ouvrage cité, Chap. VII, p. 81 et suiv. et Jean DURET, ouvrage cité, p. 51-53, « La Théorie de KAUTSKY ».

36. KAUTSKY, Die Neue Zeit, 30 avril 1915, cité par LENINE, p. 84.

37. Cf. sur ce point H. LEFEBVRE, *La pensée de* LENINE, « La loi d'inégal développement », p. 230-248.

diplomatique, militaire [38]. L'impérialisme ne résoud pas les contradictions internes du capitalisme; il les élargit au monde entier et les avive. Il n'y a pas de « redressement réformiste » possible des bases de l'impérialisme.

Les analyses plus récentes des auteurs marxistes ont repris et développé les thèses de LENINE; une nouvelle présentation en a été donnée par STALINE faisant de l'impérialisme l'un des trois éléments caractéristiques de l'attitude du capitalisme contemporain; ce dernier obéit à une loi fondamentale qui s'énonce ainsi [39] :

« assurer le profit capitaliste maximum par l'exploitation, la ruine et l'appauvrissement de la majorité de la population d'un pays donné, par l'asservissement et le pillage systématique des peuples des autres pays, surtout des pays arriérés, et enfin par les guerres et la militarisation de l'économie nationale utilisées pour assurer les profits les plus élevés ».

L'accent est mis sur le fait que, si le capitalisme pré-monopoliste fonctionnait « sur la base et dans les limites strictement définies par la loi du profit moyen », le capitalisme monopoliste fixe comme condition de survie la réalisation du « profit élevé de monopole ou profit maximum [40] ». Ceci explique la nécessité objective des comportements impérialistes; il s'y ajoute le fait que l'apparition d'États socialistes a réduit le marché mondial et, par là, rendu plus violente la lutte pour le partage du monde [41].

L'impérialisme est donc, dans la pensée marxiste, la conséquence nécessaire de l'évolution du capitalisme; à son tour le sous-développement est analysé comme le produit de l'impérialisme; les deux notions sont liées, la seconde constituant l'explication essentielle de la première.

« Le règne du capitalisme monopolistique et de l'impérialisme dans les pays avancés et d'une organisation sociale arriérée dans les pays sous-développés sont intimement liés et constituent seulement des aspects différents de ce qui n'est en réalité qu'un problème global [42]. »

Il nous appartient donc d'étudier maintenant le second aspect de l'impérialisme : ses répercussions sur l'économie des pays dominés.

38. La Première Guerre Mondiale, par exemple, est analysée comme une guerre impérialiste : la dimension des empires coloniaux ne correspond plus à la puissance réelle des métropoles; les jeunes nations capitalistes (en premier lieu, l'Allemagne) ont ouvert le conflit pour obtenir un nouveau partage du monde.

39. M. RUBINSTEIN, *La loi économique fondamentale du capitalisme contemporain*, p. 36. Voir aussi I. LEMINE, *La lutte des principaux gouvernements capitalistes pour la domination des pays coloniaux et dépendants;* E. BREGUEL, *La loi économique fondamentale du capitalisme actuel;* L. MENDELSOHN, *Sur quelques aspects de la loi économique fondamentale de l'impérialisme.*

40. Cf. sur ce point l'article cité de L. MENDELSOHN.

41. Cf. sur ce point l'article cité de I. LEMINE.

42. P. A. BARAN, *The political Economy of Growth*, p. 250.

SECTION II. LE SOUS-DÉVELOPPEMENT, PRODUIT DE L'IMPÉRIALISME

Les politiques coloniales et l'impérialisme au sens large du terme sont bien antérieurs au système capitaliste : les grands empires esclavagistes les pratiquaient déjà. Le capitalisme a eu en la matière des comportements très différents selon qu'il s'agissait du capitalisme commercial, du capitalisme industriel de concurrence ou finalement du capitalisme des monopoles. L'élément nouveau apporté par l'impérialisme stricto-sensu est que les différentes méthodes d'exploitation, successivement mises au point dans les siècles antérieurs, y sont combinées, universalisées et portées à leur maximum d'intensité.

L'analyse des relations économiques entre les puissances impérialistes et les régions non-capitalistes nous permettra d'établir un bilan des effets de l'impérialisme sur les structures politico-économiques des pays aujourd'hui sous-développés [43].

§ 1. LES MÉCANISMES D'EXPLOITATION

D'abord limités aux mouvements de marchandises, ils se sont progressivement étendus aux mouvements de capitaux.

A. *Les mouvements de marchandises.*

a) L'objet le plus ancien et le plus direct de l'impérialisme est le *pillage* pur et simple, c'est-à-dire le transfert de biens vers la métropole sans contre-partie ou moyennant des contre-parties symboliques. Le procédé a été utilisé systématiquement pendant les premiers siècles de la colonisation européenne; ses principales manifestations : pillage des ressources aurifères et argentifères d'Amérique latine, réduction des indigènes en esclavage pour le travail dans les mines puis traite des noirs, conquête et pillage des Indes, sont suffisamment connues et incontestables pour qu'il ne soit nécessaire de les décrire longuement [44]. Ces méthodes ont joué un rôle prépondérant pour le développement

43. Sur l'ensemble de la section, voir : F. STERNBERG, *Le conflit du siècle;* P. BARAN, *The Political Economy of Growth;* P. A. BARAN, *On the Political Economy of Backwardness;* « Recherches Internationales à la lumière du marxisme », *Les pays sous-développés;* Jean DURET, *Analyse marxiste du sous-développement*, et le compte rendu critique sur l'ouvrage de P. A. BARAN par A. NOWICKI, *Croissance et sous-développement d'après* Paul A. BARAN; S. CLARKSON, *L'analyse soviétique des problèmes indiens du sous-développement.*

44. Cf., par ex., J. MAILLET, *Histoire des faits économiques*, « Le système colonial », p. 182-183, « L'exploitation du monde colonial », p. 198-213.

du capitalisme dans sa phase d'accumulation primitive; Karl MARX [45] montre qu'elles ont déclenché l'essor de la navigation et du commerce; plus tard, c'est la suprématie commerciale qui a déterminé la suprématie industrielle.

Il serait erroné de croire que le pillage a disparu après avoir joué un rôle historique dans la genèse du capitalisme industriel; il a adopté aujourd'hui des formes plus subtiles et plus cachées mais demeure vigoureux [46].

b) Le développement industriel fait passer au second rang le rôle de fournisseurs gratuits que devaient jouer les pays colonisés; désormais, ils seront surtout des clients forcés. L'essor de l'industrie est lié à l'élargissement de ses *débouchés;* le capitalisme détruit les économies agricoles de subsistance dans lesquelles il pénètre; il impose une division internationale du travail dans laquelle les pays dominés fournissent matières premières et produits alimentaires tandis que les pays industriels se réservent le monopole des productions manufacturées.

Le mécanisme de la pénétration a été analysé minutieusement dans le cas de l'Inde [47] : la destruction de l'artisanat et des manufactures, notamment dans le secteur du textile, met des millions d'ouvriers en chômage; la réorganisation de l'agriculture vers l'exportation est à l'origine des grandes famines des XIXe et XXe siècles. La part de la population totale employée dans l'agriculture passe d'environ 55% au milieu du XIXe siècle à 74 % au lendemain de la deuxième guerre mondiale [48].

La spécialisation imposée au XIXe siècle en fonction des besoins de l'Europe et spécialement de la Grande-Bretagne ne correspond pas à la structure de la nouvelle économie dominante, les États-Unis; ceux-ci sont en effet eux-mêmes producteurs et exportateurs de matières premières et de produits alimentaires. Les pays sous-développés se trouvent maintenant confrontés à un phénomène de surproduction mondiale qui rend encore plus néfaste leur spécialisation [49].

B. *Les mouvements de capitaux.*

Le passage du capitalisme de concurrence au capitalisme des monopoles donne la primauté aux mouvements de capitaux; subissant la baisse des taux de profits dans les métropoles, les capitalistes cherchent à l'extérieur des

45. K. MARX, *Le Capital*, Livre I, Tome III, « Chap. XXI, La genèse du capitalisme industriel », p. 193-196 : « Le régime colonial ».
46. R. RIABOV, *Les méthodes de brigandage de l'industrialisation capitaliste.*
47. Outre les articles cités de Karl MARX, cf. note 15, voir : P. A. BARAN, ouvrage cité, p. 144-151 ; F. CLAIRMONTE, *Le libéralisme économique et les pays sous-développés*, « Chap. II, Le cas de l'Inde », p. 79-149 ; H. F. WILLIAMSON and J. A. BUTTRICK, *Economic Development*, « Chap. XII, L'Inde : une situation coloniale », p. 461-506.
48. Chiffres donnés par F. STERNBERG, ouvrage cité, p. 69.
49. Ce point a été notamment souligné par LICKOWSKI, cité par Jean DURET, *Analyse marxiste du sous-développement*, p. 9-10.

placements plus rentables. D'abord réalisés principalement sous forme d'emprunts publics ou privés, d'émissions d'obligations, ces placements vont prendre de plus en plus la forme d'investissements directs. Les capitalistes étrangers acquièrent le contrôle d'entreprises dans les pays sous-développés ou, le plus souvent, créent des entreprises nouvelles. Ces investissements se dirigent surtout vers le secteur primaire; quels seront leurs effets sur le développement des économies réceptrices, en particulier lorsqu'il s'agit de l'implantation d'entreprises étrangères ?

L'analyse marxiste réfute point par point les thèses traditionnelles en ce domaine; les arguments des défenseurs de l'investissement étranger sont au nombre de quatre [50] :

- les rapatriements de capitaux ne sont pas prélevés sur le surplus économique du pays sous-développé puisque, sans l'investissement extérieur, ce surplus n'existerait pas;
- l'entreprise étrangère augmente le revenu national du pays sous-développé en versant une partie de son output en échange de services;
- l'entreprise étrangère stimule la création d'une infrastructure, elle transmet les compétences et les comportements économiques des pays avancés;
- par les versements des taxes ou de « royalties » aux gouvernements locaux, l'entreprise étrangère leur donne les moyens de financer une politique de développement.

Paul Baran prend le contre-pied de ces affirmations :

a) Sur le premier point rien ne permet d'affirmer que si les pays sous-développés étaient restés économiquement indépendants, ils n'auraient pas exploité leurs ressources dans des conditions plus avantageuses pour eux.

L'activité des entreprises étrangères a souvent eu des effets néfastes sur les disponibilités en ressources naturelles : exploitation dévastatrice des terres par les compagnies d'exportation agricole, épuisement des ressources minières; il en est de même de leur politique de la main-d'œuvre : travail forcé, transferts massifs de population, salaires de famine.

b) L'apport des entreprises étrangères au revenu national ne doit pas être surévalué.

Sauf pour le pétrole, les investissements initiaux sont faibles : les terres sont obtenues à bon marché, une large fraction des capitaux va à l'achat de biens d'équipement dans le pays d'origine, tout ce qui est versé aux grands propriétaires, aux potentats locaux n'a aucune répercussion sur la vie économique; seule est efficace la faible part versée aux facteurs de production domestiques mis en œuvre surtout pour les travaux de construction.

50. Nous utilisons l'analyse très fouillée par P. Baran, ouvrage cité, notamment p. 177-200 sur le rôle des entreprises étrangères.

En ce qui concerne le fonctionnement normal de l'entreprise, il faut éliminer les profits, généralement rapatriés et les salaires versés aux travailleurs métropolitains; ces salaires sont en effet soit rapatriés, soit affectés à l'achat de biens de consommation importés; seule une fraction très faible est échangée contre des biens ou services locaux. Les salaires des travailleurs indigènes sont très faibles [51]; une part va également à l'achat de biens importés; l'ensemble est affecté à des dépenses de consommation vitales et ne peut créer le débouché d'une production industrielle.

c) L'infrastructure économique dont les entreprises étrangères assurent ou stimulent l'apparition profite en premier lieu à ces dernières aux besoins desquelles elle se trouve soumise; elle ne jouera le rôle d'économie externe que si l'industrialisation apparaît mais elle ne peut en provoquer l'essor aussi longtemps qu'elle est un corps étranger à la structure socio-économique.

Comme nous l'avons souligné plus haut [52], Paul BARAN refuse d'accorder un rôle moteur à l'infrastructure. Quant à la transmission des comportements économiques modernes, il est totalement illusoire de l'espérer : ces comportements sont dans l'esprit des nationaux, indissolublement liés à l'oppression étrangère et font l'objet d'un refus global [53].

d) Il reste enfin la possibilité qu'a l'État d'utiliser les redevances que lui versent sous diverses formes les compagnies étrangères. Ceci suppose un gouvernement qui affecte ses moyens financiers à une politique efficace de développement; comme nous le verrons plus loin, il est incapable de jouer ce rôle car il est reflet des structures sociales réactionnaires imposées par l'impérialisme : il ne voudra ou ne pourra pas briser le système économique créé par la puissance dominante.

Après avoir passé en revue les mécanismes de l'exploitation internationale, nous sommes ainsi amenés à étudier leurs répercussions sur la structure des sociétés sous-développées.

51. BARAN estime qu'ils représentent en moyenne 15 % de l'output des entreprises ouvrage cité, p. 183.

52. Chap. 6, Section II,

53. BARAN fait la contre-épreuve à propos de la rapidité avec laquelle les Japonais ont assimilé les techniques et les comportements occidentaux : « L'exceptionnelle réceptivité des Japonais aux connaissances occidentales fut largement due à l'heureuse circonstance que la civilisation occidentale ne fut pas introduite au Japon par la force du canon, que la pensée et la technologie occidentales ne furent pas directement associées au Japon avec le pillage, l'incendie et le meurtre comme ce fut le cas aux Indes, en Chine, et dans d'autres pays maintenant sous-développés », ouvrage cité, p. 160.

§ 2. L'IMPACT SUR LES STRUCTURES SOCIO-ÉCONOMIQUES

Le produit national d'un pays sous-développé est faible mais la consommation de la population productive y a été ramenée au niveau le plus bas possible; si le surplus économique est faible en valeur absolue, il représente donc cependant un pourcentage élevé de l'output total [54]. L'utilisation productive de ce surplus donnerait les moyens d'une politique de développement; en pratique, il est accaparé par des couches sociales parasitaires dont les intérêts sont liés à ceux de l'impérialisme. Autant que les mécanismes d'exploitation internationale, les structures sociales internes bloquent le développement : le comportement des gouvernements traduit cette impuissance.

A. *L'initiative privée et l'utilisation du surplus.*

Le surplus des nationaux provient presque exclusivement de l'agriculture où se trouve concentrée la plus grande part de la population active. Les petits exploitants, cultivant des parcelles trop petites avec des méthodes archaïques, surchargés de fermages, d'impôts, de remboursements de dettes, ne parviennent qu'à assurer leur subsistance; le surplus leur échappe pour revenir aux grands propriétaires terriens, aux commerçants et usuriers et à l'Etat [55]; l'utilisation qu'ils en font reste improductive.

a) *L'alliance de l'impérialisme européen et de la féodalité locale* [56]. L'impérialisme, s'il ne veut pas amplifier, pour lui, le coût de la domination politico-militaire, doit chercher des alliances au sein des pays dominés. Son hostilité à l'industrialisation l'oppose à la bourgeoisie naissante qui désirera assurer l'essor économique du pays; il s'associe donc logiquement à la classe féodale qui obtient, en échange de son soutien, la consolidation de ses privilèges, souvent sur le point de s'écrouler au moment de la colonisation.

La part du surplus qui revient à ces grands propriétaires terriens va à des dépenses de consommation somptuaires, à la thésaurisation, à des spéculations foncières et immobilières, à des placements sûrs dans les pays capitalistes; elle n'est jamais consacrée à des investissements domestiques productifs.

54. Pour l'agriculture, Paul BARAN estime le surplus égal ou supérieur à 50 % de l'output total, ouvrage cité, p. 164-165.

55. Nous laissons désormais de côté la part du surplus allant aux entreprises étrangères dont nous avons étudié plus haut le comportement.

56. F. STERNBERG, ouvrage cité, notamment p. 40-48, 138-141, 264-266, « Féodalité » est ici employé dans l'acception marxiste du terme, recouvrant l'ensemble des régimes immédiatement précapitalistes, et non dans le sens plus strict que lui ont donné les historiens; cf. R. BOUTRUCHE, *Seigneurie et féodalité*.

Non seulement la classe féodale gaspille le surplus dont elle dispose, mais sa domination paralyse l'activité d'autres groupes sociaux plus progressistes.

b) *La bourgeoisie d'affaires.* Lorsque la domination impériale s'est instaurée, la bourgeoisie locale était en train de saper les régimes féodaux; arrêtée dans son essor, elle a su lier ses intérêts à ceux du capital étranger : son activité s'est limitée au commerce, au rôle d'intermédiaire entre la population paysanne et les entreprises étrangères; parfois elle a obtenu d'être associée à ces dernières. Rarement une petite activité industrielle a été mise sur pied, mais, soumise aux besoins et aux intérêts de la métropole, elle ne provoque qu'une « croissance cancéreuse »[57] étrangère à l'économie domestique.

L'initiative privée se révèle inapte à organiser le développement, peut-on espérer voir l'État assurer la suppléance ?

B. *L'État et le développement économique*[58]

L'État dispose théoriquement d'une série d'instruments efficaces pour organiser, ou au moins stimuler le développement : il détermine la politique fiscale et peut par exemple créer une épargne forcée; il est responsable de l'infrastructure et d'une gamme de services publics, notamment en matière d'éducation et de formation technique; le contrôle des prix lui permet de lutter contre l'inflation, la spéculation, les profits excessifs; avec le rationnement une orientation de la consommation peut être imposée; il a même la possibilité de réaliser directement des investissements là où l'initiative privée est défaillante. Pour ce faire, il dispose de ressources dont l'importance et l'assiette sont très variables selon les pays; leur utilisation diffère selon la nature du régime politique.

a) La situation la plus simple est celle des territoires coloniaux directement administrés par la puissance impérialiste : son but est de maximiser les avantages fournis aux investissements privés. Le gouvernement se charge de la réalisation des économies externes non-rentables nécessaires à l'exploitation des produits bruts. Le développement de services sociaux en matière d'alimentation, de santé, d'éducation, répond au besoin de former une main-d'œuvre de bonne qualité.

b) Si les pays sous-développés, dans leur majorité, ont maintenant rompu le lien colonial, leurs gouvernements restent fortement liés aux puissances capitalistes : la meilleure illustration en est donnée par les pays producteurs de pétrole du Moyen-Orient et plus généralement par tous les pays fournisseurs

57. P. BARAN, ouvrage cité, p. 173-177.
58. P. BARAN, ouvrage cité, p. 201-226, et P. BARAN, *On the Political Economy of Backwardness*, p. 86-92.

spécialisés de matières premières ou de produits agricoles. Les redevances versées par les grandes compagnies donnent une certaine aisance aux finances publiques, mais le capital étranger en interdit toute utilisation qui tendrait à supprimer la spécialisation héritée du pacte colonial : les pressions économiques, éventuellement des « révolutions » préfabriquées, contraignent les gouvernants à la docilité. L'effort de diversification de l'économie devra se limiter à la création d'industries répondant aux besoins de consommation internes à l'exclusion de tout développement d'industries de base.

Une lente augmentation du produit national peut être enregistrée, vite absorbée par la croissance démographique; fondamentalement, l'économie sous-développée est maintenue dans sa fonction traditionnelle.

c) Dans certains cas, les mouvements populaires de lutte pour la décolonisation ont porté au pouvoir des gouvernements démocratiques; ceux-ci résultent d'une coalition entre la bourgeoisie progressiste, les milieux intellectuels, les éléments actifs du prolétariat urbain et rural. Le but commun est de parvenir au développement rapide et à l'indépendance économique. De telles coalitions sont fragiles : bien vite, l'aile droite craignant que la lutte nationaliste n'aboutisse à une révolution sociale, cherchera un *modus vivendi* avec l'ancien pouvoir colonial et avec la classe féodale lorsqu'elle subsiste. Un gouvernement provisoire, profondément divisé sur l'orientation économique, ne peut construire un plan de développement à moyen et long terme.

Le sous-développement, né d'un système de relations économiques internationales, se caractérise donc sur le plan interne par la superposition aux mécanismes d'exploitation féodaux traditionnels des mécanismes d'exploitation impérialistes; la bourgeoisie est incapable d'y faire naître un développement capitaliste comme a su le réaliser la bourgeoisie des pays occidentaux; elle est réduite à un rôle de parasite, solidaire des intérêts de la puissance dominante; seul le régime socialiste, tant sur le plan interne que sur celui des relations internationales peut ouvrir la voie au développement.

SECTION III. LE MODÈLE DE DÉVELOPPEMENT

Le marxisme ne contient pas seulement « un modèle explicatif des processus de colonisation et de décolonisation », il présente aussi « un modèle technique de relations nécessaires pour amorcer la croissance économique » [59]. Le déve-

59. Basile KERBLAY, *L'impact des modèles « économiques » soviétique et chinois sur le Tiers-Monde*, p. 332. Outre cet article, voir : H. CHAMBRE, *La doctrine soviétique concernant les pays du « Tiers-Monde »*; D. TOUMOUR-OTCHIR, *La voie non capitaliste de développement des pays retardataires vers le socialisme;* Paul BARAN, *The Political Economy of Growth*, « Chap. VIII, The Steep Ascent », p. 249-400; Eugène STALEY, *The future of underdeveloped*

loppement des économies sous-développées exige la rupture préalable des relations inégales avec les pays capitalistes; il suppose ensuite la réorganisation de l'économie pour la rendre apte à la reproduction élargie; il n'est réalisable que grâce à la coopération avec les pays socialistes.

§ 1. INDÉPENDANCE POLITIQUE ET INDÉPENDANCE ÉCONOMIQUE

a) La première étape vers la disparition du joug colonial est l'acquisition de l'indépendance politique. Il serait erroné de la tenir pour négligeable tant qu'elle n'est pas accompagnée de l'indépendance économique [60]. Certes l'indépendance politique peut rester purement formelle lorsqu'elle s'accommode de liens étroits avec les puissances impérialistes, par exemple sous forme de traités de coopération économique et d'alliance militaire. Certains pays cependant ont su garder une réelle autonomie : l'indépendance politique y crée « les conditions préalables d'un mouvement de masse des paysans pour la terre, de la lutte des ouvriers pour les transformations sociales [61] »; elle rend possible une action efficace pour des réformes plus radicales.

b) A long terme, l'indépendance seulement politique est illusoire; nous avons montré plus haut qu'un gouvernement de coalition est incapable de mettre sur pied un plan cohérent de développement; une option préalable est nécessaire quant au système économique que l'on se propose d'instaurer. Bien plus, des réformes partielles auront probablement des effets négatifs; quelles seraient, par exemple, les conséquences d'une réforme agraire consistant dans la distribution des terres aux paysans à l'exclusion de toute autre mesure complémentaire [62] ? Elle permettrait une augmentation immédiate mais sans suite du revenu des paysans, augmentation entièrement affectée à la consommation et bientôt compensée par la croissance démographique; la parcellisation des terres interdirait l'augmentation rapide de la productivité. Le bilan final serait négatif : l'augmentation de consommation ferait disparaître le surplus disponible pour l'accumulation; la reconversion prévisible des cultures diminuerait la part faite aux productions nécessaires pour l'industrialisation (matières premières, alimentation pour la main-d'œuvre urbaine). Une réforme agraire, comme une politique sociale ou un programme de grands travaux, ne sont progressistes que s'ils font partie d'un plan cohérent et révolutionnaire.

countries, « part. II, The Communist Path to Development », surtout chap. 6 et 7, p. 102-152; Gilbert BLARDONE, *La politique de la croissance équilibrée et harmonisée dans le cadre national : les pays sous-développés*, p. 9-36-8 à 9-36-10, « La réponse marxiste : croissance planifiée et polarisée sur les secteurs de base ».

60. V. SEMIONOV, notamment, insiste sur ce point; cf. *La désagrégation du système colonial de l'impérialisme et les questions posées par les relations internationales*, p. 3-5.

61. *Ibidem*, p. 4.

62. P. BARAN, ouvrage cité, p. 167-170.

§ 2. CADRE ET CONTENU D'UNE POLITIQUE DE DÉVELOPPEMENT

Le développement doit être organisé autour de trois principes essentiels [63] :

a) La mise en place de *rapports de production socialistes* est la première tâche; elle implique l'instauration de la dictature du prolétariat qui fera disparaître l'appropriation privée des moyens de production et mettra entre les mains de l'État tous les leviers de commande de l'économie.

Après de longs débats, les économistes marxistes ont admis la possibilité pour des économies pré-capitalistes de passer directement au socialisme sans avoir traversé la phase intermédiaire du capitalisme [64]; c'est donc vers la construction du socialisme que doivent immédiatement s'orienter les pays sous-développés. Leur politique doit toutefois tenir largement compte des « conditions objectives » propres à chaque pays; le passage de la « révolution bourgeoise démocratique » à la révolution socialiste peut se faire en plusieurs étapes avec une grande souplesse d'adaptation. Ainsi, il est admis que la transformation de l'agriculture passe par tous les degrés de la coopération, qu'il puisse être progressif d'associer, comme l'a fait la Chine Populaire, la bourgeoisie à l'édification du socialisme, que la nationalisation du capital étranger et le développement du secteur public contiennent l'amorce d'une planification.

Les demi-mesures imposées par la tactique politique ne doivent pas faire négliger l'objectif essentiel : la création d'une industrie lourde.

b) *Le pari pour l'industrie lourde* [65] résulte de l'expérience soviétique : les flux d'investissements doivent être prioritairement dirigés vers les industries de base, secteurs à forte intensité de capital. Ce choix résulte de deux séries de considérations :

- seule l'industrie lourde peut assurer l'indépendance économique à l'égard des pays capitalistes jusqu'alors fournisseurs nécessaires de l'équipement;
- seule l'industrie lourde permet, pour l'ensemble de l'économie, la réalisation de gains sensibles sur la productivité du travail.

c) Le développement de l'économie est soumis à une *planification* qu'on oppose à l'anarchie du processus capitaliste de développement. Ici encore

63. Cf. Pierre GEORGE, *La transformation des régions sous-développées en économie socialiste*, et les ouvrages et articles cités de P. BARAN, B. KERBLAY, H. CHAMBRE.

64. Cette thèse est longuement développée dans l'article cité plus haut de D. TOUMOUR-OTCHIR.

65. Cf. H. CHAMBRE, article cité, p. 5-12, « Un pari pour l'industrie », et Basile KERBLAY, article cité.

les « conditions objectives » peuvent jouer : l'insuffisance des ressources statistiques et de la comptabilité nationale, l'absence de techniciens en nombre suffisant empêchent souvent la mise sur pied d'une planification impérative pluri-annuelle; la Chine a ainsi pour la réalisation d'objectifs à long terme dû se contenter de programmes opérationnels annuels ou semestriels. La planification n'en reste pas moins le cadre du développement.

Un plan qui se donne pour but la destruction des structures capitalistes internes et des liens de dépendance avec les États impérialistes suscitera inévitablement l'hostilité agissante de ces derniers; les pays sous-développés ne peuvent en triompher que grâce à la coopération qu'ils établiront avec les économies socialistes.

§ 3. LA COOPÉRATION AVEC LES ÉCONOMIES SOCIALISTES

Elle se situe sur deux terrains, commercial d'une part, scientifique et technique de l'autre.

Les échanges commerciaux [66] entre les pays sous-développés et le camp socialiste sont organisés sur la base de l'échange équitable et non de la bienfaisance.

Les économies socialistes, et spécialement l'U.R.S.S., sont acheteurs des excédents de produits primaires et offrent en échange des biens d'équipement industriel, fournissant par là les moyens d'industrialisation. Ils consentent des prêts à assez long terme et à faible taux d'intérêt. La planification leur permet de conclure des marchés sur plusieurs années mettant ainsi les économies sous-développées à l'abri des fluctuations brutales de prix sur le marché mondial.

Même si son importance quantitative reste relativement faible, une telle politique du commerce extérieur apporte, comme le montre Henri CHAMBRE [67], une modification qualitative importante à la nature des échanges internationaux.

Elle se complète d'une politique de *coopération scientifique et technique* [68] également centrée sur l'industrialisation : livraison des équipements nécessaires, transmission de la documentation technique et des brevets, envoi d'experts, formation de spécialistes locaux.

66. H. CHAMBRE, article cité, p. 12-13, « Aide de type commercial désintéressé ».

67. *Ibidem*, p. 13.

68. *Ibidem*, p. 16-18 « La coopération scientifique et technique »; nous évoquons ici en quelques lignes un problème qui a fait l'objet de nombreux travaux; voir, par exemple : G. SKOROV, *L'aide économique et technique de l'U.R.S.S. aux pays sous-développés;* G. CAIRE, *L'U.R.S.S et l'aide économique au Tiers-Monde;* B. KERBLAY, *L'aide économique de l'U.R.S.S. au Tiers-Monde, les techniques soviétiques de développement.*

L'analyse marxiste constitue une explication générale et cohérente du sous-développement. Le sous-développement ne se réduit pas à un écart de développement comme il en a existé sans cesse dans l'histoire économique du monde; il résulte du fait qu'à une phase donnée de leur processus historique de développement, la phase du capitalisme des monopoles, les économies relativement avancées sont nécessairement amenées à établir avec les économies pré-capitalistes un système d'échanges internationaux qui paralyse le développement de ces dernières. L'impérialisme a donné naissance à la situation de sous-développement; celle-ci se caractérise par la superposition de deux mécanismes d'exploitation : l'exploitation du type féodal *largo sensu*, maintenue grâce au soutien de la puissance dominante, et l'exploitation impérialiste directement imposée par celle-ci. Le surplus économique disponible dans l'économie sous-développée est, pour une partie, prélevé par l'économie capitaliste à son profit, pour le reste, gaspillé par les classes dominantes autochtones; il ne reste rien pour faire naître un processus de reproduction élargie, condition de tout développement. Le blocage de croissance ne peut être brisé que si les liens avec la puissance dominante sont rompus et si le pays sous-développé met progressivement sur pied une économie socialiste grâce à l'aide des autres économies socialistes déjà industrialisées.

CHAPITRE IX

IMPÉRIALISME ET CAPITALISME

La présentation systématique et monolithique de l'analyse marxiste a provoqué de nombreuses contestations; elles vont du rejet pur et simple de la notion d'impérialisme à des controverses portant seulement sur la nature de l'impérialisme. Trois attitudes principales sont identifiables chez les critiques des thèses marxistes.

La plus radicale conduit à nier tout fondement économique au concept d'impérialisme; il n'y aurait là qu'un phénomène politique ne s'accompagnant d'aucune conséquence économique caractéristique.

D'autres auteurs reconnaissent le contenu économique de l'impérialisme mais nient que l'on trouve dans le comportement du capitalisme moderne l'explication unique, ou même, l'explication principale, des manifestations impérialistes.

Enfin, certains économistes, s'ils admettent l'impérialisme comme produit du capitalisme, y voient le résultat d'une politique irrationnelle et non d'une nécessité structurelle; un capitalisme intelligent abandonnerait l'impérialisme pour le profit commun des pays dominés et des pays dominants.

Chacune de ces trois analyses aboutit, selon des démarches différentes à une critique radicale du schéma marxiste.

SECTION I. L'IMPÉRIALISME N'A PAS DE CONTENU ÉCONOMIQUE SPÉCIFIQUE

Face à la vision catastrophique des auteurs marxistes, d'autres économistes adoptent une position moins tranchée : l'impérialisme porte en lui des éléments bénéfiques et des éléments néfastes; selon les périodes de l'histoire, selon les pays examinés, les premiers ou les seconds ont pu l'emporter; souvent ils s'additionnent et il est bien difficile de déterminer lesquels dominent.

§ 1. L'IMPÉRIALISME, AUTREFOIS NÉFASTE, AUJOURD'HUI BÉNÉFIQUE

a) La défense de l'impérialisme moderne ayant surtout été présentée à propos des débats sur les conséquences de la colonisation, il importe de préciser le contenu des deux termes [1].

La colonisation résulte de l'installation sur un territoire étranger de groupes humains venus d'une métropole qui domine politiquement ce territoire. Deux modalités très différentes sont possibles : dans la colonie de peuplement, les étrangers sont largement majoritaires dans une contrée vide ou presque vide; ils y construisent une société qui est la réplique, adaptée aux circonstances nouvelles, de la société mère [2]; au contraire, dans la colonie d'exploitation, les colons constituent une minorité dominante dont la civilisation est confrontée à celle d'une majorité autochtone dominée [3].

L'impérialisme, tel que le définit LENINE [4], recouvre certainement les colonies d'exploitation qui en sont une manifestation ouverte et institutionnalisée; mais l'impérialisme est une notion plus large : il repose sur des liens économiques et n'exige pas la présence de liens juridiques et politiques officiels. Nous verrons plus loin qu'il est par contre discutable de considérer la colonie de peuplement comme un phénomène d'impérialisme *stricto sensu*. Enfin l'impérialisme est couramment utilisé dans une acception plus large : par exemple, Raymond ARON le définit comme « la conduite diplomatico-stratégique d'une unité politique qui édifie un empire, c'est-à-dire soumet à sa loi des populations étrangères [5] »; c'est désormais dans ce sens large que nous utiliserons le terme, la colonisation apparaissant comme la forme la plus caractérisée de création d'un empire.

b) Les violentes critiques portées contre la colonisation par les auteurs libre-échangistes au XIXe siècle et par les économistes socialistes à la fin du XIXe siècle et au XXe siècle ont donné naissance à des tentatives de justification et même de formulation rationnelle des politiques coloniales.

Le thème général réside dans l'affirmation que si la colonisation n'existait

1. Gaston LEDUC, article « Colonialisme » dans le *Dictionnaire des Sciences Économiques*, publié sous la direction de Jean ROMEUF, Tome I, p. 243-248.

2. C'est la signification originelle du terme: elle est par exemple encore seule prise en considération par Karl MARX lorsqu'il écrit « La théorie moderne de la colonisation », *Le Capital*, Livre I, tome III, Chap. XXXIII, p. 206-215. Pour une critique de cette définition, voir : S. Herbert FRANKEL, *The Economic Impact on Under-Developed Societies*, « Essay I. The Concept of Colonization », p. 1-17.

3. Cf. Georges BALANDIER, *Sociologie actuelle de l'Afrique Noire*, 1re partie, « chap. I. La notion de « situation » coloniale », p. 3-36.

4. Cf. Chap. 8, Section I.

5. R. ARON, *Paix et guerre entre les nations*, p. 263.

au départ que dans le seul intérêt de la métropole, elle a évolué vers des formules qui assurent l'harmonie des intérêts du colonisateur et du colonisé. L'œuvre classique en ce sens est celle de Paul LEROY-BEAULIEU [6].

La colonisation antérieure au XIXe siècle était intégrée à une politique mercantiliste; les différentes nations européennes avaient établi des régimes présentant des caractéristiques communes [7] :

- absence de toute liberté commerciale, monopoles et privilèges au profit de la métropole;
- asservissement des races inférieures : esclavage et travail forcé;
- concession gratuite des terres à de grandes associations ou à des particuliers;
- sujétion complète aux ordres des gouvernements métropolitains, sauf pour les colonies anglaises qui bénéficiaient de libertés municipales ou provinciales.

Tout change au XIXe siècle; les métropoles rendent aux colonies leur liberté économique [8]; elles jouent désormais le rôle d'éducatrices. Dans la société coloniale, les sols fertiles et vierges abondent mais les capitaux et l'esprit d'entreprise manquent; la métropole les apportera [9] favorisant une forte augmentation de la productivité du travail; la haute rémunération du travail et du capital permettra une épargne abondante et une accumulation rapide. Les régions colonisées n'auront pas à faire seules le long apprentissage qu'ont connu les économies occidentales; en même temps, Paul LEROY-BEAULIEU insiste sur les nombreux avantages qu'offrent les colonies pour la métropole tant pour l'émigration des hommes que pour l'émigration des capitaux et pour le commerce [10].

c) Sous une forme moins simpliste, de telles démonstrations ont été fréquemment renouvelées; citons parmi les plus récentes et parmi les plus nourries de chiffres, celle de René GENDARME à propos de l'Algérie [11]. Le passif de la « présence française » pourrait résulter de l'accaparement des terres, de l'union douanière et du monopole de pavillon, de la rivalité industrielle avec la métropole, du régime fiscal; l'auteur lui oppose un actif reposant sur trois domaines

6. *De la colonisation chez les peuples modernes*, 1874.

7. *Ibidem*, 1re partie, « Livre I. De la colonisation antérieure au XIXe siècle », p. 1-206 et spécialement p. 205-206.

8. Dans le même sens : Henri SEE, *Les origines du capitalisme moderne*, « chap. IV, L'affaiblissement du pacte colonial, indice et conséquence des progrès du capitalisme; Henri SEE fixe même au XVIIIe siècle le point de départ de ce mouvement.

9. P. LEROY-BEAULIEU, ouvrage cité, 2e partie, « Livre II, Du meilleur régime applicable aux établissements coloniaux », p. 533-606.

10. *Ibidem*, 2e partie, « Livre I. De l'influence des colonies sur les métropoles », p. 465-532.

11. *L'Économie de l'Algérie*, 1re partie, « chap. III, Effets économiques de la domination politique »; cf. aussi l'analyse critique qu'en a faite J. GUILLOT, *Le développement économique de l'Algérie*, « III. Vues actuelles sur l'économie de l'Algérie », p. 95-129.

principaux : amélioration des sols, constitution d'une infrastructure économique, mise sur pied d'un équipement social; le solde final apparaît comme très positif. Nous retrouvons la même thèse qui, par delà quelques « bavures initiales », voit dans la colonisation une pédagogie du développement.

A la colonisation destructrice de l'époque mercantiliste a donc succédé une colonisation du capitalisme moderne, bénéfique aux deux parties et génératrice de développement.

Dans la même voie, d'autres auteurs ont opposé dans l'espace et non plus dans le temps, un « bon impérialisme » à un « mauvais impérialisme ».

§ 2. L'IMPÉRIALISME, ICI NÉFASTE, LÀ BÉNÉFIQUE

a) Si l'on observe l'évolution de l'ensemble des pays qui ont été placés sous domination coloniale ou quasi-coloniale, une distinction s'impose : si presque tous ces pays constituent aujourd'hui des espaces sous-développés, certains cependant ont su réaliser une évolution comparable à celle des puissances dominantes et disposent d'une économie moderne et progressive [12] : il s'agit essentiellement des ex-Dominions « blancs » de la Grande-Bretagne : Canada, Afrique du Sud, Nouvelle-Zélande, Australie; d'autres exemples peuvent être analysés : celui de l'Argentine, qui, même débarrassée de la tutelle coloniale, reste au XIXe siècle étroitement soumise à l'impérialisme économique et qui parvient au XXe siècle à un essor industriel non négligeable; autre exemple, plus discutable, celui de la Russie Tzariste, entièrement soumise aux capitaux anglais, français et allemands et réalisant à la fin du XIXe et au début du XXe siècle sa révolution industrielle à un rythme très rapide.

Ainsi les conséquences de l'impérialisme capitaliste ne seraient-elles pas monolithiques : selon les pays qu'il atteint, on observe des phénomènes de croissance transmise ou de croissance bloquée. On peut expliquer ces différences par l'aptitude socio-économique des pays dominés à réagir positivement à la domination; au défi qu'elle lance, répond soit un renforcement des scléroses, soit une transformation révolutionnaire des économies arriérées.

b) Cette distinction est acceptée, avec une interprétation différente, par les auteurs marxistes; ainsi Paul BARAN [13] établit une distinction radicale entre deux types de pénétration occidentale capitaliste dans le reste du monde :

– Le peuplement de l'Amérique du Nord, de l'Australie, de la Nouvelle-

12. Voir par exemple : Claude-Pierre LUCRON, *L'investissement international et la croissance économique en régime capitaliste*, « Chap. VII, Un exemple de réussite : l'ouverture des « pays neufs », p. 153-169.

13. *The Political Economy of Growth*, p. 140-144.

Zélande a vu l'installation sur des terres à peu près vides [14] et très riches de sociétés capitalistes neuves, ne gardant aucune trace des structures féodales qui ailleurs entravaient la croissance. Le seul obstacle au développement est la domination étrangère, bientôt les bourgeoisies naissantes seront assez fortes pour la rejeter, au moins dans ses formes les plus néfastes.

– A l'opposé, l' « ouverture » de l'Asie et de l'Afrique a porté sur des sociétés établies de longue date. Dans certains cas, ceux de la Chine ou de l'Inde par exemple, les entrepreneurs occidentaux se heurtent à des civilisations riches et anciennes, à des économies pré-capitalistes où apparaissent des embryons de capitalisme; dans d'autres hypothèses, ce sont des sociétés primitives ou tribales qui occupent le pays. L'apparition de l'impérialisme bloque l'évolution de ces sociétés tout en détruisant leur équilibre traditionnel d'auto-subsistance; les systèmes d'exploitation capitaliste et pré-capitaliste additionnent leurs effets.

Ainsi apparaît une nécessaire distinction entre la colonisation de peuplement, créant un prolongement et une image de la société métropolitaine, bientôt capable de traiter d'égale à égale avec cette dernière, et les manifestations d'impérialisme au sens marxiste du terme qui impliquent la domination d'une société pré-capitaliste par une société capitaliste.

§ 3. L'IMPÉRIALISME COMBINE DES EFFETS NÉFASTES ET DES EFFETS BÉNÉFIQUES

L'impérialisme a-t-il perdu l'aspect destructeur que lui donnait la politique mercantiliste et manifeste-t-il dans le capitalisme libéral l'harmonie des intérêts en présence ? Provoque-t-il tantôt le blocage de croissance, tantôt l'entraînement de croissance selon l'aptitude de la société dominée à réagir positivement ? N'est-il pas plus réaliste de dire que l'impérialisme est un phénomène complexe qui dans tous les territoires où il s'est appliqué et dans tous les temps a eu indissociablement des conséquences positives et des conséquences négatives qu'il faudrait mettre en balance.

Nous avons mentionné plus haut l'évaluation résolument optimiste faite par René GENDARME [15] à propos de l'Algérie; d'autres essais ont abouti à une présentation plus équilibrée où avantages et inconvénients sont mis en parallèle. Ainsi, un ouvrage collectif a présenté il y a quelques années un bilan du phénomène colonial [16]; au plan économique, l'actif n'est pas négligeable :

14. Ou préalablement « vidées ».
15. Cf. § 1.
16. Gilbert BLARDONE, Paul CATRICE, Joseph FOLLIET, Gabriel MATAGRIN, Raoul PADIRAC, *Initiation aux problèmes d'Outre-Mer. Colonisation, décolonisation, sous-développement*, 1959, « Chap. IV, Bilan du phénomène colonial », p. 77-100. Sur le même point, cf. Gaston LEDUC, *Les pays sous-développés et leurs problèmes*, « Chap. V, Les causes exogènes du sous-développement », spécialement p. 129-132.

équipement technique, mise en valeur économique, investissements, amélioration du niveau de vie; au passif, on trouve les inégalités de développement, les inconvénients des cultures industrielles, la sous-industrialisation, les inégalités des niveaux de vie, les coûts humains des progrès économiques. A ce bilan économique s'adjoignent des évaluations parallèles dans d'autres domaines : social, culturel et spirituel, politique, international.

Si l'on veut apprécier l'impérialisme en général, il faut nuancer ce tableau pour tenir compte de toute la gamme des situations quasi-coloniales et des situations de dépendance purement économique.

Quelle est la signification de ces tentatives ? Il n'existe pas d'instrument de mesure pour comparer les éléments de l'actif et du passif; il est impossible de quantifier la plus grande part des aspects non-économiques et même une partie des effets économiques. Les difficultés sont multipliées lorsqu'on vise non pas la colonisation d'un pays mais l'impérialisme capitaliste qui a couvert presque toute la planète pendant un ou deux siècles.

D'ailleurs quelle base de comparaison choisir ? Faut-il comparer l'état présent des pays dominés à leur situation au moment où ils ont perdu l'indépendance, ou à la situation qu'ils connaîtraient aujourd'hui s'ils étaient restés indépendants économiquement et politiquement. La première méthode, dont nous venons de présenter un échantillon, n'est significative que si l'on estime que les pays étudiés seraient restés stagnants en l'absence d'une domination impériale; une telle hypothèse est insoutenable. Le second type de comparaison est, à première vue, plus séduisant mais il est totalement irréaliste : il n'existe aucun procédé pour estimer ce qu'aurait été, toutes choses égales d'ailleurs, l'évolution des pays sous-développés en l'absence d'impérialisme; bien plus un tel raisonnement contient un a priori contestable : il suppose en effet la possibilité d'un comportement non-impérialiste du système capitaliste aux XIXe et XXe siècles.

Les difficultés rencontrées lorsqu'on tente de cerner concrètement le domaine et les effets de l'impérialisme amènent de nombreux auteurs au rejet de la notion elle-même. Gaston LEDUC [17] met en cause la signification de la notion d'exploitation qui est au centre de l'analyse marxiste de l'impérialisme.

En quoi consiste l'exploitation ? Elle a lieu lorsque l'équivalence des prestations n'est pas assurée dans l'échange international : nous avons vu combien les termes de l'échange sont peu utilisables pour mettre en évidence et mesurer une exploitation dans le commerce international; sur quelle base affirmer que le taux d'intérêt des emprunts et le taux de profit des investissements directs sont excessifs; l'incertitude est la même quant à l'insuffisance du niveau des salaires versés par les entreprises étrangères ou quant à l'exploitation des-

17. Gaston LEDUC, *Les pays sous-développés et leurs problèmes*, § 2. La théorie marxiste-léniniste de « l'exploitation ».

tructrice par celles-ci des plantations et des gisements miniers. Il n'existe pas de critère scientifique de l'exploitation.

En second lieu qui exploite et qui est exploité ? Plusieurs catégories d'agents doivent être prises en considération : les individus, les firmes ou groupes de firmes, les secteurs de production [18], les classes sociales, les États. Peut-on affirmer que les comportements de tous ces agents concourent au même résultat ou peut-on isoler leur part respective dans le processus d'exploitation ?

Enfin, comment prouver que l'exploitation est la conséquence nécessaire d'un décalage de développement et pourquoi les économies socialistes développées auraient-elles un comportement fondamentalement différent de celui des économies capitalistes développées ?

Les auteurs, dont nous venons de présenter les thèses, ne nient pas l'existence d'un ensemble de faits énoncés par les marxistes mais ils pensent que la présentation qui en est donnée est partielle et qu'elle ne caractérise pas un phénomène économique spécifique.

L'impérialisme, pris dans son acception la plus générale, est un phénomène social complexe qui procure profits et coûts tant à la puissance impérialiste qu'aux régions dominées; ces profits et ces coûts ont été de grandeurs respectives très variables selon les périodes et selon les pays; ils sont enfin difficilement isolables et insusceptibles d'une quantification précise. Il apparaît donc impossible de donner à l'impérialisme en général ou même au seul impérialisme capitaliste, une signification économique propre; la notion n'a pas de contenu économique déterminé.

Tous les critiques n'ont pas adopté cette attitude extrême; beaucoup ont accepté la notion pour mettre en question les causes et le contenu du phénomène qu'elle recouvre.

SECTION II. L'IMPÉRIALISME N'EST PAS LE PRODUIT DU CAPITALISME

Sociologues et historiens admettent la réalité du phénomène impérialiste; ils reconnaissent son caractère destructeur dans les pays qui en ont été l'objet; ils montrent aussi que l'impérialisme, s'il a pris des formes nouvelles, n'a pas disparu au XXe siècle du comportement des grandes puissances; mais ils s'opposent à la thèse marxiste en ce qu'ils refusent de trouver dans les lois économiques du capitalisme des monopoles l'explication suffisante de l'impérialisme moderne. Certains auteurs, comme Joseph SCHUMPETER ou Thorstein VEBLEN, font de l'organisation sociale le moteur central de l'impérialisme; d'autres, à la suite d'Henri BRUNSCHWIG accordent le rôle décisif aux facteurs

18. L'industrie « exploite » l'agriculture.

politiques; certains enfin affirment la nécessité d'une explication complexe intégrant les différents facteurs politiques, économiques, sociologiques, psychologiques, etc.

§ 1. LES CAUSES SOCIOLOGIQUES DE L'IMPÉRIALISME

Joseph SCHUMPETER [19] et Thorstein VEBLEN [20] ont donné une formulation systématique à une explication de l'impérialisme fondée uniquement sur la nature des structures sociales.

a) SCHUMPETER, recherche d'abord les racines historiques de l'impérialisme; il en étudie les différentes manifestations, depuis l'antiquité jusqu'à la veille de la révolution industrielle [21], de l'Égypte des Pharaons à la France de Louis XIV. Tous les empires étudiés ont en commun des caractères profonds qui fournissent à SCHUMPETER les éléments d'une théorie de l'impérialisme.

Un certain nombre de peuples ont été amenés, soit pour réaliser leur unité interne, soit pour se défendre contre des menaces extérieures, à mettre sur pied une organisation militaire puissante. Dans certains pays, l'Égypte par exemple, se constitue une classe de militaires professionnels, une aristocratie guerrière sur laquelle s'appuie le pouvoir; chez d'autres peuples, ainsi des Perses et des Arabes, la nation entière s'organise pour la guerre, toute la structure sociale est orientée dans cette direction. Une fois obtenus les objectifs initiaux : indépendance, intégrité du territoire, unification, l'impérialisme naît de l'incapacité de se reconvertir vers des activités pacifiques; la paix romprait l'équilibre social, le souverain perdrait son prestige et sa fonction, les militaires inactifs seraient bientôt rebelles; ainsi apparaissent les « nations guerrières » (warrior nations) : « engendrée par les guerres qui la rendent nécessaire, la machine guerrière engendre maintenant les guerres qui lui sont nécessaires [22] ».

L'analyse de l'impérialisme dans les monarchies absolues modernes conduit SCHUMPETER aux mêmes conclusions; il le montre longuement à propos de la politique de Louis XIV : pour éviter la guerre civile, la guerre extérieure est nécessaire.

Ainsi, l'impérialisme ne se caractérise pas par la poursuite d'un intérêt concret, dont l'obtention entraînerait l'arrêt de l'agression, mais par une agres-

19. J. SCHUMPETER, *The Sociology of Imperialism;* cf. R. ARON, *La société industrielle et la guerre*, « Les guerres du XXe siècle », p. 18-30, et « Note sur Thorstein VEBLEN et Joseph SCHUMPETER », p. 150-162; Michel MORET, *Impérialisme et domination*, « La notion sociologique d'impérialisme », p. 1034-1044; Daniel H. KRUGER, *L'impérialisme selon* HOBSON, LÉNINE et SCHUMPETER.

20. T. VEBLEN, *Imperial Germany and the industrial Revolution*, cf. R. ARON, ouvrage cité.

21. J. SCHUMPETER, ouvrage cité, « Imperialisme in Practice », p. 23-54, « Imperialism in the modern absolute monarchy », p. 54-64.

22. *Ibidem*, p. 25.

sivité fondamentale que chaque succès renforce : « L'impérialisme est la propension sans objet qui pousse un État vers une expansion illimitée par la force [23] ».

Certes d'autres considérations peuvent entrer en jeu comme prétextes ou comme causes secondaires; il en est ainsi des intérêts économiques : butin, acquisition d'esclaves, débouchés commerciaux; de même les facteurs religieux ont parfois été au centre de l'impérialisme (Assyriens, Arabes), non comme cause profonde, mais comme mode d'expression et comme justification plus ou moins consciente des tendances agressives. Dans les monarchies modernes, la modification des comportements sociaux s'est traduite par un effort pour expliquer, pour rationaliser l'impérialisme ce qui rend son interprétation plus complexe, mais ne modifie pas ses caractères essentiels.

Pour SCHUMPETER. l'analyse historique nous donne la clef de l'impérialisme moderne : celui-ci n'est analysable que comme une survivance d'attitudes pré-capitalistes.

b) La généralisation du système capitaliste fera disparaître l'impérialisme [24]; celui-ci reposait sur des structures sociales et sur des psychologies collectives que le capitalisme a transformées. L'attitude émotionnelle et instinctuelle qui supporte l'impérialisme s'atténue; l'individu moderne a un comportement rationalisé; l'énergie pour la guerre est désormais orientée vers l'activité économique, la recherche du profit.

L'impérialisme est contraire à l'intérêt général des régimes capitalistes; ceux-ci trouvent le maximum d'avantages dans un système de libre échange qui assure une division internationale du travail optima. Les guerres de conquête, les politiques extérieures agressives sont des entraves au fonctionnement du système; leur coût est élevé; la tendance pacifique sera d'autant plus marquée que l'on aura affaire à un capitalisme plus évolué.

Pourtant la politique des États capitalistes au XIXe siècle est loin d'être exempte d'attitudes impérialistes; pour SCHUMPETER et VEBLEN, il n'y a là qu'un phénomène d'atavisme : « les sociétés modernes seraient d'autant plus portées aux conquêtes et aux guerres qu'elles conserveraient davantage de survivances institutionnelles et morales de l'esprit féodal et aristocratique [25] ».

Les structures sociales pré-capitalistes n'ont pas disparu avec la révolution industrielle; juxtaposées au nouveau type d'organisation sociale engendré par le capitalisme, elles continuent à exercer une influence importante, parfois décisive, sur l'État, en fournissant son système de valeurs à la classe dirigeante. La vieille aristocratie, gardienne du nationalisme et du militarisme, conserve dans certains pays un rôle direct déterminant, surtout elle dispose d'un prestige considérable auprès de la nouvelle bourgeoisie, impressionnée par la solidité

23. *Ibidem*, p. 6.
24. *Ibidem*, « Imperialism and Capitalism », p. 64-98.
25. R. ARON, *La société industrielle et la guerre*, p. 23.

et la cohérence de sa doctrine; en dépit des conflits matériels qui les opposent, la bourgeoisie reprend à son compte certains thèmes de l'aristocratie, notamment dans le domaine de l'expansion extérieure.

Le système féodal n'a pas survécu seulement à travers les hommes et les idées, il a laissé une empreinte durable dans l'orientation de l'économie. Le capitalisme naissant, commercial puis manufacturier, s'est développé dans les monarchies absolutistes européennes, protégé par l'État au moyen de barrières douanières et par l'octroi de monopoles; marqué par les méthodes pré-capitalistes et l'environnement pré-capitaliste de cette époque, il est incapable de supporter l'avènement de la libre concurrence et s'efforce de maintenir les anciennes règles du jeu mercantilistes.

Les monopoles sont dans le capitalisme moderne l'expression la plus vigoureuse de cette volonté réactionnaire : voulant protéger le marché intérieur pour y imposer des prix élevés qui réduisent les possibilités de vente, mais devant produire massivement pour minimiser les coûts de production, les monopoles réclament à la fois de l'État un renforcement des tarifs douaniers et une protection des débouchés extérieurs. Comme les différents États pratiquent des politiques analogues, les mesures défensives s'avèrent illusoires et finalement le contrôle politique des marchés extérieurs apparaît être la meilleure garantie.

La politique impérialiste naît donc de la coalition de minorités, l'aristocratie militariste et les monopoles hérités du mercantilisme, qui font triompher leurs intérêts propres aux dépens de ceux de la communauté. VEBLEN et SCHUMPETER illustrent leur démonstration en opposant la politique libre-échangiste et pacifique de l'Angleterre où un capitalisme évolué a maintenant bien en main la direction du pays, au comportement agressif de l'Allemagne et du Japon dont la révolution industrielle a été dirigée par une classe fidèle aux traditions de l'Ancien Régime.

La conclusion est optimiste : l'impérialisme, étranger à l'esprit et à la rationalité du capitalisme, doit disparaître : il périra à court ou à long terme, brutalement ou pacifiquement, mais il périra [26].

On voit que SCHUMPETER s'oppose radicalement au schéma marxiste qui trouve dans la logique du capitalisme les moteurs de l'impérialisme [27], il lui oppose une interprétation tout aussi monolithique : l'impérialisme est le produit de structures sociales pré-capitalistes ayant survécu dans un système capitaliste qui leur est étranger.

c) La trop belle simplicité de l'analyse schumpétérienne la rend vulnérable aux critiques des économistes et des historiens.

26. « But one thing is certain – it *will* happen » (souligné par l'auteur), J. SCHUMPETER, ouvrage cité, p. 98.

27. « C'est une erreur fondamentale que de décrire l'impérialisme comme une phase nécessaire du capitalisme, ou même de parler d'un développement du capitalisme conduisant à l'impérialisme », *ibidem*, p. 89.

L'objection la plus immédiate porte sur la présentation des monopoles comme résidus pré-capitalistes opposés à la vocation naturelle du capitalisme vers un régime de libre concurrence [28]. On trouve chez SCHUMPETER lui-même, dans ses œuvres ultérieures, la réfutation de ce point de vue [29] : l'entreprise géante, l'unité de grande dimension contrôlant le marché lui apparaît alors non seulement comme « un mal nécessaire, inséparable du progrès économique », mais bien plus comme « le moteur le plus puissant de ce progrès et, en particulier, de l'expansion à long terme de la production totale [30] ».

Les monopoles devenant le fer de lance du développement capitaliste, SCHUMPETER se rapproche sensiblement de l'analyse marxiste comme en témoigne ce texte écrit en 1935.

« Avant que l'humanité étouffe (ou s'ébatte) dans le cachot (ou le paradis) du socialisme, il est fort possible qu'elle se consume dans l'horreur (ou la gloire) des guerres impérialistes [31]. »

S'il est clairement insoutenable aujourd'hui de faire des monopoles une survivance pré-capitaliste, l'ensemble des thèses de SCHUMPETER [32] pèche plus ou moins nettement par cette même opposition simpliste entre passé et avenir, entre une féodalité agressive et impérialiste et un capitalisme progressif et pacifique. Un État dominant contemporain s'abstiendra-t-il d'utiliser sa force à l'extérieur dès lors qu'il sera débarrassé de toute trace d'ancien régime, interroge Raymond ARON [33]. La réponse est négative : l'impérialisme allemand en 1939, l'impérialisme japonais en 1941, ne sont pas l'expression d'une classe féodale; « le militarisme issu des masses est plus violent, plus redoutable que celui de la noblesse traditionnelle [34] ». La volonté de conquête et de domination ne s'est pas éteinte avec la révolution industrielle.

§ 2. LES CAUSES POLITIQUES DE L'IMPÉRIALISME

a) Henri BRUNSCHWIG, analysant les causes et le contenu de l'impérialisme colonial, spécialement l'impérialisme colonial français [35] dans l'ère capitaliste, distingue deux grandes périodes.

La première couvre le XIXe siècle jusqu'aux années 1870-1871; dans les

28. Cf. Michel MORET, article cité, p. 1035-1040.
29. Notamment dans : *Capitalisme, Socialisme, et Démocratie*, cf. surtout le Chap. VIII, « Pratiques monopolistiques », p. 168-195.
30. Ouvrage cité, p. 195; dans le même développement, SCHUMPETER précise que « la concurrence parfaite est, non seulement irréalisable mais encore inférieure et (qu') elle n'a aucun titre à être présentée comme un modèle idéal d'efficience ».
31. *Ibidem*, p. 269.
32. R. ARON, ouvrage cité, p. 29-30.
33. *Ibiedm*, p. 29.
34. *Ibidem*, p. 30.
35. Henri BRUNSCHWIG, *La colonisation française*, *Colonial Imperialism*, et *Mythes et réalités de l'impérialisme colonial français, 1871-1914*.

colonies domine le système de la plantation hérité de l'Ancien Régime; le système des comptoirs a encore conservé quelque importance. En France, comme dans la plupart des États européens ayant un empire, la politique coloniale n'est qu'un élément de la vieille politique de la monarchie centrée sur la recherche de la puissance et du prestige. Le profit qui en résulte pour les armateurs et pour les commerçants n'est qu'un élément secondaire. Les rares conquêtes effectuées pendant cette période : Algérie, Sénégal, Cochinchine, s'expliquent par les nécessités de la politique intérieure ou de la politique continentale; elles ne correspondent à aucun plan d'ensemble.

En Angleterre où le libéralisme économique triomphe, la colonisation est contestée parce qu'inutile et coûteuse; les possibilités d'expansion sont souvent rejetées; les quelques conquêtes réalisées le sont pour des causes accidentelles, généralement pour des motifs humanitaires.

b) Les années 1870-1871 transforment l'équilibre européen : les nationalismes, allemand et italien, vainqueurs préfèrent de nouvelles conquêtes aux réformes sociales ou politiques intérieures; la France vaincue tient à prouver qu'elle est restée une grande puissance. Les gouvernements d'abord, les milieux intellectuels ensuite [36], les opinions publiques enfin vont accorder un intérêt grandissant aux questions coloniales; des partis ou des mouvements nationalistes et impérialistes se constituent; les conflits nés à propos de difficultés de partage exacerbent les chauvinismes. La pression de l'opinion publique rend impuissants les opposants qui soulignent le coût élevé pour l'État de la politique impériale ou qui dénoncent les scandales financiers qu'elle occasionne.

L'impérialisme colonial européen de la période 1870-1914 est un phénomène politique, le produit d'un nationalisme agressif qui dispose d'un large soutien populaire; son coût élevé est accepté car il est rangé parmi les dépenses de souveraineté.

c) Le rôle des intérêts économiques dans ce mouvement se révèle secondaire; selon Henri BRUNSCHWIG [37] et Raymond ARON [38] ces intérêts ont suivi sans enthousiasme des mouvements qu'ils n'avaient rien fait pour provoquer.

Il n'y a pas de lien entre le protectionnisme et l'impérialisme : de 1880 à 1892, l'expansion coloniale coïncide en France avec une politique de libre-échange; celle-ci est abandonnée progressivement à partir de la loi MELINE, mais dès 1900 les chefs du parti colonial s'insurgent contre le protectionnisme. Le monopole du commerce colonial profite fort peu à l'industrie française souvent incapable de fournir des produits demandés; il lui faut alors avoir

36. C'est en 1874 que paraît l'ouvrage de Paul LEROY-BEAULIEU, *De la colonisation chez les peuples modernes*.
37. *Mythes et réalités de l'impérialisme colonial français*, surtout chap. 6, 8, 9 et 10.
38. *Paix et guerre entre les nations*, p. 263-279, *La société industrielle et la guerre*, p. 30-39.

recours à l'étranger. Dans l'ensemble, les colonies d'acquisition récente n'absorbent qu'une faible partie du commerce extérieur des métropoles.

Qu'en est-il des mouvements de capitaux ? L'Angleterre et la France, les deux grands conquérants du XIXe siècle et les deux banquiers du reste du monde, ne font pas coïncider les déplacements de leurs soldats et de leurs capitaux [39]. « Pourquoi la France aurait-elle conquis l'Afrique du Nord ou l'Afrique Noire à cause de ces surplus de capitaux puisqu'elle ne les y plaçait pas [40] ? »

Ainsi pour Herbert LUTHY ce sont toujours les objectifs politiques qui l'emportent.

« Analysez de près n'importe laquelle des grandes aventures impérialistes camouflées en entreprises capitalistes (...), vous trouverez dans neuf cas sur dix des visées stratégiques d'états-majors diplomatiques et militaires suscitant des « capitalistes de paille » pour servir d'alibi à leurs prises de possession, et non des magnats capitalistes manœuvrant à leur service les diplomates et les généraux [41]. »

Les intérêts économiques ne sont pas absents, ils sont parasitaires. Certaines catégories en effet profitent directement de l'impérialisme et s'efforcent de le stimuler [42] : les « mercantis », spéculateurs et intermédiaires de toute nature, qui sont mêlés aux nombreux scandales coloniaux de l'époque; les commerçants, plus ou moins complètement spécialisés dans le commerce colonial, dont l' « Union Coloniale Française » défend les intérêts; les fonctionnaires et militaires enfin à la recherche de carrières rapides et de traitements élevés.

La politique coloniale n'est une affaire que pour un petit nombre d'individus; pour l'économie nationale et pour l'État elle est fort coûteuse [43]. Comment alors expliquer la doctrine néo-mercantiliste officielle selon laquelle « la politique coloniale est fille de la politique industrielle [44] ». Ces thèses émanent des tendances nationalistes et des intérêts particuliers qui s'efforcent de convaincre l'ensemble des milieux économiques réticents; elles constituent aussi une justification supplémentaire fournie à l'opinion publique, mais elles ne correspondent en aucune façon à la situation réelle de l'époque.

La conclusion d'Henri BRUNSCHWG est nette et nous offre une nouvelle explication simple de l'impérialisme : sa « vraie cause » réside dans « la poussée de fièvre nationaliste consécutive aux événements de 1870-1871 [45] ».

39. Sur 40 à 45 milliards de francs-or placés au-dehors à la veille de 1914, la France investit seulement 4 milliards dans l'Empire; R. ARON, *Paix et guerre entre les nations*, p. 265.

40. *Ibidem*, p. 269.

41. *L'impérialisme ou les martyrs posthumes de* Karl MARX, p. 44.

42. H. BRUNSCHWIG, ouvrage cité, « Chap. 10, Les Bénéficiaires », p. 157-172.

43. *Ibidem*, « Chap. 9, La Carte à payer », p. 139-156.

44. Jules FERRY, *Le Tonkin et la mère patrie*, 1890, cité par H. BRUNSCHWIG, p. 80.

45. Ouvrage cité, p. 185.

§ 3. VERS UNE EXPLICATION HISTORIQUE COMPLEXE

a) Les systèmes qui trouvent dans l'intervention d'un facteur unique la cause déterminante du comportement impérialiste moderne, se sont vu reprocher leur simplisme. Les facteurs économiques, sociologiques et politiques qu'ils isolent respectivement pour y trouver le moteur essentiel de l'impérialisme ne sont-ils pas des éléments complémentaires, en interaction permanente, dont les effets se conjuguent dans la formation du processus impérialiste global, sans qu'on puisse établir une hiérarchie tranchée.

C'est à cette conclusion que parvient Pierre RENOUVIN [46] au terme d'une étude portant sur la grande poussée expansionniste européenne de la période 1871-1914. Pour cet auteur, les intérêts économiques ne sont pas négligeables; ils viennent au contraire au premier plan dans les mobiles de l'expansion [47], ils ont « un rôle actif, parfois décisif, dans le choc où se heurtent les impérialismes, en Méditerranée, en Asie, en Afrique [48] ». La recherche de matières premières et de débouchés pour la grande industrie, de placements pour les capitaux disponibles fournissent une motivation concrète aux capitalistes européens, mais il serait erroné pour autant de négliger les autres facteurs :

- le désir d'accroître le prestige de l'État, volonté liée aux progrès du nationalisme;
- les idées humanitaires attribuant aux peuples « civilisés » une mission de diffusion du progrès dans le reste du monde;
- les mobiles stratégiques, poussant à assurer le contrôle des voies de communication terrestres et maritimes et à fournir des bases pour la flotte.

Une analyse réaliste de l'impérialisme doit prendre en considération l'ensemble de ces éléments et reconnaître aux facteurs économiques un poids important mais non déterminant.

b) L'examen des composantes de l'impérialisme permet de préciser les liens qui l'unissent au système capitaliste; l'impérialisme, qui est sans conteste un élément de la politique des États capitalistes, permet-il de caractériser une phase de leur développement ?

Le phénomène impérialiste, estime Pierre RENOUVIN, n'a pas eu pendant la

46. *Histoire des relations internationales*, Tome sixième, *Le* XIXe *siècle*, II, *De 1871 à 1914. L'apogée de l'Europe;* cf. spécialement Chap. 2, 5, 10, 11, 14, 15, 16 et la Conclusion générale. Dans le même sens : Émile TERSEN, *Histoire de la colonisation française*, Jean PIEL, *Colonisation et domination*.

47. P. RENOUVIN, ouvrage cité, p. 37-38.

48. *Ibidem*, p. 79; cf. aussi, p. 185 : « Dans cet effort d'expansion (...) les initiatives appartiennent souvent aux hommes d'affaires, mais sont presque toujours appuyées par les gouvernements... »

période 1870-1914 un poids décisif dans l'évolution du système international. Jusqu'en 1893, seule l'Angleterre accorde la priorité à sa politique coloniale; pour les autres puissances européennes, la politique coloniale est surtout un moyen de pression et une monnaie d'échange utilisée au service de la politique européenne, « le sous-produit des pratiques diplomatiques de l'équilibre européen [49] ». Après 1893, au contraire, l'expansion impériale vient au centre des relations entre les grands États alors que les litiges européens paraissent en sommeil; mais si les rivalités impérialistes provoquent de nombreux conflits, ceux-ci sont toujours localisés et réglés pacifiquement; manifestement les États européens ne veulent pas risquer une guerre dont le coût leur apparaît hors de proportion avec l'enjeu [50]. L'analyse marxiste de la guerre de 1914 comme conflit impérialiste pour un nouveau partage du monde n'est pas réaliste : les conflits coloniaux les plus violents, comme Fachoda ou Agadir, avaient trouvé un règlement diplomatique; la guerre est née d'un conflit européen, amplifié par la violence des nationalismes et par le système des alliances [51].

Les trois thèses que nous venons de présenter, si elles divergent dans leur appréciation des causes de l'impérialisme, ont entre elles trois éléments importants communs :

- elles reconnaissent l'impérialisme comme concept scientifique; elles en recherchent les lois, les causes, le contenu, les effets;
- elles donnent un contenu économique à l'impérialisme : certains États, certaines classes, certaines catégories socio-économiques s'efforcent, dans une mesure variable et sans toujours y parvenir, de s'enrichir aux dépens des pays conquis;
- elles refusent de donner aux facteurs économiques le rôle exclusif ou même déterminant dans la genèse de l'impérialisme, et, *a fortiori*, de présenter celui-ci comme un produit des lois fondamentales du capitalisme.

Nous verrons que, renonçant à ce troisième point, certains auteurs s'opposent encore, mais moins radicalement, à la théorie marxiste.

49. R. Aron, *La société industrielle et la guerre*, p. 36.

50. « Le choc entre les impérialismes n'a donc pas déterminé entre 1894 et 1901, dans le système d'ententes ou d'alliances entre les grands États européens, une orientation nouvelle, il a seulement provoqué des initiatives qui ne dépassaient pas le stade des velléités, des sondages ou des manœuvres, et qui restaient étroitement liées à des circonstances temporaires. » P. Renouvin, ouvrage cité, p. 202.

51. Sur ce point, cf. P. Renouvin, ouvrage cité, chap. XVII, XIX et Conclusion générale; R. Aron, *Paix et guerre entre les nations*, p. 277-279, R. Aron, *La Société industrielle et la guerre*, p. 36-37.

SECTION III. L'IMPÉRIALISME N'EST PAS LE PRODUIT NÉCESSAIRE DU CAPITALISME

La théorie marxiste trouve dans les lois du capitalisme des monopoles l'explication suffisante de l'impérialisme moderne; elle ne donne pas seulement un schéma d'interprétation des années 1870-1914, elle annonce l'évolution nécessaire du système impérialiste vers sa désintégration finale. Les économistes socialistes non-marxistes sont en général d'accord sur le premier point de la démonstration; par contre, l'avenir de l'impérialisme leur semble exiger une étude plus complexe : d'une part, le capitalisme contemporain n'est pas condamné à l'impérialisme, d'autre part, le système capitaliste n'est pas aujourd'hui le seul capable d'un comportement impérialiste : les économies socialistes subissent la même tentation.

§ 1. L'IMPÉRIALISME, POLITIQUE IRRATIONNELLE DU CAPITALISME

Le premier grand ouvrage consacré à l'impérialisme paraît en 1902; son auteur, John HOBSON [52] recherche les causes profondes de l'expansion européenne à la fin du XIXe siècle.

a) HOBSON marque, en premier lieu, les différences entre l'impérialisme moderne et le colonialisme traditionnel [53]; ce dernier résultait d'une migration d'une partie de la nation vers les espaces vides des régions tempérées où les colons apportaient un système de gouvernement, une technique, une civilisation; aujourd'hui, l'impérialisme consiste dans l'occupation par une petite minorité d'hommes blancs, commerçants, fonctionnaires, chefs d'industrie, de pays déjà largement peuplés, pour la plupart tropicaux ou sub-tropicaux. La minorité blanche exerce la puissance politique et économique sur une population indigène inférieure et incapable d'exercer aucun droit appréciable de « self-government ».

La distinction correspond à celle établie plus haut entre colonie de peuplement et colonie de capitaux [54]; c'est au second type, jugé plus tard par LENINE caractéristique de l'impérialisme, que se consacre HOBSON.

52. J. A. HOBSON, *Imperialism, a study;* cf. D. H. KRUGER, *L'impérialisme selon* HOBSON, LÉNINE *et* SCHUMPETER. LÉNINE, dans *L'impérialisme, stade suprême du capitalisme*, cite et commente abondamment l'ouvrage de HOBSON.
53. Ouvrage cité, « Introduction. Nationalism and Imperialism », et « Chap. 1, The Measure of Imperialism », p. 3-27.
54. Cf. Section I, § 1.

b) Quel intérêt les pays européens trouvent-ils dans la conquête pour y consacrer tant d'énergie, de sang et d'argent ? HOBSON évalue le profit commercial qu'ils peuvent en tirer [55]; l'examen des statistiques du commerce extérieur de la Grande-Bretagne pour la période 1850-1900 le conduit à des conclusions pessimistes quant à l'intérêt commercial des nouvelles conquêtes [56]; la démonstration porte sur trois points :

– le commerce extérieur de la Grande-Bretagne a une importance faible et décroissante par rapport à la production industrielle et au commerce intérieur;

– le commerce avec les possessions coloniales occupe une place décroissante dans l'ensemble du commerce extérieur britannique;

– au sein des échanges avec les possessions, le commerce tropical, spécialement avec les régions nouvellement conquises, est faible, le moins en progrès, le plus fluctuant en quantité, le moins intéressant quant à la nature des biens échangés

On ne peut donc trouver dans les échanges commerciaux la justification des coûts de la politique impériale; de même sont inexacts les arguments tirés de considérations démographiques [57] : l'impérialisme fournirait un débouché aux pays industriels surpeuplés tout en leur permettant de maintenir les émigrants sous la suprématie de la métropole. L'exemple anglais pendant la période de grande expansion impériale (1884-1903) montre que les régions nouvellement acquises n'ont absorbé qu'un pourcentage infime de l'émigration métropolitaine : l'impérialisme n'a en aucune mesure influé sur l'équilibre global de l'emploi.

c) L'impérialisme, dans la seconde moitié du XIXe siècle apparaît contraire à l'intérêt économique général et dangereux pour la nation en provoquant le ressentiment des autres pays [58]. HOBSON ne trouve qu'une réponse pour expliquer sa vitalité [59] : l'intérêt national est soumis à certains intérêts sectoriels qui tirent profit de l'impérialisme; trois groupes doivent être distingués, par ordre d'importance croissante :

– les plus directement intéressés sont les individus et les groupes qui, par la nature de leurs activités, bénéficient immédiatement de la conquête : secteur des fournitures militaires au sens large, industries d'exportation qui répondent aux besoins réels ou artificiels des peuples colonisés, fonctionnaires et mili-

55. Ouvrage cité, « Chap. II, The Commercial Value of Imperialism », p. 28-40.

56. « Le trait caractéristique de l'impérialisme moderne, du point de vue commercial, est qu'il ajoute à notre empire des régions tropicales et subtropicales avec lesquelles notre commerce est faible, précaire et stagnant », ouvrage cité, p. 38.

57. Ouvrage cité, « Chap. III, Imperialism as an Outlet for Population », p. 41-46.

58. Aussi bien des pays conquis que des autres États capitalistes dont les impérialismes sont concurrents.

59. Ouvrage cité, « Chap. IV, Economic Parasites of Imperialism », p. 46-63.

taires, etc. Ces catégories ne sont pas assez fortes pour infléchir seules la politique nationale.

– Un facteur plus important réside dans la nécessité pour les détenteurs de capitaux de trouver à l'extérieur des occasions d'investissements rentables : les revenus tirés par la Grande Bretagne sous forme d'intérêts versés par l'étranger sont très supérieurs aux revenus qu'elle tire du commerce extérieur et ils augmentent rapidement. La protection des placements privés par les gouvernements entraîne à peu près inéluctablement la conquête.

– Le phénomène est aggravé par l'intervention des financiers qui jouent le rôle le plus néfaste. Ils sont moins intéressés par les intérêts des placements que par les profits spéculatifs qu'ils réalisent dans les combinaisons financières; puissamment organisés à l'échelle mondiale, ils ont une influence déterminante sur la politique extérieure des gouvernements.

Doit-on négliger pour autant les facteurs non-économiques liés à l'impérialisme : nationalisme, militarisme, esprit d'aventure, sentiments humanitaires, ... ? Au contraire, adroitement manipulés par la finance, ils constituent l'énergie motrice qui entraîne l'adhésion populaire.

L'impérialisme est donc bien le produit du capitalisme; plus exactement, il est la politique que certains intérêts privés ont su imposer dans les États capitalistes aux dépens de l'intérêt général [60].

d) La démonstration a été reprise tout récemment par John STRACHEY [61]. Évaluant les coûts qui ont résulté ou résulteraient pour l'Angleterre de la perte de son Empire [62], il parvient à la conclusion que seule une poignée de capitalistes a profité de l'empire, principalement sous forme de super-bénéfices dans les investissements directs. Si l'Angleterre n'avait plus recours à la force pour exploiter d'autres pays, elle subirait au maximum une perte de 1 % de son revenu national; cette perte doit être comparée aux coûts considérables et probablement vains qu'exigerait le maintien d'une domination militaire.

Comme John HOBSON, STRACHEY estime que l'intérêt bien compris des métropoles doit les conduire à abandonner « sans douleur » leur empire et il oppose la situation florissante de l'Allemagne Fédérale à celle de la France qui se ruine sans résultats pour retarder l'émancipation des territoires colonisés [63].

60. « L'impérialisme agressif, qui coûte si cher au contribuable, qui est de si peu d'intérêt pour l'industriel et pour le commerçant, qui est chargé de dangers si graves et imprévisibles pour le citoyen, est source de grand profit pour ceux qui ne peuvent trouver à l'intérieur un emploi profitable de leurs capitaux et font pression sur le gouvernement pour qu'il les aide à assurer à l'extérieur des investissements rentables et sûrs », ouvrage cité, p. 55.

61. J. STRACHEY, *La fin de l'impérialisme*, 1959. L'irrationalité économique de la politique impériale a également été analysée par Lionel ROBBINS; cf. par exemple : *The economic basis of class conflict*, Part. I, « IV. The economics of territorial sovereignty », p. 81-106.

62. Ouvrage cité, Chap. 2, 3 et 4, « Les Empires sont-ils toujours profitables ? », p. 49-116.

63. STRACHEY écrit en 1959.

HOBSON et STRACHEY voient tous deux dans la structure des États capitalistes la cause de l'impérialisme du XIXe siècle et du XXe siècle : ce sont bien les intérêts des capitalistes, investisseurs et financiers, qui jouent le rôle moteur. Mais l'impérialisme est une politique coûteuse, irrationnelle pour les économies capitalistes; elles l'ont pratiqué comme toutes les économies fortes dans l'histoire ont eu ou auront tendance à le faire à l'égard des économies faibles; l'impérialisme n'est pas réductible à un stade de l'évolution du capitalisme.

§ 2. L'IMPÉRIALISME N'EST PAS RÉDUCTIBLE À LA PHASE DU CAPITALISME DES MONOPOLES

La thèse tient en deux arguments : le capitalisme moderne est capable d'abandonner sa politique impérialiste; les autres économies développées contemporaines, c'est-à-dire les économies socialistes, sont capables de comportements impérialistes.

a) Les États capitalistes sont partis à la conquête d'un empire pour assurer des débouchés à leurs marchandises et à leurs capitaux [64]; l'insuffisance de la demande intérieure beaucoup plus que la loi des rendements décroissants les a poussés dans cette voie.

Le décalage entre l'offre et la demande intérieures n'est pas inévitable. HOBSON [65] fait ici appel à la vieille loi des débouchés pour affirmer qu'avec chaque production naît le pouvoir d'achat correspondant; la surproduction générale n'apparaît que si certains détenteurs de pouvoir d'achat refusent de le transformer en demande effective de biens et services. La solution du problème n'est pas nécessairement de créer une demande extérieure forcée; une méthode plus efficace est de promouvoir la redistribution des revenus selon les besoins : les besoins humains étant illimités, la demande intérieure peut assurer le plein emploi d'une quantité illimitée de capital et de travail. Le remède à l'impérialisme est la réforme sociale, celle-ci exigeant à son tour l'établissement d'une démocratie authentique.

Avec un vocabulaire plus moderne, John STRACHEY reprend les mêmes thèmes [66] : la réalisation du bien-être individuel, puis du bien-être social peut

64. « L'impérialisme résulte de l'effort constant des capitaines d'industrie pour élargir le canal par lequel passe le flux de leurs surplus de richesses en recherchant des marchés étrangers et des investissements étrangers pour écouler les biens et les capitaux qu'ils ne peuvent utiliser dans leur pays. » J. HOBSON, ouvrage cité, p. 85.

65. Ouvrage cité, Part. I, « Chap. VI, The Economic Taproot of Imperialism », p. 71-93, Part. II, « Chap. VII, The Outcome », p. 356-368.

66. J. STRACHEY, ouvrage cité, « Chap. 7, La Grande-Bretagne sans empire », « Chap. 8, Du Pain seulement », « Chap. 14, Un Avenir sans empire ? », p. 153-204 et 319-354.

fournir à la fois un substitut acceptable à l'Empire comme objectif national et un débouché interne suffisant à la production.

Les pays capitalistes pourront alors se livrer, avec les économies sous-développées, à une coopération désintéressée, libérée de toute arrière-pensée impérialiste [67].

b) John STRACHEY se livre à la contre-épreuve : après avoir montré que l'impérialisme n'est pas une loi du capitalisme mais une politique non-nécessaire des États capitalistes, il affirme que les États socialistes peuvent eux-aussi, quoique anti-impérialistes « par nature », adopter une politique impérialiste [68].

Le système socialiste élimine certes l'intervention de l'État pour soutenir et protéger les initiatives des intérêts privés, mais il a sa contre-partie : l'étatisation du commerce international accroît les moyens d'exploitation d'un État faible par un État puissant; les pays dominés perdent la garantie, très imparfaite, d'une fixation des prix sur le marché mondial.

HOBSON trouve les illustrations de sa thèse dans la rupture entre la Yougoslavie et l'U.R.S.S. et dans les conflits qui ont ébranlé la Pologne et la Hongrie. Le fait que l'impérialisme profite à l'État et non à des capitalistes privés ne change rien à l'exploitation du point de vue du pays dominé.

Notons qu'un auteur d'inspiration marxiste comme Fritz STERNBERG parvient sur ce point à des conclusions voisines quoique plus nuancées [69] : il reconnaît l'existence d'un impérialisme soviétique mais l'estime fondamentalement différent de l'impérialisme européen :

– L'impérialisme n'est pas une nécessité pour l'U.R.S.S. qui n'a pas besoin de débouchés extérieurs, ne parvenant pas à satisfaire ses besoins nationaux; l'impérialisme résulte surtout d'une volonté de puissance.

– L'impérialisme soviétique a, à côté de phénomènes d'exploitation, un contenu progressiste : il provoque la réalisation de réformes agraires anti-féodales et soutient un rythme élevé d'industrialisation.

La réalité d'une politique impérialiste émanant d'un État socialiste est cependant admise, hypothèse que rejettent absolument les économistes marxistes orthodoxes.

67. Notons que LÉNINE avait envisagé l'hypothèse d'une disparition de l'impérialisme grâce au développement du marché intérieur, mais il la considérait comme incompatible avec les lois du capitalisme. « Certes, si le capitalisme pouvait développer l'agriculture (...), s'il pouvait élever le niveau de vie des masses de la population (...), il ne pourrait même être question d'excédent de capitaux (...). Mais alors le capitalisme ne serait pas le capitalisme, car l'inégalité de son développement et la sous-alimentation des masses sont les conditions et prémisses essentielles, inévitables, de ce mode de production. » *L'impérialisme, stade suprême du capitalisme*, « Chap. IV, l'exportation des capitaux », p. 57.

68. Ouvrage cité, « Chap. 12, De nouveaux empires à la place des anciens ? II - Un empire Russe », p. 274-298. Voir aussi R. ARON, *Paix et guerre entre les nations*, p. 279-281, « Capitalisme et Socialisme ».

69. *Le conflit du siècle*, « Expansion russe et impérialisme », p. 509-713.

L'énoncé des multiples thèses contradictoires relatives à l'impérialisme fait naître le scepticisme; historiens, sociologues, économistes, sont en désaccord sur tous les points et l'on voit mal sur quelle base trancher puisque leurs controverses portent sur la nature même des faits.

Notre pessimisme ne doit pas devenir excessif : les oppositions les plus radicales portent sur les causes de l'impérialisme, sur les liens qui existent entre celui-ci et d'autres caractères des économies développées; en ce qui concerne par contre les conséquences de l'impérialisme sur les pays dominés, l'accord semble possible sur les traits essentiels, or c'est à ce niveau que se situe notre recherche.

Quelques conclusions générales peuvent être dégagées de l'étude de l'impérialisme, conclusions qui donnent un nouvel éclairage du concept de sous-développement :

– en premier lieu, l'impérialisme a un contenu économique certain; entre puissance impériale et pays directement ou indirectement soumis s'établissent des relations économiques inégales qui se traduisent non seulement par des mouvements de marchandises et de capitaux, mais par une transformation des structures du pays faible en fonction des intérêts du pays fort;

– en second lieu, si les manifestations d'impérialisme ont d'abord été liées à l'existence de nations guerrières, l'impérialisme économique a acquis avec l'essor du capitalisme une vitalité exceptionnelle : d'une part, le groupe des pays capitalistes s'est partagé systématiquement le reste du monde, d'autre part, les échanges économiques au sein des empires ont atteint une intensité beaucoup plus grande que jamais auparavant;

– en troisième lieu, la domination impériale a pu, lorsqu'elle adoptait la forme de la colonisation, avoir certaines conséquences positives notamment au niveau de l'infrastructure économique et sociale; en règle générale cependant ses effets sur le développement économique apparaissent largement négatifs : destruction des activités artisanales et manufacturières qui concurrençaient la métropole, spécialisation forcée dans les productions brutes pour l'exportation, division de l'économie entre un secteur traditionnel et un secteur moderne tourné vers la métropole, alliance de la puissance impériale avec les classes dominantes réactionnaires qui parvenaient ainsi à prolonger leur pouvoir déclinant ;

– en quatrième lieu, l'élaboration par les pays sous-développés d'un programme de développement soumis aux choix et aux objectifs nationaux exige la disparition de l'impérialisme, au moins sous sa forme directe [70], sinon le développement des pays sous-développés se réduira à la croissance des secteurs

70. Nous n'entendons pas par cette incidente sous-entendre que des manifestations indirectes de l'impérialisme soient acceptables pour un pays sous-développé; nous voulons seulement souligner qu'il n'est pas souhaitable ni nécessaire d'attendre la disparition totale des liens impérialistes ou néo-impérialistes pour entreprendre une politique nationale du développement.

répondant à une augmentation de demande des pays industriels ou à une possibilité de placements fructeux pour les capitaux de ces pays.

Le phénomène d'impérialisme nous paraît donc avoir été depuis un siècle un mécanisme irréversible d'amplification des écarts entre pays développés et pays sous-développés; il doit nécessairement intervenir dans la définition du concept de sous-développement.

L'impérialisme n'explique pas tout; il faut en effet rendre compte du décalage initial qui a permis la création de liens impérialistes. Ce n'est pas leur seule supériorité militaire qui a permis aux pays européens d'étendre leur domination sur le reste du monde; préalablement existait déjà une différence économique profonde entre des sociétés dynamiques, progressives, où une bourgeoisie expansionniste mettait en place le système capitaliste et des sociétés stagnantes, enkylosées, dont les structures paralysaient tout effort d'innovation économique.

Le phénomène de sous-développement est le produit de ces deux facteurs : l'existence de types d'organisations sociales dont étaient absentes les conditions du développement économique, l'apparition dans d'autres pays de formes de développement assurant leur réussite aux dépens des plus faibles. Le concept de sous-développement doit être saisi dans ces deux dimensions. Dans cette perspective, la théorie de l'industrialisation [71] nous a fourni les instruments d'analyse pour expliquer l'apparition et le maintien d'un processus de développement en certains points ou en certains espaces; il restait à expliquer les répercussions qu'exerce le processus de développement, réalisé en un espace donné, sur les espaces où ce processus n'a pas vu le jour. Sans affirmer aucun fatalisme historique, nous avons constaté la réalité du comportement impérialiste des pays industrialisés à l'égard du reste du monde. L'analyse de l'impérialisme, quels que soient les critiques, corrections, assouplissements qu'il apparaît nécessaire d'y apporter, constitue, à notre avis une explication globalement valable des conditions historiques d'apparition du sous-développement, envisagé comme structure économique originale.

Mais le concept n'a pas seulement à expliquer la genèse d'un phénomène, il a également un aspect fonctionnel [72] : quels sont les traits spécifiques, les caractéristiques de fonctionnement des économies sous-développées aujourd'hui ? Si le phénomène historique qu'est l'impérialisme s'est traduit par la pénétration violente dans des sociétés pré-capitalistes d'un secteur capitaliste moderne imposé par une puissance dominante, nous devons maintenant examiner les conséquences de cette cœxistence antagoniste sur les mobiles, les formes, les résultats de l'activité économique. Nous essayerons de montrer que les espaces sous-développés peuvent fondamentalement être caractérisés, à ce niveau d'analyse, par la désintégration de leur économie.

71. Cf. plus haut, Chap. 6.
72. Cf. Introduction de la deuxième partie.

Titre II : Le sous-développement, phénomène spatial de désintégration.

INTRODUCTION

La prise en considération des disparités entre régions, secteurs, groupes sociaux, des disproportions entre dimensions des unités, de l'absence de liaison entre elles, des différences dans les types d'organisation et de comportement, des inégalités dans les rythmes de développement occupe une place croissante dans les analyses des économistes contemporains consacrées au sous-développement; nombre d'entre eux trouvent là le caractère fondamental des économies sous-développées. Cependant, une certaine imprécision règne dans la formulation : des termes voisins sont employés, apparaissant interchangeables chez certains auteurs et nettement distincts chez d'autres. Citons parmi les plus fréquemment rencontrés les qualificatifs d'économie dualiste, pluraliste, asymétrique, inarticulée ou désarticulée, inintégrée ou désintégrée.

Nous allons nous efforcer de dégager le contenu propre de chacune de ces notions et d'apprécier leur utilité respective comme instrument d'analyse du phénomène de sous-développement, comme instrument d'élaboration du concept.

a) La notion de *dualisme* est vraisemblablement la plus ancienne; bien avant la seconde guerre mondiale, elle a été utilisée par l'économiste néerlandais J. H. BOEKE [1] sur l'exemple de l'Indonésie

Si l'on caractérise un système social par trois caractères indépendants : le niveau technique, les formes d'organisation, la psychologie collective [2], une société est homogène lorsqu'il n'y existe qu'un seul système social. Elle est dualiste ou pluraliste [3] si deux ou plusieurs systèmes coexistent. Chaque société voit au cours de son évolution coexister à plusieurs reprises deux sys-

1. La formulation générale la plus récente est présentée dans J. H. BOEKE, *Economics and Economic Policy of Dual Societies as exemplified by Indonésia*, 1953.
2. « Social spirit ».
3. Le vocabulaire anglo-saxon utilise les termes suivants : dualism and pluralism, dual or plural economy, dualistic or pluralistic economic theory; la pratique a imposé en français dualisme et économie dualiste sans que le terme dualistique soit employé; par parallélisme dans la traduction, nous utiliserons les termes de pluralisme et d'économie pluraliste (pour « plural economy »).

tèmes dont l'un est appelé à succéder à l'autre après l'avoir éliminé; ce phénomène temporaire ne constitue pas une manifestation de dualisme. Dans une société dualiste, l'un des deux systèmes, en pratique le plus avancé, a été importé et imposé de l'extérieur mais n'est pas susceptible de se généraliser [4]. Les économies sous-développées sont caractérisées par la rupture entre un système social rural précapitaliste mis en contact sans étapes intermédiaires avec un système capitaliste avancé importé.

Une approche très voisine est celle de Samir AMIN [5] qui définit le sous-développement comme l'état des structures pré-capitalistes transformées par leur intégration au marché international [6]; il en décrit ainsi le processus :

« L'intégration des économies de nature pré-capitaliste dans un marché international capitaliste des marchandises et des capitaux, n'a pas conduit à une substitution rapide et intégrale de la structure pré-capitaliste par une structure nouvelle de caractère capitaliste, mais cette intégration a conduit à un développement limité et particulier du capitalisme, à une structure nouvelle où se côtoient les éléments structurels de nature capitaliste et ceux de nature pré-capitaliste [7]. »

Benjamin HIGGINS [8] oppose au dualisme sociologique de J. H. BOEKE qui, estime-t-il, ne recouvre qu'une différence de degré et non de nature entre les comportements économiques, le dualisme technologique, illustré par les analyses de R. S. ECKAUS [9], R. SOLOW [10] et Hla MYINT [11] : l'économie est divisée en deux secteurs, agricole et industriel, caractérisés par des fonctions de production très différentes. Nous reviendrons plus loin sur ces débats; retenons, dès maintenant, la pluralité des contenus possibles du terme choisi. Ce point est également mis en évidence par Élias GANNAGE [12] qui, au centre de l'analyse du sous-développement, place la notion de dualisme économique, entendant par là « toute coupure, toute juxtaposition, tout fossé qui s'établit respectivement soit entre une région et le reste du territoire, soit entre deux systèmes ou secteurs, soit entre groupes sociaux à l'intérieur d'une aire spatiale déterminée telle que la nation [13] ». Il est ainsi amené à distinguer trois types de dualismes : territorial, fonctionnel et social.

4. « Le dualisme social est le conflit entre un système social importé et un système social indigène d'un autre type »; ouvrage cité, p. 4.
5. Samir AMIN, *Les effets structurels de l'intégration internationale des économies précapitalistes.*
6. Ouvrage cité, « Section III, Les caractères spécifiques du sous-développement », p. 53-66.
7. Ouvrage cité, p. 1.
8. B. HIGGINS, *Economic Development*, « Chap. 12, General Theories : Sociological Dualism », p. 274-293, « Chap. 14, Partial Theories : Technological Dualism and the Population Explosion », p. 314-344.
9. R. S. ECKAUS, *The Factor Proportions Problem in Underdeveloped Areas.*
10. R. SOLOW, *A contribution to the theory of economic Growth.*
11. H. MYINT, *An interpretation of economic backwardness.*
12. E. GANNAGE, *Économie du développement*, « Chap. III. Structure », p. 60-96.
13. *Ibidem*, p. 61.

Pour en terminer avec cette notion de dualisme, rappelons que les études des Nations-Unies, sans toujours utiliser le terme, appliquent très fréquemment dans leurs analyses une division des économies sous-développées en deux secteurs, par exemple « économie agricole indigène » et « économie monétaire ou de marché [14] ».

b) Certains auteurs, acceptant le principe de la distinction, ont estimé trop restrictif de la limiter à deux secteurs; J. S. FURNIVALL [15] observe dans les économies sous-développées un phénomène de *pluralisme* et non seulement de dualisme. Tous les pays tropicaux mis en contact avec le monde moderne présentent les mêmes caractéristiques : la coexistence au sein d'une même unité politique de plusieurs races ayant chacune sa culture, sa religion, sa langue son organisation sociale; ces groupes, bien que géographiquement mêlés, n'ont entre eux aucun contact sinon des contacts économiques nés d'une division raciale du travail. Ainsi en Birmanie, Indigènes, Chinois, Indiens, et Européens se partagent des fonctions économiques spécifiques et n'entretiennent que des relations d'échange; ils n'ont entre eux comme seul facteur commun que le désir du gain.

J. H. BOEKE n'accepte pas cette thèse [16]; il considère que les différents intermédiaires entre l'économie indigène et le secteur capitaliste importé ne constituent pas un élément original. Tous ces intermédiaires : classe moyenne indigène, métis, Indiens, Chinois, ne sont que des satellites du capitalisme occidental; éléments importés, pour la majorité, ils ne font qu'accentuer le dualisme.

c) Roger DUMOULIN a récemment proposé la notion d'*économie asymétrique* [17] construite sur l'exemple de la région de Bône mais valable, selon l'auteur, pour

14. NATIONS-UNIES, *Développement de l'économie de marché en Afrique tropicale*, « Chap. I, Introduction », p. 1-8. Notons, à l'opposé, que René GENDARME refuse de faire du dualisme un caractère général des économies sous-développées; selon cet auteur, le phénomène de dualisme ne concerne qu'un type particulier d'économies sous-développées; cette opposition s'explique par la définition très restrictive adoptée : il faut, non seulement qu'il existe un secteur moderne relativement important, mais encore qu'il y ait absence de liens économiques et de mouvements de population entre les deux secteurs; cf. *La pauvreté des nations*, « Chap. IV, Les pays à structure dualiste », p. 249-260.

15. L'ouvrage le plus récent est : J. S. FURNIVALL, *Colonial Policy and Practice; a comparative study of Burma and Netherlands India*, surtont p. 8-10, 105-109, 116-123, 194-199, 290-312, 468-513.

16. Ouvrage cité, « Capitalism and Precapitalism », p. 12-15.

17. Roger DUMOULIN, *La structure asymétrique de l'économie algérienne d'après une analyse de la région de Bône*, voir surtout : Introduction, « Sect. II, Validité de l'analyse du département de Bône pour l'identification d'une économie asymétrique », p. 17-30, Conclusion Générale, « Sect. I, Perspectives d'extension de la notion d'économie asymétrique », p. 345-349, et plus généralement toute la 1re Partie, « Le développement structurel d'une économie asymétrique », p. 31-208.

tous les pays d'outre-mer « où le conquérant est resté suffisamment longtemps pour y faire souche [18]. »

L'économie asymétrique est caractérisée par trois séries de décalages [19] :

– du point de vue sociologique, par la cristallisation de différents apports humains en deux faisceaux divergents séparés par des complexes psychologiques bien plus que par des divisions ethniques;

– du point de vue économique, par le développement, du fait de l'élément évolué minoritaire, d'une économie dominante mais fragmentaire et tournée vers l'extérieur;

– du point de vue des revenus, par une répartition inversement proportionnelle à l'importance numérique des faisceaux de population.

Ces trois décalages vont en s'amplifiant car l'expansion ne touche que la fraction déjà évoluée de l'économie.

Roger Dumoulin oppose la notion d'économie asymétrique à celles d'économie arriérée, d'économie coloniale et d'économie sous-développée [20]; cette dernière notamment, est définie par trois caractères : la faiblesse du niveau de vie due à un travail peu productif, l'existence de ressources naturelles inemployées, l'insuffisance des capitaux. En fait, il nous semble plutôt que l'auteur substitue à la définition superficielle et partielle qu'il donne du sous-développement, une définition structurelle plus satisfaisante qui souligne un aspect essentiel commun à toutes les économies sous-développées.

Ainsi la notion d'économie asymétrique se différencie-t-elle mal de celle d'économie dualiste.

d) La notion d'*économie inarticulée ou désarticulée* est, elle aussi parfois, étroitement liée à celle d'économie dualiste [21]; à l'opposé, Gaston Leduc [22] rejette le « prétendu dualisme » pour analyser la désarticulation assimilée à une absence d'intégration. Il importe donc de préciser les contenus respectifs de ces termes.

François Perroux a le premier utilisé le qualificatif d'économie désarticulée [23]; il l'a précisé ensuite en employant de préférence celui d'économie inarticulée [24]. L'inarticulation se traduit par l'absence d'un réseau homogène de flux, de prix, d'anticipations : une force de croissance appliquée en un point ne se propage pas, ou se propage mal, dans son environnement. Dans le même

18. Ouvrage cité, p. 348.
19. *Ibidem*, p. 23-24, « A. Une triple série de décalages ».
20. *Ibidem*, p. 18-23, 349-350.
21. Ainsi pour Raymond Barre : « l'économie dualiste est une économie désarticulée... », « L'étude du caractère dualiste et désarticulé des économies sous-développées... » – in *Le développement économique, analyse et politique*, p. 9.
22. G. Leduc, *Les pays sous-développés et leurs problèmes*, p. 141-146.
23. F. Perroux, *Trois outils d'analyse pour l'étude du sous-développement (Économie désarticulée – Coûts de l'homme – Développement induit)*.
24. Par exemple : F. Perroux, *Qu'est-ce que le développement ?* p. 17.

sens, Gilbert Blardone [25] montre que l'inarticulation résulte de deux ensembles de faits : l'absence de complémentarité entre secteurs hétérogènes non reliés entre eux, l'existence de rigidités technologiques, économiques et sociologiques. Pour René Gendarme [26], la désarticulation s'exprime en une série de déséquilibres, facteurs de désintégration : déséquilibres entre l'essor de la population et l'augmentation de la production agricole, entre l'essor démographique et les possibilités d'emploi, entre le financement public et privé des investissements, enfin déséquilibre de la balance commerciale.

Notons que si des auteurs comme J. H. Boeke ou Élias Gannage donnent une place centrale au dualisme dans l'explication du sous-développement [27], les économistes qui insistent sur la désarticulation n'en font qu'un des caractères dominants des espaces sous-développés. François Perroux [28] énonce « trois traits notables » : économies inarticulées, économies dominées, économies ne couvrant pas les coûts de l'homme pour l'ensemble de la population; de même Gilbert Blardone [29] distingue « trois traits fondamentaux » : économies inarticulées, économies déséquilibrées, économies dépendantes à fortes fluctuations.

La notion de désarticulation (ou inarticulation) a sans conteste un contenu original par rapport à celle de dualisme, notamment parce qu'elle s'applique au sein de chacun des deux secteurs, en particulier au sein de l'économie de subsistance, et pas seulement dans les relations entre les deux secteurs; elle s'en disingue aussi par son ambition plus limitée [30] et son fondement plus strictement économique.

e) Nous avons déjà remarqué l'imprécision des distinctions entre les outils d'analyse dont nous faisons l'inventaire; l'incertitude persiste lorsqu'on étudie l'*inintégration ou la désintégration* des économies sous-développées.

Élias Gannage, étudiant l'avenir des économies dualistes, oppose à la « voie de la stagnation », la « voie royale de l'expansion avec résorption du dualisme et complète intégration [31] »; J. S. Furnivall, proposant une politique pour

25. G. Blardone, *La politique de la croissance équilibrée et harmonisée dans le cadre national : pays sous-développés*, p. 9.36.1 - 9.36.2.

26. R. Gendarme, *L'Économie de l'Algérie*, « Chap. II, L'Économie algérienne sous l'aspect d'une économie désarticulée ».

27. Cf. E. Gannage, ouvrage cité, « (la structure dualiste...) constitue la trame autour de laquelle viennent se regrouper – de façon cohérente et architecturale – la liste énumérative mais non limitative des caractéristiques des économies peu évoluées », p. 61.

28. *Qu'est-ce que le développement ?* p. 17-18.

29. Article cité.

30. Les termes « désarticulation » et « inarticulation » ne figurent d'ailleurs pas dans les mots-souches de l'index analytique du dernier ouvrage de F. Perroux, *L'Économie des jeunes nations. Industrialisation et groupements des nations*, p. 231-249. La notion est cependant réaffirmée, cf. p. 175, note 1.

31. E. Gannage, ouvrage cité, p. 76; voir aussi « b) Intégration économique », p. 81-84. Le même auteur écrit, quelques lignes plus haut : « En soulignant la fragmentation du fonctionnement de l'économie en deux systèmes, l'un d'économie fermée, l'autre de capita-

remédier au pluralisme des économies tropicales, la désigne sous le terme général de « réintégration [32] ». Nous avons mentionné au passage que Gaston LEDUC semblait identifier désarticulation et désintégration [33]; de même René GENDARME pour définir une économie désarticulée y distingue quatre facteurs de désintégration [34].

La tâche de l'analyste apparaît complexe. Une première indication nous est donnée par le fait que la notion d'intégration avait antérieurement à l'analyse du sous-développement une signification économique [35] alors que les termes de dualisme et de désarticulation ont été empruntés à d'autres sciences [36].

Le terme d'intégration a d'abord été utilisé, à un double niveau, pour définir certains types de relations entre unités de production et entre nations.

Entre unités de production, l'intégration désigne un processus par lequel deux ou plusieurs unités sont placées sous l'autorité d'un seul centre de décision; on distingue l'intégration verticale et l'intégration horizontale. L'intégration est, dans une économie capitaliste, l'une des formes de la concentration des entreprises.

Entre nations, la définition de l'intégration offre plus de difficultés [37]. Une définition, d'esprit très classique, a été proposée par Bela BALASSA [38] : l'intégration économique, comme processus, recouvre les mesures visant à abolir les discriminations entre unités économiques appartenant à différents États nationaux; comme situation, elle se caractérise par l'absence des différentes formes de discrimination entre économies nationales. Une autre définition moins formelle et plus fonctionnelle, due à W. DIEBOLD [39], complète utilement

lisme, le dualisme fonctionnel traduit les ruptures de liaison entre les deux ou plutôt leur désarticulation », p. 75-76. On voit donc combien sont proches et mal délimitées ces notions de dualisme, désarticulation, désintégration.

32. J. S. FURNIVALL, ouvrage cité, « chap. XII, Reintegration », p. 468-513 (§ 1. Conditions of Reintegration, § 2. Social Reintegration, § 3. Economic Reintegration, etc.).

33. G. LEDUC, ouvrage cité, « § 3. La désarticulation (absence d'intégration) », p. 144.

34. R. GENDARME, ouvrage cité, cf. note 26.

35. Signification d'ailleurs assez imprécise; on connaît la phrase souvent citée de François PERROUX : « Dans la hiérarchie des mots obscurs et sans beauté dont les discussions économiques encombrent notre langue, le terme d'intégration occupe un bon rang »; in *L'Europe sans rivages*, p. 419: cf. aussi l'article « Intégration » dans le *Dictionnaire des Sciences économiques*, publié sous la direction de Jean ROMEUF, Tome I, p. 616-618.

36. Le « dualisme » est d'abord une notion philosophique ou théologique, la « désarticulation » est un terme utilisé par la physiologie.

37. Voir sur ce point : F. PERROUX, *L'Europe sans rivages*, « Les forces de l'intégration et les types d'intégration », p. 419-447; Michel PANNIER, *L'intégration économique des nations : problèmes de localisation et délocalisation*, « Chap. I, Définition et morphologie de l'intégration économique des États souverains », p. 4-28; Jean WEILLER, *Les degrés de l'intégration et les chances d'une zone de coopération internationale*, surtout p. 235-240; Bela BALASSA, *The Theory of Economic Integration*, « Chap. I, Introduction », p. 1-18.

38. Bela BELASSA, ouvrage cité, p. 1 : « As a process, it encompasses measures designed to abolish discrimination between economic units belong to different national states; (...) as a state of affairs, it can be represented by the absence of various forms of discrimination between national economies. »

39. Citée par Michel PANNIER, ouvrage cité, p. 17.

la première : « on peut considérer l'intégration soit comme un processus d'accroissement des liens entre des centres d'activité économique actuellement séparés par des frontières nationales, soit comme une condition obtenue quand, par une estimation quelconque, les liens sont plus marquants que les séparations ».

Telles sont donc les deux acceptions traditionnelles de la notion d'intégration; sa transposition dans l'analyse du sous-développement est due, notamment, aux travaux de Gunnar MYRDAL [40] : « Dans tous les pays sous-développés, le problème du développement économique consiste avant tout à rechercher l'intégration nationale dans sa combinaison nécessaire avec le progrès économique, l'un étant à la fois résultat et condition de l'autre [41]. »

L'intégration économique, pour Gunnar MYRDAL, c'est d'abord « la réalisation du vieil idéal occidental de l'égalité des chances [42] ». Au plan national, elle se traduit par l'égalisation des conditions économiques des différents éléments composant la nation : individus et groupes sociaux, régions, secteurs; elle suppose mobilité et cohésion.

L'intégration est donc désormais définie à un troisième niveau intra-national. Un de ses aspects a été développé par une littérature particulièrement abondante : il s'agit de l'égalité entre régions au sein d'une nation [43]. Joseph LAJUGIE [44] fournit un exemple significatif d'analyse des disparités interrégionales en termes d'intégration; pour cet auteur « la région sous-développée est un ensemble économique non-intégré et cette insuffisante intégration des structures régionales est à l'origine de la désintégration des économies nationales et de l'économie internationale [45] ». La grande différence entre économies nationales développées et sous-développées est que dans les premières l'État a su et a pu mettre en œuvre une politique cohérente d'égalisation alors que les secondes connaissent des disparités croissantes et cumulatives [46].

Nous disposons ainsi d'une gamme de définitions de l'intégration correspondant à ses différents niveaux d'utilisation; on peut les regrouper en écrivant, avec François PERROUX [47], que le terme d'intégration « paraît désigner l'acte de donner cohésion à une société humaine ou à quelques-unes de ses activités, celles par exemple qui ont rapport à la production, à l'échange ou à la consommation des services utiles aux hommes. L'acte d'intégrer rassemble

40. G. MYRDAL, *Une économie internationale*, Chap. II, III, XII, *Théorie économique et pays sous-développés*, 1re partie.

41. G. MYRDAL, *Une économie internationale*, p. 235.

42. *Ibidem*, p. 13.

43. Pour une bibliographie accordant une large place à ces considérations, cf. J. MARTENS, *Bibliographie de science économique régionale*.

44. Joseph LAJUGIE, *Les conditions d'une politique de développement régional pour les pays du Marché Commun*.

45. *Ibidem*, p. 273.

46. Cf. G. MYRDAL, *Théorie économique et pays sous-développés*, « Chap. III, La tendance aux inégalités régionales à l'intérieur d'un pays », « Chap. IV, Le rôle de l'État », p. 35-64.

47. F. PERROUX, *L'Europe sans rivages*, p. 419.

des éléments pour former un tout ou bien il augmente la cohésion d'un tout déjà existant. »

La confusion que nous avons soulignée dans l'emploi des termes d'économie dualiste, pluraliste, asymétrique, inarticulée (ou désarticulée), inintégrée (ou désintégrée) trouve son explication dans la réelle proximité de ces différentes notions; toutes expriment l'absence de cohésion interne des économies sous-développées en mettant plus spécialement l'accent soit sur la disparité des situations, soit sur l'insuffisance des liaisons entre éléments composants.

Le concept d'intégration nous paraît être à la fois le plus élaboré du point de vue de la théorie économique et le plus compréhensif du point de vue de l'analyse du sous-développement. Il occupera désormais une place centrale dans notre recherche, les termes voisins étant utilisés pour illustrer certains aspects spécifiques du phénomène de désintégration.

Une dernière question de vocabulaire doit être tranchée; celle du choix entre les qualificatifs de « désintégré » et d'« inintégré ». Notre préférence ira au premier : l'inintégration désigne une situation, la désintégration évoque une histoire. Analysons, avec John FRIEDMANN, « le développement économique comme processus qui, à la suite de la rupture d'anciennes formes ayant perdu leur raison d'être, arrive à réintégrer avec succès les fragments d'un ordre social disparu autour de principes nouveaux [48] »; alors le sous-développement constitue le résultat de la désintégration d'économies pré-capitalistes par l'irruption d'un capitalisme étranger, ce dernier se révélant inapte à organiser la réintégration de ces économies à un stade supérieur de développement.

Dans cette perspective, que nous devrons justifier, le terme de désintégration nous paraît plus significatif. Nous allons en approfondir le contenu, non plus comme auparavant en recherchant ce qui fait son originalité par rapport aux notions voisines, mais en le présentant dans toute sa généralité.

f) Si la désintégration se caractérise par une inégalité de situation entre unités économiques (micro-unités et macro-unités), par une insuffisante mobilité des facteurs et des produits, par une absence de cohésion dans les activités économiques, alors la désintégration ne peut être analysée que dans un espace économique défini [49].

Jacques-Raoul BOUDEVILLE, utilisant la distinction établie par François PERROUX entre l'espace défini comme ensemble homogène, l'espace défini comme

48. John FRIEDMANN, *Influence de l'intégration du système social sur le développement économique*, p. 83.

49. Il n'est point besoin ici de démontrer la richesse et l'originalité de la notion d'espace économique; cf. sur ce point les deux ouvrages de Claude PONSARD, *Économie et espace* et *Histoire des théories économiques spatiales*. Désormais lorsque nous utiliserons, sans autre précision, la notion d'espace, il s'agira toujours d'espace économique.

champ de forces et l'espace défini comme contenu d'un plan [50], montre que le terme intégration comporte trois significations distinctes, souvent confondues [51].

– L'intégration peut « s'apprécier en termes d'homogénéité des niveaux et genres de vie »; elle relève du concept de région homogène; nous dirons plus généralement avec Joseph LAJUGIE que l'intégration consiste à faire de l'espace considéré « un ensemble caractérisé par des éléments structurels relativement comparables et par des relations étroites et continues entre ces divers éléments [52]. »

– L'intégration peut « se mesurer en fonction de l'interdépendance plus ou moins grande des diverses parties de l'espace économique considéré »; elle relève du concept de région polarisée; c'est dans cette perspective, par exemple, que François PERROUX écrit : « L'intégration souple des activités économiques des Européens se fait-elle autour d'un pôle principal et incontesté [53] ? »

– Enfin, l'intégration peut « se référer à la compatibilité des plans des différents centres de décision de l'espace économique considéré »; elle relève du concept de région-plan; ce point de vue apparaît dans la définition proposée par Maurice BYE : « Intégrer ce n'est pas additionner. C'est accroître, sur un espace donné, la compatibilité des plans d'un ensemble de centres de décisions appelés à former un seul système économique [54]. »

Lorsque nous analysons le sous-développement comme un phénomène spatial de désintégration, ces trois perspectives doivent être successivement envisagées. L'apparition d'un processus de développement dans une économie sous-développée exige indissociablement la généralisation de structures relativement homogènes [55], l'apparition de pôles capables d'entraîner le développement de leur environnement [56], l'élaboration d'un plan orientant l'ensemble des activités économiques vers un objectif défini [57].

Un concept n'a de signification que s'il est susceptible d'expression opérationnelle [58]; nous devrons rechercher finalement vers quel modèle de développement nous oriente l'approche spatiale du phénomène de sous-développement.

50. F. PERROUX, *Les espaces économiques*, et *L'Europe sans rivages*, « II. Les Enseignements de l'analyse des espaces économiques », p. 329-415, spécialement p. 351-368.

51. J.-R. BOUDEVILLE, *L'Économie régionale. Espace opérationnel*, p. 73.

52. J. LAJUGIE, article cité, p. 309.

53. F. PERROUX, *L'Europe sans rivages*, p. 33.

54. M. BYE, *La localisation de l'investissement et la Communauté européenne économique*, p. 189.

55. Chap. 10, Désintégration et espace homogène.

56. Chap. 11, Désintégration et espace polarisé.

57. Chap. 12, Désintégration et espace-plan.

58. Cf. Introduction, Sect. III, § 1.

59. Chap. 13, Essai de traduction opérationnelle : les modèles pluri-sectoriels de développement.

CHAPITRE X

DÉSINTÉGRATION ET ESPACE HOMOGÈNE

Dans la liste des caractères constitutifs du sous-développement est fréquemment mentionnée l'existence de disparités et de déséquilibres; la nature de ces inégalités est facilement repérable : inégalités dans la répartition des revenus entre une mince classe bourgeoise et la masse de la population, agriculteurs du secteur traditionnel ou prolétariat industriel, inégalités dans le niveau et la vitesse de développement des régions ou des branches d'activité, inégalités dans la localisation de l'infrastructure économique et sociale, inégalités enfin entre le genre de vie, le comportement économique, la structure sociale des zones rurales vivant dans une économie archaïque de subsistance et des zones urbaines modernes, commerciales et industrielles, orientées vers les échanges internationaux.

L'existence de ces faits étant générale et incontestable, il importe de préciser leur signification dans la situation de sous-développement. Peut-on dire que l'hétérogénéité est une cause ou une conséquence directe du sous-développement ? La mise en œuvre d'un processus de développement entraînerait alors progressivement la création d'un espace parfaitement homogène. Cette formulation est visiblement simpliste; les relations entre degré d'homogénéité et niveau de développement doivent être mieux explicitées si l'on veut raisonner utilement sur l'ensemble des disparités énumérées plus haut.

Les multiples caractères d'hétérogénéité observables dans une économie sous-développée ne sont pas le résultat d'une accumulation de phénomènes accidentels; ils sont les conséquences d'un fait central : la cœxistence de deux systèmes économiques antagonistes mais non isolés; nous devrons analyser la structure et le fonctionnement propre de chacun des deux systèmes pour comprendre la nature des relations qu'ils ont entre eux au sein des économies sous-développées.

SECTION I. HOMOGÉNÉITÉ ET DÉVELOPPEMENT

Qu'est-ce qu'un espace économique homogène par opposition à un espace économique hétérogène ? En quoi le caractère plus ou moins homogène ou hétérogène d'un espace donné influe-t-il sur son aptitude au développement ?

Seule la réponse à ces questions nous permettra d'expliquer, et non pas seulement de décrire, lorsque nous étudierons les phénomènes d'hétérogénéité observables dans les économies sous-développées.

§ 1. ESPACE HOMOGÈNE ET ESPACE HÉTÉROGÈNE

Bien que rares soient les auteurs qui aient tenté d'approfondir ces notions, il ne s'est pas dégagé une conception unique et claire.

a) Claude PONSARD [1] n'oppose pas les caractères d'homogénéité et d'hétérogénéité; il en fait deux instruments d'analyse complémentaires. « Les espaces homogènes sont les lieux des points où les relations caractéristiques de chaque marché — entre prix, localisations et aires individuelles — donnent naissance à des modèles spatiaux ordonnés et cohérents [2]. » L'homogénéité des espaces de marché repose sur l'identité économique du bien à travers un espace donné; elle suppose donc l'identité dans l'objet des activités des unités économiques; cette activité porte sur un seul bien. Elle contient d'autre part des conditions concernant les caractéristiques du marché : prix, localisation, aire, nature concurrentielle ou monopolistique, c'est-à-dire l'organisation des relations entre unités économiques.

Les espaces hétérogènes sont définis « comme ordonnancement systématique d'un nombre variable d'espaces homogènes [3] »; il ne sont pas le contraire des espaces homogènes, ils en sont la combinaison. Si l'espace homogène est illustré par le marché, l'espace hétérogène comporte des types remarquables : les régions, les nations, les circuits internationaux.

b) L'homogénéité s'oppose à l'hétérogénéité dans les travaux de Jacques-Raoul BOUDEVILLE [4]. L'espace homogène est « l'espace dont toutes les parties présentent entre elles des caractères aussi proches que possible [5] »; il se caractérise par une dispersion minima des caractéristiques de chaque unité élementaire autour de la moyenne de l'ensemble. En pratique, divers critères sont utilisés pour délimiter ces espaces : le revenu moyen par habitant pour déterminer des espaces homogènes quant au pouvoir d'achat, ou encore le degré d'industrialisation, le degré d'alphabétisme [6].

L'homogénéité est donc mesurée par des indicateurs du niveau de l'activité

1. C. PONSARD, *Économie et espace*, voir principalement : « Introduction, Les espaces homogènes », p. 15-19, et « Introduction, Les espaces hétérogènes », p. 115-117.
2. *Ibidem*, p. 115.
3. *Ibidem*, p. 115.
4. J.-R. BOUDEVILLE, *L'Économie régionale, espace opérationnel; Les espaces économiques* et « Les espaces économiques », in *L'Univers économique et social.*
5. *L'Économie régionale, espace opérationnel*, p. 5.
6. « Les espaces économiques », p. 9.70.14.

économique ou du développement économique, qu'il s'agisse d'indicateurs d'ensemble ou d'indicateurs attachés à tel secteur ou à telle fonction économique.

c) En l'appliquant principalement aux régions économiques, Jacques-Raoul Boudeville a simplifié sensiblement la notion d'espace homogène présentée par François Perroux [7] et à laquelle il se réfère.

Pour François Perroux, un espace homogène se définit, un critérium d'homogénéité ayant été choisi, par les relations d'homogénéité observées dans la structure des unités qui composent l'ensemble et dans les rapports entre ces unités.

La notion d'espace homogène n'est pas limitée à la région; elle s'applique aussi bien à une firme, à une nation, à une unité monétaire [8]. Ainsi une firme a une structure plus ou moins homogène à celle des autres firmes, elle appartient à un espace où règne plus ou moins l'unité du prix.

L'homogénéité d'un espace peut donc être observée sous trois aspects différents : quant à la nature des activités économiques au sein de l'espace, quant à la structure des unités composant l'espace, quant à l'organisation des relations entre unités économiques dans cet espace.

L'examen des relations entre degré d'homogénéité et niveau de développement, ou aptitude au développement, démontre qu'il est important de distinguer les différents contenus possibles de la notion.

§ 2. CRITÈRES D'HOMOGÉNÉITÉ

Examinons la situation des économies sous-développées et le problème de leur développement dans les trois perspectives que nous avons dégagées.

a) Quant à la nature des activités des unités économiques, le développement n'est pas synonyme d'homogénéité mais au contraire d'hétérogénéité. Le développement implique la division du travail, la diversification des activités, la multiplication du nombre des unités économiques spécialisées; en ce sens, les économies sous-développées sont relativement homogènes : le secteur traditionnel fournit l'exemple d'une économie peu diversifiée, basée sur une agriculture de subsistance; le secteur moderne est lui-même réduit à un petit nombre de branches, production de matières premières et de produits alimentaires pour l'exportation, commerce d'import-export, quelques rares industries de trans-

7. Principalement F. Perroux, *Les espaces économiques; L'Europe sans rivages*, « II. Les enseignements de l'analyse des espaces économiques », p. 329-415.
8. Cf. *Les espaces économiques*, p. 129-140, *L'Europe sans rivages*, p. 354-368.

formation. L'apparition d'un processus de développement engendrerait une hétérogénéité croissante des activités économiques[9].

b) Quant à la structure des unités économiques, une réponse plus complexe est nécessaire. Dans un espace économique en voie de développement rapide, le dynamisme du système peut engendrer de nouveaux types d'unités économiques qui coexistent avec des unités plus anciennes; toutefois cette hétérogénéité n'est que provisoire, les nouvelles unités se généraliseront rapidement en éliminant ou absorbant les anciennes. L'hétérogénéité est un stade provisoire qui conduit à l'homogénéité à un degré supérieur de développement.

Dans les économies sous-développées les unités économiques capitalistes ne sont pas le fruit d'un développement autonome, elles ne sont pas en voie de généralisation. Imposées de l'extérieur, elles rencontrent généralement l'hostilité des unités économiques pré-capitalistes; la coexistence engendre un renforcement des différences initiales. Nous sommes en présence d'une hétérogénéité durable, figée, renforcée par l'antagonisme des systèmes.

c) Quant à l'organisation des relations entre unités économiques, le lien entre homogénéité et développement apparaît évident. L'absence « d'un réseau homogène de prix, de flux et d'informations[10] » paralyse la propagation du développement. Que le développement soit organisé dans le cadre du marché ou dans le cadre du plan, il exige une transmission à toutes les unités de l'ensemble des stimulations économiques engendrées par les innovations, les investissements, les prix, les économies externes, etc. Dans ce domaine l'hétérogénéité est un obstacle majeur au développement.

Concluons qu'il n'est pas possible, sans autres précisions, de faire de l'homogénéité une condition du développement. Le développement engendre nécessairement l'hétérogénéité dans la nature des unités économiques; il peut aussi la faire apparaître dans la structure des unités. Par contre, l'hétérogénéité est dans une double mesure la marque des espaces sous-développés : hétérogénéité entre unités économiques capitalistes et pré-capitalistes qui coexistent durablement dans deux secteurs opposés, hétérogénéité dans le système des liaisons entre unités appartenant à chacun des deux secteurs.

9. C'est cette perspective qu'illustre le texte suivant de John Friedmann : « Si nous examinons le processus du développement économique sous l'angle de son évolution structurale (...) nous remarquons que les structures homogènes, peu différenciées, se transforment en structures hétérogènes, très différenciées les unes des autres comportant d'importantes et intenses concentrations et des forces dominantes et sous-dominantes sous-jacentes », *Influence de l'intégration du système social sur le développement économique*, p. 95.

10. F. Perroux, *Qu'est-ce que le développement?* p. 17.

SECTION II. LE CHOC DE DEUX SYSTÈMES

L'hétérogénéité des espaces sous-développés est souvent désignée par le terme de dualisme [11], nous nous efforcerons de donner une signification précise à la notion avant d'étudier séparément les deux termes de cette dualité.

§ 1. LE DUALISME

L'existence de deux « ensembles » fortement différenciés, l'un archaïque, l'autre moderne est observable dans toutes les économies sous-développées; encore importe-t-il de déterminer le fondement de cette opposition. Nous estimons que la racine du dualisme réside dans la mise en contact de deux systèmes économiques antagonistes; cette interprétation paraît plus conforme aux faits et plus féconde pour l'analyse que d'autres qui en sont voisines.

a) Elias GANNAGE [12] a souligné l'existence d'un dualisme territorial [13] : « Les pays sous-développés se présentent comme un ensemble de régions dont l'expansion n'est pas égale [14]. » On peut remarquer, comme l'indique d'ailleurs l'auteur, qu'une distinction fondée sur le niveau de développement régional conduit plutôt à parler de pluralisme que de dualisme. Mais une critique plus grave doit être soulevée : le secteur moderne ne se concentre pas nécessairement en régions développées; souvent il s'éparpille en « îlots » de développement, isolés dans des régions en stagnation. Ainsi en est-il d'une unité de production créée pour l'exploitation de ressources minières ou d'un port d'évacuation de produits bruts situé au débouché d'une voie de chemin de fer; l'absence de liens avec l'environnement fait que ces unités dans la plupart des cas ne sont pas les pôles d'une région développée.

La réduction du dualisme à un phénomène d'inégalité régionale masquerait cet aspect caractéristique des économies sous-développées.

b) Une autre définition du dualisme repose sur une répartition verticale des fonctions économiques : agriculture, d'une part, à laquelle on ajoute parfois l'artisanat; reste de l'économie, d'autre part, quelquefois réduite à l'industrie. Cette distinction est particulièrement utilisée dans les modèles de développe-

11. Cf. Introduction du Titre II.
12. E. GANNAGE, *Economie du développement*, p. 61-71.
13. Parmi trois types de dualisme qu'il distingue : dualisme territorial, fonctionnel, social; cf. ouvrage cité, « Chap. III, Structure », p. 60-96.
14. *Ibidem*, p. 61.

ment [15] pour d'évidentes raisons de commodité; elle ne nous paraît cependant pas acceptable. D'une part, dans certaines économies la production agricole pour l'exportation, organisée par de grandes entreprises capitalistes, occupe une place centrale; elle fait incontestablement partie du secteur moderne. D'autre part, le petit commerce entre les mains des indigènes au sein du secteur traditionnel emploie une fraction non-négligeable de la population.

L'opposition des deux secteurs repose sur la nature des unités économiques plus que sur la nature des activités économiques.

c) L'analyse des pays sous-développés qui ont reçu pendant la période coloniale une forte implantation de population européenne a conduit à une notion du dualisme reposant sur un fondement racial. J. S. FURNIVALL [16], à propos de la société plurale, avait systématisé l'idée d'une division raciale du travail entre Européens, indigènes et différents groupes d'immigrants : Indiens, Chinois... Cette idée est reprise dans plusieurs études récentes; ainsi les études portant sur l'Algérie [17] distinguent classiquement entre secteur d'économie européenne et secteur d'économie musulmane, entre les « deux faisceaux humains divergents » pour reprendre l'expression de Roger DUMOULIN [18]; la distinction entre indigènes et non-indigènes se retrouve encore au centre d'une étude de l'Organisation des Nations-Unies sur l'Afrique tropicale [19]. J. H. BOEKE a justement critiqué cette perspective [20] : valable pour la plus grande partie de la population et pour un grand nombre de pays sous-développés, elle doit cependant admettre de notables exceptions. Il en est ainsi lorsque les entreprises agricoles, commerciales ou industrielles du secteur moderne font appel à une main-d'œuvre indigène abondante et peu coûteuse; si cette main-d'œuvre quitte définitivement son milieu d'origine, elle devient un élément de l'économie moderne. De même, dans certains pays n'ayant pas subi durablement ou profondément la domination coloniale, la bourgeoisie indigène s'est taillée une part importante dans le secteur capitaliste [21]. Enfin dans certains pays de l'Amérique latine la complexité et la généralisation du métissage ne permettent pas de distinguer clairement entre secteur d'économie indigène et secteur d'économie non-indigène.

15. Cf., par exemple, K. MANDELBAUM, *The Industrialization of Backward Areas;* H. W. SINGER, *The Mecanics of Economic Development.*

16. J. S. FURNIVALL, *Colonial Policy and Practice*, notamment, « The Plural Society », p. 303-312.

17. Cf. René GENDARME, *L'Économie de l'Algérie;* J. GUILLOT, *Le développement économique de l'Algérie;* Roger DUMOULIN, *La structure asymétrique de l'économie algérienne.*

18. Cf. Introduction du Titre II.

19. NATIONS-UNIES, *Rôle et structure des économies monétaires en Afrique tropicale.*

20. J. H. BOEKE, *Economics and Economic Policy of Dual Societies*, « East and West », p. 17-20.

21. Cf. par exemple pour la Tunisie : André NICOLAI, *Approche structurelle et effet de domination;* pour l'Égypte : Samir AMIN, *Les effets structurels de l'intégration internationale des économies précapitalistes.*

d) C'est la notion de système économique [22] qui, à notre avis, permet le mieux de comprendre la genèse et la signification actuelle de l'hétérogénéité des économies sous-développées. Les pays sous-développés connaissaient, avant leur contact avec le capitalisme occidental, des systèmes d'économie pré-capitaliste de types très variables, allant d'économies de subsistance les plus rudimentaires jusqu'à l'apparition des premières formes de capitalisme manufacturier; ces pays ont subi, généralement sans transitions, l'implantation forcée d'un capitalisme avancé d'origine européenne.

Le capitalisme ne s'est pas nécessairement concentré régionalement; il ne s'est pas nécessairement limité à des activités non-agricoles; ses agents locaux n'ont pas nécessairement tous été européens mais il a présenté partout deux traits décisifs : imposé par des économies dominantes extérieures, le secteur capitaliste a exercé psychologiquement des effets de répulsion et non d'attraction sur les économies pré-capitalistes locales; soumis aux intérêts et aux plans des économies dominantes extérieures, le secteur capitaliste n'a eu aucune tendance « spontanée » à se généraliser comme l'avaient fait les capitalismes nationaux des pays européens.

Ainsi s'expliquent la permanence et même le renforcement du dualisme, la coexistence d'une économie de subsistance pré-capitaliste et d'une économie capitaliste moderne. Deux précisions complémentaires sont nécessaires pour lever quelques ambiguïtés de vocabulaire :

– Est-il correct de définir « un pays sous-développé comme un pays caractérisé par la coexistence de deux *systèmes* économiques et sociaux, totalement différents... » [23] ? Certes le dualisme est né de la confrontation de deux systèmes économiques mais on ne peut pas dire, au sens strict, que deux systèmes coexistent au sein de l'économie sous-développée. En effet, l'économie capitaliste a brisé le système pré-capitaliste; son esprit et sa forme ont été fortement altérés; il a perdu son unité et sa liberté de comportement. Quant à l'économie capitaliste locale, elle ne constitue pas un système mais seulement l'excroissance d'un système capitaliste étranger. Le dualisme n'est pas seulement la division de l'économie en deux secteurs; il se traduit, de plus, par la désintégration du secteur traditionnel et l'inintégration du secteur moderne. Nous écrirons donc coexistence de deux « secteurs » de préférence à coexistence de deux « systèmes ».

– Est-il correct de dire à propos de l'économie dualiste qu'« aucune liaison n'existe entre les deux secteurs qui la composent [24] » ? L'observation montre, au contraire, qu'un ensemble de liaisons existe entre les deux secteurs, mais ces liaisons sont d'un type original tel qu'il n'en existait ni au sein des écono-

22. A. Marchal, *Systèmes et structures économiques;* R. Barre, *Économie politique*, Tome I, p. 168-175, « La notion de système économique ».
23. E. Gannage, ouvrage cité, p. 95. C'est nous qui soulignons.
24. R. Barre, *Développement économique*, p. 9.

mies pré-capitalistes, ni au sein des économies capitalistes. Un inventaire est donc nécessaire des relations particulières qui unissent les deux secteurs.

Ayant délimité le contenu de la notion de dualisme, ayant choisi un critère de distinction, nous devons maintenant présenter les deux branches du dualisme, les deux secteurs d'une économie sous-développée.

§ 2. LA COEXISTENCE DES DEUX SECTEURS

Nous présenterons séparément les caractéristiques propres à chacun des deux secteurs, mettant ainsi en évidence la source fondamentale de l'hétérogénéité des économies sous-développées.

A. *Le secteur traditionnel.*

La description du système d'économie agricole de subsistance, qui rassemble dans les économies sous-développées la majorité de la population, est aujourd'hui classique [25].

Nous ne ferons qu'en rappeler les traits majeurs : une organisation sociale centrée sur la communauté villageoise [26] où les considérations collectives l'emportent sur les considérations individuelles, où les impératifs économiques sont très secondaires par rapport aux impératifs sociaux et religieux; une vie économique centrée sur des productions agricoles alimentaires presque exclusivement destinées à la communauté; une organisation du sol soit en grandes propriétés de type féodal, soit en petites exploitations familiales; dans tous les cas une technique rudimentaire et un équipement en capital technique à peu près inexistant.

Il serait toutefois profondément erroné d'analyser l'actuel secteur traditionnel comme la survivance immuable d'une organisation socio-économique vieille de plusieurs siècles. L'économie pré-capitaliste était une économie intégrée à son niveau de technique et de développement économique; la pénétration capitaliste a détruit les structures locales, donnant naissance à un double phénomène de désintégration [27].

25. En dehors des présentations d'ensemble que l'on trouve dans tous les ouvrages généraux consacrés au sous-développement, certaines analyses localisées nous paraissent très significatives; cf. particulièrement : J. H. BOEKE, *Economics and Economic Policy of Dual Societies as exemplified by Indonesia;* H. S. FURNIVALL, *Colonial Policy and Practice : A Comparative Study of Burma and Netherlands India;* E. GANNAGE, *Croissance économique et structure au Moyen-Orient;* G. BALANDIER, *Sociologie actuelle de l'Afrique Noire;* M. CAPET, *Les économies d'A.O.F. ?;* F. BEZY, *Problèmes structurels de l'Économie congolaise.*

26. Ou parfois la communauté tribale avec une activité pastorale.

27. Cet aspect est bien mis en évidence par les ouvrages cités de G. BALANDIER et J. S. FURNIVAL; voir aussi A. NICOLAI, *Approche structurelle et effet de domination. Une application : La Tunisie.*

a) Au sein des communautés villageoises, l'ensemble des valeurs traditionnelles qui faisaient la cohésion du groupe sont progressivement détruites; l'appât du gain monétaire résultant d'un comportement individualiste brise les solidarités collectives. Le phénomène est sensiblement accéléré en cas de pénétration coloniale; les structures politiques indigènes perdent leurs pouvoirs, le droit coutumier n'est plus respecté [28]. Les disciplines économiques : respect des terres communales, entretien des systèmes d'irrigation, exploitation non-destructrice des sols sont abandonnées mais le contact avec le secteur capitaliste n'entraîne pas la diffusion du progrès technique parce que le progrès technique est associé à la domination économique et rencontre l'hostilité de la société colonisée, parce que les agriculteurs indigènes n'ont pas les moyens financiers nécessaires, parce que l'organisation foncière interdit l'emploi de méthodes modernes de production, parce que la société dominante n'a pas intérêt à la diffusion du progrès [29].

La société villageoise se trouve donc désintégrée; l'équilibre économique traditionnel est rompu [30].

b) La désintégration est aussi évidente au plan des relations entre villages et entre régions du secteur traditionnel. La situation coloniale a provoqué la destruction des hiérarchies politiques, hostiles au pouvoir colonial; un appareil administratif a été artificiellement créé qui substitue aux relations cohérentes établies au sein de la société indigène des relations de domination soumettant les communautés locales au pouvoir colonial.

En matière économique, un processus parallèle est apparu, même en l'absence d'une colonisation politique directe. Les échanges intra-régionaux et inter-régionaux étaient faibles en valeur absolue dans les économies précapitalistes, mais ils formaient un ensemble cohérent correspondant à un certain niveau de développement économique : échange des surplus agricoles, commerce régional des produits artisanaux dont la production était déjà spécialisée, commerce sur plus longue distance de produits rares grâce aux voies de communication naturelles. Une monnaie rudimentaire assurait le financement des activités commerciales [31].

L'apparition du secteur capitaliste brise ces circuits : aujourd'hui les surplus

28. Cf. G. BALANDIER, ouvrage cité, « Chap. I, La notion de « situation » coloniale », p. 3-37, « Conclusion : Situation coloniale et changements sociaux », p. 484-504. J. S. FURNIVALL, ouvrage cité, p. 105-109, 116-123 et 290-300.

29. Sur ce point précis, cf. W. A. LEWIS, *Economic Development with Unlimited Supplies of Labour*, p. 406-410.

30. La rupture est souvent accentuée par la croissance démographique engendrée par les progrès sanitaires apportés par le secteur moderne qui détruit un équilibre précaire de subsistance; cf. A. NICOLAI, article cité, R. GENDARME, *L'Économie de l'Algérie*, F. BEZY, ouvrage cité.

31. Cf. J. H. BOEKE, ouvrage cité, Chap. 6, p. 67-78.

agricoles sont livrés au secteur capitaliste qui en assure la commercialisation; il fournit en échange des produits manufacturés dont la diffusion ruine l'artisanat. A un ensemble intégré d'échanges multilatéraux portant sur des productions agricoles et artisanales variées succède un système de relations bilatérales limité à des échanges de produits bruts contre des produits manufacturés.

La désintégration du secteur traditionnel serait une étape positive si elle marquait le passage vers un niveau supérieur de développement économique impliquant la réintégration de l'ensemble de l'économie dans un système d'échanges amélioré. Malheureusement le secteur capitaliste, lui-même inintégré, se révèle incapable d'organiser une telle réintégration.

B. *Le secteur moderne.*

Le secteur moderne est né de l'implantation par des capitalistes étrangers de certaines activités spécifiques : production primaire pour l'exportation, commerce, accessoirement industries de transformation [32]. La bourgeoisie autochtone a parfois conquis une place dans ce secteur, mais elle a dû alors se soumettre à la logique interne de celui-ci; elle n'a pas pu en faire le noyau d'un système capitaliste national.

a) *La production primaire pour l'exportation* constitue l'activité essentielle du secteur capitaliste dans les pays miniers et dans les pays de plantation. L'industrie minière ou pétrolière se borne à l'extraction, quelquefois à une première transformation, puis à l'évacuation du produit; localisée géographiquement dans le pays sous-développé, elle fait économiquement partie de l'économie ou des économies capitalistes qui assurent le financement, l'apport de personnel qualifié et de capital technique, les débouchés. Les grandes plantations agricoles présentent des caractéristiques analogues. Ces unités n'ont avec l'économie locale que des relations financières par l'intermédiaire des salaires attribués à la main-d'œuvre indigène non-qualifiée et des impôts et redevances versées aux pouvoirs publics.

b) *Le secteur commercial* ne prend une grande importance que dans les pays où la production agricole d'exportation est assurée par de petites exploita-

32. Sur le secteur moderne dans les économies sous-développées : NATIONS-UNIES, *Rôle et structure des économies monétaires en Afrique tropicale;* S. AMIN, *Les effets structurels de l'intégration internationale des économies précapitalistes,* « Chap. V, L'Orientation particulière des investissements dans les pays sous-développés », p. 193-295; E. GANNAGE, *Croissance économique et structures au Moyen-Orient*, p. 33-41; R. DUMOULIN, *La structure asymétrique de l'économie algérienne,* « Chap. 11, Le développement, par l'élément minoritaire, d'une économie dominante mais fragmentaire et tournée vers l'extérieur », p. 67-143; M. CAPET, *Les économies d'A.O.F. ?,* « Chap. 11, Les activités urbaines : le secondaire et le tertiaire », p. 102-187; E. TEILHAC, *Le pétrole dans l'économie du Moyen-Orient.*

tions indigènes, la collecte et la commercialisation étant alors réalisées par des entreprises purement commerciales. Dans tous les cas, le commerce est essentiellement orienté vers l'import-export : exportation des produits primaires lorsque les producteurs ne s'en chargent pas eux-mêmes, importation de biens manufacturés, biens de consommation pour l'ensemble de l'économie et biens d'équipement pour le secteur moderne. C'est un secteur hautement spéculatif où s'investissent de préférence les capitaux de la bourgeoisie autochtone. Deux catégories d'entreprises doivent être distinguées : les grandes compagnies capitalistes qui assurent les relations entre le secteur moderne et les économies extérieures; les petits ou moyens commerçants qui servent d'intermédiaires entre le secteur moderne et le secteur traditionnel. Bien que cette dernière catégorie regroupe des unités de faible dimension, souvent contrôlées par des non-européens [33], elle fait partie du secteur capitaliste auquel elle est entièrement soumise.

c) *Les industries de transformation* forment le troisième élément, le moins important, du secteur moderne. Si l'on exclut la première transformation des matières premières minérales ou végétales, étroitement associée à leur production, les industries de transformation sont limitées à la production de biens de consommation courante, réalisée par de petites unités avec des méthodes faiblement capitalistiques. Apparaissant pour des raisons souvent accidentelles, ne disposant que d'un marché local limité, ces entreprises sont fragiles face à la concurrence des produits importés. Bien qu'elles aient une vocation purement interne, elles tombent fréquemment sous le contrôle des groupes financiers extérieurs, à moins qu'elles n'aient été créées à leur initiative.

Le secteur moderne est complété par un secteur public dont l'importance et les fonctions sont extrêmement variables selon les pays [34] mais qui fait toujours partie du secteur moderne dont il reçoit la quasi-totalité de ses ressources et auquel il destine la plus grande part de ses services.

Cette présentation succinte fait apparaître que, pas plus que le secteur traditionnel n'est la survivance immuable du système pré-capitaliste antérieur, le secteur moderne n'est la reproduction, à plus petite échelle, des économies capitalistes occidentales. Les activités de production pour l'exportation ne sont que les prolongements en amont des branches correspondantes situées dans les pays développés; ces activités n'entretiennent entre elles, au sein de l'économie sous-développée, à peu près aucune relation. Le secteur commercial,

33. J. H. Boeke, J. S. Furnivall, M. Capet (ouvrages cités) ont bien décrit le rôle de ces intermédiaires, Indiens ou Chinois dans le Sud-Est asiatique et l'Est africain, Levantins en Afrique Noire; leur fonction d'intermédiaires entre le secteur moderne et le secteur traditionnel ne doit pas cacher qu'ils sont les satellites du premier qui ne les laisse subsister que parce qu'il le juge avantageux.

34. Cf. A. H. Hanson, *Le secteur public dans une économie en voie de développement.*

facteur traditionnel d'intégration, ne fait qu'assurer les échanges entre les unités de production ou de consommation internes et l'extérieur; il renforce la désintégration au plan national. Seuls le secteur public et les industries de transformation contribuent à intégrer le secteur moderne et même l'ensemble de l'économie, à condition encore que le secteur public ne se donne pas pour seule tâche d'organiser ou de faciliter les activités exportatrices, notamment par la création d'une infrastructure tournée vers l'extérieur. Dans tous les cas, les deux derniers groupes d'activité n'ont qu'une influence compensatrice très faible contre le pouvoir désintégrateur des deux premiers.

Le secteur moderne, comme le secteur traditionnel, ne constitue pas un ensemble intégré. Le dualisme ne se réduit pas à la juxtaposition de deux secteurs hétérogènes; l'existence du dualisme est la cause de la structure particulière de chacun des deux secteurs, elle explique aussi le système original de relations qui les unissent.

SECTION III. LES RELATIONS ENTRE LES DEUX SECTEURS

Le contenu et les caractères propres des relations économiques établies entre les deux secteurs s'expliquent par le fait qu'elles résultent de motivations très différentes de part et d'autre.

Le secteur moderne trouve dans le secteur traditionnel une source de facteurs de production et de produits bruts : il y acquiert des terres pour ses plantations, de la main-d'œuvre non qualifiée, des produits agricoles fournis par les exploitations indigènes. Le secteur traditionnel est en contre-partie un débouché qui absorbe principalement des biens de consommation manufacturés. Ces relations d'échange sont essentielles pour le fonctionnement du secteur moderne; au contraire, elles sont, à l'origine, anormales et accidentelles dans l'économie de subsistance [35]. La naissance de besoins monétaires contraint progressivement le secteur traditionnel à s'ouvrir sur l'extérieur; plusieurs facteurs y contribuent : en premier lieu, l'obligation de payer des impôts locaux ou nationaux et de rembourser des dettes usuraires [36]; en second lieu, les besoins en produits manufacturés s'amplifient avec la destruction de l'artisanat indigène et par le jeu de l'effet de démonstration; enfin, la croissance démographique et la destruction des terres entraînent souvent l'obligation d'importer des produits alimentaires. Pour obtenir la monnaie nécessaire à

35. Cf. NATIONS-UNIES, *Développement de l'économie de marché en Afrique tropicale*, « Chap. 5, Origine et évolution des besoins monétaires », p. 39-45; J. H. BOEKE, ouvrage cité, « Chap. 6, Penetration of Money Economy into Village Community », p. 67-78.

36. Le remboursement de dettes n'est pas une cause initiale de besoins monétaires; ces besoins ont dû exister antérieurement pour entraîner l'emprunt, mais le mécanisme de l'usure transforme un besoin monétaire accidentel en en multipliant le montant et en le rendant durable.

la satisfaction de ses besoins, le secteur traditionnel dispose de deux formules principales : consacrer une partie de ses terres à une production vendue au secteur moderne ou affecter une partie de sa main-d'œuvre à un travail salarié dans le secteur moderne.

Dans le réseau d'échanges ainsi créé, il importe de distinguer méthodologiquement deux aspects : certains mouvements correspondent à des relations entre deux secteurs hétérogènes portant sur des catégories définies de biens et services; d'autres mouvements marquent l'absorption progressive du secteur traditionnel par le secteur moderne, favorisée par la monétarisation progressive du premier sous l'influence des échanges. Illustrons cette distinction sur l'exemple d'une exploitation agricole indigène; lorsque l'agriculteur vise à assurer sa subsistance et vend, à l'occasion, ses surplus pour améliorer son niveau de vie, il fait partie du secteur de subsistance et entretient des relations d'échange avec le secteur moderne; lorsqu'il décide d'affecter systématiquement une partie de ses terres à des cultures d'exportation, puis lorsqu'il accroît progressivement l'importance de ces cultures, il s'intègre progressivement dans le secteur moderne; à la limite, il se spécialise totalement dans les cultures d'exportation, achète les biens qui sont nécessaires à sa subsistance et éventuellement embauche de la main-d'œuvre salariée. Il n'y a donc pas de solution de continuité entre deux phénomènes qui analytiquement sont distincts : l'intensification des mouvements de marchandises entre les deux secteurs et le transfert de facteurs de production, travail et terre, d'un secteur à l'autre. La même démonstration vaudrait pour la gamme des situations intermédiaires séparant le paysan qui s'embauche pour une brève période dans le secteur moderne afin, par exemple, de compenser une mauvaise récolte, et le paysan déraciné qui a été définitivement absorbé dans le prolétariat urbain; en pratique la frontière est floue entre les relations d'échange et les relations d'absorption qui s'établissent entre les deux secteurs.

Ces remarques visent à atténuer le caractère tranché de la distinction que nous établirons maintenant pour les besoins de l'analyse entre les flux de facteurs, les flux de marchandises et les flux monétaires reliant l'économie traditionnelle à l'économie moderne.

§ 1. LES FLUX DE FACTEURS DE PRODUCTION

Les flux de facteurs de production sont unilatéraux : le secteur moderne bénéficie [37] de flux de travail et de flux de capital provenant du secteur traditionnel. Le flux de capital se limite à un seul transfert notable : l'acquisition de terres pour les exploitations agricoles.

37. Par les voies de l'économie de marché ou par les voies de la contrainte.

A. *Le travail.*

a) La croissance du secteur capitaliste engendre un appel de main-d'œuvre qui, à l'exception de la main-d'œuvre qualifiée, souvent d'origine extérieure, doit être satisfait par le secteur traditionnel. Ce mouvement de main-d'œuvre revêt deux formes : il peut être occasionnel et temporaire ou définitif [38].

La première catégorie regroupe des travailleurs qui s'emploient dans les entreprises du secteur moderne mais qui, par leur statut social, restent les membres de la société traditionnelle. Le travail occasionnel fournit généralement un revenu monétaire complémentaire du revenu réel obtenu dans les activités de subsistance; son principal avantage pour le travailleur est qu'il lui épargne le déracinement de sa comunauté d'origine. Pour l'employeur, les avantages sont multiples : le salaire n'étant qu'un revenu de complément peut être très faible, les liens maintenus avec le secteur traditionnel rendent possible des licenciements rapides et massifs sans crainte de résistances graves, les coûts sociaux (hygiène, logement...) à la charge de l'employeur sont pratiquement nuls.

Le travail occasionnel fournit au secteur traditionnel une partie des revenus monétaires qui lui sont nécessaires, au secteur moderne une main-d'œuvre d'appoint à bon marché. L'entrepreneur capitaliste ne peut toutefois se satisfaire pleinement de cette main-d'œuvre instable; il a besoin d'une main-d'œuvre permanente, sinon qualifiée du moins entraînée au travail dans l'entreprise. Ainsi s'expliquent les migrations durables de main-d'œuvre d'un secteur à l'autre.

L'attachement à la communauté d'origine fait que ses membres ne se dirigent pas spontanément vers le secteur moderne; ils ne le font que lorsque l'équilibre de subsistance est rompu [39] et qu'il est impossible de pratiquer des cultures marchandes, par exemple à cause de l'éloignement. Passant par divers stades de transition les salariés occasionnels deviennent des salariés à temps complet, durablement intégrés au secteur moderne. Cette main d'œuvre non-qualifiée, inorganisée, surabondante par rapport à la demande de travail reste faiblement rémunérée; d'autre part, des différences considérables dans les rémunérations apparaissent selon les entreprises et selon les régions. Les conséquences sociales de ces migrations intersectorielles ont fait l'objet d'analyses approfondies [40] mais c'est leur signification économique qui nous inté-

38. Cf. Nations-Unies, *Développement de l'économie de marché en Afrique tropicale;* J. H. Boeke, ouvrage cité, principalement : « Chap. 13, The Indonesian Labor Markets », « Chap. 14, Wage Labor in the Outer Provinces », p. 138-160.

39. Par suite de la croissance démographique, parce que les terres ont été détruites par suite d'une mauvaise exploitation, parce que des colons ou des plantations capitalistes ont occupé une partie des terres disponibles.

40. Cf. par exemple, G. Balandier, *Sociologie des Brazzavilles noires.*

resse ici; une des interprétations les plus complètes et les plus satisfaisantes a été établie par W. Arthur LEWIS [41].

b) Arthur LEWIS estime valable pour le secteur moderne des économies sous-développées l'hypothèse classique d'une offre illimitée de travail disponible pour un salaire égal au niveau de subsistance. Il existe une offre illimitée aussi longtemps que pour un tel niveau des salaires, l'offre de travail reste supérieure à la demande.

La main-d'œuvre excédentaire provient de sources nombreuses [42]; elle existe d'abord dans les vastes secteurs de l'économie où, à cause de la rareté du capital et des ressources naturelles, la productivité marginale du travail est négligeable, nulle ou même négative : chômage déguisé dans l'agriculture, services domestiques surabondants, entretenus pour des raisons de prestige, petit commerce indigène travaillant sur des quantités infimes, travailleurs intermittents des villes (dockers, porteurs, etc...). Deux autres sources de main-d'œuvre s'y ajoutent : la croissance démographique et la population féminine; cette dernière est maintenue dans le cadre familial, mais l'existence d'occasions d'emploi, si elle s'accompagne de transformations sociales, peut dégager une importante main-d'œuvre potentielle.

Comment l'existence d'une offre illimitée de travail réagit-elle sur les conditions de l'emploi et du salaire [43] ? Le capital disponible, facteur rare, n'est pas réparti sur l'ensemble du travail disponible; il est combiné avec celui-ci jusqu'au point où la productivité marginale du travail est égale aux salaires courants; les travailleurs inemployés restent dans le secteur de subsistance. Le niveau des salaires dans le secteur capitaliste est donc déterminé par le revenu moyen par tête dans le secteur de subsistance; il ne peut lui être inférieur, il doit même être légèrement supérieur pour compenser le coût psychologique du déracinement. A ce niveau des salaires dans le secteur capitaliste, le secteur de subsistance fournit une offre illimitée de main-d'œuvre.

Dans cette situation de rareté du capital, le problème central du développement économique est le passage d'un taux d'épargne et d'investissement égal à 4 ou 5% du revenu national à un taux de 12 à 15% et plus [44]. L'expérience historique et la réalité observée montrent qu'une telle transformation dépend d'une modification de la répartition du revenu national en faveur de la classe qui épargne pour investir productivement, c'est-à-dire la classe des capitalistes. La cause de la faiblesse de l'épargne n'est pas la pauvreté de l'économie mais l'étroitesse du secteur capitaliste, privé ou public.

Dès lors le processus de l'expansion dans une économie fermée apparaît

41. W. A. LEWIS, *Economic Development with Unlimited Supplies of Labour*, W. A. LEWIS, *Unlimited Labour-further notes.*
42. Article cité, p. 401-406.
43. *Ibidem*, p. 406-412.
44. *Ibidem*, p. 416-420.

clairement. Au départ, le niveau de l'emploi est déterminé par le point d'intersection de la courbe de la productivité marginale du travail avec la droite horizontale figurant le niveau des salaires (fig. 1). Si le surplus capitaliste (surface PSN) est réinvesti, l'accumulation de ce capital entraînera un dépla-

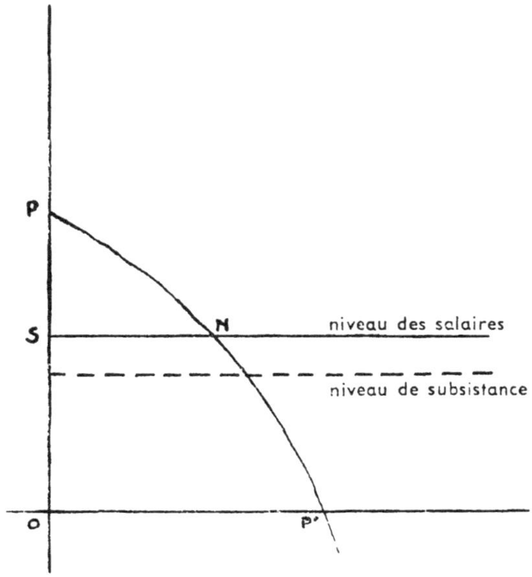

FIG. 1.

cement de la courbe PP′ vers la droite avec augmentation du niveau de l'emploi et du surplus capitaliste. La famille des courbes PP′ (fig. 2) traduit les étapes d'un processus d'expansion cumulatif qui peut se poursuivre aussi longtemps qu'il existe une offre de main-d'œuvre au niveau initial des salaires.

La formulation du processus d'expansion permet de déterminer les deux causes possibles de blocage :

– Si l'accumulation du capital s'opère à un rythme plus rapide que la croissance démographique, le surplus de main-d'œuvre s'épuisera et le niveau des salaires augmentera, interrompant le mouvement cumulatif. Une double parade contre cette menace est possible en économie ouverte : l'immigration de main-d'œuvre ou l'exportation de capitaux [45].

– Si les salaires réels augmentent, avant épuisement de la main-d'œuvre disponible, ils peuvent réduire les profits jusqu'à un niveau où l'investissement net deviendra nul [46]. Plusieurs facteurs sont susceptibles de jouer dans ce sens :

45. *Ibidem*, « The Open Economy », p. 436-448.
46. *Ibidem*, p. 431-434.

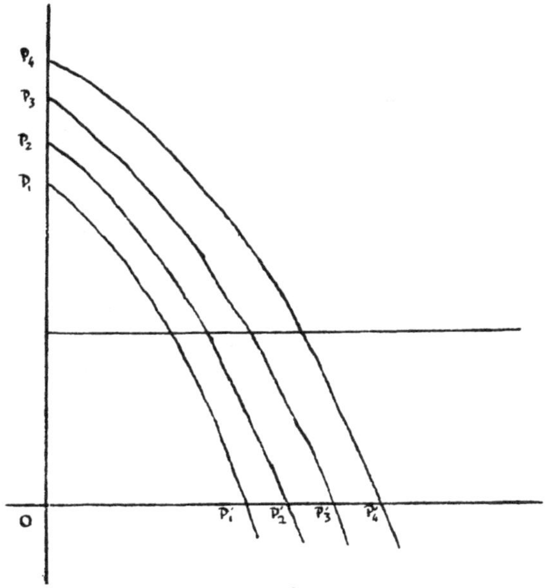

FIG. 2.

l'augmentation de la productivité par tête dans le secteur de subsistance, la modification des termes de l'échange entre les deux secteurs au profit de ce dernier, l'augmentation de l'écart entre le niveau de subsistance dans le secteur traditionnel et le niveau des salaires, notamment par suite de l'action syndicale.

Arthur LEWIS situe ainsi l'étude des mouvements de main-d'œuvre au centre d'une analyse bi-sectorielle du sous-développement : un flux constant de migration du secteur traditionnel vers le secteur moderne est la condition de l'élargissement de celui-ci et par là de l'expansion économique de l'ensemble.

B. *La terre.*

Aucun flux appréciable de capital technique ne relie les deux secteurs; le seul transfert important de facteurs de production, autres que le travail, porte sur la terre : transfert réalisé soit au profit d'une population européenne de colons, soit au profit de grandes plantations, publiques ou privées [47].

La création d'une entreprise moderne, fonctionnant selon la logique capitaliste du profit, a une série de répercussions sur l'économie traditionnelle environnante. En premier lieu, elle rompt ou elle rend précaire l'équilibre

47. J. H. BOEKE, *Economics and Economic Policy of Dual Societies*, « Chap. 8, The contact between western estate and village economy », p. 87-97; J. S. FURNIVALL, *Colonial Policy and Practice*, « Development by Western Enterprise », p. 300-303; R. DUMOULIN, *La structure asymétrique de l'économie algérienne*, p. 69-92; M. CAPET, *Les économies d'A.O.F. ?* p. 90-101; P. A. BARAN, *The Political Economy of Growth*, p. 177-199.

traditionnel de subsistance en enlevant une partie de leurs terres, généralement les meilleures, aux exploitants indigènes; une fraction de la population devra donc s'orienter vers d'autres formes d'activité.

En second lieu, l'entreprise moderne distribue certains flux monétaires : prix d'achat ou de location des terres qu'elle occupe, salaires versés à la main-d'œuvre indigène. Elle remplace donc des ressources réelles par des ressources monétaires et contribue à agrandir la sphère de l'économie monétaire, surtout si les salariés restent membres de la communauté villageoise; les conséquences sont moins fortes lorsque les salariés sont totalement intégrés à l'entreprise.

Enfin l'entreprise moderne peut exercer un certain nombre d'effets indirects : création de routes, de réseaux d'irrigation, d'un équipement sanitaire et culturel; plus généralement, elle est parfois présentée comme un modèle pour l'agriculture indigène. Son efficacité en ce domaine est peu vraisemblable : ses modes de gestion, ses techniques de production sont intransposables étant donné la structure foncière, les ressources financières, l'organisation sociale de l'économie traditionnelle; l'expérience a montré que les effets de répulsion, nés de l'hostilité éprouvée à l'égard de la grande exploitation capitaliste, l'emportent presque toujours sur les effets d'imitation.

Le transfert des terres a eu une importance très variable dans les différents pays sous-développés [48] selon la politique choisie par l'économie dominante; là où il eut lieu sur une grande échelle, il fut facteur de dualisme, brisant l'équilibre de subsistance mais ne proposant aucune méthode de production susceptible d'être généralisée par les agriculteurs indigènes.

La prise en considération des seuls mouvements de facteurs de production entre économie de marché et économie de subsistance, à l'exclusion des flux de produits [49], est l'hypothèse de départ du modèle de Sayre P. SCHATZ [50].

Le développement de l'économie dualiste résulte, comme chez Arthur LEWIS, de l'élargissement du secteur de marché aux dépens du secteur de subsistance. La demande de facteurs dans l'économie de marché est engendrée par une demande globale supérieure à la production globale; cette « dépense excédentaire » (overflow expenditure) est totalement inflationniste sauf si des ressources nouvelles sont fournies par le secteur traditionnel. La quantité de ressources transférées dépend beaucoup moins du prix qu'en offre l'économie de marché que des transformations sociales réalisées dans l'économie de subsistance et qui favorisent la mobilité des facteurs.

Sayre SCHATZ appelle « indice de commercialisation » (marketization index)

48. Cf. NATIONS-UNIES, *Rôle et structure des économies monétaires en Afrique tropicale*, « Chap. 2, Le produit géographique et ses éléments dans l'économie monétaire », p. 7-29,

49. Ainsi les produits fournis par les paysans aux villes sont analysés comme un transfert de ressources d'un secteur à l'autre : le travail, la terre, l'outillage mis en œuvre sont considérés comme partiellement intégrés dans l'économie de marché.

50. S. P. SCHATZ, *A Dual Economy Model of an Underdeveloped Country.*

le rapport de l'augmentation de l'output dans le secteur moderne résultant des ressources nouvellement introduites, à la dépense excédentaire dans le même secteur pendant une période. Il étudie l'évolution, en longue et en courte période, de la « fonction de commercialisation[51] ».

En longue période, la fonction relie l'indice de commercialisation au niveau de développement économique, mesuré par la proportion des ressources nationales employées dans l'économie de marché. L'auteur estime que, un taux de « dépense excédentaire » étant donné, la fonction est initialement croissante puis décroissante au delà d'un certain point. Trois facteurs expliquent cette évolution :

– les ressources du secteur de subsistance, d'abord abondantes, s'épuisent à mesure que sa dimension décroît;

– les forces qui poussent la population à abandonner le secteur de subsistance s'affaiblissent : l'absorption de la main-d'œuvre excédentaire permet l'augmentation des revenus réels dans le secteur de subsistance, les personnes les plus mobiles partent les premières;

– l'économie de marché a une capacité croissante puis décroissante d'absorber des ressources : les investissements publics favorisant l'arrivée de ressources nouvelles sont effectués dans les premières périodes, les activités absorbant une grande quantité de facteurs fournis par le secteur de subsistance se développent en premier lieu.

La fonction de commercialisation en longue période est donc figurée par une courbe « en dôme ».

En courte période, la fonction exprime la relation entre l'indice de commercialisation et le niveau de la « dépense excédentaire ». Sayre SCHATZ estime que les deux grandeurs varient en sens contraire : le flux des ressources étant principalement déterminé par des évolutions structurelles dans le secteur de subsistance, il répond imparfaitement aux variations de la demande du secteur moderne. L'augmentation du flux de ressources étant moins rapide que l'augmentation de la demande, l'accroissement de la demande excédentaire entraînera la diminution de l'indice de commercialisation.

Sayre SCHATZ conclut à la possibilité d'un développement par transfert de ressources aussi longtemps que subsiste un secteur traditionnel; l'indice de commercialisation restant inférieur à l'unité, le développement sans inflation paraît irréalisable.

L'analyse de SCHATZ, comme celle de LEWIS, présente l'intérêt d'offrir un cadre d'analyse dualiste des mouvements de facteurs dans une économie sous-développée; elle appelle immédiatement deux remarques.

– Les auteurs identifient par hypothèse le développement à l'extension du secteur moderne; on peut se demander si le problème du développement se réduit à la destruction de l'économie de subsistance au profit de l'économie

51. Article cité, « Hypotheses on the Flows of Resources », p. 423-429.

monétaire ou si, au contraire, le développement n'exige pas la transformation des deux secteurs pour la création d'une économie nationale intégrée.

– La réduction des échanges entre les deux secteurs aux seuls flux de facteurs de production nous paraît être une simplification excessive; en effet les flux de produits ne sont pas négligeables et surtout ils ne sont pas unilatéraux : peut-on analyser les flux de produits manufacturés allant vers le secteur de subsistance comme des flux de capital technique et de main-d'œuvre qualifiée, partiellement intégrés à l'économie traditionnelle ? Cette interprétation serait parfaitement artificielle; les flux de produits méritent une analyse spécifique.

§ 2. LES FLUX DE PRODUITS

Les flux de produits entre les deux secteurs peuvent être représentés par un schéma simple : le secteur de subsistance fournit au secteur moderne des produits agricoles pour l'alimentation des zones urbaines et pour l'exportation; le secteur moderne fournit en échange des biens de consommation manufacturés; les échanges se déroulent sur des marchés parcellaires et inorganisés.

a) La production agricole à destination du secteur moderne constitue l'une des deux sources de monnaie pour le secteur traditionnel, l'autre étant le travail salarié occasionnel. L'importance des superficies consacrées totalement ou partiellement à des cultures commerciales varie largement selon les pays [52]; le degré de spécialisation dépend des conditions physiques de la production, notamment du sol, du climat et des techniques employées; il dépend surtout, comme nous le verrons plus loin, des possibilités de commercialisation : organisation des marchés, stockage, transports...

La motivation fondamentale des exploitants indigènes qui consacrent une partie de leurs terres aux cultures commerciales est le besoin de monnaie; la structure dualiste de l'économie tend à accroître sans cesse ces besoins, pour le paiement de l'impôt, pour le remboursement de dettes usuraires, surtout pour acheter à l'extérieur des biens que l'économie traditionnelle ne produit pas ou ne produit plus.

b) Le flux de produits provenant du secteur moderne est composé presque exclusivement de biens de consommation, durables ou non-durables; ils sont pour la plus grande part importés.

Pour expliquer l'accroissement de ce flux, de nombreux auteurs, après

52. Pour l'Afrique tropicale, les études des Nations-Unies donnent une moyenne de 15 %; NATIONS-UNIES, *Développement de l'économie de marché en Afrique tropicale*, p. 11-12; voir, plus généralement, chap. 2, 3 et 6.

Ragnar NURKSE [53], ont évoqué l'effet de démonstration analysé par James S. DUESENBERRY [54]. Pour ce dernier, des changements de comportement dans la consommation peuvent apparaître, en l'absence de variation des revenus, lorsque les individus sont mis en contact avec des biens supérieurs à ceux qu'ils utilisent régulièrement : l'effet de démonstration résulte non de la connaissance de l'existence de ces biens mais d'un contact fréquent avec eux. Ragnar NURKSE a soutenu que l'effet de démonstration jouait dans les relations entre les niveaux de consommation de pays ayant atteint des niveaux de développement différents. Cette transposition a été critiquée [55]; il semble en tout cas acquis que le secteur moderne en introduisant dans l'économie sous-développée les modes de consommation des pays avancés exerce sur le secteur traditionnel un puissant effet de démonstration intersectoriel.

L'accroissement de la demande du secteur traditionnel a d'autres causes que l'effet de démonstration : nous avons dit plus haut que divers facteurs pouvaient provoquer la rupture de l'équilibre de subsistance, l'inportation de produits alimentaires est alors nécessaire; de même, la destruction de l'artisanat local entraîne l'achat de produits de substitution au secteur moderne.

Tous ces flux trouvent leur origine dans les caractères particuliers de l'économie dualiste; c'est également le dualisme qui détermine l'organisation des échanges entre les deux secteurs.

c) Les échanges entre les deux secteurs sont dominés, selon l'expression de J. H. BOEKE [56], par le problème de la distance : distance géographique, distance sociale, distance économique [57].

La distance géographique ne devient obstacle à l'échange qu'à cause de l'insuffisance et de l'inarticulation des transports. Ces points ont été maintes fois soulignés [58]; une illustration particulièrement convaincante en a été

53. R. NURKSE, *Problems of Capital Formation in Underdeveloped Countries*, « Chap. III, The Standard of Living and the Capacity to Save », p. 57-81. Sur le rôle moteur des besoins de consommation dans la monétarisation de l'économie de subsistance, voir aussi : A. CHABERT, *Structure économique et théorie monétaire. Essai sur le comportement monétaire dans les pays sous-développés*, « II. Les phénomènes de consommation, phénomènes moteurs des mécanismes monétaires dans les pays sous-développés », p. 235-241.

54. J. S. DUESENBERRY, *Income, Saving and the Theory of Consumer Behavior*, « Chap. III, A reformulation of the theory of saving », p. 17-28.

55. Cf. les critiques de P. T. BAUER and B. S. YAMEY, *The Economics of Underdeveloped Countries*, « § 4. The International demonstration effect », p. 137-142, et J. VINER, *Stabilité et progrès : les problèmes de la pauvreté*, p. 60-62. Voir aussi la réponse de R. NURKSE à la suite du rapport de J. VINER, *ibidem*, p. 79-81, et l'arbitrage d'Élias GANNAGE, *Economie du développement*, « sect. IV, Effets de démonstration », p. 229-234.

56. J. H. BŒKE, ouvrage cité, p. 83-86; v. aussi : « Chap. 10, Dualistic Trade and Dualistic Money Trafic », p. 113-120.

57. Voir aussi : Morton R. SOLOMON, *The Structure of the Market in the Underveloped Economies*.

58. Presque toutes les études concrètes portant sur un espace sous-développé consacrent des développements à l'insuffisance des transports; pour une présentation générale : Philippe FROMONT, *Les transports dans les économies sous-développées. Problème des investissements.*

présentée par Fernand BEZY [59] à propos de l'économie congolaise (Congo-Léopoldville). Mise à part l'insuffisance quantitative des moyens de transport, d'autres traits contribuent à les caractériser :

– l'hétérogénéité de leurs caractéristiques techniques qui entraîne la multiplication des transbordements donc l'augmentation des coûts;

– la destination exportatrice des voies de communications; elles relient les éléments du secteur moderne aux ports qui sont leurs débouchés;

– la discordance entre la géographie humaine et la géographie des transports marquée notamment par l'absence de relations interrégionales.

La conséquence est un cloisonnement du marché; les marchés locaux sont isolés par les disparités dans les coûts de transport qui constituent une part importante des prix de revient des produits.

La distance sociale exprime la difficulté des échanges entre deux groupes dont les comportements obéissent à des impératifs radicalement différents. Les agriculteurs indigènes, étrangers aux mécanismes du marché, ignorant les prix pratiqués dans le reste de l'économie, peu familiarisés avec les méthodes commerciales, sont de faciles victimes pour leurs partenaires.

La distance économique qui sépare la poussière d'unités familiales du secteur traditionnel et les grandes entreprises capitalistes, monopolistiques ou oligopolistiques, n'est couverte qu'à des coûts élevés par un système complexe d'intermédiaires. Leur présence introduit de nouvelles disparités dans les prix.

Sans insister plus longtemps sur un point bien connu, retenons que les échanges de produits entre deux secteurs sont par excellence le domaine où règnent l'hétérogénéité, les disparités, les cloisonnements et les goulots d'étranglement techniques.

§ 3. LES FLUX MONÉTAIRES

L'analyse des relations monétaires entre les deux secteurs constitutifs de l'économie dualiste illustre notre affirmation initiale selon laquelle les phénomènes de relation et les phénomènes d'absorption sont indissociables dans les échanges entre économie traditionnelle et économie monétaire : les échanges de facteurs et de produits entre secteurs entraînent l'utilisation de la monnaie par les deux parties mais l'existence de flux monétaires réguliers transforme l'économie de subsistance et prépare son intégration dans le secteur moderne. Reprenant la distinction établie par J. H. BOEKE [60], nous dirons que l'on passe d'un trafic monétaire, c'est-à-dire d'une utilisation de la monnaie pour faciliter les échanges, à une économie monétaire, dans laquelle le fonctionnement de

59. F. BEZY, *Problèmes structurels de l'économie congolaise*, « 3e partie, Structure des moyens de transports », p. 65-100.

60. J. H. BOEKE, ouvrage cité, « Money Trafic and Money Economy », p. 67-71.

tout le système économique est fondé sur la monnaie. Ce processus est cependant entravé par la mauvaise organisation des institutions monétaires.

a) Le développement de l'économie monétaire dans une économie sous-développée se fait essentiellement sous l'impulsion de l'extérieur[61]; la dimension de l'économie monétaire dépend donc, d'une part, de l'importance de ce que les experts des Nations-Unies appellent les « faits primaires », faits dus directement aux impulsions extérieures, et, d'autres part, du « multiplicateur de la monétarisation ». Ce multiplicateur est mesuré de façon sommaire par le rapport entre le produit géographique total du secteur monétaire et le produit primaire d'exportation. Le rôle central dans la multiplication est joué par l'affectation des ressources d'origine extérieure à des dépenses de consommation portant sur des produits de fabrication locale.

Nous savons quels sont les facteurs qui engendrent dans le secteur de subsistance des besoins de ressources monétaires : paiement d'impôts, remboursement de dettes, achat de produits alimentaires lorsque l'équilibre de subsistance est rompu, achat de produits manufacturés après que l'artisanat ait été détruit par la concurrence et sous la pression de l'effet de démonstration; nous avons analysé les deux sources principales mises en œuvre par l'économie de subsistance pour se procurer de la monnaie : le travail salarié occasionnel, les productions agricoles d'exportations.

En l'absence d'obstacles, nous aurions là les éléments d'un processus cumulatif : la réduction des activités traditionnelles diminue l'importance des productions de subsistance donc accroît les besoins de monnaie, l'établissement d'échanges en monnaie renforce le jeu de l'effet de démonstration et accélère la destruction de l'artisanat. Toutefois des obstacles efficaces freinent la généralisation de l'économie monétaire; en premier lieu, de nombreuses fuites réduisent l'efficacité du multiplicateur[62] : les transferts à l'étranger (versements aux propriétaires étrangers de moyens de production ou envois de fonds privés), les investissements à l'étranger réalisés par des nationaux, la thésaurisation privée, surtout les importations. Mais les fuites ne sont pas l'obstacle unique; un autre, aussi important, résulte de l'inorganisation des institutions monétaires.

b) Les institutions monétaires des pays sous-développés sont structurellement inaptes à assurer la généralisation et l'unification de l'économie monétaire. Le cas du Brésil, où leur développement est important relativement à la moyenne des pays sous-développés, a fait l'objet d'études approfondies qui

61. NATIONS-UNIES, *Rôle et structure des économies monétaires en Afrique tropicale*, « Chap. 4, Dynamique de l'économie monétaire », p. 46-51 ; Samir AMIN, *Les effets structurels de l'intégration internationale des économies précapitalistes*, « Chap. 4, La commercialisation des économies précapitalistes à partir des relations extérieures », p. 154-192.

62. NATIONS-UNIES, ouvrage cité, p. 49.

illustrent la désarticulation du système bancaire, reflet de la désarticulation de toute l'économie [63]; dans la plupart des autres pays sous-développés ces phénomènes sont encore plus accentués.

Les facteurs de désintégration sont multiples. Le premier résulte de la juxtaposition des filiales des banques étrangères et des établissements bancaires nationaux; les premières, soumises au plan de la maison-mère se consacrent au financement des productions et du commerce pour l'exportation; les seconds sont surtout intéressés par les opérations spéculatives rapidement rentables; ce genre d'activités les amène à ne pas respecter les règles de prudence traditionnelles dans l'affectation des capitaux et la création de crédit.

Seconde manifestation de désarticulation : la juxtaposition d'un secteur public et d'un secteur privé. Le secteur public a souvent pour tâche majeure d'assurer le financement des dépenses publiques; divisé en organismes mal coordonnés, il se révèle incapable d'imposer au secteur privé une politique cohérente.

Troisième coupure notable : l'opposition entre les grandes banques, possédant un réseau de filiales, concentrées dans le secteur moderne et les petits établissements bancaires, locaux ou régionaux, implantés dans le secteur traditionnel. Ces derniers sont isolés, ne pratiquant que très peu la compensation et le réescompte; ils sont pauvres en ressources et soumis aux fluctuations des activités locales sur lesquelles ils se greffent.

En pratique coexistent quatre systèmes, possédant chacun ses circuits propres, ses types d'opérations et ne communiquant pas avec les autres : le secteur public, les filiales de banques étrangères, les banques nationales privées du secteur moderne, les petits établissements du secteur traditionnel. L'inflation permanente encourage les entreprises à pratiquer au maximum l'autofinancement, engendrant un cinquième système de financement, indépendant de toute politique d'ensemble.

Ainsi s'explique la multiplication des secteurs de financement autonome ou clos [64] : la liaison entre épargne et investissement n'existe qu'au sein du secteur. Il n'y a pas égalisation de la productivité marginale du capital dans l'ensemble de l'économie; lorsque la productivité est très faible dans un secteur, l'épargne qui y naît n'alimente pas un secteur voisin, elle est absorbée par des consommations somptuaires, par la spéculation ou elle s'évade à l'étranger.

L'économie sous-développée apparaît donc comme une économie hétérogène tant dans la nature des unités (micro-unités et macro-unités) qui la composent que dans le système des relations qui unissent ces unités.

63. Voir principalement D. LAMBERT, *Inflation, sous-développement et croissance économique;* J. WOLFF, *Quelques aspects de la désarticulation de l'économie brésilienne et leur influence sur les possibilités de financement interne;* A. CHABERT, *Structure énonomique et théorie monétaire. Essai sur le comportement monétaire dans les pays sous-développés.*

64. M. BYE, *Le rôle du capital dans le développement économique,* « II. Développement et capital spécifique », p. 435-440.

On peut désigner par le terme de dualisme la source de l'hétérogénéité de ces économies à condition de ne pas entendre par là la simple juxtaposition de deux secteurs économiques isolés mais d'envisager un phénomène historique plus vaste : le heurt de deux systèmes économiques, l'un dominant, l'autre dominé. Les économies capitalistes implantent dans les économies précapitalistes certaines activités spécifiques dont l'apparition et le développement sont dépendants des besoins et des possibilités de l'économie dominante; les économies pré-capitalistes, vaincues, perdent leur autonomie et leur cohérence pour remplir désormais la double fonction de lieu d'approvisionnement et de débouché pour le secteur capitaliste.

Un développement économique d'ensemble n'est pas possible dans un espace où deux groupes d'unités économiques ont des caractères, des comportements et des objectifs profondéments différents sinon contradictoires, où les liaisons entre unités, par les flux, par les prix, par les informations, sont faibles dans leur quantité, peu différenciées dans leur contenu, inorganisées et soumises à de multiples goulots d'étranglement.

CHAPITRE XI

DÉSINTÉGRATION ET ESPACE POLARISÉ

Le niveau de développement atteint au sein d'un espace économique est étroitement lié, nous l'avons montré, au degré d'homogénéité observable dans cet espace. Encore convient-il de conserver présents à l'esprit les caractères d'homogénéité auxquels nous nous sommes référés : ils sont relatifs à la nature des unités économiques et au système de relations qui les unissent. Peut-on conclure des rapports qui unissent homogénéité et développement que le processus de développement lui-même doit être homogène, c'est-à-dire qu'il doit toucher également les différentes unités (micro-unités et macro-unités) composant l'espace considéré ? Cette thèse ne nous paraît correspondre ni à l'expérience historique, ni aux possibilités actuelles des économies sous-développées; nous lui opposerons l'énoncé, aujourd'hui classique, de François Perroux :

« Le fait, grossier mais solide, est celui-ci : la croissance n'apparaît pas partout à la fois; elle se manifeste en des points ou pôles de croissance, avec des intensités variables; elle se répand par divers canaux et avec des effets terminaux variables pour l'ensemble de l'économie [1]. »

Cette constatation ne relègue pas à l'arrière-plan le problème de l'homogénéité; bien au contraire, elle nous conduit à une analyse qui montrera sous un angle nouveau comment l'hétérogénéité spécifique des économies sous-développées constitue un obstacle au processus de développement : d'une part, elle s'oppose à l'apparition de pôles de développement, d'autre part, elle s'oppose à la transmission de la croissance depuis les pôles vers l'ensemble de l'économie.

SECTION I. POLARISATION ET DÉVELOPPEMENT

Personne ne soutient plus aujourd'hui la possibilité d'un développement également distribué entre toutes les unités économiques et qui reproduise, de période en période, les conditions de l'équilibre marginaliste. Le débat porte sur la localisation de l'investissement; localisation par branche d'activité

1. F. Perroux, *Note sur la notion de pôle de croissance*, p. 143.

d'une part, c'est la controverse entre croissance balancée et croissance non-balancée; localisation spatiale d'autre part, c'est le problème des pôles de croissance ou pôles de développement.

§ 1. CROISSANCE BALANCÉE OU CROISSANCE NON-BALANCÉE [2]

Au-delà d'une controverse entre deux politiques, nous voyons apparaître une des contradictions profondes qui bloquent le développement des économies sous-développées [3]. Avant d'en dégager la signification, il est nécessaire de préciser notre vocabulaire à propos d'un terme sans cesse rencontré en cette matière : les économies externes.

a) La définition des économies externes reste chargée d'imprécision malgré de nombreuses analyses récentes [4]. Les économies externes furent d'abord envisagées dans le cadre du modèle concurrentiel pour désigner les économies réalisées par une entreprise indépendamment de sa propre activité; c'est le sens adopté par Alfred MARSHALL et Jacob VINER [5] et formulé de façon systématique par MEADE [6] : il y a une économie externe lorsque l'output (x_1) d'une firme dépend non seulement des facteurs de production (l_1, c_1, ...) qu'elle utilise, mais aussi de l'output (x_2) et de l'utilisation de facteurs (l_2, c_2,...) d'une autre firme ou d'un groupe de firmes :

$$x_1 = F\,(l_1, c_1, ...;\ l_2, c_2, ...)$$

Les économies externes sont donc, en ce sens, une particularité de la fonction de production d'où le qualificatif d'économies externes « technologiques »

2. Nous adoptons pour les termes « balanced growth » et « unbalanced growth » les traductions proposées par J. W. HACKET; cf. T. SCITOVSKY, *Croissance balancé ou non-balancée*, p. 7, note 1; s'appuyant sur une note de F. PERROUX, *ibidem*, p. 23-25, le traducteur estime que les termes de croissance équilibrée et croissance déséquilibrée recouvrent un autre type de problème : celui de l'égalité entre certains agrégats : offre et demande, épargne et investissement, etc.

3. Pour une présentation d'ensemble : T. SCITOVSKY, *Croissance balancée ou non-balancée;* J. STANOVNIK, *Équilibre ou déséquilibre dans les pays sous-développés;* G. ABRAHAM-FROIS, *Essai sur les problèmes d'investissement en pays sous-développés*, « Chap. II, Économies externes et développement équilibré, » p. 46-73; E. GANNAGE, *Économie du développement*, « Sect. III, Mécanisme du développement », p. 261-270; G. LEDUC, *Les pays sous-développés et leurs problèmes*, Sect. III, Équilibres et déséquilibres du développement », p. 315-324; C. P. KINDLEBERGER, *Economic Development*, « Chap. 9, Balance Versus Priorities »; A. O. HIRSCHMAN, *The Strategy of Economic Development*, Chap. III et IV,p. 50-76; H. W. SINGER, *The concept of balanced growth in economic development: theory and practices.*

4. Voir principalement : T. SCITOVSKY, *Two Concepts of External Economies;* H. W. ARNDT, *External Economies in Economic Growth;* J. M. FLEMING, *External Economies and the Doctrine of Balanced Growth;* G. ABRAHAM-FROIS, ouvrage cité, p. 46-53; M. FLAMANT, *Concept et usage des économies externes;* H. BOURGIGNAT, *Economies et déséconomies externes.*

5. Cf. T. SCITOVSKY, article cité, p. 296-299; H. W. ARNDT, article cité, p. 192-194; G. ABRAHAM-FROIS, ouvrage cité, p. 46-49.

6. T. SCITOVSKY, article cité, p. 298.

par lequel Tibor SCITOVSKY les désigne; elles résultent de liaisons hors marché, de phénomènes d'interdépendance directe entre agents économiques.

Le domaine des économies externes s'élargit si on les situe, non plus dans une théorie de l'équilibre, mais dans une théorie de l'investissement : il y a économie externe lorsque la rentabilité d'un investissement est modifiée par l'activité d'autres unités économiques; cette définition plus large inclut aussi bien les économies externes technologiques, nées de relations hors marché, que les économies externes « pécuniaires » (pecuniary external economies), transmises par les mécanismes du marché.

La deuxième catégorie est de beaucoup la plus vaste : lorsqu'un investissement augmente la capacité productive d'une unité économique, il peut provoquer soit une augmentation du prix des facteurs qu'elle utilise, soit une diminution du prix de ses produits [7]. Dans ces cas, les firmes qui fournissent des facteurs ou les firmes qui achètent les produits bénéficieront d'économies externes pécuniaires. La conséquence majeure de ce fait est que la rentabilité privée n'est plus un critère satisfaisant pour une décision d'investissement; l'existence d'économies externes introduit une divergence entre rentabilité privée et intérêt social de l'investissement. Ce fait acquiert une force particulière dans les économies sous-développées où l'investissement nouveau s'ajoute à une capacité productive existante peu importante; l'impact sur les prix, et les économies externes qui en résulteront, seront relativement plus élevés que dans une économie développée.

La prise en considération des économies externes, mettant en évidence la distinction entre profit privé et bénéfice social se trouve donc au centre des débats sur l'organisation de la croissance.

b) La théorie de la croissance balancée, dont le promoteur a été Ragnar NURKSE [8], repose sur deux des indivisibilités mises en évidence par P. N. ROSENSTEIN-RODAN [9] :

- les discontinuités dans la formation du capital technique font que l'accroissement de la production d'un bien se réalise par bonds;
- l'étroitesse du marché et l'inélasticité de la demande dans les économies sous-développées font qu'il n'y a qu'une très faible probabilité que la production additionnelle spécifique d'une unité trouve un débouché.

Le second argument est central dans la démonstration de Ragnar NURKSE; la loi de SAY reste valable globalement : la production additionnelle crée son propre marché mais l'output spécifique de la nouvelle unité de production

7. La possibilité de rendements croissants, contrairement à ce qu'enseigne la théorie orthodoxe, est longuement démontrée par H. W. ARNDT, article cité, « 2. Analytical : Increasing Returns », p. 198-210.

8. R. NURKSE, *Problems of Capital Formation in Under-developed Countries*, « Chap. 1, The Size of the Market and the Inducement to Invest », p. 4-31.

9. Cf. Chap. 5, Sect. I.

rencontre une demande additionnelle diversifiée qu'il est incapable de satisfaire.

La solution du problème se déduit logiquement : il faut mettre en œuvre simultanément une large gamme de productions différenciées qui se créeront mutuellement un marché; là où un investissement isolé échouerait, un ensemble cohérent d'investissements réussira. Chaque projet individuel en augmentant la dimension du marché crée des économies externes pour les autres; ces économies externes horizontales sont, pour NURKSE, bien plus importantes que celles classiquement dénombrées : infrastructure, formation de la main-d'œuvre, etc.

Cette théorie a fait l'objet de critiques techniques qui en ont sensiblement limité la portée [10]; elles sont principalement fondées sur la prise en considération de l'offre des facteurs de production.

J. M. FLEMING met à l'épreuve un des éléments centraux de la théorie qu'il explicite ainsi : toute augmentation d'output, entraînant une diminution du coût de production dans une industrie de biens de consommation tend à augmenter le revenu réel donc la demande réelle pour les autres industries de consommation; elle augmente ainsi la rentabilité de nouvelles unités plus efficaces dans l'industrie considérée [11]. L'exactitude de cet énoncé dépend de la nature de l'offre des facteurs de production : si les facteurs de production existent en quantité limitée ou si leur offre est inélastique par rapport aux variations de prix, l'installation simultanée d'industries nouvelles engendrera une concurrence pour l'achat des facteurs de production, entraînant par là une augmentation du prix de ces derniers. Chaque unité nouvelle crée par cette voie des déséconomies externes aux dépens de toutes les autres.

La croissance balancée n'est réalisable que si les économies externes l'emportent largement sur les déséconomies externes ce qui suppose l'existence de vastes réserves de facteurs de production disponibles et une organisation du marché assurant l'élasticité de leur offre. Ces conditions, sauf en ce qui concerne l'existence d'une réserve de main-d'œuvre non-qualifiée, sont très mal remplies dans les économies sous-développées. Hans W. SINGER [12] remarque justement qu'un pays capable de réunir les ressources nécessaires à la mise en œuvre d'une politique de croissance balancée ne serait déjà plus un pays sous-développé. La possibilité de mettre en œuvre une croissance balancée apparaît comme un cas exceptionnel et non comme la voie nécessaire pour vaincre le sous-développement [13].

La critique de la croissance balancée a été entreprise de façon beaucoup plus

10. J. M. FLEMING, *External Economies and the Doctrine of Balanced Growth;* T. SCITOVSKY, *Croissance balancée ou non -balancée;* G. ABRAHAM-FROIS, ouvrage cité, p. 62-68.

11. J. M. FLEMING, article cité, p. 273-274.

12. H. W. SINGER, *The Concept of balanced growth in economic development : theory and practice.*

13. Cf. aussi dans ce sens : E. GANNAGE, *Économie du développement*, p. 262-266.

radicale par d'autres auteurs comme Albert HIRSCHMAN [14]. Celui-ci montre que la doctrine contient deux volets contradictoires : dans un premier temps, nous est présentée une économie enfermée dans le cercle vicieux de la pauvreté, manquant de capitaux et d'entrepreneurs, où un investissement isolé échoue à cause de l'étroitesse du marché et de l'inélasticité de l'offre : dans un second temps, nous est proposée une croissance balancée où un ensemble diversifié d'investissements se créent réciproquement des débouchés ce qui suppose des entrepreneurs nombreux, un marché organisé.

Une telle analyse, Albert HIRSCHMAN le montre très bien, combine une attitude totalement défaitiste à l'égard des capacités actuelles des pays sous-développés et des espérances totalement irréalistes quant à leurs possibilités créatrices. Elle conduirait, en cas de succès, à un développement dualiste, les investissements nouveaux constituant un secteur autonome, sans prise sur le secteur stagnant. Elle révèle, enfin, une attitude conservatrice [15] : le développement exige une transformation de la structure de toute l'économie, liée à des changements sociaux correspondants; il ne peut être réduit à une augmentation des niveaux de consommation fondée sur le progrès à peu près simultané et proportionné de tous les éléments du secteur moderne.

c) L'hypothèse d'une croissance balancée résulte de la comparaison de deux analyses statiques successives; l'étude du processus historique de développement met en évidence le rôle moteur des déséquilibres. C'est la croissance isolée d'un seul ou d'un petit nombre de secteurs qui engendre le développement en induisant par de multiples voies des effets d'entraînement dans le reste de l'économie [16].

D'une part la croissance déséquilibrée permet de profiter au maximum des économies d'échelle dans les branches en pointe; d'autre part, elle fait bénéficier le reste de l'économie d'une gamme variée d'économies externes. Sur un modèle simplifié, Tibor SCITOVSKY [17] illustre le rôle moteur d'une chaîne de déséquilibres : l'existence de possibilités de profit dans une branche A est déjà un signe de déséquilibre, elle provoque la localisation de l'investissement dans cette branche; l'investissement nouveau tend à éliminer le profit dans la branche mais il augmente la production; l'augmentation de production peut permettre ou entraîner une diminution des prix de A au profit d'une industrie B cliente; le développement de cette dernière engendre une augmentation de sa demande en produits de A donc une nouvelle expansion de la première branche. L'équi-

14. A. O. HIRSCHMAN, ouvrage cité, « Chap. III, Balanced Growth : A critique », p. 50-62.
15. Point sur lequel insiste Janez STANOVNIK, *Équilibre ou déséquilibre dans les pays sous-développés*, p. 68-77.
16. A. O. HIRSCHMAN, ouvrage cité, « Chap. IV, Unbalanced growth : an espousal », p. 62-76.
17. T. SCITOVSKY, *Two Concepts of External Economies*, p. 303-306.

libre ne sera rétabli que lorsqu'une série d'expansions dans les deux branches y auront totalement éliminé le profit.

Ces économies externes verticales ne sont qu'un exemple des chaînes de déséquilibres qui peuvent naître d'une expansion dans l'industrie A; des liaisons analogues peuvent apparaître :

- avec des industries produisant un facteur utilisé par A,
- avec des industries dont le produit est complémentaire de celui de A,
- avec des industries dont le produit est un substitut pour un des facteurs utilisés par A,
- avec des industries dont le produit est consommé par des personnes dont le revenu a été augmenté par l'expansion de A.

Encore ces liaisons, limitées à une série de réactions entre deux branches, sont-elles d'une simplicité excessive. L'expansion de la branche A a des conséquences sur un ensemble d'autres branches qu'un tableau d'échanges interindustriels permet de déterminer; puis chacune de ces branches agira par son expansion induite sur un autre ensemble de branches, y compris probablement la branche A. Albert HIRSCHMAN constate qu'il existe une infinité de répercussions complémentaires et que la plupart d'entre elles restent incertaines. Une conclusion s'impose en tout cas : le problème n'est pas d'éliminer ces déséquilibres, mais de les créer puis de les entretenir.

Une objection contre la croissance déséquilibrée est fondée sur les pénuries et les goulots d'étranglements qu'elle engendre. Tibor SCITOVSKY [18] y répond en montrant que le niveau et l'évolution des connaissances techniques ne sont pas des données indépendantes des facteurs économiques; historiquement, la pénurie se révèle comme un des stimulants les plus efficaces du progrès technique; d'autre part, le taux d'expansion plus élevé provoqué par la croissance déséquilibrée accroît le pourcentage des investissements nets par rapport aux investissements et permet une généralisation plus rapide des progrès réalisés.

Si l'on se place au niveau des politiques de développement, la croissance balancée et la croissance non-balancée constituent deux projets contradictoires entre lesquels il faut choisir; mais lorsqu'on se situe au niveau de l'analyse de la situation de sous-développement, l'opposition entre les deux politiques apparaît comme le reflet d'une contradiction profonde propre au sous-développement : les indivisibilités dans la fonction de production, la réalisation d'économies d'échelle, la maximation des effets d'entraînement exigent un développement à partir d'unités de grande dimension; la pénurie de facteurs de production, l'insuffisance des instruments d'échange, l'étroitesse du marché contraignent à un développement par petites unités diversifiées. L'option en faveur d'une politique de croissance non-balancée n'élimine

18. T. SCITOVSKY, *Croissance balancée ou non-balancée*, p. 15-22.

pas cette contradiction [19]; elle exprime seulement un choix en faveur de la forme nécessaire d'une croissance rapide. Il reste à préciser le jeu de ces déséquilibres dynamiques : où les faire naître, comment les relier entre eux, comment aménager leurs effets sur l'environnement ? Nous en présenterons l'analyse autour de la notion de pôle de développement.

§ 2. PÔLES DE DÉVELOPPEMENT

Nous essayerons, ici encore, de définir le contenu propre des notions qui souvent ne sont employées que pour faire image [20].

a) La notion de pôle désigne une catégorie très générale de l'analyse spatiale : en termes spatiaux, toute unité économique, simple ou complexe, constitue un pôle qui se définit « par l'existence d'un pouvoir de décision et d'un espace qui lui sert de support [21] ». Le pôle exerce un ensemble de forces d'attraction et de répulsion sur les biens et les hommes; il est lui-même soumis à un ensemble de forces d'attraction et de répulsion émanant d'autres pôles. Ainsi la firme exerce des effets d'attraction sur la main-d'œuvre, sur des activités de transport, sur les équipements collectifs et sociaux, sur des activités commerciales; elle peut exercer des effets de répulsion sur d'autres firmes, sur des activités touristiques, etc. [22]. De même, une firme est soumise à des effets d'attraction ou de répulsion émanant d'une autre firme plus puissante, ou de l'infrastructure économique existante.

La notion de pôle est indissociable de celle de champ de forces; malheureusement, une incertitude terminologique pèse sur l'utilisation de ce dernier terme, Pour Claude PONSARD [23], le champ de forces est l'expression spatiale de la notion de système comme le pôle est l'expression spatiale de la notion d'unité économique; le champ de forces est constitué par les relations d'interdépendance qui rattachent entre eux plusieurs pôles en un réseau; chaque pôle participe à différents champs de forces dont il constitue un élément. Au contraire, chez François PERROUX [24] chaque pôle a son propre champ de forces qui est l'espace sur lequel le pôle exerce son influence; le pôle est à son tour situé dans les champs de forces d'autres pôles qui exercent sur lui une influence.

Pour maintenir l'homogénéité de notre vocabulaire, nous adopterons la

19. Que nous retrouverons plus loin; cf. Section II, La création d'un pôle de développement.

20. Cf. les ouvrages cités plus haut : C. PONSARD, *Économie et Espace*, F. PERROUX, *Les Espaces Économiques*, F. PERROUX, *L'Europe sans Rivages*, « II. Les enseignements de l'analyse des espaces économiques », p. 329-415.

21. C. PONSARD, ouvrage cité, p. 6.

22. Cf. F. PERROUX, *L'Europe sans rivages*, p. 354-361.

23. C. PONSARD, ouvrage cité, « Introduction », p. 1-9, et « Livre I, Les champs de forces ».

24. F. PERROUX, *Les espaces économiques*, notamment p. 129-132.

seconde définition : le champ de forces est la zone d'efficacité ou d'influence d'un pôle. On peut aussi parler avec Jacques Raoul BOUDEVILLE [25] d'espace polarisé défini comme « un espace hétérogène dont les diverses parties sont complémentaires mais entretiennent entre elles, et tout spécialement avec un pôle dominant, plus d'échanges qu'avec la région voisine ».

b) Les notions de pôle et d'espace polarisé, ou champ de forces, sont à la base de la théorie des pôles de développement et celle-ci constitue l'approfondissement logique de la théorie de la croissance déséquilibrée [26]. En effet, une fois reconnu le caractère moteur des déséquilibres dans le développement, nous avons montré qu'une série de questions se posait sur la nature de ces déséquilibres, leur localisation, leur évolution dans le temps, leurs effets sur l'environnement. La théorie des pôles de développement [27] constitue un effort vers un aménagement rationnel des déséquilibres, vers une maximation de leur efficacité; nous essayerons d'en dégager les principaux éléments.

Le point de départ est la considération des unités motrices : « L'unité motrice est une unité de production capable d'exercer sur d'autres unités des actions qui augmentent la dimension de ces dernières, qui modifient leurs structures, qui changent leurs types d'organisation et qui y suscitent ou y favorisent des progrès économiques [28]. » L'unité motrice peut être une unité simple, la firme, ou une unité complexe où les plans des unités élémentaires sont partiellement déterminés par les plans des unités des degrés supérieurs, industrie ou région motrice.

Soit l'exemple le plus simple, celui de la firme [29]; la firme motrice dans un espace consomme ou produit une part importante des inputs et outputs globaux de l'espace considéré; elle y exerce, en courte et longue période, une série d'effets.

En courte période, l'investissement de la firme en capital réel fixe étant constant, la firme agit par ses anticipations et par ses innovations :

25. J.-R. BOUDEVILLE, *L'économie régionale – Espace opérationnel*, p. 5.

26. Les éléments d'une analyse théorique des pôles de développement sont présentés dans différentes études de François PERROUX : *Note sur la notion de pôle de croissance*, *Les pôles de développement et l'économie internationale*, *Une distinction utile à la politique des pays à croissance retardée : points de développement et foyers de progrès*, *La firme motrice dans une région et la région motrice*, *La coexistence pacifique*, « Tome II, Pôles de développement ou Nations ? ». Pour une présentation d'ensemble : J. P. BAILLARGEON, *Le rôle des pôles dans le développement. Exposé introductif;* C. ABRAHAM-FROIS, *Essai sur les problèmes d'investissement en pays sous-développés*, « sect. I, Pôles de croissance et industries-clés », p. 139-150.

27. Les termes de « pôles de développement » et de « pôles de croissance » sont employés indifféremment par les auteurs; nous ne les distinguerons donc pas.

28. F. PERROUX, *La coexistence pacifique*, p. 292.

29. Sur la firme motrice cf. F. PERROUX, *Les pôles de développement et l'économie internationale*, « L'unité motrice dans un territoire fermé », p. 179-183; F. PERROUX, *La coexistence pacifique*, « I. Les actions d'entraînement exercées par une unité motrice », p. 301-311; F. PERROUX, *La firme motrice dans une région et la région motrice*, « L'action de la grande firme par l'anticipation et par l'innovation », p. 16-23.

- ses anticipations erronées, par excès ou par défaut, commandent le comportement des autres unités et pèsent sur le niveau d'activité global dans l'espace donné;
- ses innovations provoquent un abaissement de ses coûts et de ses prix; les effets se répercutent sur la hiérarchie verticale des firmes qui achètent ses produits; à partir de la firme motrice, les progrès techniques se propagent dans toute l'économie.

En longue période, la firme motrice dispose, en raison des profits supranormaux que lui permet sa position privilégiée, d'une capacité d'épargne et d'investissement élevée. Elle peut l'utiliser pour améliorer son équipement, atteindre sa dimension optima, créer des filiales, contrôler d'autres firmes.

Le modèle construit sur une firme isolée peut être compliqué en envisageant un complexe de firmes motrices ou un ensemble industriel défini comme « une organisation intégrée d'activités et d'unités [30] ». Le complexe peut, idéalement, être constitué d'un centre producteur d'énergie, de centres producteurs de matières premières, de centres agricoles et d'un réseau de moyens de transport; au minimum, il doit réunir un de ces centres et une voie de transport. Quelle que soit sa forme, le complexe présente trois traits caractéristiques :

- l'existence d'une industrie-clef qui induit dans l'espace considéré une augmentation du débit global beaucoup plus grande que l'augmentation de son propre débit;
- le régime non-concurrentiel, souvent de forme oligopolistique, qui permet une accumulation de capital plus rapide;
- l'agglomération territoriale autour de l'industrie-clef ou des industries-clefs, favorisée par les complémentarités techniques, par la présence d'une demande de biens de consommation et par l'existence de besoins collectifs.

c) Les pôles de développement [31] peuvent être des firmes motrices de dimension optima; le plus souvent, ils sont des ensembles industriels. Ce qui les différencie c'est qu'ils sont « capables d'augmenter le produit, de modifier les structures, d'engendrer des changements dans les types d'organisation, de susciter des progrès économiques ou de favoriser le progrès économique [32] » dans l'ensemble de leur environnement.

Le processus de développement polarisé se définit par un double mouvement

30. F. Perroux, *Note sur la notion de « pôle de croissance »*, « Complexe d'industries et croissance », p. 149-153; F. Perroux, *La coexistence pacifique*, « Chap. 11, Les ensembles industriels en Afrique et l'idée de pôles de dévloppements », p. 276-290; G. Leduc, *L'application de la notion de « pôle de développement » aux ensembles industriels de l'Afrique sub-saharienne;* J. M. de Lattre, *Les grands ensembles africains. Aspects économiques et financiers de l'industrie saharienne.*

31. Ou plus généralement les « points » de développement qui englobent pôles de développement, zones de développement et axes de développement; cf. F. Perroux, *Une distinction utile à la politique des pays à croissance retardée : points de développement et foyers de progrès*, p. 206.

32. F. Perroux, *Les pôles de développement et l'économie internationale*, p. 176.

de concentration et d'expansion. Dans un premier temps, jouent les effets d'agglomération, qui rassemblent capitaux et main-d'œuvre autour des pôles, et les effets de jonction entre ressources ou activités complémentaires. Dans un deuxième temps, la croissance apparue au pôle est diffusée dans son environnement; les effets d'entraînement émanant du pôle adoptent des formes multiples : « actions par et sur la dimension des flux, la structure des prix et des coûts, la modification des anticipations [33] », actions sur les propensions keynésiennes à consommer, à épargner et à investir, action sur les propensions fondamentales à travailler et à innover [34].

Toutefois, on ne peut limiter aux seuls effets d'entraînement les formes d'action du pôle sur son environnement; le pôle exerce aussi et indissociablement des effets de stoppage dont nous analyserons plus loin les modalités. Plusieurs auteurs, avec des terminologies différentes ont insisté sur ce double aspect : Joseph LAJUGIE oppose les effets d'appauvrissement aux effets d'entraînement émanant des pôles [35]; Gunnar MYRDAL montre les centres d'expansion exerçant simultanément des effets de propagation et des effets de remous [36]; Albert O. HIRSCHMAN distingue parmi les conséquences de la croissance d'une région sur une région attardée les effets positifs de transmission (trickling-down effects) et les effets négatifs de polarisation [37].

L'analyse du développement comme un processus de polarisation puis de diffusion nous permet de localiser les obstacles que rencontrent dans cette voie les économies sous-développées : en premier lieu, obstacles à la polarisation, c'est-à-dire à la création de firmes ou d'ensembles industriels suceptibles de devenir des pôles de développement; en second lieu, obstacles à la diffusion lorsque les effets de stoppage émanant de ces unités compensent ou surpassent les effets d'entraînement.

SECTION II. LA CRÉATION DE PÔLES DE DÉVELOPPEMENT

Nous employons par souci de brièveté l'expression « création de pôles de développement »; nous devrions écrire plus exactement : « création d'unités, simples ou complexes, susceptibles par leurs caractéristiques internes de remplir

33. *Ibidem*, p. 175.

34. F. PERROUX, *La firme motrice dans une région et la région motrice*, p. 63-66; J. PAELINCK insiste justement sur les effets psychiques exercés par les pôles sur leur environnement, cf. *Possibilisme et pôles de croissance. Phénomènes de prestige et de propagation dans le cadre de l'industrialisation néerlandaise.*

35. J. LAJUGIE, *Les conditions d'une politique de développement régional pour les pays du Marché Commun*, p. 280-283.

36. G. MYRDAL, *Théorie économique et pays sous-développés*, p. 39-46.

37. A. O. HIRSCHMAN, *The strategy of economic development*, « Trickling-Down and Polarization Effects », p. 183-189.

la fonction de pôles de développement ». Il n'existe, en effet, un pôle de développement que si le développement qui apparaît au pôle est transmis à l'environnement, problème que nous examinerons plus loin [38]; limitons pour l'instant notre analyse à la réalisation de pôles potentiels.

Nous montrerons, en premier lieu, comment ces créations sont entravées dans les espaces sous-développés par le conflit d'impératifs contradictoires, pour examiner ensuite comment le problème a pu être résolu dans les faits.

§ 1. LA PROBLÉMATIQUE

a) Le pôle de développement peut être construit, nous l'avons dit, à partir de différents types d'unités : centres producteurs d'énergie, centres producteurs de matières premières, centres agricoles [39]. Pour plusieurs raisons, dont deux principales, le pôle doit être une unité de grande dimension.

En premier lieu, l'action du pôle sur son environnement dépend en partie de sa dimension : les flux réels et monétaires qui émanent du pôle voient leur efficacité déterminée par leur nature ou leur localisation mais aussi par leur importance absolue.

En second lieu, le pôle doit atteindre une dimension optima pour tirer tout le partie de la technologie moderne et pour maximer les économies d'échelle; dans les secteurs où le pôle a des chances concrètes d'apparaître : barrages hydro-électriques, exploitations pétrolières, centres d'extraction ou de première transformation de matières premières, la dimension optima est élevée.

b) La création d'unités de grande dimension dans les économies sous-développées se heurte à une double insuffisance de l'offre et de la demande [40].

Du côté de l'input, les pénuries sont multiples tant dans le domaine du financement, que dans celui de l'approvisionnement en biens et services et dans celui de la main-d'œuvre.

Le financement n'est pas assuré à cause de la faiblesse du revenu national et de l'épargne volontaire; il est surtout paralysé par l'existence de secteurs de financement clos [41] et par la psychologie des épargnants, étrangère à la logique des investissements productifs en longue période.

38. Cf. Section II, L'action des pôles sur leur environnement.

39. Outre les articles et ouvrages cités de F. PERROUX, voir aussi : M. CAPET, *Pour une politique d'investissements par pôles en Afrique occidentale;* G. LEDUC, *L'application de la notion de « pôle de développement » aux ensembles industriels de l'Afrique sub-saharienne;* NATIONS-UNIES, *Establishment of Industrial Estates in Under-Developed Countries.*

40. Cf. E. GANNAGE, *Économie du développement*, p. 143-166, « Section II, Distorsions dans l'offre de capital », « Section III, Distorsions dans la demande de capital »; P. BAIROCH, *Révolution industrielle et sous-développement*, « Chap. 14, Les obstacles découlant du coût élevé des investissements industriels », p. 193-199.

41. Cf. plus haut, Chap. 10, Sect. III, § 3.

L'approvisionnement en biens de production est généralement impossible sur place : énergie, matières premières, machines ne sont pas produites ou sont produites en faible quantité et à des coûts prohibitifs.

L'insuffisance en main-d'œuvre qualifiée et en personnel de direction compétent constituent un nouvel obstacle à l'apparition d'unités de production utilisant une technologie moderne.

Du côté de l'output, quelle que soit l'imprécision de la notion d'étroitesse du marché, l'insuffisance des débouchés est certaine : faiblesse des revenus disponibles, inorganisation des circuits commerciaux, absence d'activités économiques susceptibles d'acquérir les biens intermédiaires produits par la grande unité.

Enfin, tant en ce qui concerne l'input que l'output, l'absence d'un réseau d'échanges adapté, notamment l'absence de voies de communication et de moyens de transport, amplifient les pénuries.

c) L'absence de pôles de développement dans les économies sous-développées peut être expliquée par ces deux groupes de facteurs : la rationalité économique fixe une dimension minima, un plancher, pour que le pôle soit viable et efficace; les pénuries au niveau de l'input et l'étroitesse des débouchés déterminent, au contraire, une dimension maxima, un plafond. Toutes les fois que le niveau-plancher est d'une dimension supérieure au niveau-plafond, il est impossible qu'un pôle apparaisse; c'est la situation normale dans les économies sous-développées.

En face de ce blocage, une seule solution apparaît : trouver sur les marchés extérieurs les fournisseurs et les clients que l'économie nationale est incapable de fournir. Une difficulté subsiste : tous les biens et services consommés par le pôle ne sont pas susceptibles d'être importés; la firme ou les firmes devront donc assumer des coûts élevés pour créer des voies de communication, une infrastructure sanitaire et sociale, pour rassembler une main-d'œuvre non-qualifiée. Ceci explique la nature des pôles qui sont effectivement apparus dans les économies sous-développées : unités presque exclusivement tournées vers l'extérieur par leur input et leur output; unités de très grande dimension, capables de supporter les coûts élevés nécessaires pour rompre sur place certains goulots d'étranglement.

§ 2. LES RÉALISATIONS

Pour éviter une formulation générale et abstraite, nous analyserons trois exemples significatifs de création d'un pôle de développement dans une économie sous-développée : les pôles pétroliers du Moyen-Orient, le pôle électro-métallurgique guinéen, le complexe sidérurgique du Minas-Gerais. Le premier cas illustre la situation d'une économie radicalement sous-développée; le second se situe dans une économie fortement sous-développée mais où depuis plus d'une décennie un effort de développement est poursuivi, le troisième exemple nous transporte dans une économie encore sous-développée mais connaissant une croissance rapide et ayant déjà atteint des résultats importants.

a) Les États arabes du Moyen-Orient disposent des éléments minima pouvant donner naissance à un pôle de développement de grande dimension [42] : une ressource énergétique, le pétrole, fournissant un cinquième de la production mondiale et les deux tiers des réserves mondiales, des industries de transformation, les raffineries qui transforment environ la moitié de la production, et des voies de transport, plusieurs milliers de kilomètres de pipe-lines et quelques ports.

Il apparaît à l'évidence que ce pôle de développement n'existe que par et pour l'extérieur. Le financement est totalement extérieur; en 1951, il se répartissait ainsi : Grande-Bretagne 50 %, États-Unis 40 %, France 4 %, Pays-Bas 4 % [43]. L'équipement et la main-d'œuvre qualifiée sont d'origine étrangère; seule la main-d'œuvre non-qualifiée est fournie par les économies locales. La production est destinée pour les quatre cinquièmes à l'exportation; le reste est consommé par les raffineries ou utilisé pour l'alimentation en fuel des pétroliers; la consommation locale est négligeable.

Le pôle pétrolier du Moyen-Orient présente donc une illustration typique de la conclusion à laquelle nous étions parvenus : unité de très grande dimension, totalement tournée vers l'extérieur, son appartenance à l'économie sous-développée est purement géographique.

b) Le projet de pôle électro-métallurgique de Fria [44] constitue un cas analogue mais déjà moins extrême : quelques liens s'ébauchent avec l'économie nationale.

Les conditions économiques font encore que seule une unité de très grande dimension peut exploiter rentablement les ressources en bauxite et en énergie

42. E. TEILHAC, *Le pétrole dans l'économie du Moyen-Orient;* E. GANNAGE, *Croissance économique et structures au Moyen-Orient;* cf. aussi les développements consacrés au pétrole du Moyen-Orient dans trois études de M. BYE, *La grande unité inter-territoriale dans l'industrie extractive et ses plans, L'auto-financement de la grande unité inter-territoriale et les dimensions temporelles de son plan, La grande unité inter-territoriale,* et N. SARKIS, *Le pétrole et les économies arabes.*

43. E. TEILHAC, article cité, p. 444-448.

44. F. PERROUX, *Une nation en voie de se faire : La République de Guinée;* M. CAPET, *Pour une politique d'investissements par pôle en Afrique occidentale;* G. LEDUC, *L'application de la notion de « pôles de développement » aux ensembles industriels de l'Afrique sub-saharienne,* et surtout G. BELL, *L'énergie et le développement,* « *L'exemple du pôle électro-métallurgique guinéen* », ouvrage auquel sont empruntés les chiffres cités plus bas. On pourrait étudier le cas analogue de la Mauritanie; cf. Jérôme PUJOS, *Croissance économique et impulsion extérieure. Étude sur l'économie mauritanienne.*

hydro-électrique de la région de Fria et du fleuve Konkouré. Le projet prévoyait, pour la période 1957-1965, la création d'une carrière d'extraction de la bauxite, d'une unité de production d'alumine (capacité annuelle : 720 000 tonnes), d'un barrage à Souapiti (capacité annuelle : 3 milliards de kilowatts-heure), d'une unité de production de l'aluminium (capacité annuelle : 150 000 tonnes). Le fonctionnement du complexe exigeait la construction de 140 kilomètres de routes pour trafic lourd, de 140 kilomètres de voies de chemin de fer comprenant 600 ouvrages d'art, le triplement de la capacité du port de Conakry. L'hébergement de la main-d'œuvre supposait la construction d'une ville de 20 000 à 25 000 habitants.

Le financement du complexe reposait à l'origine sur des sources purement extérieures. Sur les 1 940 millions de nouveaux francs (évaluation 1957), 62 % étaient apportés par un petit groupe de sociétés américaines et européennes; le solde provenait du budget métropolitain sous forme d'investissements d'infrastructure, d'indemnité de déguerpissement et d'une garantie pour un prêt consenti par la Banque Internationale pour la Reconstruction et le Développement. Toutefois l'indépendance politique acquise par la Guinée la faisait en 1958 intervenir directement dans l'édification du complexe en lui transférant la responsabilité du financement public.

La totalité de l'équipement devait être fournie par l'extérieur mais les neuf dixièmes de la main-d'œuvre seraient d'origine indigène, nouveau lien avec l'économie locale. Enfin, si la totalité de l'output sous forme d'alumine ou d'aluminium était destinée à l'exportation, le complexe aurait disposé d'une capacité excédentaire d'énergie à très bon marché (50 millions de KwH) disponible pour l'économie locale.

Le projet de complexe répond donc bien globalement aux mêmes caractères que les pôles pétroliers du Moyen-Orient; il établit cependant, à titre accessoire, des liens réels non-négligeables avec l'économie locale.

c) Les conditions naturelles sur lesquelles s'est construit le complexe sidérurgique du Minas-Gerais [45] sont analogues : existence de la deuxième réserve de minerai de fer du monde et de ressources hydro-électriques. La localisation à plusieurs centaines de kilomètres de la côte rend nécessaire pour la mise en exploitation la rénovation de routes et de voies ferrées vétustes et insuffisantes.

Mais si la production du secteur métallurgique était, jusqu'en 1953, exportée pour les quatre cinquièmes sous forme de minerai brut, si la part des capitaux étrangers reste importante dans le financement, la réalisation du complexe ne participe plus à la logique de l'économie d'enclave. Le complexe n'est pas

45. J. R. BOUDEVILLE, *Contribution à l'étude des pôles de croissance brésiliens : une industrie motrice : la sidérurgie du Minas-Gerais;* J. WOLFF, *Quelques aspects de la désarticulation de l'économie brésilienne et leur influence sur les possibilités de financement interne.*

relié à l'étranger par une voie d'évacuation, il est uni par trois voies d'échanges aux autres régions développées du pays. Sa production vise principalement le marché national et même le marché régional. Le complexe est un élément de l'économie nationale.

Le cas de Minas-Gerais ne constitue pas une exception à la règle : l'intégration du pôle à l'économie locale n'a été possible que grâce à l'existence de régions déjà développées du Brésil.

L'insuffisance des moyens de financement, des facteurs de production, des activités complémentaires en amont et en aval, de l'infrastructure économique et sociale sont donc des obstacles efficaces à la création de pôles de développement dans les économies sous-développées. Les rares réalisations observables montrent que les pôles créés font économiquement partie des économies développées dont proviennent les capitaux et l'input du pôle et auxquelles est destiné son output. Dès lors le pôle n'exerce que des effets médiocres sur l'économie où il se trouve géographiquement localisé.

SECTION III. L'ACTION DES PÔLES SUR LEUR ENVIRONNEMENT

Tout pôle exerce indissociablement envers son environnement des effets d'entraînement et des effets de recul; la désintégration des économies sous-développées explique que les effets d'entraînement y soient relativement faibles, les effets de recul relativement élevés. Ainsi la création d'unités qui par leurs caractéristiques internes seraient susceptibles de remplir la fonction de pôle de développement ne résout-elle pas le problème du développement; encore faut-il que soit aménagée la propagation du développement à partir du pôle de telle façon que les effets d'entraînement ne soient pas dans une large mesure compensés sinon surpassés par les effets de recul [46].

46. Outre les ouvrages cités dans la section II, cf. F. Perroux, *La nation en voie de se faire et les pouvoirs industriels;* F. Perroux, *L'idée de pôle de développement et les ensembles industriels en Afrique;* F. Perroux, *La coexistence pacifique*, « Tome II, Pôles de développement ou nations ? »; A. O. Hirschman, *The Strategy of Economic Development*, « Chap. 6, Interdependance and Industrialization », p. 98-119, « Chap. 10, Interregional and International Transmission of Economic Growth », p. 183-201; G. Myrdal, *Théorie économique et pays sous-développés*, « Chap. III, La tendance aux inégalités régionales à l'intérieur d'un pays », p. 35-52, L. C. Costa, *L'espace structuré dans le développement;* G. Celestin, B. Lecomte, G. Hanicotte, *La structure polaire du Sénégal;* A. Kher, *La structure polaire du Liban.*

§ 1. LES EFFETS D'ENTRAINEMENT

Les effets d'entraînement engendrés par le pôle sont de deux ordres : effets réels liés aux caractéristiques technologiques de celui-ci, effets monétaires provoqués par la distribution de revenus résultant de l'activité du pôle.

A. *Les effets réels.*

Les effets réels résultant de la création puis du fonctionnement d'un pôle sont multiples : son input crée un débouché nouveau, son output rend possibles de nouvelles activités, le pôle attire et forme sa main-d'œuvre, il engendre un phénomène d'agglomération géographique; la structure de l'économie environnante en sera nécessairement transformée.

a) Les effets d'entraînement en amont peuvent être déterminés grâce à un tableau d'échanges interindustriels. Le pôle accroît les débouchés des industries produisant les biens qu'il consomme; il peut même provoquer la création d'industries nouvelles si son input d'un produit est supérieur à la dimension minima des firmes fournissant ce produit. Dans une économie sous-développée, les pôles sont localisés dans l'exploitation de produits bruts; sur une présentation triangulaire de la matrice des échanges, ils occupent les premières lignes. En pratique, leur input-marchandises est faible; il se réduit à des biens d'équipement en provenance de l'extérieur.

Ainsi les pôles pétroliers du Moyen-Orient n'achètent-ils rien à l'économie locale; ainsi les effets en amont du complexe de Fria sont-ils à peu près nuls pour l'économie locale; ils se réduisent à une extension d'activité du port de Conakry et, temporairement, à des achats de produits alimentaires par les économats d'entreprise qui suppléent l'insuffisance du commerce local pour l'approvisionnement de leur main-d'œuvre [47]. Même au Minas-Gerais, si l'on inclut dans les activités du complexe, la production du minerai de fer, les effets d'entraînement régionaux et nationaux se révèlent faibles; ils ne sont importants que si l'on considère isolément la sidérurgie et si l'on compte comme effet d'entraînement l'augmentation induite de la production de minerai de fer [48].

Dans une économie sous-développée, l'absence d'industrie d'équipement fait que les pôles de développement, localisés à l'origine du processus de production, n'exercent que des effets négligeables d'entraînement en amont.

47. Cf. G. BELL, ouvrage cité, notamment p. 225-229.
48. J.-R. BOUDEVILLE, *Contribution à l'étude des pôles de croissance brésiliens*, Section II, p. 37-69.

b) Cette localisation fait, par contre, espérer des effets d'entraînement en aval considérables : le pôle exerce une action permissive sur toutes les productions intermédiaires entre son output et la demande finale. En fait, l'économie désintégrée est incapable d'utiliser un produit spécifique offert en quantités considérables mais choisi en seule fonction des besoins des économies développées clientes.

Le pétrole du Moyen-Orient n'est consommé qu'en quantités minimes par l'économie locale et Ernest TEILHAC [49] a montré quel fantastique gaspillage constituait la destruction du gaz naturel, sous-produit de l'extraction du pétrole, qui pourrait alimenter toute une gamme de productions chimiques et de productions d'engrais. Parmi les trois produits offerts par le complexe guinéen, alumine, aluminium, électricité, Gérard BELL [50] aboutit à la conclusion qu'aucun ne peut, à court terme, susciter d'activités nouvelles sauf quelques productions d'ustensiles d'usage courant en aluminium. En effet, le pétrole et l'aluminium ne peuvent être massivement utilisés que par des économies déjà parvenues à un haut niveau de développement technologique; ces produits sont inefficaces pour réaliser le « noircissement » de la matrice des échanges interindustriels des économies sous-développées.

Au Brésil, au contraire, l'existence de plusieurs grands marchés urbains permet l'essor de nombreuses branches d'activités : laminage, mécanique, matériel électrique, etc. à partir de l'accroissement de la production d'acier. Le choix du produit correspond parfaitement aux besoins d'un pays qui s'industrialise.

L'effet d'entraînement en aval est donc directement fonction du niveau de développement; dans une économie sous-développée, l'effet sera transféré aux économies avancées qui décident de la nature des activités et achètent les produits sous forme brute ou après première transformation.

c) Les pôles de développement employant une main-d'œuvre nombreuse, peuvent avoir une double action bénéfique : résorption du chômage, formation de la main-d'œuvre au travail industriel. Ces effets sont réels mais réduits comme le montre l'exemple guinéen [51].

L'emploi dans l'ensemble du complexe aurait atteint un maximum pendant la phase de construction : 15 200 travailleurs. En période de fonctionnement, le niveau d'emploi prévu était de 3 500 travailleurs. Quel que soit l'intérêt de ces créations d'emploi, elles sont loin de résoudre le problème de l'emploi, même pour un pays à faible population comme la Guinée : les 3 500 emplois additionnels durables ne représentent que 3,2 % de la main-d'œuvre salariée, elle-même réduite par rapport à la population active.

49. E. TEILHAC, *Le pétrole dans l'économie du Moyen-Orient*, p. 415-424.
50. Ouvrage cité, p. 233-234.
51. Ouvrage cité, p. 183-189 et 229-231.

L'aspect plus positif est celui de la formation : 7 500 travailleurs devaient occuper des postes autres que ceux de manœuvres; comme un dixième seulement de la main-d'œuvre aurait été d'origine européenne, il restait une large place pour la main-d'œuvre locale qui aurait reçu une qualification précieuse, à condition toutefois qu'elle trouve ensuite à se réemployer, problème que nous examinerons plus loin [52].

d) La concentration de plusieurs milliers de travailleurs et de leurs familles devait donner naissance à une ville, Fria. L'infrastructure administrative, sociale, éducative correspondant à cette population, l'équipement commercial, les multiples activités engendrées par la vie urbaine faisaient prévoir que l'agglomération regrouperait 20 000 à 25 000 habitants. L'action d'un tel ensemble sur l'environnement est considérable; d'abord, toute l'agriculture de subsistance environnante peut être reconvertie vers les cultures alimentaires commerciales pour alimenter la ville; surtout, la ville est « le vecteur de la vie moderne », elle diffuse à son environnement les techniques et les comportements progressifs.

Le pôle n'est pas seulement relié à l'économie locale par des échanges de biens et de services; il est à l'origine de flux monétaires qui peuvent également engendrer des effets d'entraînement.

B. *Les effets monétaires.*

Nous limiterons notre étude aux trois conséquences monétaires principales du fonctionnement des pôles : la distribution de salaires, le versement de redevances aux gouvernements locaux, l'afflux de devises.

a) Les salaires versés par le pôle accroissent la masse des revenus monétaires disponibles dans l'économie et contribuent ainsi à l'extension du secteur moderne. Encore faut-il distinguer la part des revenus salariaux qui reste durablement dans l'économie de celle qui, directement ou indirectement, est transférée à l'étranger.

Considérons à nouveau l'exemple de Fria [53] : sur la base des revenus de 1956, les salaires distribués pendant la période de construction du complexe engendrent un accroissement de 9 % du revenu total guinéen; ceux de la période de fonctionnement représentent, selon la même base de calcul, un accroissement de 5,6 %. Les deux tiers de la masse salariale vont à des européens; une part importante est rapatriée dans le pays d'origine et disparaît immédiatement du circuit local. Une autre part du revenu salarial, européen ou indigène, est consacrée à l'achat de produits importés; ces achats n'ont d'effet sur l'éco-

52. Cf. § 2.
53. G. Bell, ouvrage cité, p. 164-166, 191-199, 250-251, 267-275.

nomie locale que par la marge commerciale et les taxes prélevées par celle-ci; pour le reste, ils représentent une nouvelle fuite.

L'élément positif est représenté par la demande de biens d'origine locale; malheureusement dans la plupart des cas l'inélasticité de l'offre dans le secteur traditionnel le rend incapable de faire face à une brutale augmentation de la demande; aussi longtemps qu'une action de transformation des structures agricoles n'a pas été réalisée, l'augmentation de la demande a principalement des conséquences inflationnistes.

b) Les contributions versées par les pôles de développement au budget des États constituent une fraction importante de leurs ressources. Elles peuvent par contre ne représenter qu'un prélèvement relativement faible sur le chiffre d'affaires des firmes; bien souvent les États, pour attirer les capitaux sont amenés à concéder des régimes fiscaux de longue durée très favorable (cas de l'Afrique) ou même à supprimer pratiquement les prélèvements fiscaux en échange de redevances globales (cas du Moyen-Orient).

Ainsi à Fria la totalité des recettes fiscales attendues du complexe ne devait-elle s'élever qu'à 12 % de la valeur ajoutée [54]; au Moyen-Orient, le montant des redevances, en sensible augmentation, semble se généraliser au niveau de 50 % des bénéfices à l'exclusion de tout autre prélèvement [55].

Ces sommes permettent au gouvernement de supporter éventuellement les dépenses d'infrastructure à sa charge nécessitées par l'existence du complexe; elles lui permettent de couvrir le déficit budgétaire des dépenses courantes; elles lui fournissent enfin un excédent utilisable pour le financement du développement. Le risque existe que le caractère inflationniste de ces dépenses ne cause plus de dommages à l'économie que les affectations productives ne lui apportent d'avantages.

c) Les pôles de développement sont, par la nature de leurs activités essentiellement exportatrices, sources de devises pour l'économie d'implantation. Si l'autonomie totale des échanges des pôles exige que leurs relations avec l'étranger soient comptabilisées à part de celles du reste de l'économie [56], il n'en reste pas moins que l'économie locale peut profiter de l'afflux de devises.

Certes les causes du déficit structurel de la balance des comptes de la plupart des pays sous-développés resteront intactes, mais l'existence d'un excédent global facilitera une politique de développement du reste de l'économie. D'autre

54. *Ibidem*, p. 258-260.

55. E. Teilhac, ouvrage cité, « Sect. I, Le Lien financier », p. 443-450; M. Bye, *L'autofinancement de la grande unité interterritoriale et les dimensions temporelles de son plan*, « III. La G. U. I. dans l'industrie extractive et l'économie du territoire d'implantation », p. 298-307.

56. M. Bye, *La grande unité interterritoriale dans l'industrie extractive et ses plans*, « Sect. 4 La G. U. I. et les échanges internationaux », p. 79-91.

part, si le pays appartient à une zone monétaire, sa position de fournisseur de devises renforce son pouvoir de négociation à l'égard des autorités de la zone, notamment pour obtenir une aide au développement.

L'ensemble des effets d'entraînements existent donc bien potentiellement dans les économies sous-développées, mais il restent à l'état embryonnaire; leur épanouissement suppose la mise en œuvre d'une politique d'ensemble d'aménagement de l'environnement; à défaut, la plus grande partie des effets d'entraînement est transférée à l'extérieur par les flux réels et monétaires. Au contraire, les effets de recul atteignent spontanément leur ampleur maxima et la deuxième tâche de la politique de développement sera d'en combattre les conséquences.

§ 2. LES EFFETS DE RECUL

Les effets de recul sont principalement sensibles dans deux domaines : les déplacements de population provoqués par la création du pôle, la pression inflationniste engendrée par les flux monétaires qui en émanent [57].

a) L'appel de main-d'œuvre vers le pôle est source de distorsions économiques et de coûts humains.

Le pôle a besoin de plusieurs milliers de travailleurs et il a les moyens de verser des salaires relativement élevés; de préférence à une main-d'œuvre rurale inadaptée et aux chômeurs des villes généralement non qualifiés, il tente d'attirer la main-d'œuvre qualifiée employée dans d'autres branches d'activité, causant des dommages directs à celles-ci. Quant à la main-d'œuvre non qualifiée d'origine rurale que le complexe emploie à des postes de manœuvres, elle provient d'une sélection des éléments du secteur traditionnel les plus dynamiques et les plus ouverts au progrès; elle risque donc de priver ce secteur de ses élites.

La quantité de main-d'œuvre employée pendant la période de construction est, en général, nettement supérieure à celle nécessaire pour la période de fonctionnement normal; un problème de licenciement et de réemploi est posé. Ainsi le projet guinéen prévoyait-il le licenciement d'au moins 10 000 travailleurs entre 1961 et 1965 [58]; le choc social aurait été considérable si l'on tient compte du fait que, d'une part, chaque travailleur fait vivre en moyenne cinq à sept personnes, que d'autre part les possibilités de réemploi sur place auraient été très faibles.

57. Cf. G. BELL, ouvrage cité, « 3° . Les « effets de remous » (backwash effects) », p. 204-219; F. PERROUX, *Une nation en voie de se faire : La République de Guinée*, p. 694-696.

58. La construction du complexe devait employer un maximum de 15 200 travailleurs; le fonctionnement n'exigeait que 3 000 à 3 500 emplois; cf. G. BELL, ouvrage cité, p. 207-215.

b) Nous avons indiqué plus haut [59] de façon générale les conséquences inflationnistes presque inévitables de la croissance dans une économie sous-développée. Les pôles de développement jouent un rôle actif dans ces processus; la transmission s'effectue par deux voies : les dépenses privées de consommation, les dépenses publiques.

Les revenus distribués sur place par le pôle engendrent, pour partie, une demande de biens de consommation d'origine locale. L'étude, par produits, des possibilités de l'économie sous-développée fait apparaître dans de nombreux cas une offre inélastique tant à cause de l'organisation rudimentaire de la production qu'à cause de l'inefficacité des organes de commercialisation. La demande additionnelle sera donc inflationniste.

Les ressources nouvelles dont disposent les pouvoirs publics présentent également une forte probabilité d'affectation inflationniste : accroissement des frais de gestion, hausse des salaires des fonctionnaires, réalisations somptuaires sans contre partie du côté de la production.

Nous pouvons dire plus généralement que le pôle exerce sur l'environnement un effet de désintégration en absorbant le meilleur de la population et en répandant brutalement des flux monétaires importants sans contre partie réelle; cependant le pôle se révèle incapable de jouer le rôle de foyer de réintégration parce que son orientation fondamentale vers l'extérieur l'empêche d'avoir des liens autres qu'accessoires avec l'économie locale. Ainsi les effets de recul auront-ils leur efficacité maxima si le comportement du pôle n'est soumis qu'à sa logique propre c'est-à-dire à ses propres intérêts.

La tentative faite par Gérard BELL d'une évaluation prévisionnelle systématique des conséquences de la création et du fonctionnement du complexe électro-métallurgique guinéen aboutit à des conclusions qui, selon les renseignements partiels dont on peut disposer, semblent valables pour les ensembles de même type créés en Afrique Noire, en Afrique du Nord, au Moyen-Orient, en Amérique latine.

Le tableau carré des flux engendrés par le fonctionnement du complexe montre que la majorité des échanges se font à l'intérieur du complexe ou entre le complexe et l'extérieur du pays; en pratique, seuls les salaires et les impôts (ou redevances) sont causes d'échanges entre le pôle et le reste du pays; encore sur ce total une très faible fraction touche-t-elle le secteur traditionnel. Les effets positifs immédiats se réduisent à la création d'un excédent de la balance des comptes et d'un équilibre ou même d'un excédent budgétaire.

La désintégration des économies sous-développées n'a donc pas seulement pour effet de placer des obstacles difficilement franchissables pour la création de pôles de développement; elle a aussi pour conséquence, lorsque des pôles

59. Chap. 10, Sect. III; pour une présentation d'ensemble : D. LAMBERT, *Inflation, sous-développement et croissance économique*, « 2e partie; Inflation de croissance et inflation de mutation », p. 267-480.

apparaissent, de minimiser leurs effets d'entraînements sur l'environnement et de maximer leurs effets de recul; ainsi l'action motrice du pôle est transférée à l'extérieur.

La création de pôles dont la localisation dans l'économie sous-développée ne soit pas purement géographique mais économique, l'aménagement de l'environnement et la mise en place de courroies de transmission du développement, exigent une politique d'ensemble du pays sous-développé; elles exigent que le plan de ce dernier ait une influence effective sur le comportement des pôles.

CHAPITRE XII

DÉSINTÉGRATION ET ESPACE-PLAN

Nous avons déjà cité [1] le texte de Maurice BYE selon lequel « intégrer ce n'est pas additionner. C'est accroître, sur un espace donné, la compatibilité des plans d'un ensemble de centres de décision appelés à former un seul système économique ». L'accroissement de la compatibilité des plans serait déjà un objectif important dans une économie développée ne se donnant pas comme tâche prioritaire l'accélération du développement; une meilleure intégration permettrait d'y réduire les conflits, d'éliminer les gaspillages, d'atténuer les fluctuations; elle serait source d'un fonctionnement plus rationnel de l'économie. Dans un espace sous-développé, l'intégration ne se réduit pas à des efforts de perfectionnement; elle est condition nécessaire de l'existence d'un processus de développement. Un développement rapide, soutenu, aux moindres coûts humains exige non seulement la compatibilité des plans des centres de décision, mais leur convergence vers les objectifs globaux fixés pour l'espace considéré.

La désintégration des espaces sous-développés, envisagée du point de vue de l'espace-plan, conduit vers un troisième degré d'élaboration du concept de sous-développement; la prise en considération de l'incompatibilité des plans. Les espaces sous-développés n'ont pu organiser leur développement, en premier lieu, parce que les plans de leurs centres de décision étaient incompatibles avec les plans de certains centres de décision dominants situés dans des espaces développés. Ils y ont échoué, en second lieu, parce que les plans des centres de décision des espaces sous-développés n'étaient pas convergents.

SECTION I. PLANS ET DÉVELOPPEMENT

Le problème des plans et du développement est couramment réduit à un débat entre la voie collectiviste étatique et la voie de la libre entreprise vers le développement; c'est supposer qu'il existe un choix entre le plan et l'absence de plan. Une telle présentation est absurde; la vie économique est constituée par le système des rapports qui unissent les plans des unités composantes.

1. Cf. 2e partie, Titre II, Introduction, note 54.

Le problème réel posé aux économies sous-développées est celui de l'aménagement des plans des unités en présence de façon qu'ils concourent à la réalisation du développement.

a) Toute unité économique est le centre d'un espace-plan dont le contenu est défini par « l'ensemble des relations économiques qu'elle établit entre divers points de l'espace géonomique en dressant et en exécutant son plan [2] ». L'espace-plan trouve ses limites dans l'horizon économique de l'unité, c'est-à-dire dans l'ensemble des éléments qu'elle prend en considération pour déterminer le contenu de son plan.

La réussite ou l'échec du développement dans un espace sous-développé ne dépendent pas seulement du contenu des plans des unités économiques considérées isolément; ils dépendent aussi de la nature des relations qui, d'une part, unissent entre elles les unités membres de l'espace sous-développé et, d'autre part, unissent celles-ci avec des unités dont le centre de décision est extérieur, mais dont le plan empiète sur l'espace sous-développé.

Pour notre analyse, il est important de distinguer différents caractères que revêtent ces relations quant à la « surface » économique des différents espaces-plans, quant au caractère plus ou moins dominant ou dominé des plans des unités, quant au caractère plus ou moins compatible ou incompatible du contenu de ces plans.

b) Nous ne pouvons accepter la perspective néo-classique selon laquelle le fonctionnement de l'économie résulte de la simple juxtaposition des plans d'unités indépendantes; les plans des unités, simples ou complexes, sont hiérarchisés selon leur « surface économique ». Ainsi les plans de différentes entreprises sont partiellement soumis au plan du cartel qu'elles ont constitué; les plans des filiales nationales d'une grande unité interterritoriale sont soumis au plan du centre de décision supérieur; ainsi le plan de l'État doit-il intégrer les plans des groupes composants ou des différentes régions lorsqu'elles disposent d'assez d'autonomie pour élaborer des plans régionaux; ainsi encore, un État qui s'engage dans un processus d'intégration internationale doit-il accepter de situer son plan dans le cadre d'un plan plurinational. Il existe donc une hiérarchie dimensionnelle des plans parce que les unités économiques élémentaires font partie d'un système, à plusieurs degrés, d'unités complexes, privées, semi-publiques ou publiques, régionales, nationales ou internationales. Ce classement hiérarchique ne coïncide pas nécessairement avec la puissance économique réelle des différentes unités.

c) Des différences de puissance entre unités naissent les relations de domi-

2. F. Perroux, *Les espaces économiques;* F. Perroux, *L'Europe sans rivages*, « Les enseignements de l'analyse des espaces économiques », p. 329-415, citation, p. 353.

nation entre leurs plans respectifs. On sait que l'effet de domination [3] désigne l'exercice par une unité sur une autre unité d'actions qui ne donnent pas lieu à des réactions de force égale; de façon plus précise « nous dirons que A exerce un effet de domination sur B quand, abstraction faite de toute intention particulière de A, A exerce une influence déterminée sur B sans que la réciproque soit vraie ou sans qu'elle le soit au même degré [4] ».

La puissance de domination d'une unité ne dépend pas de son statut institutionnel mais de ses caractéristiques réelles : pouvoir de négociation, dimension, nature des activités. L'expérience montre qu'une grande firme peut exercer un effet de domination sur une nation et qu'une grande nation peut exercer un effet de domination sur un organisme pluri-national.

Le développement des économies sous-développées suppose que leurs plans ne soient pas soumis à la domination de ceux d'autres unités qui, intentionnellement ou non, contrecarreraient les efforts de développement.

d) Chaque unité constitue un centre de décision; le contenu de son plan est déterminé en fonction de ses objectifs propres et de son horizon particulier. Lorsque ces plans sont mis en contact il serait exceptionnel qu'ils soient spontanément compatibles; la situation normale est qu'il existe un certain degré d'incompatibilité, plus ou moins élevé, entre les plans.

L'incompatibilité des plans d'unités d'un certain degré peut être résorbée ou atténuée par l'arbitrage d'une unité de degré supérieur qui les englobe. Bien souvent, il n'y a pas conciliation mais conflit; l'unité plus puissante utilise son pouvoir de domination pour contraindre d'autres unités à modifier leur plan.

La réalisation par les économies sous-développées de leurs plans de développement exige que soient remplies deux conditions : il faut, en premier lieu, que les plans des unités économiques de l'espace sous-développé ne soient pas mis en échec parce qu'incompatibles avec les plans des unités dominantes des espaces développés; il faut, en second lieu, que soient éliminées les incompatibilités entre plans des différentes unités de l'espace sous-développé afin de faire converger leurs efforts vers des objectifs communs.

SECTION II. INCOMPATIBILITÉ DES PLANS ENTRE ESPACES DÉVELOPPÉS ET ESPACES SOUS-DÉVELOPPÉS

L'incompatibilité des plans entre unités économiques membres d'espaces sous-développés et unités économiques membres d'espaces développés peut être analysée à deux niveaux : au niveau global, nous sommes en présence d'une

3. Le concept de domination construit par F. PERROUX a fait l'objet de nombreux travaux; cf. principalement F. PERROUX, *Esquisse d'une théorie de l'économie dominante*, et *Note sur le dynamisme de la domination*.

4. F. PERROUX, *Esquisse d'une théorie de l'économie dominante*, p. 30.

incompatibilité de plans entre pays développés et pays sous-développés; sous une forme plus spécifique, nous observons fréquemment un type particulier d'incompatibilités, celles qui existent entre plans des grandes firmes capitalistes et plans des petites nations (ou quasi-nations) sous-développées.

§ 1. PAYS DÉVELOPPÉS ET PAYS SOUS-DÉVELOPPÉS

Les relations de domination entre nations, si elles ne se réduisent pas au seul cas des rapports entre pays développés et pays sous-développés, y trouvent cependant une de leurs illustrations les plus convaincantes. Longtemps traduite sous les formes politico-militaires de la colonisation, la domination s'exprime aujourd'hui le plus souvent par des liaisons principalement économiques[5]. Les pays sous-développés sont les pays-affiliés d'un petit nombre de pays-foyers[6]; leur croissance est dépendante du comportement de ces derniers. Ceux-ci, nous enseigne François PERROUX[7], exercent leur action par deux voies principales : « l'économie dominante exerce l'effet de domination, en expansion et en contraction, sur les économies dominées par le volume d'investissement qu'elle exporte et par le volume d'importations qu'elle admet[8]. Dans ces deux domaines les plans de développement des économies sous-développées se heurtent aux plans incompatibles des pays avancés[9].

a) Quant au volume des importations, sauf pour certains produits et pour de brèves périodes, la situation du marché mondial des produits alimentaires et des matières premières, objets d'échange entre pays développés et sous-développés, est caractérisée par un excédent de l'offre sur la demande.

Nous avons étudié plus haut[10] les conséquences de cette situation en longue période : toutes réserves faites sur la valeur de l'instrument d'analyse, l'évolution est marquée par la dégradation tendancielle des termes de l'échange aux dépens des pays sous-développés. Dans le cycle et dans la très courte période, les fluctations amples et brutales des prix et des volumes[11] doivent être subies

5. Les liens politiques subsistent, bien entendu, mais ne suffiraient pas à fonder des rapports de domination.

6. F. PERROUX, *La coexistence pacifique*, Tome II, Chap. 1 et 2, p. 217-260.

7. F. PERROUX, *Esquisse d'une théorie de l'économie dominante*, « IV. L'Économie dominante et l'équilibre international », p. 66-82.

8. *Ibidem*, p. 69.

9. Pour des analyses concrètes, cf. pour le Moyen-Orient : E. GANNAGE, *Croissance économique et structures au Moyen-Orient*, « 3e partie, Économie dépendante », p. 89-132; et pour l'Amérique latine : D. LAMBERT, *Inflation, sous-développement et croissance économique*, « Sous-titre II, L'inflation transmise par le commerce extérieur », p. 139-215.

10. Chap. 7, Sect. II.

11. NATIONS-UNIES, *Instabilité des marchés d'exportation des pays insuffisamment développés*.

passivement, mais à très grands coûts, par les économies sous-développées.

François PERROUX a distingué trois séries d'effets enregistrés dans l'économie sous-développée du fait de cette instabilité [12] :

– effet de balance : la masse monétaire disponible pour l'économie dépend directement du volume des exportations; ainsi le financement du développement est soumis aux décisions de l'extérieur;

– effet de budget : la plus grande part des ressources publiques est fournie par des droits d'entrée ou de sortie ou par des taxes sur les échanges de marchandises importées ou destinées à l'exportation; l'équilibre budgétaire et, par là, l'action de l'État sont soumis au commerce extérieur;

– effet de développement : il résulte des précédents; à tout moment l'inflation, le déficit budgétaire, la fuite des capitaux résultant de décisions extérieures peuvent compromettre la réalisation du plan de développement.

En ces domaines, les plans des unités dominantes peuvent s'accommoder de deux types de situations : soit le libre jeu de l'offre et de la demande permettant de tirer au mieux partie des fluctations, soit une stabilisation des cours protégeant des productions contrôlées par des entreprises appartenant aux pays dominants. Or aucune de ces politiques ne peut satisfaire les pays sous-développés pour lesquels la stabilisation des cours en courte et moyenne période n'a d'intérêt pour le développement que si elle s'intègre dans une politique de croissance assurée des flux en longue période.

b) En matière d'investissements, les signes de la domination et l'incompatibilité des plans sont aussi marqués. L'investissement privé est de moins en moins l'investissement de portefeuille de la bourgeoisie européenne. Il se présente aujourd'hui comme l'investissement direct de grande dimension réalisé par des entreprises pluri-territoriales. Nous y reviendrons plus loin.

L'investissement public, sous forme de prêts ou de dons, ne peut, par ses formes actuelles, satisfaire les économies sous-développées :

– il résulte de négociations bilatérales dans lesquelles l'objectif de l'économie avancée est de maintenir le pays « bénéficiaire » dans son réseau d'échanges et dans sa zone monétaire, lui interdisant ainsi une utilisation rationnelle de ses ressources à l'échelle mondiale;

– l'économie avancée s'efforce d'imposer une affectation des capitaux transférés, affectation conforme à son plan et à ses intérêts alors que le pays sous-développé entend avoir la libre disposition des capitaux pour la réalisation de son propre plan;

– l'économie avancée impose une négociation « au coup par coup » sans prendre d'engagements durables alors que l'économie sous-développée a

12. F. PERROUX, *L'économie des jeunes nations*, « Sect. I, Stabiliser les produits de base », p. 76-100, spécialement p. 80-81 ; voir aussi : F. PERROUX, *Stabilisation des produits de base et croissance harmonisée*.

besoin pour la réalisation d'un plan de développement pluri-annuel de garanties de financement portant sur des périodes au moins aussi longues.

L'effet de domination, dans une situation d'incompatibilité des plans, donne normalement l'avantage aux économies développées.

L'analyse des rapports entre plans des espaces développés et plans des espaces sous-développés ne peut être limitée à la considération globale des plans des nations. Dans la réalité des pays sous-développés, la confrontation décisive n'a bien souvent pas lieu avec un État développé mais avec une grande unité privée implantée dans le territoire et qui y exerce, plus directement encore, ses effets de domination.

§ 2. GRANDES FIRMES ET PAYS SOUS-DÉVELOPPÉS

L'observation des espaces sous-développés fait apparaître comme une situation typique l'implantation d'une grande firme dans une nation de petite dimension [13]. Nous avons vu au chapitre précédent comment les exigences de la technologie moderne et la désarticulation des économies sous-développées rendaient nécessaires pour certaines activités économiques la création d'unités de production de grande dimension; nous avons également examiné les conséquences sur l'économie locale de la création et du fonctionnement de ces unités. Le problème qui nous intéresse maintenant est celui des liens qui s'établissent entre les plans des grandes firmes et ceux des économies où elles s'implantent.

a) Dans les petites nations sous-développées [14], ces grandes firmes sont contrôlées par des capitaux extérieurs. Elles sont, le plus souvent, un élément d'une grande unité interterritoriale; elles sont parfois la création commune de plusieurs grandes unités interterritoriales associées pour la circonstance [15]. Dans tous les cas, la grande firme dépend de centres de décision extérieurs situés dans des pays développés; son comportement sera déterminé par un plan dont l'horizon est plus vaste que celui de l'économie locale, dont les objectifs sont autonomes par rapport aux objectifs de celle-ci.

Si la grande unité interterritoriale est définie comme « l'ensemble intégré des organisations de production contrôlées, en divers territoires, par un centre

13. Sur les difficultés rencontrées pour la définition de la dimension d'une nation; cf. plus loin, Sect. III, § 2.

14. R. DEMONTS et F. PERROUX, *Grandes firmes – Petites nations*, F. PERROUX, *Grande firme et petite nation*, Annexes du « Rapport JEANNENEY ».

15. Ainsi la réalisation du complexe de Fria associe-t-elle la Compagnie Pechiney, la Olin Mathieson Chemical Co. (E.-U.), la British Aluminium Ltd. (G. B.), l'Aluminium Industrie Aktien Gesellschaft (Suisse), etc.

unique de décision[16] », le plan de la G.U.I. doit nécessairement être établi globalement pour l'ensemble des moyens de production dont elle dispose. On ne peut donc dire de façon simpliste que la G.U.I. épouse les intérêts du pays développé où se trouve son centre. Gilbert H. CLEE et Alfred di SCIPIO[17] insistent justement sur le fait qu'une entreprise mondiale ne doit pas se comporter comme une entreprise nationale réalisant des investissements à l'étranger mais que ses décisions doivent être prises à la lumière des opportunités alternatives ouvertes à la firme dans n'importe quelle partie du monde; le territoire d'origine n'est plus théoriquement qu'une des divisions spatiales de la firme. En fait, pour des raisons historiques et psychologiques, la firme reste solidement liée à son territoire d'origine; elle y fait alliance avec les pouvoirs publics qui appuyent son action à l'étranger de leur force politique et éventuellement militaire. Le plan de la G.U.I. est donc mondial par son horizon et solidaire d'un pays développé par ses objectifs; le comportement de la grande unité implantée par la G.U.I. dans une économie sous-développée n'a, *a priori*, aucune tendance à être compatible avec celui du pays qui la reçoit.

En cas d'incompatibilité des plans, l'effet de domination qu'exerce la grande unité lui permet d'imposer son plan aux dépens de celui de l'économie locale. A la veille du conflit de 1951, l'Anglo-Iranian Company et l'économie iranienne constituaient un bon exemple d'une telle situation[18]; la compagnie pétrolière réunissait les trois caractères de l'unité dominante :

- dimension : la compagnie employait un tiers de la main-d'œuvre industrielle iranienne; elle réalisait 24 % des importations nationales et 78,5 % des exportations; elle fournissait 22 % des ressources publiques;
- pouvoir de négociation : la firme combinait celui d'une grande entreprise capitaliste et celui de l'État anglais qui, depuis 1913, détient la majorité des actions;
- nature des activités : la firme qui produisait une ressource essentielle pour l'industrie moderne à l'échelle mondiale, était implantée dans une économie agricole et féodale.

Ce cas est représentatif d'une situation générale, il explique que l'économie locale ne dispose que de très peu d'armes pour faire triompher son plan. Nous avons jusqu'ici raisonné en considérant l'incompatibilité des plans comme

16. M. BYE, *La grande unité interterritoriale dans l'industrie extractive et ses plans*, p. 15; sur la G. U. I., cf. également M. BYE, *Les principes de la spécialisation internationale*, « Chap. VI, La grande unité interterritoriale », p. 192 s; M. BYE, *L'autofinancement de la grande unité interterritoriale et les dimensions temporelles de son plan;* M. BYE, *La grande unité interterritoriale;* C. LUCRON, *L'investissement international et la croissance économique en régime capitaliste*, « L'impact de la grande unité : les marchés imparfaits », chap. XII à XIV, p. 269-318.

17. G. H. CLEE and A. di SCIPIO, *Creating a World Entreprise*.

18. F. PERROUX, *L'Anglo-Iranian Company et les effets de domination*, spécialement, p. 153-155, « 1, Le poids de l'Anglo-Iranian dans l'économie iranienne ».

une donnée; il importe de connaître exactement la nature des conflits qui apparaissent. Deux situations doivent être distinguées, celles de la G.U.I. centrée sur une activité d'extraction et éventuellement de première transformation de produits bruts, celle de la G.U.I. ayant une activité manufacturière.

b) La G.U.I. dans l'industrie extractive dispose de plusieurs centres de production localisés dans différents territoires nationaux mais son marché n'est pas limité à ces territoires; si nous reprenons les hypothèses posées par Maurice Bye [19], la G.U.I. travaille pour le marché mondial ou, au moins, pour divers marchés nationaux mutuellement substituables. Son plan a pour objet, un ensemble de coûts d'exploration et d'équipement ayant été assurés, l'extraction de la totalité des « ressources en terres » susceptibles d'être acquises à un coût marginal égal à la recette marginale [20]. Le choix principal porte sur la durée totale optima d'exploitation et sur la production périodique de l'ensemble et de chaque centre d'extraction. La G.U.I. disposant de sources de richesse inégale s'efforce, pour en assurer l'exploitation intégrale, de les mettre en œuvre simultanément; elle le peut si sa maîtrise du marché lui permet d'obtenir un prix de vente couvrant les coûts de la zone la moins favorisée. Dans cette situation, le plan adopté par la G.U.I. pour ses ressources les moins coûteuses est plus long que le plan qu'adopterait une grande unité monoterritoriale exploitant uniquement ces ressources [21].

Une première source de conflit apparaît donc à propos de la durée du plan. Les ressources dont dispose la G.U.I. dans des espaces sous-développés sont en principe moins coûteuses que celles dont elle dispose dans des espaces développés; ceci tient, en premier lieu, à ce que les ressources disponibles dans les pays développés sont recherchées et exploitées depuis une plus longue période, l'exploitation commençant par les meilleures ressources; en second lieu, une grande unité n'accepte les risques et les coûts d'un investissement dans une économie sous-développée que si les ressources qu'elle y trouve présentent une supériorité nette par rapport à celles dont elle dispose déjà. On peut donc estimer qu'en règle générale la G.U.I. adopte pour l'exploitation des ressources situées dans les espaces sous-développés un plan plus long que celui que choisirait une grande unité monoterritoriale à l'égard des mêmes ressources. Or le plan de cette grande unité monoterritoriale, si elle fonctionne en vue de la maximation de son profit, est lui-même un plan plus long que celui souhaité par le pays sous-développé qui veut maximer la vitesse de son développement. La firme privée tend, en effet, à allonger son plan en fonction

19. Cf. ouvrages cités, note 16.

20. M. Bye, *L'autofinancement de la grande unité interterritoriale et les dimensions temporelles de son plan*, « 2°. Le plan de la G. U. I. », 288-291.

21. M. Bye, *La grande unité interterritoriale dans l'industrie extractive et ses plans*, « 2°. Effets de l'interterritorialité sur les plans de la G. U. I. », p. 52-55.

d'une demande croissante [22] alors que les pouvoirs publics veulent, pour accélérer le développement, bénéficier le plus rapidement possible des profits, des devises et plus généralement des effets d'entraînement engendrés par l'exploitation des ressources.

Un premier conflit, le principal, apparaît entre le plan court correspondant à l'intérêt général de la nation sous-développée et le plan long conforme aux intérêts de la G.U.I. Deux autres sources de conflit résultent aussi directement du caractère international du plan de la grande firme.

La G.U.I. ne limite pas ses activités à la seule extraction des ressources en terre; elle assure, en général, outre la distribution du produit un certain nombre d'étapes de sa transformation. Le problème se pose de la localisation des opérations réalisées en aval de l'extraction. L'économie sous-développée a évidemment intérêt à ce que la transformation soit réalisée sur place pour amplifier les effets d'entraînement de toute nature. Pour la G.U.I. il s'agit de rechercher une localisation rationnelle au sein de son espace-plan compte-tenu des impératifs de profit, du souci de sécurité, des pressions émanant des États développés avec lesquels elle fait alliance. Les deux derniers facteurs jouent dans le sens d'une installation dans les économies développées; l'action du premier dépend de l'importance respective des coûts de transport du produit brut et des obstacles que rencontre la création d'une unité industrielle dans une économie désarticulée.

Au total la G.U.I. sera toujours conduite à n'installer sur place qu'un élément du processus vertical de production plus court que celui répondant aux objectifs du plan de l'économie sous-développée.

Le même type d'incompatibilité naît des mouvements de capitaux et plus généralement de l'évolution de la balance des payements de la G.U.I. dans l'économie sous-développée [23]. L'autonomie du comportement de la G.U.I. pèse plus particulièrement à ce niveau sur l'équilibre de l'économie locale. L'expansion de la G.U.I. est réalisée principalement par autofinancement; cette opération n'est pas réalisée isolément pour chaque unité membre; elle est réglée selon une stratégie globale. Ainsi à tout moment la G.U.I. pourra décider un retrait massif de capitaux d'un territoire au profit d'un autre; ce mouvement est indépendant de l'activité économique générale du territoire, il ne dépend même pas directement de l'activité de l'unité localisée dans ce territoire; pourtant il pourra compromettre définitivement la réalisation du plan de développement de l'économie touchée.

Ainsi le pays sous-développé où une G.U.I. extractive a su acquérir une posi-

22. Il paraît réaliste d'admettre, par hypothèse, que l'exploitation de ressources nouvelles dans des économies sous-développées n'est entreprise que si l'on prévoit une croissance de la demande mondiale.

23. M. Bye, *L'autofinancement de la grande unité interterritoriale et les dimensions temporelles de son plan*, « 1°. La balance des payements de la G.U.I. en économie sous-développée », p. 298-303.

tion dominante se trouve placé dans la dépendance d'un plan qui, par sa logique profonde, est incompatible avec le plan de développement national.

c) L'incompatibilité est aussi évidente, quoique ses conséquences soient moins lourdes, dans le cas d'une G.U.I. créant une activité industrielle de transformation. Nous ne sommes plus en présence d'une localisation sur les ressources dans le but de répondre à une demande mondiale [24] mais d'une localisation sur le marché visant à éviter les barrières douanières et autres mesures de protection de l'industrie nationale. Cette forme d'implantation suppose l'existence d'un marché local assez vaste; elle est rare dans les petites nations sous-développées [25].

Dans cette hypothèse, le caractère interterritorial du plan global de la grande unité est moins sensible dans le comportement de son unité de production locale. Celle-ci devant satisfaire le marché national en est dans une large mesure solidaire; elle doit être dotée d'une certaine autonomie de plan. Ayant une bonne connaissance du marché et des conditions économiques générales propres au territoire, elle est la mieux placée pour juger du rythme et des domaines de son expansion. Une des conséquences importantes de ce fait est que l'unité de production, une fois les coûts de création et de lancement assurés par l'autorité centrale, assure elle-même le financement de son développement. L'autofinancement étant principalement assuré au niveau de l'unité, les risques de transferts massifs et autonomes de capitaux sont moindres.

Le problème du conflit des plans reste cependant posé, principalement à propos des répercussions de l'activité de la firme sur la balance des payements. L'investissement initial une fois réalisé, le rapatriement des profits engendre une sortie permanente de capitaux qui déséquilibre durablement la balance extérieure de l'économie sous-développée. L'inconvénient est partiellement masqué en cas de réinvestissement des profits mais la difficulté sera amplifiée lorsque le réinvestissement s'arrêtera. Après un certain nombre de périodes l'augmentation de l'investissement extérieur, réalisée par autofinancement donc sans transfert effectif de capitaux, se combinera avec la sortie croissante de dividendes. Le financement du plan national de développement sera donc entravé par le plan d'expansion de la G.U.I. sur sa filiale nationale.

Au-delà du problème de financement, un problème plus général de pouvoir économique est posé. On peut penser qu'il serait résolu par une prise de participation importante des capitaux nationaux dans la filiale de la G.U.I. Même si les pouvoirs locaux parviennent à vaincre l'éventuelle résistance de

24. Ou à la demande de plusieurs marchés nationaux mutuellement substituables.

25. Le document de base sur ce problème est l'analyse d'Édith Tilton PENROSE, *Foreign Investment and Growth of the Firm*, qui porte sur la filiale Holden de la General Motors en Australie. L'Australie n'est pas un pays sous-développé, toutefois le raisonnement est applicable dans le cas d'économies sous-développées disposant, seules ou avec les économies voisines, d'un marché assez vaste : Brésil, Argentine, Mexique, Inde, par exemple.

la G.U.I. et à obtenir une participation, un inconvénient majeur réduit l'intérêt de cette méthode. La prise de participation exige en effet l'immobilisation de capitaux nationaux, facteur rare, sans qu'aucune activité nouvelle en résulte; ils ne feront que se substituer aux capitaux étrangers et la balance des payements devra de plus enregistrer le contre-coup du départ de ces derniers [26].

L'effet de domination exercé par les pouvoirs économiques des espaces développés, États nationaux ou grandes unités interterritoriales sur les espaces sous-développés est un fait général et constant. Les plans des unités économiques des espaces sous-développés et spécialement le plan national de développement se heurtent aux plans incompatibles des unités dominantes et doivent s'y adapter; aucun processus de développement durable et cumulatif ne peut apparaître. La situation n'est pas définitivement figée; de part et d'autre les comportements peuvent être modifiés :

- les unités des pays développés peuvent, après examen de leurs intérêts à long terme bien compris, décider volontairement de modifier leur comportement pour atténuer les incompatibilités des plans;
- les unités des espaces sous-développés, en premier lieu les pouvoirs publics, peuvent s'adapter rationnellement à l'état de fait qu'ils subissent pour en tirer le plus grand parti possible.

La situation ne sera pas sensiblement modifiée aussi longtemps que les unités des espaces sous-développés n'auront pas accru leur pouvoir de négociation; la première condition pour cela est qu'elles éliminent les incompatibilités qui existent entre leurs propres plans et qu'elles unissent leurs forces autour d'un plan de développement.

SECTION III. NON-CONVERGENCE DES PLANS AU SEIN DES ESPACES SOUS-DÉVELOPPÉS

Les espaces sous-développés sont des espaces désintégrés en ce sens que les unités économiques qui les composent ne constituent pas un ensemble organique guidé par des objectifs communs, mais seulement une juxtaposition de groupes hétérogènes mus par des objectifs particularistes. L'intégration c'est l'unification des éléments épars en un État national d'abord, en ensembles pluri-nationaux ensuite, condition nécessaire pour la mise en route du développement.

26. Sur l'ensemble de l'analyse concernant la G.U.I. dans l'industrie de transformation cf. E. T. Penrose, article cité, notamment : « The Growth of the Firm », p. 225-227, et « The Balance-of-Payments Problem », p. 230-232.

§ 1. INTÉGRATION NATIONALE

a) Lorsque John FRIEDMANN conclut à la « concomitance de l'intégration et du développement économique [27] », il entend d'abord par intégration la prise de conscience sur le plan social, politique et économique d'une unité nationale. Cette conscience doit se traduire dans le système de valeurs qui, de particularistes et conservatrices, doivent devenir progressives et universelles; le concept de nation devient une réalité psychologique effective. Une telle transformation suppose un gouvernement fort mettant sur pied un système politique, législatif, administratif constituant le cadre de l'unité nationale. Gunnar MYRDAL [28] a bien montré le rôle déterminant joué par l'État dans l'intégration des pays avancés; il a décrit l'ensemble d'actions volontaires entreprises pour « créer une harmonie », pour définir et faire triompher l'intérêt général aux dépens des intérêts de groupes [29].

La même tâche revient aux gouvernements des pays sous-développés qui doivent créer les conditions politiques et sociales d'une adhésion du peuple aux objectifs collectifs qui seront définis [30]. Le processus de l'intégration est « plus qu'une condition préalable à une extension rapide et continue », il est « le moyen même de réaliser une telle expansion [31] ».

b) Dans le domaine économique, l'effort d'intégration doit se traduire par l'élaboration d'un plan national qui détermine les objectifs, les délais et les moyens d'action. Il ne paraît pas nécessaire de démontrer longuement la nécessité d'une planification dans les espaces sous-développés alors que cette nécessité a été admise par tous les pays intéressés et même par les pays développés et les organismes internationaux les plus fidèles aux thèses libérales [32].

L'action normative de l'État peut être justifiée, si l'on souhaite conserver le langage traditionnel, par l'existence des économies externes, au sens le plus large du terme. Les économies externes introduisent une différence entre la

27. J. FRIEDMANN, *Influence de l'intégration du système social sur le développement économique*, citation, p. 85.

28. G. MYRDAL, *Théorie économique et pays sous-développés*, « Chap. IV, Le rôle de l'État », p. 53-64; cf. aussi : H. G. J. AITKEN ed., *The State and Economic Growth;* S. KUZNETS, *The State as a unit in study of economic growth;* H. G. AUBREY, *The Role of the State in Economic Development.*

29. Les intérêts de groupes pouvant être ceux d'une classe sociale, d'un groupe ethnique, d'une région, etc.

30. G. MYRDAL, ouvrage cité, « Chap. VI, Politiques étatiques nationales dans les pays sous-développés, p. 83-96; G. MYRDAL, *Une économie internationale*, « Chap. XII, L'intégration nationale dans les pays sous-développés », p. 235-313.

31. J. FRIEDMANN, article cité, p. 100.

32. Cf. par exemple : G. MURDAL, *Théorie économique et pays sous-développés*, « Chap. II, La planification économique nationale dans les pays sous-développés », p. 97-116.

rentabilité privée d'une activité économique et son intérêt social; seule l'autorité publique peut mesurer le second et imposer des choix économiques rationnels, intégrant les effets des économies externes alors qu'il est contraire à la logique des firmes privées de prendre en considération les économies externes qu'elles créent.

Plus généralement, il apparaît que dans une économie désintégrée seul l'État est capable de maîtriser le processus de développement en rendant compatibles entre eux, dans un premier temps, les plans des unités simples et complexes en présence puis en les orientant tous vers des objectifs communs.

Pour remplir ce rôle, l'État doit disposer d'une gamme de moyens de stimulation et de contrainte sur l'activité du secteur privé; il doit créer un secteur public [33] pour assurer lui-même un certain nombre de fonctions, notamment la création de l'infrastructure et de centres industriels moteurs, que l'initiative privée n'assure pas parce qu'elles sont étrangères à sa rationalité propre. Seul l'État est en mesure de négocier avec les grandes unités interterritoriales le statut de leurs établissements locaux de telle façon que ceux-ci soient progressivement réorientés, autant que possible, vers l'économie nationale. Seul l'État peut contrôler la création de pôles de développement, créer les courroies de transmission et aménager l'environnement de telle sorte que soient maximés les effets d'entraînement.

L'intégration nationale n'est cependant qu'une étape dans la création des conditions du développement économique; la nation ou la quasi-nation ne constitue qu'un cadre insuffisant dans ses dimensions, inadapté dans ses limites.

§ 2. INTÉGRATION RÉGIONALE

Le fait que les pays sous-développés soient, pour leur grande majorité, de petites nations est un obstacle décisif à la mise en œuvre du développement dans le seul cadre national.

a) Qu'entend-on par petite nation en matière économique ? Les débats d'un récent congrès de l'Association Économique Internationale [34] sont loin d'avoir apporté la clarté en ce domaine. Les auteurs se contentent pour la plupart, tout en soulignant l'insuffisance des instruments de mesure proposés, de l'un ou de l'autre des deux critères suivants ou de leur emploi combiné : dimension de la population, superficie du territoire. Simon KUZNETS, par exemple, entend par petite nation tout État souverain indépendant dont la

33. G. DESTANNE DE BERNIS, *Le rôle du secteur public dans l'industrialisation (cas des pays sous-développés)*; A. H. HANSON, *Le secteur public dans une économie en voie de développement.*

34. E. A. G. ROBINSON ed., *Economic consequences of the Size of Nations*, Proceedings of a Conference held by the International Economic Association.

population est inférieure ou égale à dix millions d'habitants. R. DEMONTS et François PERROUX[35] préfèrent à ces repérages sommaires la prise en considération d'un grand nombre de dimensions relatives : flux du commerce extérieur, flux d'investissement intérieur, réserves en or et en devises fortes, dimension des industries et des firmes. Les deux types de critères appliqués aux pays sous-développés donnent le même résultat : la très grande majorité des pays sous-développés sont de petites nations; les critères « économiques » du second type donnant un résultat encore plus net que les critères « géographiques » du premier type.

b) La faible dimension d'une nation est-elle un obstacle à son développement économique ? Si nous nous reportons aux travaux du même congrès, nous n'obtenons que des réponses très incertaines : la difficulté de définir avec précision la dimension et l'impossibilité d'isoler le jeu de ce facteur font que les auteurs refusent en général de lui accorder un rôle déterminé[36]. En ce qui concerne les économies sous-développées, la faible dimension constitue cependant un handicap certain en deux domaines.

En premier lieu, la création de pôles de développement et l'aménagement de leurs effets d'entraînement ne peuvent être envisagés dans le cadre de la petite nation. François PERROUX a insisté à de nombreuses reprises sur le caractère nécessairement pluri-territorial sinon mondial des grands ensembles industriels[37] : c'est seulement la coopération de plusieurs nations au sein d'un grand ensemble régional qui peut rendre possible la réorientation de l'action du pôle de l'extérieur vers l'intérieur[38]. *A fortiori*, serait absurde la concurrence entre plusieurs nations voisines tentant chacune d'établir sur son territoire ses propres pôles de développement. Les caractères techniques de l'industrie moderne et la structure de l'économie mondiale exigent l'élaboration de plans régionaux qui non seulement réduisent les incompatibilités entre plans nationaux de pays sous-développés voisins, mais qui rassemblent leurs ressources pour la création à l'échelon de la région de pôles de développement mis en commun.

En second lieu, le regroupement des plans nationaux en un plan régional

35. R. DEMONTS et F. PERROUX, *Grandes firmes et petites nations*, p. 7; F. PERROUX, *L'Europe sans rivages*, « La dimension », p. 86-92.

36. Cf. notamment dans ce sens : C.N. VAKIL and P. R. BRAMANANDA, *The Problems of Developping Countries;* G. LEDUC and J. WEILLER, *The size of the economy and its relations to stability and steady progress*. Voir aussi : F. GENDARME, *La pauvreté des nations*, « Chap. IV, Les grands pays et les petits pays », p. 242-248.

37. Par exemple, et pour le seul cas des pays sous-développés : F. PERROUX, *La Nation en voie de se faire et les pouvoirs industriels;* F. PERROUX, *L'Anglo-Iranian Company et les effets de domination;* F. PERROUX, *L'économie des jeunes nations*, « Chap. IV, Ensemble de nations et industrialisation », p. 116-129.

38. Pour une analyse concrète : E. TEILHAC, *Le pétrole dans l'économie du Moyen-Orient*, « A. Intégration régionale », p. 467-477; E. GANNAGE, *Croissance économique et structures au Moyen-Orient*, « 2°. De l'étroitesse des marchés à une intégration économique régionale », p. 77-87.

accroît sensiblement la dimension et le pouvoir de négociation des pays sous-développés face aux unités dominantes, publiques ou privées, appartenant aux espaces développés. Ce n'est que par la coordination de leurs politiques que les pays sous-développés pourront échapper aux relations bilatérales entre inégaux et aux surenchères entre pays sous-développés qui en sont la conséquence inévitable : « Le choix essentiel est entre les zones d'influence des plus puissants et des plus riches, et les zones de coopération entre les pôles mis au service des populations sous la loi de la rationalité économique [39]. »

Ainsi, la désintégration économique des espaces sous-développés constitue-t-elle dans l'optique de l'espace-plan, une troisième voie d'approche du concept; le sous-développement est le produit, d'une part, de l'incompatibilité entre les plans des unités appartenant aux espaces sous-développés et les plans dominants des unités appartenant aux espaces développés, d'autre part, de la non-convergence des plans des unités membres des espaces sous-développés.

39. F. Perroux, *L'économie des jeunes nations*, p. 125.

CHAPITRE XIII

ESSAI DE TRADUCTION OPÉRATIONNELLE : LES MODÈLES PLURI-SECTORIELS DE DÉVELOPPEMENT

Les objectifs et les limites de l'analyse que nous présentons maintenant en conclusion de l'étude du processus de désintégration des économies sous-développées, doivent être précisés sur plusieurs points.

En premier lieu, il n'est pas de notre sujet d'étudier les politiques de développement dans leur contenu technique. Nous avons pourtant souligné plus haut [1] qu'un concept n'a de signification qu'en ce qu'il fonde une praxéologie. Nous tenterons ici de déterminer non pas une gamme de propositions concrètes mais les principes directeurs qui découlent logiquement des conclusions auxquelles nous sommes parvenus au niveau du concept.

Un concept de sous-développement implique un modèle de développement; les modèles globaux sont radicalement inadaptables à une économie désintégrée [2]; seuls des modèles pluri-sectoriels pourraient traduire la rupture entre des secteurs hétérogènes et exprimer les conditions d'une réintégration économique. C'est dans cette perspective que sera présenté leur apport.

Une seconde difficulté naît du fait que la recherche est actuellement en pleine effervescence dans le domaine des modèles pluri-sectoriels. Un très grand nombre de modèles ont vu le jour, chacun ayant des objectifs, des hypothèses de départ, des instruments d'analyse et une formulation mathématique particuliers. Il est hors de question d'établir ici une présentation d'ensemble, et *a fortiori* une confrontation ou une synthèse de ces modèles. Un tel travail exigerait une recherche particulière et un ouvrage volumineux [3]. Il semble d'ailleurs que l'effort serait pour l'instant prématuré, chaque jour voyant apparaître de nouvelles formulations ou des corrections aux formulations anciennes. Notre but sera de dégager les principaux axes de recherche et de les mettre à l'épreuve du concept de sous-développement. Il en résultera un certain arbitraire dans le choix des modèles et une analyse critique partielle de ceux-ci, seule nous intéressant leur utilisation possible dans une économie

1. Introduction, Sect. III, § 1.
2. Cf. sur ce point : Chap. 4, Sect. III.
3. De nombreux modèles sont présentés et critiqués dans la thèse de Yves Younes, *L'état actuel de la théorie du capital;* une brève synthèse a été établie par les experts des Nations-unies, *Programming Techniques for Economic Development;* voir aussi : G. Abraham-Frois, *Essai sur les problèmes d'investissements en pays sous-développés.*

sous-développée alors que la plupart des modèles prétendent à une validité générale.

Enfin, un dernier problème doit être soulevé : les modèles pluri-sectoriels exigent une formulation mathématique complexe; la reproduction des systèmes d'équations utilisés par chacun d'entre eux exigerait de nombreuses pages; d'autre part, les systèmes de notations étant généralement différents, la présentation mathématique n'aurait d'intérêt que si elle s'accompagnait d'un essai pour comparer les résultats des différents systèmes. L'obstacle de dimension [4] nous interdit de nous engager dans cette voie; nous tenterons seulement de dégager les équations les plus significatives en n'accordant qu'une place minima à l'appareil mathématique.

Dans les modèles ne comportant qu'un petit nombre de secteurs, deux types de découpages nettement différenciés apparaissent : d'une part, on distingue entre un ou plusieurs secteurs de consommation et un ou plusieurs secteurs d'investissement ou, d'autre part, on distingue entre secteur d'économie traditionnelle ou agricole et secteur d'économie moderne ou monétaire ou industrielle. Nous examinerons successivement ces deux analyses pour voir ensuite quelles améliorations ont été proposées ou apparaissent nécessaires.

SECTION I. CONSOMMATION ET INVESTISSEMENT

Un des choix fondamentaux qui s'impose sur le plan économique à une société qui veut organiser son développement est le choix portant sur l'affectation de son produit entre la consommation, c'est-à-dire la satisfaction immédiate des besoins, et l'investissement qui permettra un accroissement ultérieur des niveaux de consommation. Un second choix a trait à la répartition des facteurs productifs entre différents secteurs. Une troisième option doit être faite quant à la technique de production ou mode de combinaison des facteurs productifs.

Sur ces trois points, nous présenterons les analyses qui nous semblent les plus significatives et les plus fructueuses.

§ 1. L'IMPORTANCE DE L'INVESTISSEMENT

Deux modèles ont particulièrement bien mis en évidence le rôle déterminant du taux d'investissement dans la détermination de la courbe de croissance; ce sont ceux de G.A. FELDMAN et de P.C. MAHALANOBIS.

4. Et de compétence, si l'on ne veut pas se limiter à reproduire mais si l'on entend critiquer les systèmes proposés sur le plan de leur structure mathématique.

A. *Le modèle de Feldman* [5]

a) FELDMAN utilise le modèle marxiste classique à deux secteurs : la section 1 produisant des biens de production pour l'ensemble de l'économie, la section 2 produisant des biens de consommation. Chaque secteur est intégré; son output est constitué uniquement par son produit final. Le stock de capital ne peut pas se déplacer d'un secteur à l'autre; par contre, la répartition de l'investissement nouveau entre les deux secteurs est parfaitement flexible.

Dans une économie planifiée et sans fluctations, le stock de capital est toujours utilisé à plein; l'output de chaque secteur dépend donc uniquement du stock de capital et du coefficient de capital de ce secteur. L'investissement total pendant une période est égal à l'output du secteur 1 pendant cette période; il ne dépend pas de la propension à épargner qui n'a pas de comportement autonome. Le travail est un facteur abondant; seul le capital est un facteur rare. Les coefficients de capital des deux secteurs sont des variables autonomes.

b) Les hypothèses de départ étant précisées, FELDAMN établit trois équations qui permettent de calculer l'output des deux secteurs et l'output total [6]; l'investissement global est exprimé par une fonction exponentielle dans le temps :

$$I = e^{\frac{g^t}{V_1}} \qquad \text{(si on admet } I_0 = 1\text{)}$$

Y et C sont la somme d'une valeur constante dans le temps et d'une exponentielle :

$$Y = Y_0 + \left[\frac{1-g}{g}\frac{V_1}{V_2} + 1\right]\left(e^{\frac{g^t}{V_1}} - 1\right)$$

$$C = C_0 + \left(\frac{1-g}{g}\right)\frac{V_1}{V_2}\left(e^{\frac{g^t}{V_1}} - 1\right)$$

L'aptitude d'une économie fermée à investir est donc étroitement déterminée

5. Le modèle de FELDMAN, exposé dans une série d'articles parus en 1928 et 1929 dans la revue soviétique l'Économie planifiée, a été analysé par E. D. DOMAR, *Essays in the Theory of Economic Growth*, « Chap. IX, A Soviet Model of Growth », p. 223-261. Voir aussi : Y. YOUNES, ouvrage cité, p. 49-55.

6. Symboles utilisés :
- Y = output total annuel
- C = output annuel de biens de consommation
- I = investissement annuel (output du secteur 1)
  - I_1 et I_2 : affectation de l'investissement entre les deux secteurs
- g = fraction de I affectée au secteur 1 : $I_1 = gI$
- V = coefficient marginal global de capital (V_1 et V_2 pour les deux secteurs)
- t = temps mesuré en années

cf. ouvrage cité, p. 230-232.
Pour faciliter la reproduction nous remplacerons les lettres grecques employées par les lettres latines correspondantes.

par l'importance du stock de capital existant dans le secteur 1 et ceci quelle que puisse être sa propension potentielle à épargner.

c) La consommation est le seul objectif de la production mais elle n'intervient dans le modèle que comme objectif : le travail n'étant pas un facteur susceptible de limiter la production, le niveau de consommation ne peut jouer ni comme incitation au travail, ni comme moyen d'assurer la discipline.

V_1 et V_2 étant des variables autonomes, l'action déterminante du plan s'exerce sur le facteur g dont la valeur peut varier entre 0 et 1. Si l'objectif du plan était la maximation de l'investissement, le moyen serait de choisir une valeur de g la plus élevée possible. En ce qui concerne la maximation de la consommation, l'analyse mathématique de la fonction et l'examen d'exemples numériques donnent les résultats suivants :

- initialement la famille des courbes $C = f(t)$ a des valeurs d'autant plus fortes que g a une valeur plus faible;
- à long terme, la relation est inverse.

Les courbes correspondant à des valeurs plus fortes de g ont une pente initiale plus faible mais bientôt l'accélération plus rapide leur fait rattraper et dépasser les courbes correspondant à des valeurs plus faibles de g.

L'objectif de consommation est imprécis; comme l'a montré E.D. Domar [7], il peut être exprimé sous des formes différentes : maximation de la consommation à une date donnée, maximation de la consommation totale pendant une période, maximation du taux de croissance de la consommation.

Dans tous les cas, on peut démontrer que la maximation sera obtenue en adoptant une valeur de g la plus élevée possible, pourvu que l'horizon choisi soit suffisamment éloigné. Ce choix implique évidemment des niveaux plus faibles de consommation pendant les premières périodes. On peut dire, sous une autre forme, que la valeur optima de g doit être d'autant plus forte que l'horizon du plan est plus lointain.

L'option en faveur d'une valeur élevée de g est renforcée si on accorde de plus une valeur à l'importance du stock de capital soit comme instrument de sécurité militaire pendant la période soit comme moyen d'augmentation de la capacité productive après la fin de la période.

Le modèle de Feldman conduit donc à mettre l'accent non sur le niveau global de l'investissement, valeur secondaire déterminée par la capacité productive du secteur 1, mais sur le facteur g, objet de la décision politique centrale lors de l'élaboration du plan et dont le niveau détermine le taux de croissance de l'économie.

7. Ouvrage cité, p. 242-254.

B. *Les modèles de Mahalanobis* [8]

a) Le premier modèle établi par P.C. MAHALANOBIS est très proche de celui que nous venons d'étudier. Une économie nationale fermée est divisée en deux branches totalement intégrées; la branche I fournit les équipements, la branche C produit des biens de consommation. L'investissement total d'une période se répartit entre les deux secteurs selon des coefficients g_I et g_c tels que $g_I + g_c = 1$ [9]. Le taux d'investissement initial donné est a_o. Dans chaque branche, MAHALANOBIS définit un « coefficient de revenu » b, tel que, par exemple $b_I = \frac{\Delta I_o}{I_o . g_I}$; la valeur de ces coefficients output – capital est déterminée par les conditions techniques existantes. Si l'on admet la constance de g_I et si l'on admet que l'investissement nouveau contribue aussitôt à la production, on démontre que l'output total de la période t est donnée par la formule :

$$Y_t = Y_o \left\{ 1 + a_o \left[\frac{g_I . b_I + g_c . b_c}{g_I . b_I} \right] \left[(1 + g_I . b_I)^t - 1 \right] \right\}$$

Les coefficients b_I et b_c étant fixés par la technologie, la valeur de a_o étant caractéristique de la situation initiale, l'action sur g_I est le seul instrument à la disposition du planificateur. Dès lors, l'examen des familles de courbes correspondant à différentes valeurs de g_I conduit aux mêmes conclusions que dans le modèle de FELDMAN : plus la valeur de g_I est élevée plus la croissance de la consommation sera lente au début mais plus fortement elle sera accélérée par la suite.

Ces deux modèles mettent l'accent sur un point essentiel : la croissance d'une économie n'est pas déterminée par sa propension à épargner ou par l'importance de ses moyens de financement; elle dépend fondamentalement de la composition matérielle du produit, plus précisément de la part du produit qui sera affectée à l'investissement dans le secteur qui produit des biens de production. Cette conclusion nous paraît centrale pour une politique de développement d'une économie sous-développée.

Sur d'autres points, par contre, l'analyse reste trop rudimentaire :

- les deux secteurs sont envisagés globalement comme si leur contenu était homogène, notamment leur stock de capital;
- les coefficients de capital ou les coefficients de revenus sont donnés et fixes; l'action que le plan pourrait avoir sur eux n'est pas intégrée dans le modèle;

8. P. C. MAHALANOBIS, *Some observations on the process of Growth of national income;* P. C. MAHALANOBIS, *The approach of operational research to planning in India*, et les études critiques de Ch. BETTELHEIM, *Emploi et Investissements dans l'économie planifiée*, « II. La priorité de la production des biens d'investissement », p. 41-50; Y. YOUNES, ouvrage cité, p. 55-62; S. CHAKRAVARTY, *The logic of investment planning*, « 3. The Mahalanobis Models », p. 43-49.

9. Nous employons, autant que possible, les mêmes symboles que dans le modèle précédent.

- les modèles négligent le problème du choix entre différentes techniques pour réaliser une production donnée;
- la période de gestation du capital n'est pas prise en considération;
- le niveau de l'emploi n'intervient ni comme variable ni comme objectif.

Dans ces différents domaines, des perfectionnements seront apportés mais malheureusement de façon encore dispersée.

b) Le second modèle de MAHALANOBIS, établi pour fournir une base théorique à la planification indienne, présente deux améliorations principales. La première réside dans la décomposition du secteur C qui n'est plus considéré comme homogène; trois sous-secteurs sont distingués :

- C_1 : production industrielle de biens de consommation,
- C_2 : production de biens agricoles de consommation et production artisanale,
- C_3 : services (santé, éducation, etc.).

Chaque sous-secteur a un coefficient de revenu particulier dont b_c constitue désormais la moyenne pondérée.

La seconde amélioration provient de l'introduction d'une nouvelle variable : l'emploi. Les techniques propres à chaque secteur sont désormais exprimées par quatre coefficients d'emploi ou rapports capital-travail : t. Mais les coefficients t et les coefficients b restent par hypothèse indépendants.

Les modèles de FELDMAN et de MAHALANOBIS permettent de déterminer quel effort d'investissement une économie doit assurer pour réaliser un certain taux de croissance; ce taux de croissance étant fixé, la démarche suivante est de déterminer quelle structure de la production doit être choisie pour obtenir une croissance équilibrée.

§ 2. L'AFFECTATION DE L'INVESTISSEMENT

Le modèle de LOWE [10] nous paraît être une des tentatives les plus significatives pour formuler les relations qui unissent les différents secteurs de l'économie dans le processus de croissance.

Le modèle comprend trois secteurs : à côté du secteur produisant des biens de consommation (secteur z), le secteur produisant des biens de production a été divisé en deux : le secteur b produit des biens d'équipement pour le secteur z tandis que le secteur a produit des biens d'équipement pour le secteur b

10. A. LOWE, *A structural model of production;* A. LOWE, *Structural analysis of real capital formation;* Ch. BETTELHEIM, *Emploi et investissements dans l'économie planifiée*, « Chap. III, Nécessité d'une croissance équilibrée des différents secteurs », p. 50-95; Y. YOUNES, *L'état actuel de la théorie du capital*, « 2° Quelques remarques sur le modèle à trois secteurs », p. 64-80.

et pour lui-même. Ces trois secteurs sont intégrés; le stock de capital n'est pas mobile d'un secteur à l'autre.

Dans chaque secteur, la production d'une période t résulte de la combinaison de trois facteurs :

- l'équipement F qui entre dans la production pour une fraction f correspondant au taux d'usure du capital fixe « d » (f = F.d),
- les ressources naturelles « r » (qui par la suite seront éliminées du modèle),
- le travail « n ».

Le flux total de production peut donc s'écrire :

$$f a t + r a t + n a t = a t$$
$$f b t + r b t + n b t = b t$$
$$f z t + r z t + n z t = z t$$

A partir d'un premier système en équilibre stationnaire, LOWE analyse diverses situations de croissance régulière ou de variation des taux de croissance, introduisant la possibilité de réalisation de progrès techniques et analysant les conséquences de l'existence de plusieurs techniques à un moment donné. Dans les différents cas, le système d'équations permet de déterminer les rapports dans lesquels doivent se trouver les productions des trois secteurs pour réaliser une croissance équilibrée dans des conditions techniques données de la production. Le but est d'organiser l'affectation de l'investissement nouveau et les déplacements de main-d'œuvre de telle sorte que le taux de croissance visé soit réalisé avec le minimum de gaspillage.

Ne pouvant présenter ici le détail des différentes hypothèses analysées par LOWE, nous illustrerons sa méthode de raisonnement sur un cas simple : le passage de l'économie d'un état stationnaire initial à un état stationnaire final dans lequel le niveau de l'emploi et de la production sera supérieur. Dans l'état initial, les équipements existants sont utilisés à pleine capacité; la croissance implique la création d'équipements supplémentaires donc un investissement net. Ceci suppose le transfert de forces productives du secteur produisant des objets de consommation aux secteurs produisant des biens d'équipement donc une réduction momentanée de la consommation. Ce processus est rendu complexe par le fait que les équipements ne peuvent se déplacer d'un secteur à l'autre. Voici quelles en seront les étapes :

- la diminution de la production du secteur z rend les équipements de cette branche partiellement inutilisés; les besoins de renouvellement de l'équipement de la branche z couverts par la branche b se réduisent;
- la branche b à son tour réduit sa production donc ses besoins de renouvellement converts par la branche a; celle-ci peut désormais consacrer une plus grande part de son activité à produire des équipements pour elle-même;
- la branche a disposant d'un équipement propre plus important peut accroître sa production d'équipements pour alimenter l'expansion de la branche b; celle-ci à son tour fournit un équipement plus important à la branche z ce qui permet d'augmenter le niveau de consommation.

A la série des ajustements successifs dans le domaine de l'investissement correspond une série d'ajustements dans le domaine de l'emploi; les variations du niveau d'activité des trois secteurs impliquent des déplacements de main-d'œuvre d'un secteur vers l'autre avec des décalages inévitables. La tâche du planificateur est de réduire au minimum les gaspillages de capital et les périodes d'inactivité d'une partie de la main-d'œuvre.

L'intérêt du modèle de LOWE, d'une part, est de montrer l'existence de rapports déterminés entre les niveaux d'activités des différents secteurs, d'autre part, de décomposer en une série de phrases originales le mécanisme d'adaptation de l'économie aux modifications de structure engendrées par la croissance.

§ 3. LA FORME DE L'INVESTISSEMENT

Le troisième problème posé à une économie en croissance dans le domaine de l'utilisation de ses ressources productives est le problème du choix des techniques productives. Ici encore nous nous limiterons à un type de modèle qui nous semble particulièrement significatif et qui prolonge logiquement la recherche entreprise par les modèles précédents; il s'agit du modèle proposé par Maurice DOBB [11] et approfondi par Amartya Kumar SEN [12].

a) Le modèle à deux secteurs distingue toujours entre production de biens de consommation et production de biens d'équipement. Maurice DOBB choisit de raisonner sur un bien de consommation unique, le blé, et un bien de production unique, les tracteurs; ceux-ci, combinés au travail, permettent de produire du blé. L'investissement est défini comme l'affectation de main-d'œuvre à la production de biens d'équipement; l'importance de l'investissement est donc déterminée par l'excédent de biens de consommation que le secteur C peut fournir pour entretenir la main-d'œuvre du secteur I, compte-tenu d'un niveau donné de besoins. Si w désigne le niveau des salaires mesuré en blé, Lc le volume de main-d'œuvre employé dans la production du blé, Pc le volume de blé produit par ouvrier agricole dans une période, le volume de l'investissement réalisable est :

$$I = (Pc - w)\,Lc$$

Si l'on admet que Lc est déterminé par le stock de tracteurs disponibles dans le secteur C (par exemple, un conducteur par tracteur), il apparaît que l'accroissement de la production totale de blé sera égale à : Li.Pi.Pc [13].

11. M. DOBB, *Note sur le « degré d'intensité capitalistique » des investissements dans les pays sous-développés.*

12. A. K. SEN, *Choice of Techniques – An Aspect of the Theory of planed economic development.* Sur ces deux modèles, voir l'analyse d'Y. YOUNES, ouvrage cité, « Sect. II, l'Analyse autrichienne et le choix de la technique », p. 442-449.

13. Li = volume de main-d'œuvre employé dans la production de tracteurs;
Pi = productivité du travail dans le secteur I mesurée en unités – tracteurs.

Le problème du choix de la technique de production est celui de la maximation du produit Pi.Pc. Soient deux types de tracteurs; si l'un coûte deux fois plus de main-d'œuvre que l'autre en termes d'heures de travail mais permet un rendement plus que doublé dans le secteur C, c'est le premier type qui doit être choisi puisqu'il permet une plus forte production de blé, donc un excédent supérieur, donc une expansion ultérieure plus forte et cumulative des investissements.

Maurice DOBB conclut en rejetant la théorie traditionnelle selon laquelle les économies sous-développées, pauvres en capital, doivent opter pour des méthodes de production faiblement capitalistiques; des investissements à forte intensité de capital doivent être adoptés aussi longtemps qu'ils permettent un accroissement relatif de la production du secteur C.

Amartya SEN suit une ligne de raisonnement directement fondée sur celle de Maurice DOBB [14]. Toutefois, il divise préalablement l'économie en deux secteurs : le secteur A d'économie moderne, où les moyens de production sont propriété de l'État et le secteur B d'économie agricole familiale précapitaliste. Le modèle ne s'applique qu'au seul secteur A, lui-même subdivisé en deux départements produisant respectivement des biens capitaux et des biens de consommation. La maximation du surplus dans le secteur C est également le critère de choix entre différentes techniques.

b) Dans deux domaines, le modèle a été sensiblement amélioré et rendu plus complexe. Le premier perfectionnement réside dans la prise en considération de la période de production des investissements ou période de maturation. Il ne suffit pas de comparer les productions réalisées par deux techniques différentes; il faut de plus tenir compte du fait qu'une technique à période de production plus brève, même si la production finale est plus faible, permet une production supérieure dans la période qui sépare l'achèvement du type le plus vite construit et l'achèvement du type le plus compliqué. Or ce fait a des conséquences cumulatives : il sera possible de réinvestir plus vite l'excédent dégagé et ce sur une série de périodes. Le choix entre différentes techniques exige donc non seulement une comparaison des produits Pi.Pc mais une évaluation de l'effet de multiplication en longue période dû aux différences des périodes de maturation des investissements. Les investissements plus capitalistiques ayant vraisemblablement des périodes de maturation plus longues, l'introduction de ce facteur dans le modèle joue à leur encontre; cependant Maurice DOBB estime que pour les valeurs des variables rencontrées en pratique, le raisonnement n'en est pas considérablement modifié.

L'introduction de la période de maturation occupe une place centrale dans le modèle de S. CHAKRAVARTY [15]; l'auteur reproche à la plupart des modèles

14. A. K. SEN, ouvrage cité, « Chap. II, A Simple Model », p. 21-37.
15. S. CHAKRAVARTY, *The logic of investment planing.*

de négliger la distinction entre trois concepts : l'investissement entrepris, l'investissement en cours de réalisation, et l'investissement terminé. Il introduit systématiquement dans l'établissement des équations de ses modèles successifs la longueur de la période de maturation, raisonnant successivement sur une période de maturation unique, puis sur des périodes différentes dans chaque secteur.

c) Une seconde amélioration marquante est apportée par Amartya SEN, lorsque, à l'image de LOWE, il décompose le secteur produisant des biens d'équipement en deux éléments : le secteur I qui produit des machines pour le secteur C, le secteur J qui produit des machines pour le secteur I. La production du secteur J est réalisable au moyen du seul facteur travail.

Dès lors, le problème du choix des techniques de production se pose non seulement dans le secteur C mais aussi dans le secteur I. Le modèle se complique encore lorsque l'on considère que les choix des technologies dans le secteur C et dans le secteur I sont interdépendants. Il faut alors rechercher parmi les combinaisons alternatives de techniques dans C et I, celle qui maximise la consommation dans la période de temps choisie.

Nous avons présenté, non dans leur détail technique, mais dans leurs principales lignes de recherche, les modèles pluri-sectoriels fondés sur une division de l'économie en deux secteurs intégrés, éventuellement subdivisés, l'un produisant des biens de consommation, l'autre des biens d'équipement. Ces modèles visent à résoudre le triple problème posé à une économie qui veut planifier sa croissance : quel effort d'investissement doit-il être entrepris, dans quels secteurs et selon quelles techniques de production pour atteindre dans une période donnée tels objectifs de consommation ?

La nécessité d'utiliser ce mode de découpage sectoriel dans l'élaboration des politiques de développement des économies sous-développées apparaît clairement. Cependant ces modèles ne rendent pas compte de l'état de dualisme dans lequel se trouvent les économies sous-développées. Ayant souligné l'importance fondamentale qu'il faut accorder dans la genèse du sous-développement à la coexistence de deux secteurs hétérogènes et antagonistes, nous devons maintenant montrer comment d'autres modèles ont tenté de la traduire.

SECTION II. SECTEUR TRADITIONNEL ET SECTEUR MODERNE

Notre analyse sera ici beaucoup plus rapide; la structure des modèles que nous allons évoquer se déduit logiquement de l'analyse du dualisme présentée plus haut; d'autre part nous avons déjà présenté brièvement certains de ces modèles.

Ainsi à propos du concept d'industrialisation, avons-nous montré comment

K. MANDELBAUM et Hans W. SINGER [16] avaient établi des modèles numériques d'une économie divisée en deux secteurs, d'une part l'agriculture, d'autre part le reste de l'économie, parfois désignée sous le terme industrie. Le modèle de croissance vise à l'absorption par le secteur industriel des excédents de main-d'œuvre agricole et éventuellement de la main-d'œuvre additionnelle apportée par la croissance démographique. Le problème est de déterminer la quantité et la localisation des investissements nécessaires dans l'industrie pour employer toute la main-d'œuvre disponible compte-tenu d'une option en faveur de techniques à faible intensité capitalistique.

Le découpage agriculture-industrie ne se confond pas avec le découpage économie traditionnelle-économie moderne. C'est le second qui est adopté par Arthur LEWIS [17] pour analyser le développement comme le résultat du déplacement de la main-d'œuvre du premier secteur vers le second. Plus généralement, Sayre P. SCHATZ [18] établit un modèle dualiste d'économie sous-développée où le développement s'exprime en un processus de transfert des facteurs de production, travail, terre, outillage, du secteur traditionnel vers le secteur moderne.

Le modèle établi par Gustav RANIS et John C. H. FEI nous permettra d'analyser une étude plus systématique réalisée dans le prolongement direct de celle de W. A. LEWIS. Un autre exemple de modèle dualiste d'une économie sous-développée est donné par R. S. ECKAUS sur le problème des techniques de production.

§ 1. L'AFFECTATION DU FACTEUR TRAVAIL

Gustav RANIS et John C. H. FEI [19] adoptent les hypothèses de départ de l'analyse de LEWIS. En fait, la distinction entre secteur de subsistance et secteur capitaliste recouvre dans leurs travaux une distinction entre secteur agricole et secteur industriel. L'objectif fixé à l'économie est le passage de la stagnation à un processus de croissance soutenue; l'expansion du secteur capitaliste est possible grâce à l'offre de main-d'œuvre bon marché émanant du secteur de subsistance. Le développement consiste dans la réaffectation des travailleurs agricoles excédentaires dont la productivité est nulle ou négligeable au secteur industriel où ils deviennent des éléments productifs pour un salaire égal au salaire institutionnel de l'agriculture. Les auteurs reprochent toutefois à Arthur

16. K. MANDELBAUM, *The industrialization of backward areas;* H. W. SINGER, *The mecanics of economic development;* cf. plus haut, Chap. 6, Sect. II.

17. W. A. LEWIS, *Economic Development with unlimited supplies of labour;* W. A. LEWIS, *Unlimited labour : further notes;* cf. plus haut, Chap. 13, Sect. III, § 1.

18. S. P. SCHATZ, *A dual-economy model of an underdeveloped country;* S. P. SCHATZ, *Inflation in underdeveloped countries : a theoretical analysis;* cf. plus haut, chap. 12, Sect. III, § 1.

19. G. RANIS and J. C. H. FEI, *A theory of economic development;* J.C. H. FEI and G. RANIS, *Development of the Labor Surplus Economy, Theory and Policy.*

Lewis de ne prendre en considération que la croissance du secteur industriel; dans leur modèle, ils posent le problème de la synchronisation de la croissance des deux secteurs.

a) Soit initialement une économie sous-développée qui n'enregistre ni croissance démographique, ni déplacement des courbes de productivité du travail dans l'agriculture. La situation du secteur industriel est représentée par une courbe de productivité marginale décroissante du travail et une courbe d'offre de travail StS' dont la partie St horizontale correspond à la situation d'offre illimitée de travail au salaire courant et la partie tS' croissante à une situation classique d'offre croissant avec le niveau du salaire. La situation du secteur agricole est représentée par une courbe d'output total OCX dont la partie OC concave figure une productivité marginale décroissante du travail et la partie CX horizontale figure une productivité nulle. Les segments St et CX sont de même longueur : ils représentent l'excédent absolu de main-d'œuvre. Le salaire dans l'agriculture est déterminé par des conditions institutionnelles; il est égal au rapport de l'output total à la population active. Soit R le point de la courbe OX dont la pente est égale au salaire traditionnel exprimé en termes réels; le segment RX de la courbe OX représente la situation de chômage déguisé où le salaire de la main-d'œuvre est supérieur à sa productivité marginale.

Le décollage [20] de l'économie sous-développée se réalisera en trois phases. Dans la première phase la main-d'œuvre excédentaire quitte le secteur agricole; sa productivité dans l'agriculture étant nulle, son départ dégage un surplus agricole qui permet de fournir aux travailleurs industriels le même salaire réel qu'aux travailleurs agricoles. La seconde phase est entamée lorsque tous les travailleurs agricoles absolument improductifs correspondant au segment XC de la courbe OX ont été transférés; désormais le transfert porte sur des travailleurs dont la productivité est positive mais inférieure au niveau des salaires, c'est-à-dire située dans le segment CR. Leur départ dégage également un surplus mais insuffisant pour alimenter la population industrielle au niveau des salaires réels puisque la production agricole totale a baissé. Dans la troisième phase enfin, ce sont les travailleurs dont la productivité est supérieure au salaire agricole traditionnel qui sont attirés par l'industrie; dès lors, l'agriculture entre dans une phase de commercialisation des salaires; le surplus agricole total va diminuer. Pour les auteurs, l'entrée dans la troisième phase marque la fin du décollage et le début de la période de croissance soutenue.

b) Le modèle est rendu plus réaliste par la prise en considération de nouveaux facteurs : le déplacement vers le haut de la courbe de productivité totale du secteur agricole, la croissance démographique, etc...

20. G. Ranis et J. C. H. Fei emploient le terme « take-off » mais sans lui donner le contenu spécifique qu'il a dans l'œuvre de Rostow.

Le problème central du modèle est de synchroniser le développement des deux secteurs par une répartition optima de l'investissement de façon à satisfaire deux conditions d'équilibre :

- au niveau de l'input : absorption exacte par le secteur industriel de la main-d'œuvre libérée par le secteur rural;
- au niveau de l'output : création de marchés réciproques équilibrés et approvisionnement d'une population industrielle croissante par une population agricole décroissante.

Le modèle permet d'établir une courbe de croissance équilibrée des deux secteurs; les oscillations de la courbe de croissance réelle autour de la première seront compensées soit par des variations des termes de l'échange entre les deux secteurs, soit, en cas d'insuffisance du premier mécanisme, par une politique gourvernementale de rééquilibre.

Le principal progrès apporté par le modèle de Gustav RANIS et John FEI par rapport aux modèles d'Arthur LEWIS et de Sayre P. SCHATZ est de ne plus envisager le développement comme un phénomène d'élimination du secteur traditionnel ou agricole au profit du secteur moderne ou industriel, mais au contraire d'analyser le processus de développement interdépendant et équilibré des deux secteurs.

§ 2. LA COMBINAISON DES TECHNOLOGIES

R. S. ECKAUS [21] se donne pour objectif initial l'explication de certains faits caractéristiques des économies sous-développées : persistance du chômage et du sous-emploi, coexistence de techniques modernes hautement capitalistiques et de techniques traditionnelles utilisant surtout du travail, fortes différences de rémunération des facteurs entre les secteurs. Un premier type d'explication peut être proposé en prenant en considération l'imperfection du marché des facteurs qui empêche le taux des salaires d'atteindre uniformément le niveau qui assurerait le plein emploi. Cette explication est juste mais partielle; elle accentue l'importance du phénomène observé mais elle n'en indique pas la cause profonde. Dans les économies sous-développées le fait principal est le suivant : dans de nombreux secteurs de l'économie il n'existe qu'un petit nombre de processus alternatifs utilisables; ces processus sont relativement « capital-intensive ».

L'auteur construit un modèle à deux secteurs; l'un ayant des coefficients de production fixés, l'autre ayant des coefficients de production variables.

21. R. S. ECKAUS, *The factor-proportion problem in underdeveloped areas;* voir aussi : G. ABRAHAM-FROIS, *Essai sur les problèmes d'investissement en pays sous-développés,* « Chap. 11, Nécessité logique d'une combinaison optima des techniques de production », p. 254-280.

Dans un premier temps, les deux secteurs produisent les mêmes biens, dans un second temps, ils produisent des biens différents. Enfin, à l'hypothèse initiale des rendements constants, on peut substituer celle où les rendements seraient croissants dans le secteur à coefficients de production fixés.

Nous n'entrerons pas dans le détail des graphiques complexes grâce auxquels R. S. Eckaus détermine pour chaque situation le mode d'obtention de la combinaison optima des techniques productives. L'intérêt pour nous est de disposer d'un instrument d'analyse dualiste quant au choix des techniques de production. Si les possibilités de substitution des techniques sont limitées, l'économie peut enregistrer un excès de main-d'œuvre même si ce facteur est parfaitement mobile et sensible aux variations du niveau des salaires. Dans l'hypothèse la plus favorable où, pour certains secteurs, la productivité marginale du travail est toujours positive, il peut encore y avoir divergence entre la structure de l'output permettant la réalisation du plein emploi et la structure de l'output correspondant à la demande. Telle est l'explication du chômage total ou déguisé qui frappe les économies sous-développées; les dotations en facteurs sont inadaptées aux proportions de facteurs imposées par la technique transférée des économies développées.

A propos des divers problèmes posés par la planification du développement des économies sous-développées : pleine utilisation du facteur travail, détermination de l'effort d'investissement, allocation sectorielle des facteurs de production, choix des techniques productives, nous avons montré sur quelques exemples comment deux types de modèles pluri-sectoriels été avaient élaborés. Les premiers sont fondés sur une division de l'économie entre un ou plusieurs secteurs produisant des biens d'équipement et un ou plusieurs secteurs produisant des biens de consommation; les problèmes d'investissement y sont centraux; le facteur travail n'est pas toujours intégré. Les seconds divisent l'économie entre secteur traditionnel et secteur moderne, ou par simplification entre agriculture et industrie; le problème du développement est envisagé soit dans la généralisation progressive du secteur moderne, soit dans la croissance interdépendante et équilibrée des deux secteurs; l'affectation de la main-d'œuvre est la variable-clef.

Il n'est pas satisfaisant d'envisager isolément ces deux types de modèles, alors qu'ils éclairent chacun un aspect essentiel du processus de développement. Cependant nous devons constater que la synthèse n'est pas encore faite. Nous terminerons l'étude des modèles pluri-sectoriels en indiquant quelles voies de progression sont actuellement suivies par la recherche économique.

SECTION III. PREMIERS ÉLÉMENTS D'UNE SYNTHÈSE

Deux types d'améliorations sont actuellement recherchés : d'une part, la mise en évidence des interdépendances entre les différents secteurs et entre les flux de consommation et d'investissement, d'autre part, la prise en considération des phénomènes d'hétérogénéité, caractéristiques de la situation de sous-développement.

§ 1. L'ANALYSE DES RELATIONS INTERSECTORIELLES

On sait les avantages qu'a apportés, dans la planification des économies avancées, la méthode d'analyse inter-industrielle mise au point par W. LEONTIEF [22]. La construction de modèles de développement à partir de ces matrices est considérée par de nombreux experts [23] comme un progrès par rapport aux modèles à deux, trois ou quatre secteurs, tout comme ces derniers constituaient un progrès par rapport aux modèles globaux. Ainsi les analyses récentes adoptent-elles fréquemment cette forme : S. CHAKRAVARTY introduit l'analyse d'input-output lorsqu'il veut généraliser son modèle fondé sur la prise en considération des périodes de gestation [24]; il en est de même dans les recherches d'E. MALINVAUD sur une affectation intertemporelle optima des ressources en capital [25] ou dans les nombreuses études de H. B. CHENERY sur les critères d'investissement et l'allocation des ressources [26]; c'est également dans cette direction que s'orientent les travaux de Jan TINBERGEN et de son école [27].

L'application de l'analyse inter-industrielle aux économies sous-développées soulève cependant des difficultés non-négligeables. Nous ne pensons pas principalement aux problèmes statistiques posés par l'établissement des matrices,

22. W. LEONTIEF, *La structure de l'économie américaine;* W. LEONTIEF, *Studies in the structure of the American Economy;* cf. Y. YOUNES, *L'état actuel de la théorie du capital,* « Chap. 1, Les relations intersectorielles de LEONTIEF », p. 239-253; et sur l'application aux économies sous-développées : UNITED NATIONS, *Programming techniques for economic development,* « Chap. 5, Planning the development of a large number of sectors », p. 44-56.
23. Ainsi ceux des Nations-Unies, ouvrage cité.
24. S. CHAKRAVARTY, *The logic of investment planning.*
25. E. MALINVAUD, *Capital accumulation and efficient allocation of resources.*
26. Cf. principalement : H. B. CHENERY, *The application of investment criteria;* H. B. CHENERY, *Application of interindustry analysis to problems of economic development;* H. B. CHENERY, *Development policy in underdeveloped countries – The role of industrialization in development programs;* H. B. CHENERY and K. S. KRETSCHMER, *Resources allocation for economic development.*
27. J. TINBERGEN, H. C. BOS, *Mathematical models of economic growth;* L. JOHANSEN, *A multi-sectoral study of economic growth;* S. CHAKRAVARTY, ouvrage cité; Jan TINBERGEN était président du groupe d'experts qui ont rédigé le Rapport des Nations-Unies cité plus haut. Sur l'ensemble du problème, cf. O. LANGE, *Quelques observations sur l'analyse input-output,* Y. YOUNES, *L'état actuel de la théorie du capital.*

bien qu'il reste en pratique un obstacle majeur. Les critiques de fond naissent de la nature particulière des économies sous-développées : elles sont des économies désarticulées ce qui signifie que, par nature, les échanges inter-industriels y sont très faibles. Alan T. PEACOCK et Douglas DOSSER [28] ont mis en évidence ce phénomène. En ce qui concerne les inputs, ils se réduisent presque exclusivement au facteur travail dans le secteur traditionnel; dans le secteur moderne, les inputs sont pour une large part, soit du travail, soit des produits directement importés, ces éléments ne font pas l'objet d'échanges inter-industriels. Dans le domaine des outputs, la même désarticulation est observable : le secteur traditionnel alimente sa propre demande finale, le secteur commercialisé est principalement orienté vers l'exportation de produits bruts. La matrice inter-industrielle stricto sensu ne rassemble donc qu'une faible part du produit total [29].

Une autre insuffisance résulte du fait que dans un modèle fondé sur un tableau d'échanges inter-industriels, tous les secteurs apparaissent homogènes dans leur comportement et dans leurs relations, égaux quant à leur mode d'intervention dans l'économie. Ils ne sont unis que par des flux; les relations de domination, d'entraînement n'apparaissent pas.

Une amélioration sensible dans le cas des économies sous-développées a été permise par l'établissement de matrices triangulaires [30] : les industries qui vendent à un grand nombre d'autres secteurs mais qui achètent peu à d'autres secteurs occupent les premières lignes; en pratique, ce sont les industries de base : énergie, métaux, ciment, engrais...; au bas du tableau se trouvent les industries proches de la demande finale et dont l'input est différencié. Ce système permet d'éliminer les relations d'échange d'importance négligeable et de ne comptabiliser que les flux principaux; il constitue d'autre part une première méthode sommaire pour dégager les industries-clefs.

Il n'en reste pas moins que la division de l'économie en deux secteurs hétérogènes et les relations spécifiques établies entre ceux-ci sont totalement exclues des tableaux d'échanges inter-industriels.

§ 2. LES HÉTÉROGÉNÉITÉS

a) Les modèles pluri-sectoriaux de croissance devront combiner la division de l'économie entre secteurs produisant des biens d'investissement et secteurs

28. A. T. PEACOCK and D. DOSSER, *Input-output analysis in an underdeveloped country : a case study*.

29. Selon les évaluations des deux auteurs, pour le Tanganyika, l'ensemble des secteurs fournissent L 8,3 mn d'output aux autres secteurs et L 181,6 mn à la demande finale. Les évaluations de SEERS pour le Ghana indiquent des proportions de L 2,4 mn à L 59,7 mn (article cité).

30. Cf. par exemple : G. ABRAHAM-FROIS, *Essais sur les problèmes d'investissement en pays sous-développés*, p. 55-60.

produisant des biens de consommation, valable pour tout modèle, avec la division, spécifique des économies sous-développées, entre secteur traditionnel et secteur moderne.

François PERROUX propose de représenter la totalité de l'économie dualiste par deux groupes d'égalités où apparaissent les traits morphologiques des deux secteurs. Pour le secteur capitaliste moderne, on peut reprendre les égalités valables dans une région développée [31] :

$$P = Pc + Pi$$
$$R = S + p$$
$$E = C + Ep \text{ ou } E = C + I$$
$$P = R = E$$

Pour les régions d'économie naturelle et artisanale, on peut construire trois égalités [32] :

$$Pn = PCa + PCn + PCc - PC'c + PIa + PIn + PIc - PI'c$$
$$Rn = R_{1n} + R_{2n}$$
$$E - T = DC + DI$$

Ces égalités, établies pour analyser les répercussions régionales de l'implantation d'une grande firme, pourraient servir de base à un modèle où le développement ne se traduirait pas seulement par un accroissement des quantités globales mais aussi par une modification des structures traduites, par exemple, par la décroissance relative des quantités PCa, PIa, T, puis PCn, PIn.

b) Un autre type de distinction devrait être introduit dans le modèle, celle

31. P = produit total; Pc = produits en biens de consommation
Pi = produit en biens de production
R = revenu total; S = salaire total; p = profit total
E = emploi total du revenu; C = consommation totale
Ep = épargne totale
I = investissement total
F. PERROUX, *La firme motrice dans une région et la région motrice*, p. 33-34.

32. Pn = produit total ou produit des « villages »
PCa = production en biens de consommation autoconsommés
PCn = production en biens de consommation échangés à l'intérieur du secteur
PCc = production en biens de consommation vendus au secteur capitaliste
PC'c = production en biens de consommation achetés au secteur capitaliste
PIa = production en biens de production auto-employés
PIn = production en biens de production échangés à l'intérieur du secteur
PIc = production en biens de production vendus au secteur capitaliste
PI'c = production en biens de production achetés au secteur dapitaliste
Rn = revenu total
R1n = revenus en nature de l'économie naturelle et artisanale
R2n = revenus capitalistes
E = emploi total compris comme une dépense
T = thésaurisation
DC = dépenses pour les biens de consommation échangés
DI = dépenses pour les biens de production échangés
F. PERROUX, *ibidem*, p. 34-36.

entre unités motrices : firmes motrices, industries motrices, régions motrices d'une part et unités mues ou entraînées d'autre part.

Différents modèles, analysés plus haut, mettent en évidence un rôle moteur joué par certaines industries dans le développement : secteur produisant des biens d'investissement chez FELDMAN et MAHALANOBIS, secteur des machines produisant des machines chez LOWE, industries occupant les premières lignes de la matrice triangulaire. Il n'est pas suffisant d'exprimer les liaisons qui unissent les différents secteurs en mesurant les flux des produits; il faudrait qu'apparaissent les secteurs qui ont l'initiative dans les variations de l'importance et de la direction des flux.

Ainsi François PERROUX [33] a-t-il construit un modèle de croissance exprimant l'action d'une grande firme motrice sur une région, puis le couplage de deux régions contenant ou non une firme motrice, enfin l'action des régions motrices dans les nations envisagées comme des ensembles de régions.

c) Les modèles envisagent généralement le temps comme une grandeur homogène : les objectifs étant fixés pour la fin d'une série de périodes, un processus continu est engagé dont la réalisation est découpée par période, en général par années. Les options en matière de taux d'investissement, d'affectation du capital, de choix des techniques sont faites pour l'ensemble des périodes.

Une autre attitude est de considérer le développement comme un phénomène historique constitué par une suite de périodes ayant chacune ses caractéristiques propres. Un exemple nous en est donné par le modèle de Gustav RANIS et John C. H. FEI [34] qui distingue trois phases, chacune ayant un contenu particulier : phase d'élimination de la main-d'œuvre excédentaire à productivité nulle, phase d'élimination du chômage déguisé, phase de commercialisation des salaires agricoles.

Dans le même sens, Gérard DESTANNE DE BERNIS [35] esquisse un modèle de développement comportant trois phases bien dinstinctes :

- Au cours de la première phase, le chômage est éliminé par la multiplication des travaux d'infrastructure réalisés dans l'agriculture traditionnelle à l'aide de techniques très faiblement capitalistiques. Simultanément sont créés des centres industriels ayant pour but, non de fournir des emplois, mais de rendre possible l'apparition, dans la seconde phase, des industries de transformation créatrices d'emploi; les premières industries développées sont donc celles qui occupent les premières lignes de la matrice triangulaire.

33. F. PERROUX, article cité, et *Les pôles de développement et l'économie internationale.* François PERROUX a récemment développé cette recherche autour de l'effet d'entraînement, notamment en distinguant secteur à croissance forte et secteur à croissance faible, industrie « moderne » et industrie « entièrement nouvelle »; cf. *Les techniques quantitatives de la planification.*

34. G. RANIS and John C. H. FEI, *A theory of economic development;* cf. plus haut, Sect. II, § 2.

35. G. DESTANNE DE BERNIS, *Le rôle du secteur public dans l'industrialisation*, p. 137-138.

- Pendant la seconde phase, la multiplication des industries de transformation permet d'absorber la main-d'œuvre disponible une fois terminés les travaux d'infrastructure agricole.
- Au cours de la troisième phase, la poursuite du développement industriel fournit des emplois à la main-d'œuvre dégagée par la modernisation de l'artisanat.

Ainsi s'élaborent progressivement les éléments d'un modèle qui en premier lieu exprimerait la division de l'économie entre plusieurs secteurs produisant des biens d'équipement et plusieurs secteurs produisant des biens de consommation, qui, en second lieu, traduirait l'existence du dualisme, c'est-à-dire la coexistence de deux secteurs hétérogènes mal reliés, qui, en troisième lieu, intégrerait les actions de domination, d'entraînement, d'amplification exercées par telle unité ou tel secteur à l'égard de telle ou tel autre, qui enfin envisagerait le développement d'une économie sous-développée comme une suite de périodes ayant chacune ses tâches et ses caractéristiques propres.

Il apparaît que seuls de tels modèles pluri-sectoriels fourniraient un cadre valable à la politique de développement qu'implique notre concept.

CONCLUSION

Claude LEVI-STRAUSS, à propos des cinq années qu'il passa en Sorbonne, écrit :

« Là, j'ai commencé à apprendre que tout problème, grave ou futile, peut être liquidé par l'application d'une méthode, toujours identique, qui consiste à opposer deux vues traditionnelles de la question; à introduire la première par les justifications du sens commun, puis à les détruire au moyen de la seconde; enfin à les renvoyer dos à dos grâce à une troisième qui révèle le caractère nettement partiel des deux autres, ramenées par des artifices de vocabulaire aux aspects complémentaires d'une même réalité : forme et fond, contenant et contenu, être et paraître, continu et discontinu, essence et existence, etc. [1]. »

Allons-nous suivre la même voie à l'égard des deux approches du sous-développement analysées, l'une faisant de celui-ci la manifestation de l'échec de certaines économies dans l'organisation de leur développement, l'autre le montrant comme le produit du développement d'économies industrialisées adoptant à l'égard du reste du monde des comportements de domination ou d'exploitation. N'y a-t-il là que deux visées nécessaires et complémentaires pour la saisie du concept ?

Dans une certaine mesure, cette méthode serait justifiée; nous avons montré que chacune des contributions analysées fournissait un apport propre à l'élaboration du concept. Présenter le « spectre épistémologique » [2] d'un concept scientifique ne renseigne pas seulement sur la diversité des perspectives adoptées à l'égard de ce concept; cela permet également d'établir les étapes d'une progression. Cependant il convient de se méfier d'un syncrétisme sommaire; trop souvent des ouvrages juxtaposent ou mêlent à propos des économies sous-développées les notions de stagnation, d'état stationnaire, de situation pré-industrielle, d'économie précapitaliste; trop souvent, parmi les objectifs proposés, le franchissement des seuils, la rupture du blocage, la mise en œuvre de l' « effort minimum », la réalisation du « take-off », l'organisation de la croissance soutenue sont plus ou moins confondus. Il est dangereux d'associer

1. C. LEVI-STRAUSS, *Tristes Topiques*, p. 42.
2. G. C. GRANGER; cf. Introduction, Sect. III, § 3.

sans autre précision des instruments d'analyse qui appartiennent à des constructions théoriques dont les hypothèses de base sont différentes, parfois opposées. La mise en évidence des contradictions, des incompatibilités provoque une réflexion plus fructueuse parce qu'elle exige une justification des choix.

Au terme d'une étude, il est nécessaire de reposer la question initiale concernant l'intérêt et l'originalité de l'analyse entreprise.

Nous avons évoqué, en débutant, le scepticisme de Raymond ARON [3] à l'égard du concept de sous-développement qui caractériserait ce que les sociétés ne sont pas, à savoir développées, mais en aucune façon ce qu'elles sont positivement. A l'opposé nous avons tenté de montrer que le sous-développement constitue un phénomène historique délimité, récent et original.

Jusqu'au XVIIIe siècle, des écarts sensibles sont observables entre les niveaux de développement atteints par différents pays ou par différentes régions plurinationales. Cependant ces écarts, autant qu'on puisse les évaluer, sont minimes par rapport à ceux observés aujourd'hui. De plus, les retards ne sont jamais ressentis comme irrémédiables; on assiste à la naissance, à l'essor puis au déclin de grandes civilisations en divers points du globe. La situation se transforme radicalement à partir de la révolution industrielle, à partir du moment où se constituent des « sociétés industrielles » ou « sociétés scientifiques » selon la terminologie de Raymond ARON. Deux faits nouveaux apparaissent alors.

En premier lieu, les économies industrialisées atteignent et maintiennent en longue période des taux de croissance très supérieurs à ceux enregistrés auparavant lors de l'essor des économies pré-industrielles. L'accélération du progrès technique et de l'accumulation font qu'après un ou deux siècles de croissance industrielle l'ampleur des écarts avec les pays non-industrialisés constitue un fait sans précédent dans l'histoire.

En second lieu, la logique des systèmes capitalistes qui ont réalisé la révolution industrielle les a conduit à mettre sur pied avec l'ensemble des pays non-industrialisés des relations économiques d'un type impérialiste nouveau. Auparavant les puissances dominantes pouvaient imposer un système d'échanges inégaux; elles pouvaient se livrer au pillage pur et simple mais leur action sur les structures économiques internes des pays dominés était relativement réduite. Les économies capitalistes trouvent dans les économies non-industrialisées, non seulement des occasions de bénéfices accidentels, mais principalement des « partenaires » nécessaires comme fournisseurs et comme débouchés. L'économie dominante va donc transformer la structure de l'économie dominée pour qu'elle joue parfaitement le rôle qui lui est fixé. L'implantation d'un secteur moderne et la désintégration de l'économie

3. R. ARON, *Développement, rationalité et raison*, p. 4; cf. Introduction, Section III, *in fine*.

traditionnelle ont pour conséquence le blocage du développement. Le développement des économies industrielles s'est réalisé à partir d'un noyau capitaliste qui par son dynamisme et selon l'impératif de la maximation du profit s'est rapidement généralisé à l'entière économie. Dans une économie sous-développée, le noyau capitaliste implanté de l'extérieur n'a aucune tendance à se généraliser; il sert de relais à une économie capitaliste dominante, il obéit aux intérêts de celle-ci, il ne se développera que dans la mesure où les centres de décision extérieurs le jugeront souhaitable et dans les secteurs qu'ils choisiront. Le développement d'une économie sous-développée n'est possible que sous l'action du secteur moderne; or ce dernier n'a pas ses intérêts liés à l'essor de l'économie locale mais à l'essor de l'économie dominante; il n'existe donc aucune raison objective dans le système de relations impérialistes pour que le secteur moderne devienne le moteur du développement de l'économie où il se trouve géographiquement localisé. Les conséquences de cette situation apparaissent également au niveau des attitudes et des psychologies collectives. Le capitalisme industriel a joué de ce point de vue un rôle révolutionnaire dans les économies occidentales; il a diffusé la rationalité scientifique, il a fondé des comportements progressistes. Dans les économies sous-développées, les formes de l'économie moderne ont été associées à l'exploitation économique, souvent à la domination politique et à l'intervention militaire; le machinisme industriel a été associé au travail forcé, l'agriculture mécanisée à l'expropriation des terres. Dès lors tous les aspects de la pénétration étrangère ont été confondus en un refus global; le développement est également bloqué dans les comportements.

Tel nous paraît être le processus historique qui a engendré le phénomène de sous-développement. Le retard initial des économies aujourd'hui sous-développées n'est pas le facteur central; sans cesse au cours de l'histoire des décalages sont apparus entre les niveaux de développement des différentes sociétés. Mais à un moment donné un clivage essentiel s'est accompli : la révolution industrielle des économies capitalistes occidentales n'a pas seulement accentué l'écart, aggravé le retard, elle a engagé sur des voies divergentes les économies industrialisées d'une part, les économies non-industrialisées d'autre part. Il importe de souligner qu'il ne s'agit pas ici de porter un jugement de responsabilité, surtout si l'on doit donner un contenu moral à ce terme. Le sous-développement est-il la « faute » des pays sous-développés qui n'ont pas su préparer et réaliser leur révolution industrielle ? Est-il la « faute » des pays capistalistes qui ont exploité les pays non-industrialisés ? Ce n'est pas sur ce terrain que nous nous sommes placés mais sur celui des mécanismes historiques.

Sur cette base nous pouvons refuser un concept qui analyserait le sous-développement comme la situation de stagnation pluri-séculaire d'économies inaptes pour des raisons internes à promouvoir leur développement. Les économies sous-développées ne sont ni stagnantes, ni stationnaires, elles ont subi depuis un siècle des transformations profondes : désintégration de l'économie traditionnelle, implantation du secteur moderne, modification du volume, de la structure, de la direction des échanges extérieures, croissance démographique, etc... Mais ces transformations au lieu de les conduire vers le développement ont eu, pour la plupart, des effets de blocage ou de régression.

De même nous rejetons un concept qui ferait du sous-développement un simple retard dans un processus historique de développement commun à toutes les économies. La situation contemporaine des économies sous-développées n'est pas réductible à celle des économies aujourd'hui développées avant leur révolution industrielle. Les différences ne sont pas de degré mais de nature : l'économie sous-développée est une économie dualiste; sa vie économique dépend pour l'essentiel de centres de décision extérieurs; le reste du monde n'est pas constitué d'économies agricoles qui constitueraient des débouchés potentiels pour son industrialisation, il est dominé par des nations déjà industrialisées qui seraient de puissants concurrents.

Le sous-développement est le produit d'une évolution originale; il est le produit du système de relations économiques internationales imposées par les pays capitalistes après leur révolution industrielle au reste du monde non-industrialisé.

Le concept de sous-développement ne doit pas être seulement instrument d'explication de la genèse historique, il doit être aussi instrument d'analyse de la réalité observée.

Le fait fondamental pour expliquer la structure actuelle des économies sous-développées est le conflit de deux systèmes, capitaliste et pré-capitaliste. Le système pré-capitaliste était avant la pénétration impérialiste un système intégré; la technique dont il disposait et l'esprit de l'activité économique avaient engendré une organisation sociale cohérente. La pénétration d'un secteur capitaliste implanté par une économie dominante a désintégré l'économie traditionnelle, faisant perdre son autorité à l'organisation juridique et institutionnelle, interrompant les échanges interrégionaux, contestant le système de valeurs traditionnel. Le secteur capitaliste ne représente pas lui-même un ensemble intégré; il n'est qu'un prolongement de l'économie métropolitaine; il se réduit à une addition d'enclaves ou d'îlots capitalistes dont l'existence et le comportement sont soumis à des centres de décision extérieurs. Le secteur capitaliste est donc incapable d'organiser la réintégration de l'économie selon sa propre rationalité économique : esprit de profit, organisation individualiste, technique moderne.

L'économie sous-développée est caractérisée par la coexistence durable [4] de

4. Et non une coexistence de transition comme cela a été le cas dans les économies aujourd'hui développées lors de l'apparition d'un noyau capitaliste.

deux secteurs antagonistes non-intégrés : un secteur traditionnel qui résulte de la désintégration du système pré-capitaliste antérieur, un secteur moderne qui est une excroissance géographique des économies capitalistes dominantes. La désintégration d'un espace sous-développé apparaît aux trois niveaux de l'analyse spatiale.

Un espace sous-développé est un espace hétérogène si l'on envisage la nature des unités économiques, simples ou complexes, qui le composent et le système des relations qui unissent ces unités. Les unités appartenant aux deux secteurs diffèrent dans leurs buts, dans leurs comportements, dans leurs techniques [5]. Les relations d'échange entre les deux secteurs sont limitées à quelques flux spécifiques dirigés par le secteur moderne. Le phénomène d'absorption très lente du secteur traditionnel par le secteur moderne donne de plus naissance à toute une gamme d'unités intermédiaires qui combinent des caractères pré-capitalistes et des caractères capitalistes. Dans un tel espace les liaisons par les prix, les flux et les informations ne se font pas ou se font très mal.

Dans un espace sous-développé, des obstacles déterminants s'opposent à l'apparition des pôles de développement et à la transmission de leurs effets dans l'environnement. Un pôle de développement, unité ou ensemble d'unités de grandes dimensions, ne trouve dans l'économie sous-développée désarticulée ni les approvisionnements ni les débouchés qui lui sont nécessaires. Il est possible cependant que l'existence de ressources naturelles entraîne la localisation géographique du pôle dans l'économie sous-développée, mais il sera alors économiquement membre des économies capitalistes qui fournissent ses capitaux, son équipement et sa main-d'œuvre qualifiée, qui achètent son produit. Ainsi la plus grande part des effets d'entraînement issus du pôle bénéficieront aux économies développées parce que dans l'économie sous-développée le milieu n'est pas aménagé pour les recevoir et que les courroies de transmission n'existent pas.

La création d'un processus de développement dans un espace économique suppose que soit réalisée une certaine convergence entre les plans des principaux centres de décision qui interviennent dans cet espace. Les économies sous-développées souffrent d'un double handicap. D'une part, les plans des centres de décision nationaux, publics ou privés, visant à organiser le développement entrent en conflit avec les plans d'unités dominantes, publiques ou privées, qui ont leur centre à l'extérieur mais qui interviennent sous de multiples formes dans les secteurs-clés des économies sous-développées. D'autre part, le développement exige la soumission des plans des unités privées à un plan national et même, lorsqu'il s'agit de petites nations, à un plan pluri-national. Le morcellement de la plupart des espaces sous-développés, la faiblesse des

5. On peut l'exprimer en mesurant une série de coefficients dans les deux secteurs : coefficient capital-output, coefficient capital-travail, taux d'épargne, taux d'auto-consommation, taux de thésaurisation, etc.

structures politico-administratives, le heurt des nationalismes font obstacle à l'élaboration et l'exécution de plans efficaces. La désintégration empêche que le sentiment de l'unité nationale ait un contenu économiquement progressiste; elle laisse place à la domination de centres de décision étrangers [6].

Nous ne céderons pas à la tentation de proposer, à la fin de cette recherche, une nouvelle définition du sous-développement qui s'ajouterait à la liste des innombrables énoncés antérieurs. Un concept n'est pas une définition et ne peut se réduire à une définition. Il est d'abord la saisie historique d'un phénomène en évolution permanente et il s'efforce alors de dégager les grands moteurs de cette évolution. Il est ensuite la saisie analytique d'un phénomène envisagé hic et nunc et il doit en dégager les mécanismes-clés.

Tel est l'objectif que nous avons poursuivi et les deux perspectives successivement adoptées conduisent à des conclusions convergentes. Ainsi sommes-nous en désaccord avec la thèse selon laquelle doivent être considérées comme sociétés sous-développées toutes celles qui ne sont pas parvenues à l'état de société industrielle, toutes celles qui n'ont pas suffisamment mis en œuvre l'esprit scientifique. Cette catégorie serait d'une extrême hétérogénéité non seulement à cause de la multiplicité des formes historiques de sociétés non-industrielles qui ont survécu jusqu'à nos jours mais aussi à cause des différentiations imputables aux modalités diverses des contacts entre chaque collectivité et le développement [7].

Pour nous le concept de sous-développement ne se réduit pas à la face négative du concept de développement [8]; le sous-développement est un fait original, historiquement situé : il est le produit du développement du capitalisme industriel. S'il existait une théorie générale du développement, le concept de sous-développement n'y occuperait qu'une place limitée; il ne serait pourtant pas le fourre-tout dans lequel on rangerait toutes les économies non-développées de l'histoire du monde. Nous n'entrerons pas dans le débat touchant la possibilité ou l'impossibilité d'une théorie générale du développement [9] mais nous obser-

6. L'analyse ainsi présentée permettrait de répondre aux interrogations formulées dans l'Introduction (Sect. I, § 3) quant à l'étendue géographique du phénomène de sous-développement. En premier lieu, les régions sous-développées de pays développés, malgré certaines ressemblances morphologiques, ne peuvent être assimilées aux pays sous-développés : elles ne sont pas le produit du conflit de deux systèmes antagonistes conduisant au blocage du développement; on n'y observe qu'un retard de développement né du jeu de processus cumulatifs dans la localisation des activités industrielles. En second lieu, le concept proposé permet de refuser le qualificatif de sous-développé pour des pays tels que le Japon, même si le revenu par tête y est faible et la place du secteur primaire grande, lorsqu'on n'y observe pas la situation de dualisme née du maintien durable de liens impérialistes.

7. R. Aron, article cité, p. 9 et suiv.

8. Certes le terme de « sous-développement » oriente vers cette interprétation, mais le fait que l'on choisisse, parce qu'il est utilisé couramment, un terme non-satisfaisant, n'implique pas que l'analyse soit conditionnée par les impératifs de l'étymologie.

9. Cf. par exemple : J. Akerman, *Une théorie générale du développement économique est-elle concevable ?*

vons que l'on pourrait appliquer à bien des théories du développement la remarque de François PERROUX visant les modèles purs de la croissance, à savoir qu'ils « sont intéressants surtout en ce qu'ils sont un produit intellectuel du complexe de supériorité des sociétés occidentales [10] ». Les recherches poursuivies autour du concept de sous-développement ne sont pas une quête vaine pour savoir ce que n'est pas le développement; elles visent à étudier les contradictions d'un certain type de développement qui, par son succès même, a engendré le sous-développement.

10. F. PERROUX, *Les points de développement et les foyers de progrès*, p. 195-196. Dans le même sens, J. AUSTRUY, *Existe-t-il un mode obligé de la croissance économique ?* et J. AUSTRUY, *Le scandale du développement*, « A. Le point de vue des développés », p. 63-70.

BIBLIOGRAPHIE

La parution récente de la bibliographie critique établie par Guy CAIRE à la suite de l'ouvrage de Jacques AUSTRUY, *Le scandale du développement*, fournit un instrument de travail indispensable; il apparaît inutile d'en présenter une médiocre imitation; nous y renverrons donc pour une présentation analytique générale et nous nous limiterons ici à une liste des ouvrages cités dans le texte.

N.B. – Lorsqu'un texte est paru dans deux ouvrages différents l'indication : (REF) suit l'énoncé de la source utilisée à laquelle se rapportent les références du texte.

1. OUVRAGES, THÈSES, COURS

001 G. ABRAHAM-FROIS : *Essai sur les problèmes d'investissement en pays sous-développés.* Paris 1962. 344 p.

002 Académie des Sciences de l'U.R.S.S., Institut d'économie : *Manuel d'économie politique*, Éditions sociales, 1956. 691 p.

003 I. ADELMAN : *Theories of economic growth and development.* Standford 1961. 164 p.

004 J. H. ADLER : *The underdeveloped areas and their industrialization.* New-Haven 1949.

005 A. M. AGARWALA and S. P. SINGH (Ed.) : *The economics of underdevelopment.* Oxford 1958. 494 p. — Cf. (249) (318) (324) (380) (401) (445) (453) (467) (474) (500).

006 H. G. J. AITKEN (Ed.) : *The State and economic growth.* Papers on a conference held under the auspices of the Committe on Economic Growth. New York 1959. 389 p.

007 S. AMIN : *Les effets structurels de l'intégration internationale des économies précapitalistes. Une étude théorique du mécanisme qui a engendré les économies dites sous-développées.* Thèse, Paris 1957. 641 p.

008 G. ARDANT : *Le monde en friche.* Paris 1959. 301 p.

009 R. ARON : *Sociologie des sociétés industrielles. Esquisse d'une théorie des régimes politiques.* C.D.U. 1958. 242 p.

010 R. ARON : *La société industrielle et la guerre.* Paris 1959. 162 p.

011 R. ARON : *Le développement de la société industrielle et la stratification sociale.* C.D.U. Première partie 1958, 237 p. Deuxième partie 1959, 229 p.

012 R. ARON : *Paix et Guerre entre les Nations.* Paris 1962. 770 p.

013 R. ARON, G. KENNAN, R. OPPENHEIMER et autres : *Colloques de Rheinfelden.* Paris 1960. 321 p.
014 M. K. ATALLAH : *The long-term movements of the terms of trade between agricultural and industrial products.* Rotterdam 1958. 78 p.
015 J. AUSTRUY : *Structure économique et civilisation. L'Égypte et le destin économique de l'Islam.* Paris 1960. 366 p.
016 J. AUSTRUY : *Le scandale du développement.* Commentaires par G. LEDUC et L.-J. LEBRET. Bibliographie analytique et critique par Guy CAIRE. Paris 1965. 535 p.

017 G. BACHELARD : *Le nouvel esprit scientifique.* Paris 1934. 179 p.
018 G. BACHELARD : *La formation de l'esprit scientifique.* Paris 1947. 256 p.
019 G. BACHELARD : *Le rationalisme appliqué.* Paris 1949. 215 p.
020 P. BAIROCH : *Révolution industrielle et sous-développement.* Paris 1963. 360 p.
021 G. BALANDIER : *Sociologie des Brazzavilles Noires.* Paris 1955. 274 p.
022 G. BALANDIER : *Sociologie actuelle de l'Afrique Noire. Dynamique des changements sociaux en Afrique centrale.* Paris 1955. 510 p.
023 G. BALANDIER : *Les pays « sous-développés ». Aspects et perspectives.* Les cours de droit. Paris 1958-1959. 2 fasc. 283 p.
024 G. BALANDIER (sous la direction de) : *Le « Tiers-Monde » : sous-développement et développement,* I.N.E.D., Cahier n° 27. 1956. 393 p. — Cf. (329) (379) (483) (489).
025 B. BALASSA : *The theory of economic integration.* London 1962. 304 p.
026 P. A. BARAN : *The political economy of growth.* New York 1957. 308 p.
027 R. BARRE : *Économie Politique,* Themis, Tome I. 1963. 653 p. — Tome II. 1964. 864 p.
028 A. BARRÈRE : *Théorie économique et impulsion keynésienne.* Paris 1952. 739 p.
029 P. T. BAUER : *Economic Analysis and Policy in underdeveloped countries.* London 1957. 145 p.
030 P. T. BAUER and B. S. YAMEY : *The economics of underdeveloped countries.* London 1957. 257 p.
031 G. BELL : *L'énergie et le développement. L'exemple du projet de pôle électrométallurgique guinéen.* Thèse. Grenoble 1962. 365 p.
032 Ch. BETTELHEIM : *Le problème de l'emploi et du chômage dans les théories économiques.* C.D.U. 1952. 150 p.
033 Ch. BETTELHEIM : *Emploi et investissements dans l'économie planifiée.* C.D.U. 1961. 95 p.
034 F. BEZY : *Problèmes structurels de l'économie congolaise.* Bruxelles 1957. 285 p.
035 B.I.R.D. : *Bibliographie sur le développement économique.* 1962. 57 p.
036 G. BLARDONE, P. CATRICE, J. FOLLIET, G. MATAGRIN, R. PADIRAC : *Initiation aux problèmes d'Outre-Mer. Colonisation, Décolonisation, Sous-Développement.* Lyon 1959. 366 p.
037 J. H. BŒKE : *Economics and economic policy of dual societies as exemplified by Indonesia.* New York 1953. 324 p.
038 A. BONNE : *Studies in economic development, With special reference, to conditions in underdeveloped areas of Western Asia and India.* Londres 1957. 294 p.
039 J. R. BOUDEVILLE : *Les Espaces économiques.* Paris 1961. 127 p.
040 R. BOUTRUCHE : *Seigneurie et Féodalité.* Paris 1959.
041 H. BRUNSCHWIG : *La colonisation française, du pacte colonial à l'Union française.* Paris 1949. 302 p.
042 H. BRUNSCHWIG : *Mythes et réalités de l'impérialisme colonial français. 1871-1914.* Paris 1960. 205 p.

043 N. S. Buchanan and H. S. Ellis : *Approaches to economic development*. New York 1955. 494 p.
044 K. Bücher : *Die Entstehung der Volkswirtschaft*. Tübingen 1919. Vol. I. 475 p. — Vol. II. 403 p.
045 M. Bye : *Les principes de la spécialisation internationale*. Paris. Les cours de droit. 1953-1954. 272 p.
046 M. Bye : *Croissances nationales et économie internationale*. Paris. Les cours de droit. 1956-1957. 320 p.
047 M. Bye : *Relations économiques internationales*. Dalloz 1965. 921 p.

048 A. K. Cairncross : *Factors in economic development*. London 1963. 346 p.
049 M. Capet : *Les économies d'A.O.F. ?* Paris 1958. 343 p.
050 Centre National d'Études Économiques et Juridiques Agricoles : *État des recherches portant sur l'industrialisation de l'agriculture*. Université de Grenoble, Fac. de Droit et des Sc. Éco. I.E.S. juillet 1964. 314 p.
051 A. Chabert : *Structure économique et théorie monétaire. Essai sur le comportement monétaire dans les pays sous-développés*. Paris 1956. 270 p.
052 S. Chakravarty : *The Logic of investment planning*, North Holland Publishing Company. 1959. 170 p.
053 P. K. Chang : *Agriculture and Industrialization. The Adjustment that take place as an agricultural country is industrializated*. Cambridge, Mass. 1949. 270 p.
054 Ch. Chaudoreille : *Industries motrices, pôles de croissance et take-off*, Mémoire. Paris octobre 1960. 79 p.
055 F. Clairmonte : *Economic Liberalism and Underdevelopment, Studies in the desintegration of an idea*. Bombay 1960. 327 p.
056 C. Clark : *Les conditions du progrès économique*. Paris 1960. 470 p.
057 S. Clarkson : *L'analyse soviétique des problèmes indiens du sous-développement (1955-1963)*, Thèse Lettres. Paris 1964. 339 p.
058 R. V. Clemence and F. S. Doody : *The schumpeterian System*. Cambridge Mass. 1950.
059 N. Crouzet (sous la direction de) : *Histoire générale des civilisations*. Paris 1954-1957. 7 volumes.

060 D. Datta : *The economics of industrialization. A Study of the basic problems of an underdeveloped economy*. Calcutta 1952. 291 p.
061 M. Dobb : *Studies in the development of capitalism*. London 1954. 387 p.
062 E. D. Domar : *Essays in the theory of economic growth*. New York 1957. 261 p.
063 J. Duesenberry : *Income, saving, and the theory of consumer behavior*. Cambridge Mass. 1949. 128 p.
064 R. Dumoulin : *La structure asymétrique de l'économie algérienne d'après une analyse de la région de Bône*. Paris 1959. 375 p.
065 L. H. Dupriez (Ed.) : *Le Progrès économique*. Rapports et compte rendu d'un colloque organisé par l'Association internationale des Sciences économiques. Louvain 1955. 571 p. — Cf. (332) (339) (477).
066 J. Duret : *Le Marxisme et les crises*. Paris 1933. 250 p.
067 J. Duvaux : *La théorie de la maturité économique ou de la stagnation séculaire aux États-Unis*. Paris 1958. 238 p.

068 H. S. Ellis and H. C. Wallich (Ed.) : *Economic development for Latin America*. Proceedings of a Conference held by the International Economic Association. London 1961. 479 p. — Cf. (456).
069 S. Enke and V. Salera : *International Economics*. New York 1957.
070 S. Enke : *Economics for Development*, Dennis Dobson. 1964. 616 p.

071 M. FANNO : *La teoria economica della colonizzazione*. Einaudi 1952. 327 p.
072 J. C. H. FEI and G. RANIS : *Development of the labor surplus economy. Theory and policy*. Homewood 1964. 324 p.
073 W. FELLNER : *Trends and cycles in economic activity. An introduction to problems of economic growth*. New York 1956. 425 p.
074 J. FOURASTIE : *Le grand espoir du XXe siècle*. Paris 1952. 245 p.
075 S. H. FRANKEL : *The economic impact of underdeveloped societies, Essays on international investment and social changes*. Oxford 1959. 179 p.
076 Ph. FROMONT : *Les transports dans les économies sous-développées. Problèmes des investissements*. Paris 1957. 331 p.
077 J. S. FURNIVALL : *Colonial policy and practice. A comparative study of Burma and Netherlands India*. New York 1956. 568 p.

078 E. GANNAGE : *Économie du développement*. Paris 1962. 352 p.
079 E. GANNAGE : *Croissance économique et structures au Moyen-Orient*. Paris 1958. 144 p.
080 R. GENDARME : *L'économie de l'Algérie*. Paris 1959. 373 p.
081 R. GENDARME : *La pauvreté des Nations*. Paris 1963. 535 p.
082 Ch. GIDE et Ch. RIST : *Histoire des doctrines économiques*. Paris 1947. 2 vol., 879 p.
083 G. G. GRANGER : *Méthodologie économique*. Paris 1955. 401 p.
084 I. GUELFAT : *Doctrines économiques et pays en voie de développement*. Paris 1961. 125 p.

085 E. E. HAGEN : *The common sense of population*, CENIS Document, C/58-14.
086 A. H. HANSEN : *Full recovery or stagnation*. New York 1938.
087 A. H. HANSEN : *Fiscal policy and Business Cycles*. New York 1941. 462 p.
088 A. H. HANSEN : *Economic Policy and full employment*. New York 1947. 340 p.
089 A. H. HANSON : *Le secteur public dans une économie en voie de développement*. Paris 1961. 84 p.
090 R. F. HARROD : *Towards a dynamic economics*. London 1948. 169 p.
091 R. F. HARROD and D. C. HAGUE (Ed.) : *International trade theory in a developing world*, A.I.S.E., Colloque de Brissago. Londres 1963. 571 p. — Cf. (399).
092 H. HEATON : *Histoire économique de l'Europe*. Paris 1950. Tome I : Des origines à 1750, 310 p. ; Tome II : De 1750 à nos jours. 330 p.
093 J. R. HICKS : *A contribution to the theory of trade cycle*. Oxford 1950. 201 p.
094 B. HIGGINS : *Economic development. Problems, principles and policies*. London 1959. 774 p.
095 B. HILDEBRAND : *Jahrbücher für National Œkonomie*. Iena 1863-1872.
096 R. HILFERDING : *Das Finanzkapital*. Vienne 1923.
097 A. O. HIRSCHMAN : *The strategy of economic development*. New Haven 1959. 217 p.
098 J. A. HOBSON : *Imperialism, a study*. London 1938. 386 p.
099 B. F. HOSELITZ : *Sociological aspects of economic growth*. Glencœ 1960. 250 p.
100 B. F. HOSELITZ (Ed) : *The progress of underdeveloped areas*. Chicago 1959. 283 p. — Cf. (331) (350).
101 B. F. HOSELITZ, J. J. SPLENGER, J. M. LETICHE, E. Mc. KINLEY, J. BUTTRICK and H. J. BRUTON : *Theories of economic growth*. New York 1960. 344 p.

102 W. ISARD and J. H. CUMBERLATD (Ed.) : *Planification économique régionale. Techniques d'analyse applicables aux régions sous-développées*. Compte rendu de la Première Conférence d'Étude sur les problèmes de développement économique organisée par l'Agence européenne de productivité. O.E.C.E. 1961. 467 p.

103 E. JAMES : *Histoire de la pensée économique au XXe siècle.* Paris 1955. 2 vol. 704 p.
104 J. JOHANSEN : *A Multi-Sectoral Study of Economic Growth.* Amsterdam 1960. 177 p.
105 R. JONES : *Peasent rents, being the first half of an essay in the distribution of wealth and on the sources of taxation.* London 1831.

106 J. M. KEYNES : *Théorie générale de l'emploi de l'intérêt et de la monnaie.* Paris 1955. 407 p.
107 Ch. P. KINDLEBERGER : *The terms of trade. An european case study.* New York 1956. 382 p.
108 Ch. P. KINDLEBERGER : *International economics.* Homewood 1963. 686 p.
109 Ch. P. KINDLEBERGER : *Economic Development.* New York 1958. 325 p.
110 S. KUZNETS : *Six lectures on economic growth.* Glencœ 1959. 122 p.

111 Y. LACOSTE : *Les pays sous-développés.* Paris 1959. 127 p.
112 D. LAMBERT : *Inflation, Sous-Développement et Croissance économique. Le cas des économies sud-américaines.* Paris 1959. 580 p.
113 L. LAURAT : *L'accumulation du capital d'après Rosa LUXEMBOURG, suivi d'un aperçu sur la discussion du problème depuis la mort de Rosa LUXEMBOURG.* Paris 1930. 193 p.
114 L. J. LEBRET : *Suicide ou survie de l'Occident.* Paris 1958. 379 p.
115 G. LEDUC : *Les pays sous-développés et leurs problèmes.* Paris. Les cours du droit. 1960-1961. 405 p.
116 H. LEFEBVRE : *La pensée de Lénine.* Paris 1957. 354 p.
117 H. LEIBENSTEIN : *A theory of economic-demographic development.* Princeton 1954. 204 p.
118 H. LEIBENSTEIN : *Economic backwardness and economic growth, Studies in the theory of economic development.* New York 1957. 295 p.
119 V. I. LÉNINE : *L'impérialisme, stade suprême du capitalisme.* 1952. 121 p.
120 W. LÉONTIEF : *La structure de l'économie américaine.* (1919-1939). *Une application empirique de l'analyse de l'équilibre.* Paris 1958. 278 p.
121 W. LÉONTIEF : *Studies in the Structure of the American Economy.* Oxford University Press 1953. 561 p.
122 P. LEROY-BEAULIEU : *De la colonisation chez les peuples modernes.* Paris 1874. 614 p.
123 C. LEVI-STRAUSS : *Tristes tropiques.* Paris 1955. 449 p.
124 W. A. LEWIS : *The theory of economic growth.* Homewood 1955. 435 p.
125 F. LIST : *Système national d'économie politique.* Paris 1857. 556 p.
126 C. P. LUCRON : *L'investissement international et la croissance économique en régime capitaliste,* Thèse. Paris 1958. 335 p.
127 M. LUTFALLA : *L'État stationnaire. Histoire et Analyse,* Thèse. Paris 1963. 421 p.
128 R. LUXEMBOURG : *Die Akkumulation des Kapitals, ein Beitrag zur œkonomischen Erklärung des Imperialismus.* Berlin 1913. 448 p.

129 G. MACHLUP : *International Trade and the National Income multiplier.* Philadelphia 1950. 237 p.
130 J. MAILLET : *Histoire des faits économiques des origines au XXe siècle.* Paris 1952. 362 p.
131 K. MANDELBAUM : *The industrialization of backward areas.* New York 1961. 111 p.
132 P. MANTOUX : *La révolution industrielle au XVIIIe siècle.* Paris 1959. 508 p.
133 A. MARCHAL : *Méthode scientifique et science économique.* Paris. Tome I. 1952. 278 p. Tome II, 1955. 314 p.
134 A. MARCHAL : *Systèmes et structures économiques.* Thémis 1959. 716 p.

135 J. MARCZEWSKI : *Planification et croissance économique des démocraties populaires*, 2 vol., 1956. 550 p.
136 V. MARRAMA : *Saggio sullo sviluppo economico dei paesi arretrati*-Einaudi, 1958. 392 p.
137 K. MARX : *Manifeste du Parti Communiste*. Paris 1954. 61 p.
138 K. MARX : *Contribution à la critique de l'économie politique*. Paris 1957. 309 p.
139 K. MARX : *Le Capital-Critique de l'économie politique*, Éditions sociales, 8 vol. 1950-1960.
140 K. MARX and F. ENGELS : *on Colonialism*. Moscou, s.d., 345 p.
141 G. M. MEIER and R. E. BALDWIN : *Economic development. Theory, History, Policy*. New York 1957. 542 p.
142 J. S. MILL : *Principles of political economy with some of their applications to social philosophy*. London 1891. 640 p.
143 Ministère d'État chargé de la Réforme administrative. *La politique de coopération avec les pays en voie de développement*. « Rapport JEANNENEY », La Documentation française, 1963, vol. I, 134 p. Vol. II, Annexes, 288 p. Cf. (442).
144 W. E. MOORE : *Industrialization and Labor*. Ithaca 1951. 410 p.
145 M. MORET : *L'échange international*, suivi d'Observations de J. WEILLER et précédé d'une Préface de Ch. P. KINDLEBERGER. Paris 1957. 361 p.
146 P. MOUSSA : *Les chances économiques de la communauté franco-africaine*. Paris 1956. 273 p.
147 P. MOUSSA : *Les nations prolétaires*. Paris 1960. 204 p.
148 H. MYINT : *The economics of developing countries*. London 1964. 192 p.
149 G. MYRDAL : *An American Dilemna, the negro problem and modern democracy*. New York 1944. 1483 p.
150 G. MYRDAL : *Une économie internationale*. Paris 1958. 481 p.
151 G. MYRDAL : *Théorie économique et pays sous-développés*. Paris 1959. 190 p.

152 NATIONS-UNIES : *Relative prices of exports and imports of underdeveloped countries*. 1949, II, B. 3, 156 p.
153 ID. : C.E.P.A.L. *The economic development of Latin America and its principal problems*, 1950, II, G. 2, 59 p.
154 ID. : *Measures for the economic development of underdeveloped countries*, 1951, II, B. 2, 71 p.
155 ID. : *National Income and its Distribution in underdeveloped countries*, 1951, XVII, 3, 35 p.
156 ID. : *Instabilité des marchés d'exportation des pays insuffisamment développés*, 1952, II, A. 1, 103 p.
157 ID. : *Développement de l'économie de marché en Afrique Tropicale*, 1954, II, C. 4, 69 p.
158 ID. : *Congrès Mondial de la Population. Comptes Rendus*. Rome 1954. *Communications*, 1955, XIII, 8; vol. I-VI. Cf. (232) (348) (364) (476) (484).
159 ID. : *Méthodes et problèmes de l'industrialisation des pays sous-développés*. 1955, II, B. I, 177 p.
160 ID. : *Rôle et structure des économies monétaires en Afrique Tropicale*, 1955, II. C. 4, 51 p.
161 ID. : *Bibliographie de l'industrialisation dans les pays sous-développés*, 1956, II, B. 2, 216 p.
162 ID. : *Establishment of industrial estates in underdeveloped countries*, 1960, II. B. 4, 50 p.
163 ID. : *Programming techniques for economic development, with special reference to Asia and the Far East*, 1960, II, F. 3, 130 p.

164 NATIONS-UNIES : *Rapport sur la Conférence des Nations-Unies sur l'application de la science et de la technique dans l'intérêt des régions peu développées.* Paris, Dunod, 8 vol.

165 M. NEGREPONTI-DELIVANIS : *Influence du développement économique sur la répartition du revenu national.* Paris 1960. 462 p.

166 J. U. NEF : *La naissance de la civilisation industrielle et le monde contemporain.* Paris 1954. 249 p.

167 E. NELSON (Ed.) : *Economic Growth. Rationale, Problems, Cases*-Proceedings of the conference on economic development sponsered by the Department of Economics and the Institute of Latin American Studies at the University of Texas in 1958. Austin 1960. 288 p. Cf. (478).

168 R. NURKSE : *Problems of Capital formation in underdeveloped countries.* Oxford, 1955. 163 p.

169 J. R. PALANQUE : *Les impérialismes antiques.* Paris 1948. 128 p.

170 M. PANNIER : *L'intégration économique des nations : Problèmes de localisation et délocalisation,* Thèse. Paris 1952. 459 p.

171 G. U. PAPI (sous la direction de) : *Teoria e politica dello sviluppo economico.* Milano 1954. 567 p. Cf. (327).

172 F. PERROUX : *La généralisation de la « General Theory ».* Istambul 1950. 78 p.

173 F. PERROUX : *L'Europe sans rivages.* Paris 1954. 668 p.

174 F. PERROUX : *La coexistence pacifique.* Paris 1958. 3 vol., 637 p.

175 F. PERROUX (sous la direction de) : *L'Univers économique et social,* Tome IX de l'*Encyclopédie française.* Paris 1960. 9-02-5 à 9-72-11. Cf. (266) (270) (284).

176 F. PERROUX : *L'économie du XXe siècle.* Paris 1961. 598 p. Cf. (417) (418) (421) (423) (427) (437).

177 F. PERROUX : *L'économie des jeunes nations.* Paris 1962. Tome I, 228 p.

178 F. PERROUX : *Les techniques quantitatives de la planification.* Paris 1965. 315 p.

179 A. PIETTRE : *Pensée économique et théories contemporaines.* Dalloz 1959. 476 p.

180 C. PONSARD : *Economie et Espace. Essai d'intégration du facteur spatial dans l'analyse économique.* Paris 1955. 461 p.

181 C. PONSARD : *Histoire des théories économiques spatiales.* Paris 1958. 202 p.

182 J. PUJOS : *Croissance économique et impulsion extérieure. Étude sur l'économie mauritanienne.* Paris 1964. 315 p.

183 A. RAIGA : *La théorie du « take-off » et les économies sous-développées,* Thèse. Paris 1961. 389 p.

184 P. RENOUVIN : *Histoire des Relations Internationales,* Tome VI, Le XIXe siècle, II, De 1871 à 1914. L'apogée de l'Europe. Paris 1955. 401 p.

185 A. REY : *La pensée logique,* in : L'*Encyclopédie française,* Tome I, L'outillage mental : Pensée, langage, mathématique. Paris 1937. 1-14, 1 à 1-20, 11.

186 L. ROBBINS : *The economic basis of class conflict and other essays in political economy.* London 1939. 277 p.

187 H. M. ROBERTSON : *Aspects of the rise of economic individualism.* Cambridge 1933. 223 p.

188 E. A. G. ROBINSON (Ed.): *Economic consequences of the size of nations.* Proceedings of a conference held by the International Economic Association. New York 1960. 447 p. Cf. (376) (493).

189 J. ROBINSON : *Introduction à la théorie de l'emploi.* Paris 1948. 90 p.

190 J. ROBINSON : *The accumulation of capital.* London 1956.

191 J. ROMEUF (sous la direction de) : *Dictionnaire des sciences économiques,* 2 vol., 1956 et 1958, 1198 p.

192 W. W. ROSTOW : *The process of economic growth.* Oxford 1960. 372 p.
193 W. W. ROSTOW : *Les étapes de la croissance économique.* Paris 1962. 203 p.
194 W. W. ROSTOW (Ed.) : *The economics of take-off into self-sustained growth.* Proceedings of a Conference held by the International Economic Association. Konstanz 1960. New York 1963. 482 p.

195 N. SARKIS : *Le pétrole et les économies arabes.* Paris 1963. 280 p.
196. A. SAUVY : *Théorie générale de la population.* Paris 1954. Vol. I, 356 p., Vol. II, 386 p.
197 J. A. SCHUMPETER : *Social Classes-Imperialism.* New York 1961. 182 p.
198 J. A. SCHUMPETER : *Théorie de l'évolution économique.* Paris 1935. 589 p. (R.E.F.) et traduction anglaise : *The theory of economic development*, 1951, 255 p. (pour 2 ref.).
199 J. A. SCHUMPETER : *Business Cycles.* New York 1939. 2 vol. 1095 p.
200 J. A. SCHUMPETER : *Capitalisme, socialisme et démocratie.* Paris 1954. 462 p.
201 J. A. SCHUMPETER : *History of Economic Analysis.* New York 1954. 1204 p.
202 H. SEE : *Les origines du capitalisme moderne.* Paris 1951. 199 p.
203 A. K. SEN : *The choice of techniques. An aspect of the theory of planed economic development.* Oxford 1962. 127 p.
204 L. W. SHANNON (Ed.) : *Underdeveloped Areas. A book of readings and research.* New York 1957. 496 p. Cf. (237) (239) (259) (319).
205 A. SMITH : *Recherches sur la nature et les causes de la richesse des nations.* Paris 1843. 2 vol. 518 p., 714 p.
206 SOCIÉTÉ DES NATIONS : *Industrialisation et commerce extérieur*, par Folke HILGERDT, 1945, II. A. 10, 198 p.
207 E. STALEY : *The future of under-developed countries. Political implications of economic development.* New York 1954. 394 p.
208 F. STERNBERG : *Der Imperialismus.* Berlin 1926.
209 F. STERNBERG : *Le conflit du siècle.* Paris 1951. 662 p.
210 J. STRACHEY : *La fin de l'impérialisme.* Paris 1961. 358 p.

211 R. H. TAWNEY : *La religion et l'essor du capitalisme.* Paris 1951. 318 p.
212 G. TERBORG : *The bogey of economic maturity.* Chicago 1945.
213 E. TERSEN : *Histoire de la colonisation française.* Paris 1951. 128 p.
214 J. TINBERGEN : *The design of development.* Baltimore 1958. 99 p.
215 J. TINBERGEN, H. C. BOS : *Mathematical models of economic growth*, 1962. 131 p.

216 E. VARGA et L. MENDELSOHN : *Données complémentaires à l'impérialisme de* LÉNINE. Paris 1950. 372 p.
217 Th. VEBLEN : *Imperial Germany and the Industrial Revolution.*
218 G. VIAUD : *L'intelligence, son évolution, ses formes.* Paris 1956. 120 p.
219 J. VINER : *Studies in the theory of international trade.* New York 1937. 650 p.
220 J. VINER : *International trade and economic development.* Glencoe 1952. 154 p.

221 M. WEBER : *Die protestantische Ethik und der Geist des Kapitalismus.* Tübingen 1934. 206 p.
222 H. F. WILLIAMSON and J. A. BUTTRICK : *Economic Development. Principles and Patterns.* 1955. 550 p.
223 K. A. WITTFOGEL : *Oriental despotism. A comparative study of total power.* New Haven 1957. 449 p.
224 W. S. WOYTINSKY and E. S. WOYTINSKI : *World population and production — Trends and outlook.* New York 1953. 1268 p.

225 Y. Younes : *L'état actuel de la théorie du capital*, Thèse. Paris 1962. 518 p.

226 Divers auteurs : *Études sur le développement économique*. Istambul 1958. 200 p.
227 Divers auteurs : *Atti del Congresso Internationale di Studio sul Problema delle Aere Arretrate*, 10 au 15-10-1954. Milano 1956. 4 vol. 160 p. 195 p., 938 p., 774 p. Cf. (336) (463) (497).
228 Divers auteurs : *Première conférence internationale d'histoire économique. Contributions et Communications*. Stockholm août 1960. 590 p. Cf. (299) (355) (458) (494).
229 Divers auteurs : *La Belgique et l'aide économique aux pays sous-développés*, par une commission inter-universitaire de l'Institut Royal Belge des Relations Internationales. Bruxelles 1959. 529 p. Cf. (315) (352).

II. ARTICLES, RAPPORTS, CONTRIBUTIONS, DIVERS

230 P. Abelin : « Relations avec les pays en voie de développement. » Rapport au Conseil économique et social. *Journal Officiel* n° 17. 20.9.1960. p. 673-724.
231 J. Akerman : « Une théorie générale du développement est-elle concevable ? » *Économie appliquée* n°s 1-2 1959. p. 235-252.
232 S. W. Andersson : « Population growth and capital requirements in underdeveloped countries » in (158) Nations-Unies, *Congrès mondial de la population*, Vol. V, p. 615-647.
233 H. W. Arndt : « External economies in economic growth. » *The Economic Record*, nov. 1955, p. 192-214.
234 R. Aron : « Note critique sur les « Les étapes de la croissance économique » de W. W. Rostow. » *Archives Européennes de Sociologie*, 1960. n° 2. p. 297-302. Cf. (193).
235 R. Aron : « Développement, rationalité et raison. » *Preuves*. Juillet 1963, n° 3.
236 R. Aron : « Sociétés industrielle, Idéologies, Philosophie, » *Preuves*. Janv. 1965. n° 167; fév. 1965. n° 168; mars 1965. n° 169.
237 H. G. Aubrey : « Deliberate industrialization, » *Social Research*, juin 1949, reprod. in (204) L. W. Shannon, *Underdeveloped Areas*, p. 262-273. (REF).
238 H. G. Aubrey : « The role of the State in economic development, » *American Economic Review*, mais 1951. n° 2. p. 266-273.
239 H. G. Aubrey : « Small industry in economic development », *Social Research*, sept. 1951, reprod. in : (204) L. W. Shannon, *Underdeveloped Areas*, p. 215-225 (REF).
240 H. G. Aubrey : « The long-term future of the United-States imports and its implications for primary producing countries », *American Economic Review*, mai 1955. p. 270-287.
241 J. Austruy : « Vocation économique de l'Islam », *Cahiers de l'I.S.E.A.*, oct. 1960, série V, n° 2, p. 151-212.
242 J. Austruy : « Existe-t-il un mode obligé de croissance ? » *Revue d'économie politique*, janv.-févr. 1961. p. 82-104.

243 J. P. Baillargeon : « Le rôle des pôles dans le développement. Exposé introductif », *Développement et Civilisations*, n° 5, janv.-mars 1961. p. 31-37.
244 G. Balandier : « Motivations et stimulation économiques dans les pays sous-développés », *Bulletin international des Sciences sociales*, 1954. n° 3. p. 369-476.

245 G. Balandier : « Les conditions sociologiques du développement », *Politique étrangère*, 1957. n° 3. p. 301-310.
246 G. Balandier : « Sociologie des régions sous-développées » in : *Traité de Sociologie*, publié sous la direction de G. Gurvitch, Paris 1958. tome I. p. 332-344.
247 B. Balassa : « Towards a theory of economic integration », *Kyklos*, 1961, n° 1.
248 Th. Balogh : « Note on the deliberate industrialization for higher incomes », *The Economic Journal*, juin 1947, p. 238-241. Cf. (261) (278).
249 P. Baran : « On the political economy of backwardness », *The Manchester School of economic and social studies*, janv. 1952, reprod. in (5) A. N. Agarwala and S. P. Singh : *The economics of underdevelopment*, p. 75-92 (REF).
250 P. Baran et E. Hobsbawn : « Un manifeste non-communiste », *Kyklos*, 1961, n° 2, reprod. in : *Les Temps Modernes*, juin 1962, p. 1914-1927 (REF).
251 R. Barre : « Développement économique et biologie sociale », *Critique*, déc. 1954, n° 91, p. 1067-1078.
252 R. Barre : « L'économie de la Tunisie », *Revue d'économie politique*, 1954, n° 2, p. 197-231.
253 R. Barre : « De l'universalisme dans la pensée économique contemporaine », *Critique*, n° 129, févr. 1958, p. 168-179.
254 R. Barre : « Les échanges internationaux comme dynamisme de la croissance », *Revue économique*, n° 1, janv. 1965, p. 105-126.
255 R. Barre : « Structures sociales et croissance économique. Sur les limites d'une théorie économique de la croissance » — Rapport au Congrès des économistes de langue française, 1958, *Revue d'économie politique*, mars-avril 1958, p. 379-404. Discussion : Croissance économique et structure sociale, Cujas 1960. 100 p.
256 R. Barre : « Le développement économique. Analyse et Politique », *Cahiers de l'I.S.E.A.*, avril 1958, série F, n° 11, 82 p.
257 G. Bataille : « Morale puritaine et capitalisme », *Critique*, n° 23, avril 1948, p. 334-345.
258 P. Bauchet : « Sous-développement, notion équivoque », *Revue de l'Action populaire*, janv. 1956, p. 27-37.
259 P. T. Bauer and B. S. Yamey : « Economic Progress and Occupational Distribution », *The Economic Journal*, déc. 1951, reprod. in : (204). L. W. Shannon, *Underdeveloped Areas*, p. 140-149, sous le titre : « Problems of classifying economic activity in underdeveloped areas » (REF). Cf. (260) (492).
260 P. T. Bauer and B. S. Yamey : « Further notes on economic progress and occupational distribution », *The Economic Journal*, march 1954, p. 98-106. Cf. (259) (492).
261 H. Belshaw : « Observations on industrialization for higher incomes », *The Economic Journal*, sept. 1947, p. 379-387. Cf. (248) (278).
262 H. Belshaw : « Social and economic revolution for the development of backward countries », *The Economic Record*, nov. 1956, n° 63, p. 319-334.
263 E. Betout-Mosse : « Sous-développement de jadis et sous-développement d'aujourd'hui », *Revue d'économie politique*, nov.-déc. 1962, n° 6, p. 856-876.
264 A. Bienayme : « La théorie des valeurs internationales et son application aux pays en cours de développement », *Revue d'économie politique*, janv.-févr. 1962, n° 1, p. 35-60.
265 G. Blardone : « Note sur le sous-développement et l'idée d'économie progressive », *Cahiers de l'I.S.E.A.*, déc. 1958, série M, n° 3, p. 91-108.
266 G. Blardone : « La politique de la croissance équilibrée et harmonisée dans le cadre national : pays sous-développés », in (175). F. Perroux, *L'univers économique et social*, p. 9-36-1 à 9-38-3.

267 P. Borel : « Quelques réflexions sur les modèles de développement », *Développement et Civilisations*, n° 6, avril-juin 1961, p. 28-33; n° 9, janv-mars 1962, p. 37-48.
268 J. R. Boudeville : « Contribution à l'étude des pôles de croissance brésiliens : une industrie motrice, la sidérurgie du Minas Gerais », *Cahiers de l'I.S.E.A.*, Juin 1957, série F, n° 10, 71 p.
261 J. R. Boudeville : « L'économie régionale, Espace opérationnel », *Cahiers de l'I.S.E.A.*, juin 1958, série L, n° 3, 79 p.
270 J. R. Boudeville : « Les espaces économiques » in (175) F. Perroux, *L'univers économique et social*, p. 9-70-12 à 9-72-7.
271 H. Bourgignat : « Économies et déséconomies externes », *Revue économique*, n° 4, 1964, p. 503-533.
272 E. Breguel : « La loi économique fondamentale du capitalisme actuel ». *Études économiques*. 1954, n° 82, p. 22-41.
273 Th. P. Brockway : « Economic Imperialism » in Glenn Hoover (Ed.). *Twentieth Century Economic Thought*, p. 63-80.
274 Y. Brozen : « Invention, innovation and imitation », , *American Economic Review*. Mai 1951, n° 2, p. 240-257.
275 H. Brunschwig : « Colonial imperialism », *Confluence*, july 1955. n° 2, p. 217-228.
276 H. J. Bruton : « Growth models and underdeveloped economies », *The Journal of Political Economy*, august 1955, n° 4, p. 322-336.
277 H. J. Bruton : « The short-run problem of growth in underdeveloped countries », *Kyklos*, 1957, n° 3, p. 281-301.
278 N. S. Buchanan : « Deliberate industrialization for higher incomes », *The Economic Journal*, déc. 1946, p. 533-553. Cf. (248) (261).
279 M. Bye : « La grande unité interterritoriale dans l'industrie extractive et ses plans », *Cahiers de l'I.S.E.A.*, sept. 1955, série F, n° 2, p. 5-97.
280 M. Bye : « L'autofinancement de la grande unité interterritoriale et les dimensions temporelles de son plan ». Rapport au Congrès des économistes de langue française, 1957. *Revue d'Économie politique*, 1957, n° 3, p. 269-312.
281 M. Bye : « La localisation de l'investissement et la Communauté économique européenne », *Revue économique*, 1958, n° 2, p. 188-212.
282 M. Bye : « Le rôle du capital dans le développement économique ». *Écomie appliquée*, juil.-sept. 1958, n° 3, p. 429-447.
283 M. Bye : « Relations entre stabilité internationale et croissances nationales ». Contribution au Congrès de l'Association internationale des Sciences économiques. Rome 1956. *Économie appliquée*, n° 1-2, 1958, p. 223-231.
284 M. Bye : « La grande unité interterritoriale » in (175) F. Perroux : *L'univers économique et social*, p. 9-10-3 à 9-10-9.

285 G. Caire : « L'U.R.S.S. et l'aide économique au Tiers-Monde ». *Tiers-Monde*, n° 4, oct.-déc. 1960, p. 511-538.
286 M. Capet : « Pour une politique d'investissements par pôle en Afrique occidentale », *Cahiers de l'I.S.E.A.*, janv. 1961, série F, n° 16, p. 153-176.
287 B. Cazes : « Rivalités des systèmes économiques et problèmes de croissance », *Critique*, n° 132, mai 1958, p. 460-467.
288 G. Célestin, B. Lecomte, G. Hanicotte : « La structure polaire du Sénégal », *Développement et Civilisations*, janv.-mars 1961, n° 5, p. 45-51.
289 Cheikh Hamidou Kane : « Comme si nous nous étions donné rendez-vous », *Esprit*, oct. 1961, p. 375-387.
290 H. Chambre : « La doctrine soviétique concernant les pays du « Tiers-Monde », *Cahiers de l'I.S.E.A.*, avril 1962, série G, n° 13, p. 3-48.

291 H. B. CHENERY : « The application of investment criteria », *The Quarterly Journal of Economics*, fev. 1953, p. 76-96.
292 H. B. CHENERY : « Application of interindustry analysis to problems of economic development ». Chap. 19 in : *The structural independance of the economy. Proceedings of an international conference on input-output analysis*, Édit. by T. BARNA, 1954.
293 H. B. CHENERY : « Development policy in underdeveloped countries. The role of industrialization in development programs », *The American Economic Review*, may 1955.
294 H. B. CHENERY and K. S. KRETSCHMER : « Ressource allocation for economic development », *Econometrica*, oct. 1956, p. 365-399.
295 C. CLARK : « Les termes de l'échange dans l'avenir », *Bulletin international des Sciences sociales*, 1951, n° 1, p. 40-44.
296 C. CLARK : « The economy of underdeveloped countries », *The Review of Economic Progress*, avril-juin 1952, p. 1-12.
297 C. CLARK : « Population et niveaux de vie », *Revue internationale du Travail*, août 1953, p. 103-124.
298 G. H. CLEE and A. DI SCIPIO : « Creating a world enterprise », *Harward Business Review*, nov.-dec. 1959, p. 77-89.
299 Th. C. COCHRAN : « An historical approach to economic development ». Contribution à (228) : *Première conférence internationale d'histoire économique*, p. 9-16.
300 L. C. COSTA : « L'espace structuré dans le développement », *Développement et Civilisation*, janv.-mars 1961, n° 5, p. 37-45.
301 P. COULBOIS : « Essai sur la théorie de la maturité économique », *Revue de l'économie contemporaine*, mars 1950.
302 J. CUISENIER : « Sous-Développement, Industrie, Décolonisation », *Esprit*, oct. 1961, p. 359-374.

303 L. E. DAVIN : « Phénomènes de polarisation, seuils de croissance et expansion économique en Afrique centrale », *Cahiers de l'I.S.E.A.*, nov. 1962, série V, n° 5, p. 7-60.
304 R. DEMONTS et F. PERROUX : « Grandes Firmes, Petites Nations », *Présence africaine*, 3e trim. 1961, n° 38, p. 3-19.
305 H. DENIS : « L'évolution séculaire des termes de l'échange entre l'Europe industrielle et les régions sous-développées. Un essai d'interprétation », *Cahiers de l'I.S.E.A.*, déc. 1962, série P, n° 7, p. 1-16.
306 H. DESROCHE : « Religion et Développement. Le thème de leurs rapports réciproques et ses variations », *Archives de Sociologie des Religions*, n° 12, juill.-déc. 1961, p. 3-34.
307 G. DESTANNE DE BERNIS : « Islam et Développement économique », *Cahiers de l'I.S.E.A.*, oct. 1960, série V, n° 2, p. 105-150.
308 G. DESTANNE DE BERNIS : « Le rôle du secteur public dans l'industrialisation », *Économie appliquée*, 1962, nos 1-2, p. 135-174.
309 G. DESTANNE DE BERNIS : « L'industrialisation des pays en voie de développement. Impératifs, Préalables, Voies et Moyens », *Développement et Civilisations*, n° 18, juin 1964, p. 6-24.
310 F. J. DEYRUP : « Backward economies : the problem of partial development », *Social Research*, Winter 1955, p. 399-416.
311 M. DOBB : « Note sur le « degré d'intensité capitalistique » des investissements dans les pays sous-développés », *Économie appliquée*, 1954, n° 3, p. 299-318.
312 E. DOMAR : « Capital expansion, rate of growth and employment », *Econometrica*, avril 1946, p. 137-147.

313 E. DOMAR : « Expansion and Employment », *American Economic Review*, mars 1947.
314 E. DOMAR : « The problem of capital accumulation », *American Economic Review*, déc. 1948.
315 A. DORSINFANG-SMETS : « L'aspect ethnologique du sous-développement », in (299) : *La Belgique et l'aide économique aux pays sous-développés*, p. 49-54.
316 J. DURET : « Analyse marxiste du sous-développement », *Présence africaine*, août-sept. 1958, p. 5-13.
317 J. DUVAUX : « Critères d'investissement et développement économique », *Revue économique*, mai 1961, nº 3, p. 369-413.

318 R. S. ECKAUS : « The factor proportion problem in underdeveloped areas », *American Economic Review*, sept. 1955, reprod., in (5) : A. N. AGARWALA and S. P. SINGH : *The economics of underdevelopment*, p. 348-378 (REF).
319 H. T. ELDRIGE : « Population Growth and Economic Development » in (204) : L. W. SHANNON, *Underdeveloped areas*, p. 60-68.

320 W. FELLNER : « The capital-outpout ratio in dynamic economics », p. 105-134 in *Money, trade and economic growth*, in honor of J. H. WILLIAMS. New York 1951. 343 p.
321 W. FELLNER : « Long term tendancies in private capital formation, the rate of growth and capital coefficients » in : *Long-Range Economic Projection, Studies in Income and Wealth*, N.B.E.R., 1954.
322 R. FINDLAY : « Capital theory and development planning », *The Review of Economic Studies*, févr. 1962.
323 M. FLAMANT : « Concept et usages des économies externes », *Revue d'économie politique*, nº 1, 1964, p. 93-110.
324 M. FLEMING : « External economies and the doctrine of balanced growth », *The Economic Journal*, juin 1955, reprod. in (5) : A. N. AGARWALA and S. P. SINGH : *The economics of underdevelopment*, p. 272-294 (REF).
325 J. FRIEDMANN : « Influence de l'intégration du système social sur le développement économique », *Diogène*, janv.-mars 1961, nº 33, p. 80-104.
326 J. H. FURTH : « Notes sur quelques problèmes du développement économique », *Cahiers de l'I.S.E.A.*, juin 1956, série F, nº 3, p. 1-16.

327 A. GAMBINO : « Lo Sviluppo Economico nelle Concezione dei Classici, p. 41-62, in (171) : G. PAPI (Ed.), *Teoria e Politica dello Sviluppo Economico*.
328 E. GANNAGE : « Sur le concept de chômage déguisé. Définition, conditions, politique », *Cahiers de l'I.S.E.A.*, nov. 1959, série F. nº 12, p. 43-56.
329 P. GEORGE : « La transformation des régions sous-développées en économie socialiste » in (24) : G. BALANDIER : *Le Tiers-Monde*, p. 349-368.
330 A. GERSCHENKRON : « Les attitudes sociales, l'action des entrepreneurs et le développement économique », *Bulletin international des Sciences sociales*, 1954, nº 2, 8 p.
331 A. GERSCHENKRON : « Economic backwardness in historical perspective », in (100) : B. F. HOSELITZ : *The progress of underdeveloped areas*, p. 3-29.
332 H. GIERSCH : « Stages and spurts of economic development », in (65) : L. H. DUPRIEZ : *Le progrès économique*, p. 193-219.
333 L. GOLDMANN : « Un bilan désabusé », *Arguments*, févr.-mars 1957, nº 2, p. 10-12. cf. (209).
334 L. GOLDMANN : « Problèmes de la théorie critique de l'économie », *Les Temps modernes*, mai-juin 1958, p. 2210-2231.

335 G. GRANGER : « Sur la définition du progrès par François PERROUX », *Cahiers de l'I.S.E.A.*, nov. 1961, série M, nos 11-12, p. 19-38. Cf. (430) (431).

336 G. DE GREEF : « Le sous-développement et les théories de la stagnation et de la croissance économique » in (227) : *Atti del Congresso...*, vol. III, p. 359-382.

337 J. GUILLOT : « Le développement économique de l'Algérie », *Cahiers de l'I.S.E.A.*, déc. 1960, série F, no 15, p. 3-219.

338 H. GUITTON : « Stagnation et croissance économiques. Éléments d'une dynamique séculaire ». Rapport au Congrès des économistes de langue française, 1951, *Revue d'économie politique*, 1951, no 1, et Domat, 1951, p. 5-160 (REF) avec discussion.

339 H. J. HABAKKUK : « The historical experience on the basic conditions of economic progress » in (65) : L. H. DUPRIEZ : *Le progrès économique*, p. 149-169.

340 G. HABERLER : « Critical observations on some current notions in the theory of economic development », *L'Industria*, 1957, no 2.

341 A. HANSEN : « Economic progress and declining population growth », *American Economic Review*, mars 1939, no 1, reprod. in *Readings in Business Cycle Theory*. London 1954. 494 p., p. 366-384.

342 R. F. HARROD : « An essay in dynamic theory », *The Economic Journal*, mars 1939, reprod. p. 200-219 in : A. H. HANSEN and R. V. CLEMENCE (Ed.), *Readings in Business Cycles and National Income*. London 1953. 588 p.

343 R. F. HARROD : « Professor FELLNER on growth and unemployment », *Kyklos*, 1957, fasc. 1, p. 1-15.

344 E. HEIMANN : « Marxism and underdeveloped countries », *Social Research*, sept. 1952, 24 p.

345 B. HIGGINS : « The doctrine of economic maturity », *American Economic Review*, mars 1946, no 1, p. 160-166.

346 B. HIGGINS : « Concepts and criteria of secular stagnation » in : *Essays in honour of* A. H. HANSEN, 1949.

347 B. HIGGINS : « The concept of secular stagnation », *American Economic Review*, mars 1950, p. 160-166.

348 F. HILGERDT : « Uses and limitations of international trade in overcoming inequalities in world distribution of population and resources » in (158) : Nations-Unies, *Congrès mondial de la population*, vol. V, p. 47-61.

349 A. O. HIRSCHMAN : « Industrial nations and industrialization of underdeveloped countries », *Economia Internazionale*, août 1951, p. 606-618.

350 A. O. HIRSCHMAN : « Effects of industrialization on the markets of industrial countries », in (100) : B. F. HOSELITZ : *The progress of underdeveloped areas*, p. 270-283.

351 B. F. HOSELITZ : « Non-Economic Factors in economic development », *American Economic Review*, mai 1957, p. 28-41.

352 H. JANNE : « La typologie du sous-développement », in (229) : *La Belgique et l'aide économique aux pays sous-développés*, p. 25-38.

353 H. G. JOHNSON : « Equilibrium growth in an international economy », *The Canadian Journal of Economics and Political Science*, nov. 1953, p. 478-500.

354 R. F. KAHN : « The relation of home investment to unemployment », *The Economic Journal*, juin 1931, p. 173-198.

355 N. KALDOR : « Characteristics of economic development » in (285) : *Atti del Congresso...*, Vol. II, p. 716-725.

356 N. R. KEDDIE : « Paradoxes de l'Impérialisme », *Diogène*, avril-juin 1959, nº 26, p. 82-114.

357 T. KEMP : « Les épigones de LÉNINE et la théorie de l'impérialisme », *Études*, 1962, nºs 2-3.

358 B. KERBLAY : « L'impact des modèles « économiques » soviétiques et chinois sur le Tiers-Monde », *Politique étrangère*, 1960, nº 4, p. 332-354.

359 B. KERBLAY : « L'aide économique de l'U.R.S.S. au Tiers-Monde, Les techniques soviétiques de développement », *Développement et Civilisations*, nº 10, avril-juin 1962, p. 33-50.

360 A. KHER : « La structure polaire du Liban » *Développement et Civilisations*, janv-mars 1961, nº 5, p. 51-52.

361 R. KOTSKA : « Un problème majeur du capitalisme contemporain », in (505) : Divers auteurs, *Les Pays sous-développés*, p. 3-10.

362 D. KRUGER : « L'impérialisme selon HOBSON, LÉNINE et SCHUMPETER », *Le Contrat social*, sept. 1957, nº 4, p. 237-241.

363 S. KUZNETS : « The State as a unit in economic growth », *The Journal of Economic History*, 1951, nº 1, p. 25 ss.

364 S. KUZNETS : « Underdeveloped countries and the preindustrial phase in the advanced countries, An attempt at comparison », in (158) : Nations-Unies, *Congrès mondial de la population*, vol. V, p. 947-968.

365 S. KUZNETS : « La croissance économique des petites nations », *Économie appliquée*, 1959, nºs 1-2, p. 143-166.

366 Y. LACOSTE : « Le sous-développement, quelques ouvrages significatifs parus depuis dix ans », *Annales de Géographie*, nº 385, mai-juin 1962, p. 247-278; nº 386, juill.-août 1962, p. 387-414.

367 J. LAJUGIE : « Les conditions d'une politique de développement régional pour les pays du marché commun » , Rapport au Congrès des économistes de langue française, 1959, *Revue d'économie politique*, mai-juin 1959, nº 3, p. 263-334.

368 O. LANGE : « Quelques observations sur l'analyse d'input-output », *Cahiers de l'I.S.E.A.*, série G, nº 2.

369 J. DE LARGENTAYE : « Réponse à un questionnaire », *Cahiers de l'I.S.E.A.*, série F, nº 1, p. 1-53.

370 M. LATIL : « La pénurie de main-d'œuvre dans les pays sous-développés et sous-peuplés », in : Université de Dakar, *Annales africaines* 1958, p. 87-121.

371 J. M. de LATTRE : « Les grands ensembles africains. Aspects économiques et financiers de l'industrie saharienne », *Politique étrangère*, nov. 1955, p. 541-574.

372 L. J. LEBRET : « Les critères et indicateurs du sous-développement », *Revue économique et sociale*, sept. 1959, p. 52-59.

373 R. LEDRUT : « Développement et sociologie », *Critique*, mars 1961, nº 166, p. 259-275.

374 G. LEDUC : « Le sous-développement et ses problèmes », Rapport au Congrès des économistes de langue française, 1951, *Revue d'économie politique*, 1952, nº 2, p. 133-189.

375 G. LEDUC : « L'application de la notion de « pôle de développement » aux ensembles industriels de l'Afrique sub-saharienne », *Marchés tropicaux du Monde*, nº 615, 24.8.1957, p. 2029-2032.

376 G. LEDUC and J. WEILLER : « The size of the economy and its relation to stability and steady progress » in (188) : E.A.G. ROBINSON : *Economic consequences of the size of nations*, p. 200-219.

377 C. LEFORT : « Capitalisme et religion au XVIe siècle », *Les Temps Modernes*, avril 1952, p. 1892-1906.

378 I. LEMINE : « La lutte des principaux pays capitalistes pour la domination des pays coloniaux et dépendants », *Études économiques*, 1953, n° 79, p. 20-48.
379 C. LEVY : « Les critères du sous-développement » in (24) : G. BALANDIER : *Le Tiers-Monde*, p. 137-148.
380 W. A. LEWIS : « Economic Development with unlimited supplies of labour », *The Manchester School of Economic and Social Studies*, may 1954, reprod. in (5) : A. N. AGARWALA and S. P. SINGH, *The economics of underdevelopment*, p. 400-449 (REF).
381 W. A. LEWIS : « Unlimited labour, further notes », *The Manchester School of Economic and Social Studies*, janv. 1958, p. 1-32.
383 A.LOWE : « A structural model of production », *Social Research*, juin 1952, p. 135-176.
383 A. LOWE : « Structural Analysis of real capital formation » in : *Capital Formation and Economic Growth*, N.B.E.R., Princeton, 1955.
384 H. LUTHY : « L'histoire du monde : une déviation ? » *Preuves*, mai 1958, n° 87, p. 68-78. Cf. (209) (385) (486).
385 H. LUTHY : « L'impérialisme ou les martyrs posthumes de Karl MARX », *Preuves*, juill. 1960, n° 113, p. 39-52. Cf. (209) (384) (486).
386 H. LUTHY : « Calvinisme et Capitalisme », *Preuves*, juill. 1964, n° 161, p. 3-22.
387 A. N. Mac LEOD : « Trade and investment in underdeveloped areas : a comment », *The American Economic Review*, juin 1951, p. 411-419. Cf. (472) (473).

388 P. C. MAHALANOBIS : « Some observations on the process of growth of national income », *Sankhya*, déc. 1953.
389 P. C. MAHALANOBIS : « The approach of operational research to planning in India », *Sankhya*, déc. 1955.
390 E. MALINVAUD : « Capital accumulation and efficient allocation of ressources », *Econometrica*, avril 1953, p. 233-268.
391 G. MARCY : « Variations du change et termes de l'échange dans la théorie économique contemporaine ». Rapport au Colloque de l'Association française de Science économique, 1955, *Revue d'économie politique*, 1956, n° 3, p. 176-213.
392 J. MARCZEWSKI : « Y a-t-il eu un « take-off » en France ? », *Cahiers de l'I.S.E.A.*, mars 1961, série AD, n° 1, p. 69-94.
393 V. MARRAMA : « Développement, Croissance, Progrès », *Cahiers de l'I.S.E.A.*, fév., 1961, série M, n° 9, p. 157-168.
394 J. MARTENS : « Bibliographie de science économique régionale », *Cahiers de l'I.S.E.A.*, mai 1962, série L, n° 10, p. 3-124.
395 E. Mc KINLEY : « The problem of « underdevelopment » in the English Classical School », *The Quarterly Journal of Economics*, may 1955, p. 235-252.
396 L. MENDELSON : « Sur quelques aspects de la loi économique fondamentale du capitalisme », *Études économiques*, 1955, n° 90, p. 1-22.
397 H. MERCILLON : « L'inflation importée. L'inflation à secteurs externes dominants et son développement », *Revue économique*, 1958, n° 3, p. 461-481.
390 M. MORET : « Impérialisme et domination », *Revue d'économie politique*, nov.-déc. 1952, p. 1014-1048.
399 T. MORGAN : « Trends in terms of trade, and their repercussions on primary producers », in (91) : R. F. HARROD and D. C. HAGUE : *International trade theory in a developing world*, p. 52-95.
400 P. MUS : « Situation du Tiers-Monde », *Esprit*, déc. 1960, p. 1994-2009.
401 H. MYINT : « An interpretation of economic backwardness », *Oxford Economic Papers*, 1954, reprod. in (5) : A. N. AGARWALA and S. P. SINGH : *The Economics of Underdevelopment*, p. 75-92 (REF).

402 H. Myint : « The gains from international trade and the backward countries », *The Review of Economic Studies*, 1954-55, n° 58, p. 129-142.
403 H. Myint : « The « Classical Theory » of international trade and the underdeveloped countries », *The Economic Journal*, june 1958, p. 317-337.

404 A. R. Nelson : « A theory of the low-level equilibrium trap in the underdeveloped economies », *The American Economic Review*, déc. 1956, p. 894-908.
405 A. Nicolai : « Approche structurelle et effet de domination, une application : La Tunisie », *Revue économique*, 1956, n° 5, p. 738-775.
406 B. M. Niculescu : « Underdeveloped, backward or low income », *The Economic Journal*, sept. 1955, p. 546-548.
407 D. C. North : « A note on Professor Rostow's take-off into self sustained economic growth », *The Manchester School of Economic and Social Studies*, janv. 1958, p. 68-75.
408 A. Nowicki : « Croissance et sous-développement d'après Paul A. Baran », *Tiers-Monde*, n°s 13-14, janv.-juin 1962, p. 121-165.
409 A. Nowicki : « L'inadaptabilité de la théorie keynésienne à l'égard du plein emploi pour les pays sous-développés », *Économie appliquée*, n° 4, oct.-déc. 1963.
401 R. Nurkse : « Le commerce des pays sous-développés et les conditions internationales de croissance », *Cahiers I.S.E.A.*, oct. 1959, série P, n° 3, p. 19-45.

411 O. Okyar : « La théorie keynésienne et l'économie sous-développée », *Economie appliquée*, 1951, n° 1, p. 85-110.
412 J. Pælinck : « Possibilisme et pôles de croissance, Phénomène de prestige et de propagation dans le cadre de l'industrialisation néerlandaise », *Économie appliquée*, 1959, n°s 1-2, p. 167-204.
413 G. U. Papi : « Les problèmes de l'agriculture dans la croissance économique », *Cahiers de l'I.S.E.A.*, n° 127, série BA, n° 1, p. 11-115.
414 A. T. Peacock and D. Dosser : « Input-output analysis in an underdeveloped country : a case study », *The Review of Economic Studies*, oct. 1957, p. 21-24.
415 E. T. Penrose : « Malthus and the underdeveloped areas », *The Economic Journal*, june 1957, p. 219-239.
416 E. T. Penrose : « Foreign Investment and growth of the firm », *The Economic Journal*, juin 1956, p. 220-235.
417 F. Perroux : « Esquisse d'une théorie de l'économie dominante », *Économie appliquée*, 1948, n°s 2-3, reprod. in (176) : F. P., *L'Économie du XXe siècle*, p. 25-88 (REF).
418 Id. : « Les Espaces économiques », *Économie appliquée*, 1950, n° 1, reprod. in (176) : F. P., *L'Économie du XXe siècle*, p. 123-141 (REF).
419 Id. : « Les trois analyses de l'évolution et la recherche d'une dynamique totale chez Joseph Schumpeter », *Économie appliquée*, 1951, n° 2, p. 271-330.
420 Id. : « Note sur les coûts de l'homme », *Économie appliquée*, 1952, n° 1, p. 139-150.
421 Id. : « Note sur le dynamismc de la domination », *Économie appliquée*, 1950, n° 2, reprod. in (176) : F. P., *L'Économie du XXe siècle*, p. 83-95 (REF).
422 Id. : « L'Anglo-Iranian Company et les effets de domination », *Économie appliquée*, 1952, n° 1, p. 151-168.
423 Id. : « Note sur la notion de « pôle de croissance », *Économie appliquée*, 1955, n°s 1-2, reprod. in (176) : F. P., *L'Économie du XXe siècle*, p. 142-154, (REF).
424 Id. : « La recherche de la stabilité, les facteurs réels, Sur les différences entre les politiques anticycliques et les politiques de croissance harmonisée », Rapport au congrès de l'Association internationale des Sciences économiques. Rome 1956. *Économie appliquée*, 1958, n°s 1-2, p. 103-145.

425 F. PERROUX : « Matériaux pour une analyse de la croissance économique », *Cahiers de l'I.S.E.A.*, avril 1955, série D, nº 8, 132 p.

426 ID. : « Trois outils d'analyse pour l'étude du sous-développement (Économie désarticulée, Coûts de l'homme, Développement induit) », *Cahiers de l'I.S.E.A.*, série F, nº 1, p. 31-129.

427 ID. : « Une distinction utile à la politique des pays à croissance retardée : points de développement et foyers de progrès », *Cahiers de l'I.S.E.A.*, nov. 1959, série F, nº 12, reprod. in (176) : F. P. *L'Économie du XXe siècle*, p. 192-225 (REF).

428 ID. : « Théorie générale du progrès économique », *Cahiers de l'I.S.E.A.*, déc. 1956, série I, nº 1, 47 p.; août 1957, série I, nº 2, 67 p.; sept. 1957, série I, nº 3, 106 p.

429 ID. : « L'idée de progrès devant la science économique de ce temps », *Cahiers de l'I.S.E.A.*, févr. 1961, série M, nº 9, p. 135-145.

430 ID. : « Progrès économique et signification », *Cahiers de l'I.S.E.A.*, nov. 1961, série M, nos 11-12, p. 5-18. Cf. (335) (431).

431 ID. : « Quelques réflexions et précisions en vue d'un dialogue avec Gilles GRANGER », *Cahiers de l'I.S.E.A.*, nov. 1961, série M, nos 11-12, p. 39-47. Cf. (335) (430).

432 ID. : « La firme motrice dans une région et la région motrice », *Cahiers de l'I.S.E.A* mars 1961, série AD, nº 1, p. 11-17.

433 ID. : « L' « ordonnance » de J. M. KEYNES et les pays sous-développés », *Union des exploitations électriques en Belgique, Bulletin trimestriel*, juill. 1953, p. 5-20.

434 ID. : « Prises de vue sur la croissance de l'économie française », in : Études Statistiques, *International Association for Research in Income and Wealth.* London 1955.

435 ID. : « Pluralité des notions de plein-emploi en statique », *Documents et Commentaires*, oct. 1955, nº 103, Annexe I, p. 53-55.

436 ID. : « L'idée de pôle de développement et les ensembles industriels en Afrique », *Sentiers d'Afrique*, nº 1, Printemps 1957, 10 p.

437 ID. : « Les pôles de développement et l'économie internationale », in : *The challenge of development, A symposium*, Jérusalem, 1957-1958, reprod. in (176) : F. P., *L'Économie du XXe siècle*, p. 172-191 (REF).

438 ID. : « Une nation en voie de se faire : la république de Guinée », *Revue de l'Action Populaire*, juin 1959, p. 683-705.

439 ID. : « La nation en voie de se faire et les pouvoirs industriels », *Les Cahiers de la République*, 1959, nos 7-8, p. 47-56.

440 ID. : « Stabilisation des produits de base et croissance harmonisée », *Revue de l'Action Populaire*, juin 1960, p. 719-732.

441 ID. : « Qu'est-ce que le développement ? », *Études*, janv. 1961, p. 16-33.

442 ID. : « Grande Firme et Petite Nation », in (143) : *Ministère d'État...*, vol. II, Annexe 4, p. 55-65.

443 J. PIEL : « Colonisation et domination », *Critique*, nº 53, oct. 1951, p. 896-900.

444 G. RANIS and J. C. H. FEI : « A theory of economic development », *The American Economic Review*, sept. 1961, p. 533-565.

445 V. K. R. V. RAO : « Investment, income and the multiplier in an underdeveloped economy », *The Indian Economic Review*, févr. 1952, reprod. in (5) : A. N. AGARWALA and S. P. SINGH : *The Economics of underdevelopment*, p. 205-218 (REF).

446 V. K. R. V. RAO : « Full employment and economic development », *The Indian Economic Review*, aug. 1952, p. 43-57.

447 H. RAYMOND : « L'industrie comme mythe et puissance sociale », *Esprit*, oct. 1958, p. 367-380.

448 N. RIABOV : « Les méthodes de brigandage de l'industrialisation capitaliste », *Études économiques*, 1950, n° 55, p. 1-22.
449 P. RICŒUR : « Civilisations universelles et cultures nationales », *Esprit*, oct. 1961, p. 439-453.
450 Ch. RIST : « La théorie de la maturité économique », *Revue d'économie politique*, 1947, p. 139-144.
451 L. RIST : « Réflexions sur le développement économique », *Cahiers de l'I.S.E.A.*, sept. 1955, série F, n° 2, p. 127-161.
452 R. ROCHEFORT : « Des causes, des formes et des méthodes d'approche du sous-développement sicilien », *Cahiers de l'I.S.E.A.*, nov. 1961, série M, n°s 11-12, p. 103-120.
453 P. N. ROSENSTEIN-RODAN : « Problems of Industrialization of Eastern and South-Eastern Europe », *The Economic Journal*, june-sept. 1953, reprod. in (5) : A. N. AGARWALA and S. P. SINGH : *The Economics of underdevelopment*, p. 245-255 (REF).
454 P. N. ROSENSTEIN-RODAN : « The international development of backward areas », *International Affairs*, avril 1944, p. 157-165.
455 P. N. ROSENSTEIN-RODAN : « Les besoins de capitaux dans les pays sous-développés », *Économie appliquée*, 1954, n°s 1-2, p. 77-87.
456 P. N. ROSENSTEIN-RODAN : « Notes on the theory of the « big-push », suivi de « Comments » by C. FURTADO and R. NURKSE et d'une discussion, in (68) : H. S. ELLIS and H. C. WALLICH : *Economic development for Latin America*, p. 57-81.
457 W. W. ROSTOW : « The take-off into sustained growth », *The Economic Journal*, 1956, p. 25-48.
458 W. W. ROSTOW : « Industrialization and Economic Growth », Contribution à (228), *Première Conférence Internationale d'Histoire Économique*, p. 17-34.
459 J. ROYER : « La structure économique des pays industriels est-elle compatible avec les besoins de développement économique des pays neufs ? », *Économie appliquée*, 1959, n° 4, p. 483-520.
460 M. RUBINSTEIN : « La loi économique fondamentale du capitalisme contemporain », *Études économiques*, 1952, n°s 71-72, p. 35-49.
461 M. RUBINSTEIN : « Quelques problèmes économiques » in (505) : Div. auteurs, *Les pays sous-développés*, p. 11-27.

462 A. SAUVY : « Introduction à l'étude des pays sous-développés », *Population*, oct.-déc. 1951, p. 601-608.
463 A. SAUVY : « Progrès ou Famine ? Mise au point du problème des pays sous-développés », in (227) : *Atti del Congresso*, vol. II, p. 297-308.
464 S. P. SCHATZ : « A dual economy model of an underdeveloped country », *Social Research*, Winter, 1956, p. 419-432.
465 S. P. SCHATZ : « Inflation in underdeveloped countries : a theoritical analysis », *The American Economic Review*, sept. 1957, p. 571-593.
466 W. SCHLOTE : « Entwicklung und Strukturwandlungen des englischen Aussenhandels von 1700 bis zur Gegenwart », *Probleme der Weltwirtschaft*, 1938, n° 62.
467 T. SCITOVSKY : « Two concepts of external economy », *The Journal of Political Economy*, april 1954, reprod. in (5) : A. N. AGARWALA and S. P. SINGH : *The economics of underdevelopment*, p. 245-308.
468 T. SCITOVSKY : « Croissance balancée ou non balancée », *Economie appliquée*, 1959, n°s 1-2, p. 7-22, suivi de F. PERROUX : « Note pour le lecteur français sur l'article du professeur SCITOVSKY », p. 23-25.
469 F. SELLIER : « Essai de reconstruction des catégories de l'emploi », *Économie appliquée*, 1955, n°s 1-2, p. 47-66.

470 V. SEMIONOV : « La désagrégation du système colonial de l'impérialisme et les questions posées par les relations internationales », *Études économiques*, 1957, nos 102-103, p. 1-23.
471 H. W. SINGER : « Economic progress in underdeveloped countries », *Social Research*, mars 1949, p. 1-11.
472 H. W. SINGER : « The distribution of gains between investing and borrowing countries », *The American Economic Review*, mai 1950, p. 473-485.Cf. (387) (473).
473 H. W. SINGER : « A reply », *The American Economic Review*, juin 1951, p. 419-421. Cf. (387) (473).
474 H. W. SINGER : « The mecanics of economic development », *The Indian Economic Review*, août 1952, reprod. in (5) : A. N. AGARWALA and S. P. SINGH : *The Economics of underdevelopment*, p. 381-399.
475 H. W. SINGER : « Obstacles to economic development », *Social Research*. Spring 1953. p. 19-31.
476 H. W. SINGER : « Population and economic development », in (158) : Nations-Unies, *Congrès mondial de la population*, vol. V, p. 737-763.
477 H. W. SINGER : « Problems of Industrialization of underdeveloped countries », in (65) : L. H. DUPRIEZ, *Le progrès économique*, p. 171-192.
478 H. W. SINGER : « The concept of balanced growth in economic development, Theory and practice », in (167) : E. NELSON : *Economic Growth*, p. 71-86.
479 G. SKOROV : « L'aide économique et technique de l'U.R.S.S., aux pays sous-développés », *Tiers-Monde*, n° 4, oct.-déc. 1960, p. 491-510.
480 M. R. SOLOMON : « The structure of the market in underdeveloped economies », *The Quarterly Journal of Economics*, août 1948, p. 519-541.
481 R. M. SOLOW : « A contribution to the theory of economic growth », *The Quarterly Journal of Economics*, févr. 1956, p. 65-94.
482 P. SOUQUET : article « Concept » dans la *Grande Encyclopédie*, tome XII, p. 294.
483 J. SUTTER : « La valeur de la différentiation raciale », in (24) : G. BALANDIER : *Le Tiers-Monde*, p. 95-118.
484 J. J. SPENGLER : « Capital Requirements and population growth in underdeveloped countries », in (158) : Nations-Unies, *Congrès mondial de la population*, vol. V, p. 765-777.
485 J. STANOVNIK : « Équilibre ou déséquilibre dans les pays sous-développés », Questions actuelles du Socialisme, janv. 1962, n° 64, p. 67-104.
486 F. STERNBERG : « Marx et le temps présent », *Preuves*, juill. 1960, n° 113, p. 26-38. Cf. (384) (385).
487 A. SWEEZY : « Secular Stagnation ? », p. 67-82, in : S. E. HARRIS (Ed) : *Postwar Economic Problems*. New York 1943. 417 p.
488 A. SWEEZY : « Declining investment opportunities », p. 425-435, in : S. E. HARRIS (Ed.) : *The New Economics*. London 1952. 686 p.

489 L. TABAH : « Le problème population, investissement, niveau de vie dans les pays sous-développés », in (24) : G. BALANDIER : *Le Tiers-Monde*, p. 227-288.
490 E. TEILHAC : « Le pétrole dans l'économie du Moyen-Orient », *Économie appliquée*, 1954, n° 4, p. 399-489.
491 D. TOUMOUR-OTCHIR : « La voie non-capitaliste de développement des pays retardataires vers le socialisme », *Études économiques*, 1956, n° 99, p. 13-35.
492 S. G. TRIANTIS : « Economic progress, occupational redistribution and international terms of trade », *The Economic Journal*, sept. 1953, p. 627-637. Cf. (259) (260).

493 C. N. VAKIL and P. R. BRAMANANDA : « Size of nation and dynamic adjustment : the problems of developing countries », in (188) : E. A. G. ROBINSON : *Economic consequences of the size of nations*, p. 133-150.

494 P. VILAR : « Croissance économique et analyse historique », Contribution à (228) : *Première Conférence Internationale d'Histoire Économique*, p. 35-82.

495 P. VILAR : « Les stades du développement historique », Rapport présenté à la Rencontre Internationale de Royaumont (17-20 mai 1961), « Quel avenir attend l'homme ? » Paris 1961. p. 1-28.

496 J. VINER : « Stabilité et progrès : les problèmes de la pauvreté », Rapport au Congrès de l'Association Internationale des Sciences Économiques. Rome 1956. et discussion, *Économie appliquée*, 1958, n°s 1-2, p. 43-102.

497 F. VITO : « Lo stato presente della teoria dello sviluppo delle aere arretrate e il caso dell' Italia », in (227) : *Atti del Congresso...*, Vol. II, p. 91-115.

498 F. VITO : « La théorie économique spatiale et les principes de la politique régionale », Rapport au Congrès des Économistes de langue française, 1959. *Revue d'économie politique*, nov.-déc. 1959, n° 6, p. 855-876.

499 A. VOSS-LYTTON : « Étude concrète de l'effet de domination : le cas Unilever », *Économie appliquée*, 1955, nos 3-4, p. 385-524.

500 H. C. WALLICH : « Some notes towards a theory of derived development », A paper presented at the third meeting of Central Bank Technicians of the American Continent, Havana 1952. reprod. in (5) : A. N. AGARWALA and S. P. SINGH : *The economics of underdevelopment*, p. 189-204.

501 J. WEILLER : « Les degrés de l'intégration et les chances d'une « zone de coopération » internationale », *Revue économique*, 1958, n° 2, p. 233-255.

502 J. WOLFF : « Quelques aspects de la désarticulation de l'économie brésilienne et leur influence sur les possibilités de financement interne », *Cahiers de l'I.S.E.A.*, janv. 1958, série F, n° 7, p. 35-80.

503 C. ZARKA : « De la distinction entre la « croissance » et le « développement » dans la littérature scientifique consacrée aux pays sous-développés », *Cahiers de l'I.S.E.A.*, série F, n° 12, p. 57-110.

504 C. ZARKA : « Les inégalités économiques entre nations tendent-elles à croître ? » *Revue économique*, sept. 1962, p. 736-759.

505 DIV. AUTEURS : « Les Pays sous-développés », *Recherches internationales à la lumière du marxisme*, n° 8, août 1958, 204 p. Cf. (361) (461).

TABLE DES MATIÈRES

PREMIÈRE PARTIE

LE SOUS-DÉVELOPPEMENT, ÉCHEC DU DÉVELOPPEMENT

DEUXIÈME PARTIE

LE SOUS-DÉVELOPPEMENT, PRODUIT DU DÉVELOPPEMENT

www.ingramcontent.com/pod-product-compliance
Lightning Source LLC
Jackson TN
JSHW081153170626
104013JS00004B/28
* 9 7 8 9 0 2 7 9 7 9 7 3 5 *